कहाणी 'टाइम्स ऑफ इंडिया'ची

संगीता पी. मेनन मल्हन यांनी *टाइम्स ऑफ इंडिया* च्या दिल्ली आवृत्तीसाठी पत्रकार म्हणून काम केले आहे. *मिड डे* आणि *स्टेट्समन* या दैनिकांसाठीही त्यांनी पत्रकारिता केली. नंतर त्या सर्जनशील लेखनाकडे वळल्या. *'रास्ताफेरियन टेल्स'* हे लहान मुलांसाठीचे गोष्टींचे पुस्तक आणि उर्दू कवितांचा *'नुसरते गम'* हा संग्रह अशी त्यांची साहित्यसंपदा आहे. संगीता यांनी वैमानिकाचे प्रशिक्षणही घेतले आहे. त्यांना भाषांची आवड असून, फ्रेंच भाषेचे अध्यापन त्या करतात. संगीता मल्हन पती तेजिंदर आणि मुलगा अवी यांच्यासमवेत नवी दिल्लीत राहतात.

AA000623

कहाणी
'टाइम्स ऑफ इंडिया'ची

माध्यम विश्वातील खेळाचे नियम
बदलणाऱ्या वृत्तपत्राची

संगीता पी. मेनन मल्हन

अनुवाद : प्रा. संजय विष्णू तांबट

MANJUL

मंजुल पब्लिशिंग हाउस

First published in India by

MANJUL

Manjul Publishing House Pvt. Ltd.

• 2nd Floor, Usha Preet Complex,
42 Malviya Nagar, Bhopal 462 003 - India
• 7/32, Ground Floor, Ansari Road, Daryaganj, New Delhi 110 002
Email: manjul@manjulindia.com Website: www.manjulindia.com

Distribution Centres:
Ahmedabad, Bengaluru, Bhopal, Kolkata, Chennai,
Hyderabad, Mumbai, New Delhi, Pune, Thiruvananthapuram

This edition first published in English in India by
HarperCollins *Publishers* India

Marathi translation of
The TOI Story - How a Newspaper Changed the Rules of the Game

This edition first published in 2014

Translation by Prof. Sanjay Vishnu Tambat
Marathi translation co-ordination: TranslationPanacea

ISBN   978-81-8322-484-0

Printed and bound in India by Replika Press Pvt. Ltd.

माझे आईवडील आणि भावंडे;
तसेच या लेखनप्रवासात मला साथ करणाऱ्या तेजी, अवी आणि कंवलदीप
यांना कृतज्ञतापूर्वक अर्पण...

अनुक्रमणिका

प्रस्तावना

भारतातील वृत्तमाध्यमांचा विचार केला, तर एकच एक चित्र ठळकपणे नजरेसमोर येते- ते म्हणजे आक्रमक आणि उथळ वृत्तनिवेदक. 'ब्रेकिंग न्यूज'चा पाठपुरावा करताना कधी त्यांचा श्वास फुललेला असतो, तर कधी त्यांना उन्माद चढलेला असतो. मात्र, दूरचित्रवाणीचा छोटा पडदा फक्त त्यांचा नसतो. त्यावर ताज्या बातम्या किंवा जाहिरातीच्या पट्ट्या सतत सरकत असतात. विविध दृश्ये, ग्राफिक्स आणि 'क्षणभर विश्रांती' घ्यायला लावणाऱ्या जाहिरातीही त्यांच्याशी स्पर्धा करत असतात. घटनास्थळावर 'बाइट'साठी धडपडणारे- प्रसंगी त्यासाठी खुशामत करणारे मेहनती बातमीदारही पडद्यावर सतत झळकत असतात.

छोट्या पडद्यावर रंगणाऱ्या अशा सर्कशीसारखेच माध्यमांचे सध्याचे विश्वही[१] अनेक चित्रविचित्र गोष्टींनी भरलेले आणि काहीसे गोंधळलेले दिसते. एका पाठोपाठ एक धडकणाऱ्या दृश्य प्रतिमा, नवनव्या कल्पना, अपडेट्स, वृत्तवाहिन्यांवर सतत कुठे ना कुठे चाललेल्या तज्ज्ञांच्या चर्चा यातून 'टीआरपी' मिळविण्यासाठी चालू असलेली धडपडही प्रेक्षकांना दिसत असते. आर्थिक खुलेपणा व जागतिकीकरणाच्या पर्वात खासगी दूरचित्रवाहिन्यांचा झालेला हा सुकाळ भारतातील माध्यमांच्या बदलत्या विश्वाचेच जणू प्रतिनिधित्व करतो. ताज्या आकडेवारीनुसार, भारतात सध्या आठशेहून अधिक खासगी उपग्रह वाहिन्या आहेत.[२] त्यात विविध भाषांमधील तीनशेहून अधिक वृत्तवाहिन्यांचा[३] समावेश आहे. प्रेक्षकांचे लक्ष वेधून घेण्यासाठीची त्यांच्यातील स्पर्धाही तीव्र आहे.

ही स्पर्धा फक्त दूरचित्रवाहिन्यांपुरती मर्यादित नाही. मुद्रित माध्यमांमध्येही आता चोखंदळ ग्राहकांच्या निवडीला भरपूर वाव आहे. पाश्चिमात्य देशांमध्ये छापील वृत्तपत्रे आणि नियतकालिके घसरणीला लागली असली, तरी भारतात मात्र

ती अस्तित्व टिकवून आहेत आणि वाढतही आहेत. दूरचित्रवाणी वाहिन्यांसारखे त्यांच्यातील भांडण टिपेला पोचले नसले, तरी मुद्रित माध्यमांमधील स्पर्धा दुर्लक्ष करण्यासारखी खचितच नाही.

भारतातील वृत्तपत्र निबंधकांकडे ३१ मार्च २०१२ पर्यंत नोंदवलेल्या प्रकाशनांची एकूण संख्या ८६ हजार ७५४ इतकी आहे आणि वृत्तपत्रांचा एकूण खप ३७ कोटी ३८ लाख ३९ हजार ७६४ इतका आहे.[४] भारतातील प्रकाशनांची संख्या आणि खपाचे आकडे वर्षानुवर्षे वाढतच आहेत. २०१०-११ या वर्षाच्या तुलनेत एकूण प्रकाशनांच्या वाढीचा वेग ५.५१ टक्के इतका होता आणि २०११-१२ या वर्षात ४ हजार ५४५ नव्या प्रकाशनांची नोंद झाली.[५]

भारतातील माध्यमांच्या विकासाचे हे चमकदार चित्र गेल्या दशकभराहून अधिक काळाचे आहे. त्याआधी भारतातील माध्यमांचे विश्व खूप छोटे आणि मर्यादित होते. त्यात फारशी स्पर्धाही नव्हती. आपल्या स्पर्धकांपासून वेगळे दिसण्याचा-स्वतंत्र ओळख निर्माण करण्याचा प्रयत्न आता बहुतांश माध्यमे करताना दिसतात. (तरीही तटस्थ ग्राहकाला बहुधा ती एकसारखीच दिसतात.) याउलट ऐंशीच्या दशकातील आणि त्याही आधीच्या वृत्तपत्रांची स्वतःची अशी खास ओळख आणि ठाशीव व्यक्तिमत्व होते. परंतु, त्यांच्या व्यवसायाचे स्वरूप आणि ज्या अलिखित नियमांच्या आधारे त्यांचे कामकाज चालत होते, ते बव्हंशी सारखेच होते.

टाइम्स ऑफ इंडिया, इकॉनॉमिक टाइम्स आणि इतर प्रकाशनांची मालकी असलेल्या बेनेट, कोलमन आणि कंपनीने (बीसीसीएल) हे नियम पहिल्यांदा मोडले, असे म्हणायला हरकत नाही. ऐंशी आणि नव्वदच्या दशकांत भारतीय वृत्तपत्रसृष्टीत जे क्रांतिकारक बदल झाले, त्यांची ही सुरुवात होती. भारतातील वृत्तपत्रे आणि माध्यमांच्या या स्थित्यंतरात अनेकांनी महत्त्वाची भूमिका बजावली. पण त्या सर्वांत टाइम्स माध्यमसमूहाची भूमिका मध्यवर्ती राहिली.

बेनेट, कोलमन आणि कंपनीची ही कथा भारतीय उद्योगजगतातील कदाचित त्या दशकातील सर्वांत मोठी यशाची कहाणी आहे. परंतु, आश्चर्य म्हणजे या कहाणीकडे इतरांचे म्हणावे तितके लक्ष गेले नाही. या बदलांपाठीमागील अनेक गोष्टी आणि त्यांचे आंतरसंबंध उजेडात आलेच नाहीत. भारतातील अनेक उद्योगांच्या उदय आणि अस्ताच्या कहाण्या ज्या वृत्तपत्रसमूहाने शब्दबद्ध केल्या आणि अजूनही करत आहे, त्याच्या यशाची गोष्ट मात्र लोकांच्या नजरेतून तशी दूरच राहिली.

याची काही कारणे कदाचित या माध्यमसमूहाच्या तात्त्विक बैठकीत आणि

समूहाचे उपाध्यक्ष (व्हाइस चेअरमन) समीर जैन यांच्या प्रसिद्धीच्या झोतापासून स्वत:ला दूर राखण्याच्या स्वभावात दडलेली असावीत. समीर जैन यांचे नाव त्यांच्या स्वत:च्या वृत्तपत्रांमध्येही अपवादानेच छापून येते. किंबहुना वृत्तपत्रांत प्रसिद्धीसाठी आपली छायाचित्रे काढायची नाहीत, अशा त्यांच्या टाइम्स समूहातील छायाचित्रकारांना सक्त सूचना आहेत. इतर वृत्तपत्रे आणि वाहिन्यांशीही ते फार क्वचित बोलतात. त्याबाबत काही प्रसिद्ध झाले, तरी त्यात अनेक वर्षांचे अंतर असते. त्यामुळे माध्यमांमधून त्यांना आणि त्यांच्या समूहाचे यश समजून घेण्याची संधी नाही म्हणावी अशीच आहे.

टाइम्स समूहाचा विकास हा केवळ संख्यात्मक वाढीचा आलेख नव्हे! भारताच्या माध्यम व्यवसायावर त्याने स्वत:चा खोल ठसा उमटवला आहे. भारतातील सध्याचे माध्यमविश्व बाजारकेंद्रित आणि नफ्याच्या इच्छेने भारलेले आहे. मात्र, ऐंशीच्या दशकापूर्वी ही माध्यमे नफ्याकडे- आर्थिक लाभाकडे तशी पाठ फिरवूनच होती. बाजारपेठ ही भारतीय माध्यमांची प्राथमिकता नव्हती. संपादकीय आणि अनुषंगिक निर्णयांवर आर्थिक बाबींचे दडपण नसते, यात ती समाधान मानून होती.

बाजारपेठेशी फटकून राहिलेल्या आणि काहीशा आत्ममग्न भारतीय माध्यमांमध्ये जे स्थित्यंतर घडले आणि त्यांचे आजचे रूप साकारले, त्याचे नेतृत्व बेनेट, कोलमन आणि कंपनीने केले. एक प्रकारचे साचलेपण आलेल्या आणि अवरुद्ध झालेल्या भारतातील माध्यमांनी प्रगतीच्या दिशेने पाऊल टाकले, ते ऐंशीच्या दशकाच्या मध्यावर. राष्ट्राच्या जडणघडणीत व उभारणीत आपले योगदान असले पाहिजे, लोकशाहीतील सजग पहारेकऱ्याची भूमिका आपण बजावली पाहिजे, अशी जबाबदारी भारतीय माध्यमे तोवर निष्ठेने निभावत होती. भारतीय स्वातंत्र्याच्या चळवळीत माध्यमांचे- विशेषत: वृत्तपत्रांचे योगदान मोठे होते. परंतु, स्वातंत्र्याची तीन दशके उलटल्यानंतरही आणि या काळात माध्यमांच्या क्षेत्रात अनेक बदल झाल्यानंतरही भारतीय माध्यमे पूर्वीच्या गौरवशाली दिवसांच्या आठवणी काढत जगत होती. ती स्वत:च्याच प्रतिमेत अडकली होती.

माध्यमांचे जग हे इतरांसारखेच एक व्यावसायिक जग आहे. हे लक्षात घेऊन माध्यमसंस्थांचे काम चालले पाहिजे, या तत्त्वावर बेनेट, कोलमन आणि कंपनीने वाटचाल करण्यास सुरुवात केली. इतर व्यवसायांप्रमाणेच आपला ग्राहक कोण आहे, आपले उत्पादन आणि सेवा ग्राहकांना समाधान देणारी कशी ठरतील आणि त्या मोबदल्यात कंपनीला काय लाभ होईल, याची गणिते मांडण्यास सुरुवात झाली. व्यवसाय म्हटल्यावर त्यात इतर कंपन्यांशी स्पर्धा स्वाभाविक मानली जाते.

त्यासाठी स्वत:ची स्वतंत्र मूल्यव्यवस्था निर्माण करणे आणि कितीही विपरीत परिस्थिती आली, तरी आर्थिक लाभाची किमान पातळी सांभाळणे, यांनाही महत्त्व आले.

भारतातील माध्यमविश्वात नंतर जे बदल झाले, त्याची पार्श्वभूमी अशी तयार होत गेली. नव्वदीच्या दशकाच्या आरंभी भारतात दूरचित्रवाणीच्या खासगी उपग्रह वाहिन्या येण्यास सुरुवात झाली. नंतर काही वर्षांनी वृत्तवाहिन्यांचाही प्रसार झाला. या घडामोडींमुळे भारतातील माध्यमविश्व ढवळून निघाले. खुले आर्थिक धोरण आणि जागतिकीकरणामुळे देशातील बाजारपेठ विस्तारली. बाजारकेंद्री धोरणाचा अर्थव्यवस्थेवरील पगडा वाढत गेला, तशी त्याबरोबर वाढणारी माध्यमेही बाजारपेठेच्या नियमांशी बांधली गेली. हे लक्षात घेता बेनेट, कोलमन आणि कंपनीच्या झालेल्या स्थित्यंतराबाबत कोणी कितीही नाके मुरडली आणि ती वादाच्या भोवऱ्यात सापडली, तरी आता मागे वळून पाहताना कंपनीने बदलत्या वातावरणाची चाहूल घेऊन स्वत:चे रंगरूप बदलले आहे, असे वाटते.

बेनेट, कोलमन आणि कंपनीच्या स्थित्यंतराची ही कहाणी लोकांच्या नजरेपासून दूर राहिली, याचे दुसरे एक कारण समूहाच्या विविध प्रकाशनांमधील पत्रकारांना दिली गेलेली आढ्यतेची वागणूक हेही असावे. कंपनीचे नवे धोरण ज्यांना समजले नाही किंवा जे त्याच्याशी जुळवून घेऊ शकले नाहीत, त्यांची अपमानास्पद पद्धतीने उचलबांगडी करण्यात आली. टाइम्स समूहातून बाहेर पडलेल्या किंवा काढण्यात आलेल्या पत्रकारांमुळे वादाचे प्रसंग उभे राहिले. भूतकाळात घडलेल्या अशा गोष्टींचे काही प्रमाणात विश्लेषणही झाले आहे व त्यावर लिहिलेही गेले आहे. अशा काही प्रसंगांचे ठळक मथळेही झाले. कारण इतर माध्यमसमूहांमधील पत्रकार आपल्या व्यवसायबंधूंच्या पाठीशी उभे राहिले आणि त्यांनी हा मुद्दा ठामपणे उचलून धरला. मात्र, या वादंगामध्ये टाइम्स माध्यमसमूहात होणाऱ्या इतर महत्त्वाच्या बदलांकडे तसे दुर्लक्ष झाले.

अर्थात, ऐंशीच्या दशकातील भारतीय माध्यमांचे विश्व अतिशय लहान, मर्यादित होते. त्यात फारशी स्पर्धा नव्हती. तरीही टाइम्सने त्या वेळी उचललेली काही पावले तत्कालीन संदर्भात इतरांची पर्वा न करणारी, उद्दाम वाटावी अशी होती. उदाहरणार्थ, *इकॉनॉमिक टाइम्स*चे रंगरूप आणि आशय यांत बदल करण्यात आले. त्याला साजेशी त्याची किंमतही भारदस्त ठेवण्यात आली. परंतु, आठवड्यातून एक दिवस अंकाची किंमत एकदम खाली आणून विरोधकांची भंबेरी उडविण्यात आली. या गोष्टी थोड्या विचित्र वाटल्या, तरी चमकदार आणि रंजक होत्या.

टाइम्स समूहाने अभ्यासपूर्वक अशीच आणखी एक हुशार चाल रचली. देशातील सर्व आवृत्त्यांचा एकत्रित विचार करून जाहिरातदारांसाठी त्यांच्या प्रसिद्धीच्या गरजेनुसार विविध प्रकारच्या आकर्षक दरांची व पॅकेजची रचना त्याने केली. त्यामुळे माध्यमविश्वातील जाहिरातींच्या खेळाचे नियमच बदलले. अशाच पद्धतीने *टाइम्स ऑफ इंडिया*च्या विस्तारासाठी किमती एकदम खाली आणल्या. त्याचे माध्यमजगतात तीव्र पडसाद उमटले आणि स्पर्धकांचे धाबे दणाणले. टाइम्सच्या अशा चालींवर प्रारंभी संभावितपणे टीका करणाऱ्या अनेक विरोधकांनी नंतर हाच मार्ग अवलंबला. परिणामी, आता तेवढ्याच मासिक खर्चात लोकांना वाचण्यासाठी दोन वर्तमानपत्रे उपलब्ध झाली. खाली आलेल्या किमती आणि इतर बदलांमुळे भारतातील वृत्तपत्रांची वाचकसंख्या प्रचंड वाढली.

माध्यमविश्वात असे बदल घडत असताना संबंधित संस्था-संघटनांनादेखील एकजूट, एकजीव होऊन ठरवलेल्या उद्दिष्टांच्या पूर्ततेसाठी प्रयत्न करणे आवश्यक बनले. हे सोपे नव्हते. बहुतांश वृत्तपत्रांनी त्यांचे संपादकीय किंवा बातमीशी संबंधित काम जाहिरात आणि विपणनाच्या कामांपासून जाणीवपूर्वक दूर ठेवले होते. जाहिरातदारांच्या प्रभावापासून बातमी मुक्त रहावी आणि वस्तुनिष्ठता जपली जावी, यासाठी ते आवश्यक होते.

बेनेट, कोलमन आणि कंपनीच्या बाबतीतही हे घडले. परंतु, इथे विविध विभाग व त्यांच्या कामांमधील अंतर फारच वाढले होते. प्रत्येक विभाग जणू एखाद्या बेटासारखा स्वतंत्रपणे कारभार करत होता. टाइम्समधल्या आघाडीच्या लेखकांना प्रतिष्ठेचा दर्जा व मानमरातब होता. अनेक संपादक विद्वान होते आणि समाजातील मध्यमवर्गात ते विचारवंत म्हणून गणले जात होते. राजकीय सत्तेच्या वर्तुळातही त्यांच्याकडे आदराने पाहिले जात होते. परंतु, काळाच्या ओघात त्यांच्यापैकी अनेकजण कर्मठ विचारांचे आणि बदलांना विरोध करणारे बनले. वृत्तपत्रासाठी काय योग्य किंवा अयोग्य आहे, याबद्दल त्यांची मते ठाम होती. पण ती काही बाबतीत संकुचितही होती.

नव्या बदलांना असा विरोध फक्त संपादकीय विभागातच झाला, असे नाही. जाहिरात आणि विपणन विभागातही अशा बदलांना नाके मुरडण्यात आली. परंतु, हे मतभेद फारसे बाहेर आले नाहीत. वर्षानुवर्षे ठराविक चाकोरीतून काम करण्यामुळे आलेले जडत्व झटकणे आणि नव्या प्रयोगांना- बदलांना सामोरे जाणे आता भाग होते. त्यातून संघटनेच्या रचनेतही बरीच उलथापालथ झाली. जुन्या धुढ्ढाचार्यांच्या जागी नवी व्यावसायिक कौशल्ये असलेले विपणन अधिकारी आणि

ब्रँड व्यवस्थापक आले. प्रसंगी इतर कंपन्यांमधून असे निवडक, गुणवान उमेदवार उचलण्यात आले.

हे सर्व बदल भारतीय अर्थव्यवस्थेत त्या वेळी होत असलेल्या मोठ्या बदलांचा एक भाग होते. अर्थव्यवस्थेतील बदलांमुळे ऐंशीच्या दशकाच्या उत्तरार्धात भारतातील मुद्रित माध्यमांच्या विकासाला नवी चालना मिळाली. मासिके, नियतकालिकांना भरभराटीचे दिवस आले. वृत्तपत्रेही वाढली. जुन्या वृत्तपत्रांनी आपला व्यवसायाचा परिघ वाढविण्यास सुरुवात केली. आता नावारूपाला आलेल्या अनेक नव्या संस्थांचेही तेव्हा वृत्तपत्रांच्या जगतात पदार्पण झाले.

इलेक्ट्रॉनिक आणि प्रसारण माध्यम अजूनही दूरदर्शनपुरतेच मर्यादित होते. पण सरकारच्या नियंत्रणाखाली असलेल्या या माध्यमसंस्थेनेही कात टाकली आणि व्यवसायवृद्धीसाठी पावले उचलली. दिल्लीतील आशियाई क्रीडा स्पर्धांच्या निमित्ताने १९८२ मध्ये देशात रंगीत दूरचित्रवाणी संच आले. देशाच्या कानाकोपऱ्यात दूरदर्शनचा प्रसार होण्यासाठी ठोस पावले उचलण्यात आली. लोकमानसाच्या जाणिवा घडविण्याचे दूरदर्शन हे प्रभावी साधन आहे, हे लक्षात आल्याने सरकारने त्यावरील पकड कायम ठेवली.

भारतीय अर्थव्यवस्था ऐंशीच्या दशकातच उदारीकरणाच्या दिशेने बाळपावले टाकत होती. खुलेपणा आणि सरकारचे कमी होत चाललेले नियंत्रण याची चिन्हे दिसू लागली होती. केंद्र सरकारने १९९१ मध्ये जाहीरपणे खुले आर्थिक धोरण स्वीकारल्यानंतर त्याला गती मिळाली. परंतु, ऐंशीच्या दशकाच्या मध्यावर त्याची किलबिल ऐकू येत होती. महानगरे आणि मोठ्या शहरांमध्ये नवा मध्यम वर्ग आकाराला येत होता.

आता मागे वळून पाहताना असे वाटते की, बेनेट, कोलमन आणि कंपनीतील हे बदल देशात त्या वेळी होत असलेल्या मोठ्या बदलांच्या बरोबरीनेच घडत होते. देशातील बदलत्या परिस्थितीला टाइम्स समूहाने हा जाणीवपूर्वक दिलेला प्रतिसाद होता, असे अंतर्गत वर्तुळातील काही जाणकारांचे म्हणणे आहे. भविष्यातील बदल आधीच ओळखून टाइम्सने तशी पावले उचलली, असेही काहींचे म्हणणे आहे. तर कंपनीतील तज्ज्ञांनी एकत्र येऊन विचार करून नवी रचना योजनाबद्ध रीतीने विकसित केली, असाही काहींचा दावा आहे.

हे काही असले, तरी टाइम्स माध्यम समूहाने ऐंशीच्या दशकाच्या मध्यापासूनच वेगवान वाढीला प्रारंभ केला, असे म्हणता येते. वृत्तपत्रांचा खप, आर्थिक उलाढाल, नफा आणि जनमानसावरील वाढता प्रभाव अशा सर्वच आघाड्यांवर टाइम्स समूहाने

प्रगतीची घोडदौड सुरू केली. या माध्यम समूहाची १९८५ मधील एकूण उलाढाल ७३.५ कोटी रुपये इतकी होती आणि निव्वळ नफा १.२ कोटी रुपये इतका होता. त्या वेळी देशात *टाइम्स ऑफ इंडिया*च्या तीन आवृत्त्या होत्या आणि त्यांच्या एकत्रित खपाचा आकडा साधारण ५.६ लाखापेक्षा थोडा जास्त होता. मात्र, २००१ मध्ये एकूण उलाढाल १,२१४ कोटी रुपयांवर पोचली आणि निव्वळ नफा २०५.९ कोटी रुपये इतका झाला.

'*द संडे टाइम्स*'च्या ५ जून २००५ च्या अंकात या माध्यम समूहाचे यश मिरवणारी जाहिरात प्रसिद्ध झाली. त्याचे शब्द होते, 'शेक्सपियर सल्क्स. बायरन ब्लिंक्स. अँड वर्डस्वर्थ वेल्स!' *टाइम्स ऑफ इंडिया* हे जगातले सर्वाधिक खपाचे इंग्रजी दैनिक झाले. त्याचा खप २४ लाख ३८ हजार ११५ प्रतींवर पोचला. भारतातील एका इंग्रजी दैनिकाला हा मान मिळाल्याने 'शेक्सपियर आता दु:खी झाला असेल, बायरनची नजर खाली झुकली असेल आणि प्रसिद्ध कवी वर्डस्वर्थ विलाप करत असेल', असा दावा या जाहिरातीत होता. टाइम्सची वाढ त्यानंतरही होत राहिली.

मार्च २०१२ मध्ये *टाइम्स ऑफ इंडिया* देशातील सर्वाधिक खपाचे, अनेक आवृत्त्या असलेले इंग्रजी दैनिक बनले. देशभरात १४ आवृत्त्या आणि ४५ लाख ७५ हजार ८९५ प्रतींवर खप एवढी मजल त्याने मारली.[६] *इकॉनॉमिक टाइम्स* हे खपाच्या आकडेवारीत अमेरिकेच्या *वॉल स्ट्रीट जर्नल* पाठोपाठ जगातील दुसऱ्या क्रमांकाचे अर्थवाणिज्यविषयक दैनिक बनले. बेनेट, कोलमन आणि कंपनीच्या मालकीची आता विविध प्रकारची तेरा दैनिके आणि अनेक नियतकालिके आहेत. ही प्रकाशने देशात ११ ठिकाणांहून प्रसिद्ध होतात आणि २६ ठिकाणी त्यांची छपाई होते. भारतात सध्या ११ हजाराहून अधिक वृत्तपत्रे प्रसिद्ध होतात. परंतु, इंग्रजी दैनिकांमध्ये टाइम्स समूहाने स्वत:चा मोठा दबदबा निर्माण केला आहे. या माध्यमसमूहातील दैनिकांच्या सध्या देशातील ४० शहरांमधून प्रसिद्ध होणाऱ्या एकूण ५० आवृत्त्या आहेत.

आर्थिकदृष्ट्याही टाइम्स समूहाची कामगिरी अचंबा वाटावी अशी आहे. ३१ मार्च २०११ रोजी संपलेल्या आर्थिक वर्षात बेनेट, कोलमन आणि कंपनीचे एकूण उत्पन्न ४७४९.३ कोटी रुपये इतके होते. तर कंपनीच्या करपात्र नफ्याची रक्कम १४८९.२ कोटी रुपये इतकी होती.

वृत्तपत्र क्षेत्रातील यशस्वी कामगिरीपाठोपाठ आता दूरचित्रवाणी व नभोवाणी क्षेत्रातही टाइम्स माध्यम समूहाने प्रवेश केला आहे. टाइम्स नाऊ आणि ईटी

नाऊ या आघाडीच्या वृत्तवाहिन्या, झूम ही मनोरंजनपर वाहिनी, मूव्हीज नाऊ ही चित्रपटांसाठीची स्वतंत्र वाहिनी समूहाचा भाग आहेत. याबरोबरच रेडिओ मिर्ची या एफएम नभोवाणी वाहिनीचे प्रसारण देशातील अनेक शहरांमध्ये होते. सार्वजनिक ठिकाणांवरील जाहिरातफलक (आऊट ऑफ होम पब्लिसिटी), सार्वजनिक कार्यक्रमांचे आयोजन व व्यवस्थापन (इव्हेंट मॅनेजमेंट) अशा क्षेत्रांमध्येही समूहाची गुंतवणूक आहे. संगीत, चित्रपट आणि जमिनींच्या व्यवहारातही त्यांची गुंतवणूक आहे.

बेनेट, कोलमन आणि कंपनी व तिच्या सहयोगी कंपन्यांचा आता अनेक क्षेत्रांमध्ये विस्तार झाला आहे. वृत्तवाहिन्यांच्या क्षेत्रात हा समूह भरारी घेत आहे. नामांकित ब्रँडची खरेदीविक्री हासुद्धा कंपनीच्या व्यवसायाचा भाग बनला आहे. इंटरनेट आणि वेबमाध्यमांमध्येही टाइम्स समूहाने लक्ष केंद्रित केले आहे.

टाइम्स माध्यम समूह आता विविध दिशांनी विस्तारताना दिसत असला, तरी या प्रगतीची बीजे ऐंशीच्या दशकाच्या प्रारंभी रुजली होती, असे निश्चितपणे म्हणता येते.

१

बोरीबंदरची सम्राज्ञी

द टाइम्स ऑफ इंडिया : ऐतिहासिक पार्श्वभूमी

भारतात छापले गेलेले आणि प्रसिद्ध झालेले पहिले इंग्रजी वृत्तपत्र म्हणजे हिकीज् *'बेंगॉल गॅझेट'* किंवा 'द कलकत्ता जनरल ॲडव्हर्टायझर'.[१] तत्कालीन ब्रिटिश अमलाखालील भारताची राजधानी असलेल्या कोलकाता शहरात हे वृत्तपत्र १७८० मध्ये सुरू आले. ते आठवड्याला प्रसिद्ध होणारे दोन पानी वृत्तपत्र होते. 'आठवड्याला प्रसिद्ध होणारे– सर्व पक्षांना उपलब्ध; परंतु कोणाच्याही प्रभावाखाली नसलेले राजकीय आणि व्यापारी वृत्तपत्र', असे घोषवाक्य त्यावर छापले जात असे.

जेम्स ऑगस्टस हिकी या आयरिश गृहस्थाने हे वर्तमानपत्र सुरू केले. कर्जाची मुदतीत परतफेड करू न शकल्याबद्दल हिकीला दोन वर्षांचा तुरुंगवास झाला होता. भारताचे पहिले गव्हर्नर जनरल वॉरेन हेस्टिंग्ज यांच्या पत्नीवर गॅझेटमधून अश्लाघ्य टीका केल्यामुळेही त्याला तुरुंगात जावे लागले. हिकीचे वृत्तपत्र मुख्यत: ईस्ट इंडिया कंपनीचे कर्मचारी आणि कोलकात्यात येणाऱ्या युरोपीय व्यापाऱ्यांसाठी चालवले जात होते. त्यात कोलकात्यातील ताज्या घडामोडी छापल्या जात. नवोदित कवींसाठी 'पोएट्स कॉर्नर' नावाचे सदरही त्यात प्रसिद्ध होई. विविध मालाच्या लिलावाच्या जाहिरातीही त्यात असत. याबरोबरच ईस्ट इंडिया कंपनीच्या अधिकाऱ्यांवर व कारभारावरही हिकी जोरदार टीका करत असे.

हिकीच्या वृत्तपत्रापाठोपाठ ब्रिटिश भारतात विविध ठिकाणांहून द *इंडिया*

गॅझेट, द कलकत्ता गॅझेट, द मद्रास कुरियर, द बाँबे हेरल्ड अशी वृत्तपत्रे सुरू झाली. यातील पहिली दोन वृत्तपत्रे अनुक्रम १७८० आणि १७८४ मध्ये सुरू झाली. नंतरची वृत्तपत्रे अनुक्रमे १७८५ व १७८९ मध्ये सुरू झाली.[२] कोलकात्यातच १७८५ मध्ये *'द बेंगॉल जर्नल'* हे साप्ताहिक वृत्तपत्र आणि *'ओरिएंटल मॅगेझिन ऑफ कलकत्ता अम्युझमेंट'* हे मासिकही सुरू झाल्याची नोंद आहे. याचा अर्थ हिकीज् गॅझेटनंतर कोलकात्यात पहिल्या सहा वर्षांतच आठवड्याने प्रसिद्ध होणारी चार आणि मासिक स्वरूपाचे एक अशी पाच वृत्तपत्रे सुरू झाली.

ईस्ट इंडिया कंपनीची भारत आणि चीनमधील व्यापाराची मक्तेदारी सन १८३३ पर्यंत घसरणीला लागली होती. भारताच्या पश्चिम किनाऱ्यावरील मुंबई हे व्यापारी शहर म्हणून उदयाला येत होते. व्यापार व चलनवलन वाढल्याने मुंबईत वृत्तपत्रांच्या प्रसाराला अनुकूल स्थिती निर्माण झाली. मुंबईत १८२२ मध्ये *बाँबे समाचार* हे गुजराती वृत्तपत्र प्रथम सुरू झाले. द ख्राइस्ट चर्च स्कूल (बॉम्बे) एज्युकेशन सोसायटीचे एक नियतकालिकही १८२५ मध्ये सुरू झाले. *जान-ए-जमशेद* नावाचे पुढे शताब्दी साजरे करणारे गुजराती वृत्तपत्रही मुंबईतून १८३२ मध्ये प्रसिद्ध होऊ लागले. (अधिक संदर्भ : आचार्य बाळशास्त्री जांभेकर यांनी 'दर्पण' हे मराठीतील आद्य वृत्तपत्र मुंबईत ६ जानेवारी १८३२ रोजी सुरू केले.)

*टाइम्स ऑफ इंडिया*चा पूर्वावतार मानले गेलेले- *'द बाँबे टाइम्स अँड जर्नल ऑफ कॉमर्स'* हे वृत्तपत्र ३ नोव्हेंबर १८३८ रोजी सुरू झाले. तत्कालीन व्यापारी आणि राज्यकर्त्या वर्गाची माहितीची गरज भागविण्यासाठी हे वृत्तपत्र सुरू झाले. ते सुरू करण्यामागे अकरा ब्रिटिश कंपन्या, दोन बॅरिस्टर आणि एक डॉक्टर यांचे एकत्रित प्रयत्न होते.

बाँबे टाइम्स प्रारंभी आठवड्यातून दोनदा होते. दर बुधवारी आणि शनिवारी ते प्रसिद्ध होत असे. डॉ. जे. ई. ब्रेनान त्याचे पहिले संपादक होते. ब्रेनान तत्कालीन वाणिज्यमंडळाचे (चेंबर ऑफ कॉमर्स) चिटणीसही होते. या वृत्तपत्राची वार्षिक वर्गणी ३० रुपये होती. 'राजकारण, विज्ञान आणि साहित्य या विषयांची माहिती संकलित करणे आणि लोकांपर्यंत पोचविणे', हे त्याचे उद्दिष्ट असल्याची नोंद उपलब्ध आहे. ब्रेनान यांच्या निधनानंतर १८३९ मध्ये जॉर्ज बिस्ट बाँबे टाइम्सचे संपादक झाले.

बाँबे टाइम्स १८५० पासून दैनिक स्वरूपात प्रसिद्ध होऊ लागले. भारतात १८५५ पासून तारसेवेला (टेलिग्राफ - तारयंत्र) प्रारंभ झाला. त्यानंतर बाँबे टाइम्सने 'रॉयटर्स' या विदेशी वृत्तसंस्थेशी बातम्या पुरवण्यासंबंधी सहकार्य करार केला. त्यामुळे या वृत्तपत्राचे बातम्यांचे क्षेत्र विस्तारले आणि त्या कमी पैशांत उपलब्ध होऊ

लागल्या. त्यानंतरचा महत्त्वाचा टप्पा म्हणजे डिसेंबर १८५९ मध्ये *'द बॉंबे स्टँडर्ड'* आणि जून १८६१ मध्ये *'द टेलिग्राफ अँड कुरियर'* ही वृत्तपत्रे बॉंबे टाइम्समध्ये विलीन करण्यात आली. १८६१ मध्येच बॉंबे टाइम्सचे नाव बदलून *'द टाइम्स ऑफ इंडिया'* असे करण्यात आले. रॉबर्ट नाइट या टाइम्सच्या त्या वेळच्या गाजलेल्या संपादकांनी वृत्तपत्राला राष्ट्रीय स्वरूप देण्याचा प्रयत्न केला. बातम्या-लेखांसोबत रेखाचित्रे आणि छायाचित्रे छापणारे देशातले पहिले इंग्रजी दैनिक टाइम्सच होते. त्याचे वाचकांनी चांगले स्वागत केले. पाल्हाळिक लेखनाला छेद देणारा टाइम्सचा हा प्रयत्न वाचकांना आवडला होता.

टाइम्स ऑफ इंडिया ने सुरू केलेले पहिले नियतकालिक *'द टाइम्स ऑफ इंडिया वीकली एडिशन'* १८८० मध्ये सुरू झाले. आठवडाभरातील बातम्यांचा सारांश आणि प्रासंगिक विषयांवरील काही महत्त्वाचे लेख असे त्याचे स्वरूप होते. कालांतराने या नियतकालिकाला स्वतंत्र व्यक्तिमत्व प्राप्त झाले. पुढे १९२९ मध्ये त्याचे *'द इलस्ट्रेटेड वीकली ऑफ इंडिया'* असे नामकरण करण्यात आले.

थॉमस बेनेट हे १८९२ मध्ये टाइम्सचे संपादक झाले. या वृत्तपत्राचे पहिले व्यावसायिक संपादक म्हणून त्यांची ओळख आहे. बेनेट हे कंपनीचे पहिले प्रवर्तक व मालक झाले. पुढे त्यांनी फ्रँक मॉरिस कोलमन यांना कंपनीत भागीदार केले. त्यामुळे 'बेनेट, कोलमन आणि कंपनी मर्यादित' या सध्या प्रचलित असलेल्या नावाने टाइम्सची मालकी असलेला उद्योगसमूह उदयाला आला. बेनेट यांचे वारसदार लोवाट फ्रेझर यांनी पुढे वृत्तपत्राचा विस्तार केला. त्यांनी टाइम्सचे नाव आशिया खंडात सर्वदूर पोचवले. त्यांनी भरपूर प्रवास केला आणि आंतरराष्ट्रीय विषयांवर विपुल लेखनही केले.

फ्रेझर यांच्यानंतर स्टॅनले रीड संपादक झाले. *टाइम्स* च्या इतिहासात १९०७ ते १९२३ इतका सर्वाधिक काळ संपादकपदी राहण्याचा लौकिक त्यांनी मिळवला. वृत्तपत्रातील बातमीचा पल्ला आणि दर्जा त्यांनी आणखी उंचावला. त्यामुळे टाइम्सची ख्याती इतकी वाढली की, तत्कालीन व्हाइसरॉय लॉर्ड कर्झन यांनी त्याचे 'आशिया खंडातील आघाडीचे दैनिक' असा गौरव केला. रीड यांनी बातमीची 'डेडलाइन' ही (कालमर्यादा) संध्याकाळी पाचवरून मध्यरात्रीपर्यंत वाढवली. त्यामुळे उशिरा येणाऱ्या बातम्याही टाइम्सच्या अंकात छापल्या जाऊ लागल्या.

रीड यांच्या कारकिर्दीत टाइम्सच्या अंकाची दर्शनी किंमत चार आण्यांवरून एक आण्यापर्यंत खाली आणण्याचा प्रयोगही झाला. त्यामुळे वृत्तपत्राच्या खपात आणि वाचकसंख्येत लक्षणीय वाढ झाली. (अंकाची किंमत खाली आणून खप

वाढविण्याचा असा प्रयोग टाइम्सने नंतरच्या इतिहासात दोनदा केला. त्यातला शेवटचा प्रयोग सर्वाधिक यशस्वी ठरला.) वाढलेल्या खपामुळे वृत्तपत्राची वेगाने छपाई करण्याची आवश्यकता निर्माण झाली. त्यासाठी आधुनिक रोटरी छपाई यंत्रांची खरेदी करण्यात आली. टाइम्सने हे पाऊल उचलण्यामागची पार्श्वभूमीही रंजक आहे. मुंबईत १९१५ मध्ये *'बॉंबे क्रॉनिकल'* हे नवे इंग्रजी दैनिक सुरू झाले. ते प्रस्थापितविरोधी आणि भारतीय स्वातंत्र्य चळवळीला अनुकूल राष्ट्रीय विचारांचा पुरस्कार करणारे होते. बाजारपेठेत नवा खेळाडू आल्याने निर्माण झालेल्या स्पर्धेला तोंड देणे टाइम्सला आता भाग होते. या *बॉंबे क्रॉनिकल*चे संपादक बी. जी. हॉर्निमन यांनी भारतीय वृत्तपत्रसृष्टीवर आपला ठसा उमटवला. त्यांनी प्रतिस्पर्धी वृत्तपत्र *टाइम्स*ची संभावना 'बोरीबंदरची म्हातारी' (द ओल्ड लेडी ऑफ बोरीबंदर) असा केला. हा उल्लेख अजूनही कधीतरी केला जातो.

*टाइम्स ऑफ इंडिया*चे दोन अखेरचे ब्रिटिश संपादक म्हणजे फ्रान्सिस लो आणि इव्हॉर एस. जेहू. हे दोघेही स्कॉटलंडचे होते. लो यांनी भारतीय स्वातंत्र्य चळवळीचा उत्तरार्ध अनुभवला आणि वृत्तपत्राची मालकी भारतीयांकडे हस्तांतरित होतानाही त्यांनी पाहिले. जेहू यांनी टाइम्समध्ये कनिष्ठ सहायक संपादक म्हणून १९३५ मध्ये आपली कारकीर्द सुरू केली. नंतर काही काळ लष्कराच्या जनसंपर्क विभागात त्यांनी अधिकारी म्हणून काम केले. १९४५ मध्ये ते *टाइम्स* मध्ये परतले आणि संपादकपदाची धुरा त्यांनी स्वीकारली.[३]

स्थापनेपासून ते भारतीय स्वातंत्र्यापर्यंतच्या कालावधीत *टाइम्स ऑफ इंडिया*ला स्थैर्य आणि संस्थात्मक स्वरूप प्राप्त झाले होते. भारतीय माध्यमविश्वात टाइम्सने स्वत:चे स्थान निर्माण केले होते. विशिष्ट भाषाशैली आणि विषयांची वेगळ्या प्रकारची हाताळणी यामुळे त्याची स्वतंत्र ओळख निर्माण झाली होती. दरम्यानच्या काळात *टाइम्स ऑफ इंडिया*चे कार्यालय मुंबईतील पारसी बझार स्ट्रीटवरून प्रथम चर्चगेटला आणि तेथून छत्रपती शिवाजी टर्मिनसलगतच्या (आधीचे व्हिक्टोरिया टर्मिनस) सध्याच्या जागेत आले. देशाला स्वातंत्र्य मिळण्याच्या धामधुमीतच टाइम्सच्या मालकीचेही हस्तांतरण झाले.

रामकृष्ण डालमिया या भारतीय उद्योगपतींनी १९४६ मध्ये बेनेट, कोलमन आणि कंपनीच्या मालकांशी थेट संपर्क साधला आणि कंपनी विकत घेण्याची तयारी त्यांच्याकडे दर्शवली. ब्रिटिशांच्या जोखडातून भारत स्वतंत्र होण्याच्या मार्गावर होता. 'एखादे मोठे वृत्तपत्र हातात असल्याशिवाय आपल्याला नवस्वतंत्र देशाची चांगली सेवा करता येणार नाही', अशा विचारांतून डालमियांनी या हालचाली केल्या.[४] त्या

वेळी दिल्लीत *हिंदुस्थान टाइम्स*, कोलकात्यात *अमृत बझार पत्रिका* आणि राष्ट्रीय स्वातंत्र्य चळवळीचा भाग असलेली त्यांच्यासारखी काही इंग्रजी वृत्तपत्रे होती. मात्र, *स्टेट्समन* आणि *टाइम्स ऑफ इंडिया* ही इंग्रजी वृत्तपत्रे ब्रिटिशांच्या मालकीची होती. त्यातील *टाइम्स* विकत घेण्याचे डालमियांनी ठरविले.

हा व्यवहार घडवून आणण्यासाठी डालमियांनी *स्टेट्समन*चे माजी मुख्य संपादक सर आर्थर मूर यांना मध्यस्थ केले. लंडनला जाऊन *टाइम्स ऑफ इंडिया*च्या मालकांशी आपल्या वतीने वाटाघाटी करण्याची विनंती त्यांनी मूर यांना केली. नंतर डालमियांनी टाइम्सचे तत्कालीन व्यवस्थापकीय संचालक सर पीअरसन यांची भेट घेतली. या वेळी झालेल्या चर्चेचा वृत्तान्त डालमियांनी लिहून ठेवला आहे, तो असा :

मुंबईत भेटीच्या वेळी सर पीअरसन म्हणाले, 'मी चाळीस वर्षे सांभाळलेले माझे मूल (*टाइम्स ऑफ इंडिया* व इतर प्रकाशने) तुम्ही हिरावून घेऊ इच्छित आहात.' मी उत्तरलो, 'सर पीअरसन, मुलाचा सांभाळ करण्यासाठी आता एक नाही, तर दोन सेविका हव्या आहेत.' त्यावर सर पीअरसन यांनी स्मित केले. त्यांनी विचारले, '*तुम्ही दोन कोटी रुपयांमध्ये ही खरेदी करण्यास तयार आहात का?*' मी त्यांच्यापुढे कोरा धनादेश ठेवला आणि त्यांनाच त्यावर आकडा लिहिण्याची विनंती केली. ते म्हणाले, '*तुम्हाला वेड लागले आहे का?*' मी उत्तरलो, 'भारतीयांची दानत तर पहा!'[५]

या प्रसंगानंतर चोवीस तासातच टाइम्सच्या खरेदी–विक्रीचा व्यवहार पार पडला आणि तोही दोन कोटी रुपयांत. मुंबईतील ताज महाल हॉटेलमध्ये २४ मार्च १९४६ रोजी झालेल्या बैठकीत हा व्यवहार झाला.[६] या झटपट झालेल्या व्यवहाराचे भारतातील त्या वेळच्या अनेक मोठ्या उद्योगपतींना आश्चर्य वाटल्याचेही डालमियांनी नोंदवले आहे.[७] डालमियांना खरे तर स्टेट्समन वृत्तपत्रही विकत घ्यायचे होते. परंतु, हा प्रयत्न यशस्वी होऊ शकला नाही. एकापेक्षा जास्त वृत्तपत्रे विकत घेण्याची डालमियांची इच्छा होती. परंतु तसे घडले नाही. लीडर नावाचे एक वृत्तपत्र विकत घेण्याचा त्यांचा व्यवहार जवळपास पूर्ण होत आला होता, परंतु त्याच वेळी बिर्ला कुटुंबाने त्यात रस दाखवला आणि ते खरेदी केले, हेही डालमियांनी नमूद केले आहे.[८]

डालमिया यांच्याकडे 'द इलस्ट्रेटेड *वीकली*' चीही मालकी आली. एप्रिल

१९४७ मध्ये त्यांनी दिल्लीतून *नवभारत टाइम्स* हे हिंदी दैनिक सुरू केले. मुंबईत त्याची आवृत्ती जून १९५० मध्ये सुरू झाली.

रामकृष्ण डालमिया (१८९३ ते १९७८)

राजस्थानमधील खेत्री संस्थानातील (आताचा झुनझुनू जिल्हा) चिरावा या गावात रामकृष्ण डालमिया यांचा जन्म एप्रिल १८९३ मध्ये झाला. ते किशोर वयात असतानाच त्यांच्या कुटुंबाने पूर्वेकडे स्थलांतर केले आणि ते कोलकात्यात स्थायिक झाले. डालमिया कुटुंब मूळचे हरियानातील डालमिया दादरीजवळच्या (आताचे चरखी दादरी) डाडमा गावचे. गावाच्या नावावरून त्यांना आधी डाडमिया आडनावानेच संबोधले जायचे. परंतु, कालांतराने डालमिया हेच नाव रूढ झाले.

रामकृष्ण डालमियांच्या वडिलांचे १९१३ मध्ये निधन झाले. तोपर्यंत रामकृष्ण यांनी मामा शेठ मोतीलाल झुनझुनवाला यांच्याकडे काम करण्यास सुरुवात केली होती. या कठीण परिस्थितीसंबंधी ते लिहितात, 'वडिलांचे निधन झाले, त्याच सुमारास पहिल्या महायुद्धाचा भडका उडाला होता. माझी आर्थिक परिस्थिती बिकट होती. लोकांची देणी थकली होती. त्यामुळे व्यावसायिक जगतात मी बदनाम होतो. लोक माझा तिरस्कार करत होते आणि माझ्याकडे एखाद्या गुन्हेगारासारखेच पाहिले जात होते. एवढे मोठे कुटुंब सांभाळणे माझ्यासारख्या बावीस वर्षांच्या अशिक्षित, कर्जात बुडालेल्या आणि समाजाने वाळीत टाकलेल्या तरुणासाठी प्रचंड ओझेच होते.' *सम नोट्स अँड रेमिनिसन्सेस: अ गाइड टू ब्लिस* या १९४८ मध्ये प्रकाशित झालेल्या पुस्तकात त्यांनी या आठवणी नोंदवल्या आहेत.[९] प्रतिकूल परिस्थितीशी सामना करत रामकृष्ण डालमिया यांनी प्रगतीचा मार्ग शोधला. बिहारमधील एका न्यायाधीशांच्या मालकीच्या दानापूर येथील साखर कारखान्यात त्यांनी २५ टक्के भागीदारी मिळवली. या न्यायाधीश महोदयांच्या निधनानंतर कारखान्याची संपूर्ण मालकी डालमियांकडे आली. आत्मविश्वास वाढल्याने डालमियांनी व्यापारउदीम आणखी वाढवला. त्यांनी वायदे बाजारात चांदीसारख्या वस्तूचे सौदे करण्यास प्रारंभ केला. अशाच एका व्यवहारात त्यांना प्रचंड फायदा झाला. त्यानंतर त्यांनी कधी मागे वळून पाहिले नाही. 'बलदेव दासजी दुधवावाला या बड्या व्यापाऱ्याच्या साथीने मी काही काळ कोलकाता शेअर बाजाराचे संपूर्ण नियंत्रण करत होतो', अशी आठवणही डालमियांनी नोंदवली आहे.[१०] पुढे त्यांनी ताग, कापूस अशा इतर वस्तूंच्या व्यापारातही लक्ष घातले.

रामकृष्ण डालमिया यांना पहिल्या पत्नीपासून झालेली मुलगी रमा हिचा विवाह १९३२ मध्ये साहू जैन कुटुंबातील शांतिप्रसाद यांच्याशी झाला. जैन कुटुंब उत्तर प्रदेशाच्या बिजनौर जिल्ह्यातील नजीबाबादचे. शांतिप्रसाद हे दोघा भावंडांमधले धाकटे. डालमियांनी पुढे आपल्या जावयाला बिहारमध्ये नेले आणि त्यांना भागीदारीत व्यवसाय सुरू करून दिला. शांतिप्रसाद जैन आणि रामकृष्ण यांचे धाकटे भाऊ जयदयाल यांनी भागीदारीत डालमिया-जैन उद्योगसमूहाची स्थापना केली. एकोणिसशे चाळीसच्या दशकात या समूहाचा व्यवसाय अतिशय वेगाने वाढला.

शांतिप्रसाद हे उद्योजकाची दृष्टी लाभलेले अतिशय कुशल प्रशासक होते. ते कल्पक, प्रतिभावान आणि सृजनशील होते. त्यांचा दुसरा मुलगा आलोक[११] यांनी पित्याचे रेखाटलेले शब्दचित्र अतिशय मार्मिक आहे. शांतिप्रसाद प्रचंड कल्पनाशक्ती असलेले आणि उत्साहाने रसरसलेले होते. त्यांच्याकडे प्रचंड ऊर्जा होती, व्यवसायाची दृष्टी होती आणि संपत्तीची निर्मिती करण्यासाठी ते आसुसलेले होते, अशी आठवण आलोक यांच्या मनात ताजी आहे. ते म्हणाले, 'डालमिया-जैन उद्योगसमूहाने विस्ताराला प्रारंभ केला, तेव्हा बाबुजी इंडोनेशियाला तीन साखर कारखान्यांच्या खरेदीच्या व्यवहारासाठी गेले. नंतर बिहता, हाथवा आणि डालमियानगरमध्ये या कारखान्यांची उभारणी करण्यात आली.'[१२]

जयदयाल डालमिया यांना नवे तंत्रज्ञान आणि अभियांत्रिकी क्षेत्राबद्दल आवड आणि त्यातली दृष्टीही होती. डालमिया-जैन समूहातील कारखाने आणि प्रकल्प उभारण्यात त्यांचे योगदान मोठे होते. समूहाने १९३३च्या सुमारास विस्ताराच्या दिशेने पावले उचलली आणि १९४० पर्यंत त्यांनी आणखी चार साखर कारखाने, एक कागद कारखाना, पाच सिमेंटचे प्रकल्प (एक कराचीत), रासायनिक व अभियांत्रिकी उत्पादनांचे कारखाने सुरू केले.

रामकृष्ण डालमिया यांनी १९३३ मध्ये रोहतास साखर कारखाना सुरू केला. नंतर तो रोहतास उद्योग म्हणून नावारूपाला आला आणि रोहतासनगरचे नावही डालमियानगर असे झाले. डालमियांनी दिल्ली-रोहतास लाइट रेल्वेचे ५० टक्क्यांहून जास्त समभाग विकत घेतले. तसेच, डेहरी-ऑन-शोन येथील कारखान्यात ऊसाची ने-आण करण्यासाठी रोप-वे बांधला.

डालमियांनी १९३६ मध्ये भारत विमा कंपनीचे समभाग खरेदी केले. या कंपनीचे व्यवस्थापन त्यांनी शांतिप्रसाद जैन यांचे थोरले बंधू श्रीयांस प्रसाद यांच्याकडे सोपवले. त्याच वर्षी त्यांनी सिमेंट उद्योगातही हातपाय पसरले. सहा

सिमेंट प्रकल्पांची खरेदी आणि उभारणीच्या यंत्रसामग्रीसाठी त्यांनी जयदयाल यांना जर्मनी व डेन्मार्कला पाठवले. एक कागद कारखाना, दोन सूतगिरण्या आणि एक लोकर गिरणी यांची खरेदी त्यांनी केली. भारत बँक नावाने एक बँकही स्थापन केली.

रामकृष्ण डालमियांचे लक्ष नागरी हवाई वाहतूक क्षेत्राकडेही गेले. त्यांनी स्वत:साठी एक तीन आसनी विमान खरेदी तर केलेच; कराची ते ब्रह्मदेश अशी वाहतूक करणाऱ्या इंडियन नॅशनल एअरवेज कंपनीची मालकी असलेल्या गोवन ब्रदर्समध्येही गुंतवणूक केली.[१३] मे १९४८ मध्ये त्यांनी डी. जे. एव्हिएशन नावाची कंपनी सुरू केली. तिचे कार्यालय दिल्लीत सुरू करण्यात आले.

जैन कुटुंबातील काही ज्येष्ठ सदस्यांकडून डालमिया-जैन उद्योगसमूहाचा इतिहास मला समजून घेता आला. *टाइम्स ऑफ इंडिया*चे माजी कार्यकारी संचालक स्वर्गीय रमेशचंद्र जैन यांचा त्यात समावेश आहे. रमेशचंद्र यांचे आजोबा मुसद्दीलाल हे शांतिप्रसादांचे वडील दिवाणसिंह यांचे मोठे भाऊ. दिवाणसिंह यांच्या अकाली निधनानंतर शांतिप्रसादांचे पालकत्व मुसद्दीलाल यांच्याकडेच होते.

'भारतीय ज्ञानपीठ' ही संस्था जैन उद्योगसमूहानेच १९४४ मध्ये सुरू केली. रमेशचंद्र जैन संस्थेचे व्यवस्थापकीय विश्वस्त असताना मी त्यांची मुलाखत घेतली. सुरुवातीची बोलणी झाल्यानंतर मी हे पुस्तक का लिहिते आहे, याची विचारणा त्यांनी केली. त्यांचे समाधान झाल्यानंतर जैन कुटुंबाच्या इतिहासाबद्दल त्यांनी मोकळेपणाने माहिती दिली. त्यांच्याकडे या माहितीचा खजिनाच होता. त्यांच्या बोलण्यातून भूतकाळ उलगडत गेला. समूहाच्या सुरुवातीच्या सोनेरी दिवसांबद्दल बोलताना त्यांच्या डोळ्यात वेगळीच चमक दिसत होती. काळाच्या ओघात हे वैभव कसे वाढत गेले आणि व्यवसायाची उभारणी कशी होत गेली, याबद्दल ते सांगत राहिले.

डालमिया-जैन समूहासाठी एकोणिसशे तीसच्या दशकाचा उत्तरार्ध खूप महत्त्वाचा होता. हा उद्योगसमूह आधीपासूनच चांगली कामगिरी बजावत होता. पण १९३९ या वर्षी दुसऱ्या महायुद्धाची सुरुवात झाली, त्याचा त्यांना अनपेक्षितपणे मोठा आर्थिक फायदा झाला. या समूहाने जर्मनीहून काही यंत्रसामग्री आयात केली होती. त्याची परतफेड ठराविक हप्त्यांमध्ये करायची होती. परंतु, युरोपात दुसरे

महायुद्ध भडकले आणि सगळी समीकरणेच बदलली. हा पैसा डालमिया-जैन समूहाकडेच राहिला आणि त्याचे व्याजही त्यांना वापरता आले. त्यामुळे उद्योगसमूह आर्थिकदृष्ट्या आणखी मजबूत झाला, याकडे रमेशचंद्र यांनी लक्ष वेधले.[१४]

डालमिया-जैन समूहाने त्या काळात दाखवलेले उद्योजकीय कौशल्य आणि हुशारीबद्दलही रमेशचंद्र यांनी माहिती दिली. या समूहाने पहिला व्यावसायिक लढा कसा जिंकला आणि स्पर्धेत यशस्वी होणे हे जैन कुटुंबाच्या रक्तातच कसे आहे, हे त्यांनी अभिमानाने सांगितले. तिशीच्या दशकाच्या उत्तरार्धात आणि चाळीसच्या दशकाच्या प्रारंभी डालमिया-जैन समूहाने सिमेंट उत्पादनाच्या क्षेत्रात चांगलेच बस्तान बसवले. त्या वेळी सिमेंट उत्पादनात आघाडीवर असलेल्या असोसिएशन सिमेंट कंपनीशी (एसीसी) त्यांची थेट स्पर्धा सुरू झाली. ही स्पर्धा या थराला पोचली की, आपापल्या कंपन्यांच्या सिमेंटची विक्री वाढविण्यासाठी दोघांनीही किमती उतरवायला सुरुवात केली. एक वेळ अशी आली की, इतक्या कमी किमतीत विक्री सुरू राहिली, तर डालमिया समूह कोसळून पडेल. तरीही ते तग धरून राहिले आणि आश्चर्य घडले. एसीसीने समझोत्यासाठी हात पुढे केला. देशांतर्गत सिमेंटच्या बाजारपेठेत दोघांनाही हिस्सा मिळावा, यासंबंधी वाटाघाटी झाल्या. डालमिया-जैन समूहाला फक्त एकतृतीयांश हिश्शावर समाधान मानावे लागले, तरी रमेशचंद्र यांच्या मते डालमिया-जैन समूह या संघर्षातून यशस्वी होऊनच बाहेर पडला.

आर. पी. जैन हे या विस्तारित कुटुंबातील आणखी एक ज्येष्ठ सदस्य. मुलाखतीच्या वेळी त्यांचे वय साधारण पंचाऐंशीच्या जवळपास होते. मार्च १९६४ पासून काही वर्षे ते राज्यसभेचे सदस्य होते. डालमिया-जैन समूहातील काही कंपन्यांच्या संचालक मंडळावर ते होते. भारत ओव्हरसीज कंपनीचे ते काही काळ व्यवस्थापकीय संचालकही होते. ते म्हणाले, 'रामकृष्ण डालमिया हे अल्पशिक्षित होते, परंतु त्यांचे आर्थिक साम्राज्य मोठे होते. त्यांना अनेक क्षेत्रांमध्ये रस होता. त्यांना बँका, विमा कंपन्या विकत घ्यायच्या होत्या. त्यावेळी आर. एन. मुखर्जी यांच्या मालकीच्या इंडियन आयर्न अँड स्टील कंपनीवरही त्यांचा डोळा होता.'[१५]

अशा डालमिया-जैन समूहाकडे बेनेट, कोलमन आणि कंपनीची मालकी आल्यानंतर त्यांनी प्रकाशनाच्या व्यवसायातही वैविध्य आणण्याचा प्रयत्न केला. कंपनीने १९४८ मध्ये *'इव्हिनिंग न्यूज ऑफ इंडिया'* नावाचे सायंदैनिक सुरू केले. (ते १९५० मध्ये बंद झाले.) मुलांसाठी *'ज्युनियर'* नावाचे एक साप्ताहिकही १९४९-५० मध्ये काही काळ प्रकाशित करण्यात आले. याच वर्षी कोलकात्याहून

'सत्ययुग' नावाचे बंगाली वृत्तपत्र सुरू करण्यात आले. कोलकात्यात *नवभारत टाइम्स*ची आवृत्ती १९५० मध्ये सुरू करण्यात आली. *टाइम्स ऑफ इंडिया*ची कोलकाता आवृत्ती मार्च १९५३ मध्ये सुरू करण्यात आली. मात्र, काही कारणांमुळे या तीनही वृत्तपत्रांचे प्रकाशन सप्टेंबर १९५३ पासून स्थगित करण्यात आले.

यानंतर काही काळातच बेनेट, कोलमन आणि कंपनीची मालकी शांतिप्रसाद जैन यांच्याकडे आली, ती काहीशा वादग्रस्त परिस्थितीत. परंतु, त्याही आधी डालमिया-जैन समूह दोन भागांमध्ये विभागला गेला होता. आलोक जैन यांनी दिलेल्या माहितीनुसार, जैन कुटुंबाच्या मसुरी येथील निवासस्थानी १२ मे १९४८ रोजी झालेल्या बैठकीत डालमिया-जैन समूहाच्या विभाजनाचे तपशील ठरविण्यात आले. गीता प्रेसचे संस्थापक हनुमान प्रसाद पोद्दार यांनी या प्रकरणात मध्यस्थाची भूमिका बजावली. आलोक जैन यांच्या आठवणीनुसार, या विभाजनात रोहतास इंडस्ट्रीज आणि एसकेजी शुगर यांची मालकी जैन कुटुंबाकडे आली.

जयदयाल यांचे नातू आणि डालमिया समूहाचे अध्यक्ष संजय डालमिया यांच्या मते उद्योगसमूहाचे असे विभाजन अटळ होते. कारण त्याच्या तिन्ही प्रवर्तकांची व्यक्तिमत्वे आणि स्वभाव वेगवेगळे होते. ते म्हणाले, 'रामकृष्ण डालमिया हे सर्जनशील निर्माते होते. व्यावसायिक धोके पत्करण्याची त्यांची नेहमी तयारी असे. माझे आजोबा जयदयाल मात्र अतिशय सावध वृत्तीचे होते. जे आहे, त्यात समाधान मानण्याची त्यांची वृत्ती होती. शांतिप्रसाद फुफाजी (काका) यांना व्यवसाय वाढविण्याची आकांक्षा होती. तिघांच्याही कामाची शैली निराळी होती. समूहाचा व्यवसाय त्या वेळी खूप विस्तारला होता. त्यामुळे वेळीच विभाजनाचा निर्णय घेणे शहाणपणाचे होते. त्यात कोणताही व्यक्तिगत झगडा नव्हता. सर्व गोष्टी सामंजस्याने पार पडल्या. त्यामुळे डालमिया आणि जैन कुटुंबांच्या नात्यामध्ये कोणतेही अंतर आले नाही.'[१६]

शांतिप्रसाद जैन यांच्याकडे १९५५ मध्ये बेनेट, कोलमन आणि कंपनीचे बहुसंख्य समभाग आणि कंपनीचे नियंत्रण आले. या सुमारास शेअर बाजाराचा अंदाज चुकल्याने रामकृष्ण डालमिया यांना अडीच कोटी रुपयांचे नुकसान सहन करावे लागले. डालमियांनी शेअर बाजारात गुंतवणुकीसाठी भारत विमा कंपनीचा काही निधी वापरला होता. त्यामुळे झालेल्या नुकसानीची भरपाई करण्यास केंद्रीय वित्त मंत्रालयाने डालमियांना बजावले. 'पैशाची जमवाजमव करण्यासाठी मला *टाइम्स ऑफ इंडिया* आणि जयपूर उद्योग विकणे भाग होते. त्यासाठी दुसरा कोणी खरेदीदार नव्हता. तेव्हा जावई शांतिप्रसाद यांनी दोन्ही संस्था विकत घेतल्या', असे डालमियांनी लिहून ठेवले आहे.[१७]

मात्र, डालमियांनी आपल्याविरुद्ध राजकीय कटकारस्थान रचले गेल्याचाही संशय पुस्तकात व्यक्त केला आहे. 'भारत विमा कंपनीच्या प्रशासकाला माझ्याकडून पैसे स्वीकारण्याच्या सूचना बहुधा वित्त मंत्रालयातून मिळाल्या होत्या. कारण मला तुरुंगात धाडण्याची त्यांची इच्छा होती', असे त्यांनी सूचकपणे लिहिले आहे.[१८] संजय डालमिया यांनीही त्यांच्या मुलाखतीत या आरोपाचा पुनरुच्चार केला. ते म्हणाले, 'मला एवढे माहिती आहे की, आजोबांचे (रामकृष्ण डालमिया) नेहरू सरकारशी वितुष्ट निर्माण झाले होते आणि त्याची किंमत त्यांना चुकवावी लागली.'

रामकृष्ण डालमिया यांच्या राजकीय महत्त्वाकांक्षा लपून राहिल्या नव्हत्या. त्यामुळे राजकीय सूडभावनेपोटी त्यांच्याविरुद्ध काही हालचाली झाल्या असणे शक्य आहे. 'एक देव, एक सरकार' या तत्त्वावर डालमियांचा ठाम विश्वास होता. गोवध बंदीच्या मागणीसाठी झालेल्या आंदोलनाला त्यांनी पाठिंबा दिला होता. तत्कालीन राज्यकर्त्यांवर जाहीर टीका करण्यास डालमियांनी मागेपुढे पाहिले नाही. त्याचा राजकीयदृष्ट्या आपल्याला फटका बसेल, याची तमाही त्यांनी बाळगली नाही. पंडित जवाहरलाल नेहरू यांच्या धोरणांवर ते उघड टीका करत. त्यांच्या वृत्तपत्राच्या पहिल्या पानांवर बराच काळ सरकारविरोधातल्या बातम्या छापून येत होत्या.

देशाच्या फाळणीला पंडित नेहरू आणि त्यांचा स्वार्थ कारणीभूत असल्याचा डालमिया यांचा आरोप होता. फाळणीमुळे झालेल्या विस्थापितांच्या हालअपेष्टांनाही नेहरू जबाबदार असल्याचे त्यांचे म्हणणे होते. (परंतु, डालमिया पाकिस्तानची मागणी करणाऱ्या बॅ. मोहंमद अली जिनांचे मित्र होते. यासंबंधी खुलासा करताना ते लिहितात, 'तत्कालीन परिस्थितीत पाकिस्तानची मागणी मान्य करावी, कारण तो एकमेव उपाय आहे, असे १९४० मध्ये सांगणारा मी एकटाच हिंदू होतो. त्यामुळे हिंदूविरोधी म्हणून मला धिक्कारण्यात आले. बॅ. जिना डालमियानगरला आले असताना त्यांचे दोन दिवस आतिथ्य केल्याबद्दल मला नावे ठेवण्यात आली. मात्र, दोन समुदायांच्या झगड्यात हिंदूंच्या हिताचे रक्षण व्हावे, त्यावर सामंजस्याने तोडगा निघावा यासाठी जिनांशी मित्रत्वाचे संबंध राखणे मला महत्त्वाचे वाटत होते.'[१९])

पंडित नेहरूंनीही डालमियांच्या टीकेचा खरपूस समाचार घेतला. 'डालमिया हे कुरूप चेहऱ्याचे, कुरूप मनाचे व कुरूप हृदयाचे कुरूप गृहस्थ आहेत. केवळ काही वृत्तपत्रांचे मालक असल्याने ते स्वतःला परराष्ट्र संबंधांतील तज्ज्ञ मानत आहेत', असे उद्गार नेहरूंनी त्या वेळी काढल्याचे म्हटले जाते.[२०]

तरीही डालमियांवरील कारवाई राजकीय सूडाचा भाग होता, असा आरोप करणे थोडे अतिशयोक्तीचे ठरेल. नेहरूंना या प्रकरणाची माहिती जरूर होती आणि त्यासंबंधी घडामोडींविषयी ते सजगही होते.[२१] डालमिया उद्योगसमूहाने गैरव्यवहार व आर्थिक फसवणूक केल्याचे आरोप करणाऱ्या बातम्या १९५५ मध्ये प्रसिद्ध झाल्या होत्या. फिरोझ गांधी यांनी संसदेच्या हिवाळी अधिवेशनात त्यासंबंधी प्रश्न उपस्थित केला. त्याची दखल घेऊन सरकारने आरोपांची चौकशी करण्यासाठी आयोग नेमण्याची घोषणा केली.

मुंबई उच्च न्यायालयाचे न्या. एस. आर. तेंडोलकर यांच्या अध्यक्षतेखाली हा चौकशी आयोग स्थापण्यात आला. न्या. तेंडोलकर यांच्या मृत्यूनंतर न्या. विव्हियन बोस आयोगाचे अध्यक्ष झाले. त्यांनी १८ जून १९६२ रोजी सरकारला चौकशी अहवाल सादर केला. आयोगाने चौकशीदरम्यान डालमिया–जैन समूहातील एकूण नऊ कंपन्यांच्या व्यवहाराची तपासणी केली.

न्या. विव्हियन बोस चौकशी अहवाल[२२] संसदेमध्ये २३ जानेवारी १९६३ रोजी मांडण्यात आला. 'फसवणूक, हिशेबातील फेरफार, गुंतवणूकदार आणि सरकारी निधीचा व्यक्तिगत फायद्यासाठी वापर, कर चुकवेगिरी',[२३] अशा आरोपांखाली डालमिया–जैन समूहाला दोषी ठरविण्यात आले. रामकृष्ण डालमिया यांच्यावर प्रामुख्याने ठपका ठेवण्यात आला. 'सर्व गैरव्यवहारांमागील सूत्रधार डालमिया आहेत', असे अहवालात नोंदवण्यात आले.[२४]

न्या. बोस आयोगाने शांतिप्रसाद जैन यांच्यावरही ठपका ठेवला. अहवालात त्यांचे वर्णन 'डालमिया यांच्यानंतरचे दुसरे सूत्रधार' असे करण्यात आले.[२५] शांतिप्रसाद यांचा सहभाग असलेले फसवणुकीचे किमान चार संशयास्पद व्यवहार असल्याचे अहवालात नमूद करण्यात आले.[२६] जयदयाल डालमिया, शांतिप्रसाद यांचे बंधू श्रीयांसप्रसाद जैन आणि पुतण्या शीतलप्रसाद जैन यांनाही गैरव्यवहाराबद्दल जबाबदार ठरविण्यात आले. पहिल्या दोघांना फसवणुकीच्या प्रकरणात, तर शीतलप्रसाद यांना मोठ्या प्रमाणावरील फेरफाराबद्दल दोषी मानण्यात आले.

'डालमिया–जैन समूहाने इतर कंपन्यांचे समभाग विकत घेण्यासाठी व त्यांच्यावर नियंत्रण मिळविण्यासाठी सार्वजनिक क्षेत्रातील कंपन्या, बँका व विमा कंपन्यांच्या निधीचा मोठ्या प्रमाणात गैरवापर केला. हे सर्व चुकीच्या उद्दिष्टांसाठी करण्यात आले. त्यामुळे सार्वजनिक कंपन्या आणि सामान्य गुंतवणूकदारांचे मोठे नुकसान झाले', असा आरोप अहवालात करण्यात आला.[२७]

'समूहातील कंपन्यांमधून कोट्यावधी रुपयांची कर्जे आणि अग्रिम रकमा

उचलण्यात आल्या. त्यांची परतफेड अद्याप बाकी आहे. समूहातील काही कंपन्यांची आर्थिक स्थिती खालावलेली आहे', याकडे आयोगाने सरकारचे लक्ष वेधले.[२८] तसेच, 'कंपन्यांमधील मालमत्ता आणि निधीचे अयोग्य पद्धतीने हस्तांतरण करून या समूहाने गुंतवणूकदारांचा विश्वासघात केला', अशी नोंदही अहवालात घेण्यात आली.[२९]

'काही प्रकरणांमध्ये विशिष्ट क्रमांकाचे समभाग एखाद्या कंपनीच्या ताळेबंदात दिसतात. काही काळाने हेच समभाग इतर कंपन्यांच्याही ताळेबंदात दिसतात. केवळ हिशेबपुस्तकातल्या नोंदींवर हे व्यवहार आधारित आहेत', असे आयोगाने नोंदवले आहे.[३०] 'रामकृष्ण डालमिया यांना अशा व्यवहारातून २.६ कोटी रुपयांचा निव्वळ व्यक्तिगत लाभ झाला. समूहातील इतर भागीदारांनाही फसवणुकीच्या मार्गाने असा फायदा झाला', याचे तपशीलही आयोगाने दिले.[३१]

हे प्रकरण पुढे न्यायालयात गेले. रामकृष्ण डालमिया यांच्या वतीने ब्रिटिश वकील सर डिंगल मॅकिंटोश फूट यांनी बाजू मांडली. या खटल्यात डालमियांना दोन वर्षे तुरुंगवासाची शिक्षा ठोठावण्यात आली. त्यांना तिहारमध्ये पाठविण्यात आले. मात्र, आजारपण आणि उपचारांसाठी ते बहुतांश काळ तुरुंगाबाहेरच राहिले. आयर्विन रुग्णालयात (सध्याचे लोकनायक जयप्रकाश नारायण रुग्णालय) त्यांच्यावर उपचार करण्यात आले. मे १९६४ मध्ये डालमिया शिक्षा भोगून बाहेर आले. त्यानंतर *टाइम्स ऑफ इंडिया* वर मालकी हक्क पुन्हा प्रस्थापित करण्याचा प्रयत्न त्यांनी केला. परंतु, शांतिप्रसाद जैन यांनी तो यशस्वी होऊ दिला नाही. तेव्हा रामकृष्ण डालमिया जावयावर नाराज झाले. संजय डालमिया मात्र या घटनेकडे सकारात्मक नजरेने पाहतात. ते म्हणाले, '*टाइम्स ऑफ इंडिया* ची मालकी परत मिळाली की नाही, हा फारसा महत्त्वाचा मुद्दा नाही. हे वृत्तपत्र कुटुंबातच राहिले, ही सर्वात महत्त्वाची गोष्ट आहे. आमच्या सर्वांचे एक मोठे कुटुंब आहे. बेनेट, कोलमन आणि कंपनी आमच्या विस्तारित कुटुंबात राहिली, ही खूपच चांगली गोष्ट झाली.'[३२]

साहू जैन कुटुंब : शांतिप्रसाद जैन (१९११ ते १९७७)

शांतिप्रसाद जैन यांनी बेनेट, कोलमन आणि कंपनीचा ताबा घेतला, त्याआधीही त्यांनी स्वतःच्या कर्तबगारीवर उद्योगांचे मोठे साम्राज्य उभे केले होते. सिमेंट, ताग व अनेक साखर कारखाने त्यांच्या मालकीचे होते. न्यू सेंट्रल ज्यूट, सवाई माधोपूर येथील जयपूर उद्योग, बिहारच्या डालमियानगरमधील एसकेजी शुगर्स, बिहारमधीलच

रोहतास इंडस्ट्री असा मोठा व्याप ते सांभाळत होते. त्यांच्या मालकीची बांबूची जंगले होती. प्लायवूडनिर्मितीबरोबरच वनस्पती आणि पोलाद उद्योगातही त्यांना रस होता. साहू जैन कुटुंबाने एक रेल्वेयंत्रणाही उभारली होती आणि १९७० पर्यंत तिचे संचालन त्यांच्याकडेच होते. एक विद्युतनिर्मिती केंद्र, विमानतळ, शाळा-महाविद्यालये असा इतर पसाराही होता. त्यामुळे मुद्रण व्यवसायातील बेनेट, कोलमन आणि कंपनी ही साहू जैन कुटुंबाच्या औद्योगिक साम्राज्यातील एक लहानसा हिस्सा होती. त्यांच्या प्राधान्यक्रमात ती अग्रस्थानी नव्हती.

शांतिप्रसाद जैन यांच्याविषयी माहिती देताना बेनेट, कोलमन आणि कंपनीचे माजी व्यवस्थापकीय संचालक डॉ. राम तर्नेजा म्हणाले, 'शांतिप्रसाद या साम्राज्याचा आधारस्तंभ होते. कृषीआधारित उद्योगांना चालना देणाऱ्या एका कुटुंबाचे ते सदस्य होते. पल्प, कागद, सिमेंट, साखर आदी उद्योगांत ते अग्रेसर होते. भारताला स्वातंत्र्य मिळाल्यानंतर लगेचच काही तागाच्या गिरण्या आणि प्लायवूडचे कारखाने त्यांनी विकत घेतले. जैन कुटुंबाने बिहारमध्येही मोठी गुंतवणूक केली होती.'

'एअर इंडियाची विमान वाहतूक सेवा सुरू झाली, त्या सुमारास डालमियांचीही एक विमानकंपनी होती. इंडियन नॅशनल एअरलाइन्स नावाने १९४६ ते १९४९ दरम्यान तिचा कारभार चालत होता. कंपनीचे मुख्य कार्यालय दिल्लीत होते. या कुटुंबाचा व्यवसाय सध्याच्या पाकिस्तानातही होता. कराची विमानतळाजवळ त्यांचे सिमेंटचे कारखाने होते आणि लाहोरमध्ये एक विमा कंपनी होती,' अशी माहिती तर्नेजा यांनी दिली.[३३]

शांतिप्रसाद जैन यांनी कोलकात्यालाच आपले घर मानले. एकोणिसशे पन्नासच्या दशकात अनेक मारवाडी कुटुंबांनी मुंबईऐवजी कोलकात्यात स्थायिक होणे पसंत केले. त्यात जैन कुटुंबाचा समावेश होता. सुरजमल, नागरमल, गोएंका, बिर्ला अशा बड्या मारवाडी कुटुंबांनीही कोलकात्यात राहण्यास प्राधान्य दिले. शांतिप्रसाद व्यवसायानिमित्त प्रामुख्याने बिहारमध्ये फिरत असत, पण त्यांचे वडिलोपार्जित घर उत्तर प्रदेशात होते.

कोलकात्यात जैन बंधूंनी एखाद्या राजप्रासादासारखे भव्य असे 'जैन हाऊस' उभारले. ९, अलिपूर पार्क प्लेस या पत्त्यावर ते आजही उभे आहे. त्याची भव्यता, वैभव, दिमाख यांचे अनेकांना आकर्षण वाटते. व्यावसायिक प्रतिस्पर्धी, सरकारी अधिकाऱ्यांनाही त्याची असूया वाटत राहते. राज्यपालांच्या कोलकात्यातील निवासस्थानापेक्षाही ते अधिक आलिशान आहे. खास इटलीहून मागवलेला संगमरवर, उत्तम कलाकुसरीचे चिपेंडेल बनावटीचे उंची फर्निचर, कुटुंबातील प्रत्येक

सदस्यासाठी अलिशान खोल्या, स्नानगृहातील बाथटब आणि फ्रेंच पद्धतीची सजावट या सर्वांतून जैन कुटुंबाची श्रीमंती झळकत राहते.

जैनभवनात संगमरवराचा सर्वत्र सढळ हाताने वापर केलेला दिसतो. मेजवानीचे भव्य दालन आणि त्यासाठी खास बनवून घेतलेले– एका वेळी चोवीस जण भोजन करू शकतील, असे मोठे टेबल, त्याभोवती भरपूर मोकळी जागा... अशा प्रसन्न वातावरणात अनेक महत्त्वाच्या व अतिमहत्त्वाच्या व्यक्तींच्या सन्मानार्थ इथे मेजवान्या झडल्या आहेत. पन्नास आणि साठच्या दशकात देशाचे पंतप्रधान आणि राष्ट्रपतीही प्रसंगपरत्वे शांतिप्रसादांचे आतिथ्य अनुभवण्यासाठी जैनभवनात मुक्कामी राहत असत.

कोलकात्यात जुलै २००२ मध्ये मी गेले होते, तेव्हा जैनभवनात एका प्रार्थनासभेला उपस्थित राहण्याचा योग आला. राखाडी रंगाचे भव्य फाटक उघडले की दृष्टीस पडते ती शुभ्र आणि राखाडी रंगाची आलिशान वास्तू. भव्य प्रांगण आणि त्यामध्ये पसरलेली हिरवळ. दुतर्फा झाडीतून भवनाकडे जाणारा रस्ता. डाव्या बाजूला छोटेसे मंदिर. तेथूनच पुढे भवनात एका बाजूला प्रार्थनेसाठी सभागृह. स्वागतासाठी व्हरांड्यात दिसताक्षणीच नजरेत भरणारी सुंदर चित्रे. मार्गिकेभोवती विलोभनीय बिलोरी आरसे. एका बाजूला कै. नंदिता जज यांचे लहानसे छायाचित्र. (कै. नंदिता या समीर जैन यांची धाकटी बहीण. मे २००१मध्ये अरुणाचल प्रदेशात झालेल्या एका विमान अपघातात त्यांचे निधन झाले.)

पुढे एका कारंज्याभोवती केलेली सुरेख प्रकाशयोजना आणि भेटीला आलेल्यांसाठी आसनव्यवस्था. वरच्या मजल्यावर जाण्यासाठी करड्या-पांढऱ्या रंगाचा एक वर्तुळाकार जिना. पायऱ्यांनी वर जाताना एकच मोठी खिडकी. त्यातून ओसंडणारा सूर्यप्रकाश. पाहुण्यांना वरच्या मजल्यावर जाण्यासाठी लिफ्टचीही सुविधा आहे. लिफ्टमधून बाहेर पडल्यावर समोरच एक मोठे लाकडी स्टँडवरचे घड्याळ. त्याच्या बाजूला पाच फूट उंचीच्या पोर्सेलिन आणि धातूच्या सुरेख फुलदाण्या.

प्रार्थनेसाठी सर्व बाजूंनी खुले असलेले सभागृह. सभोवताली मन प्रसन्न करणारी हिरवळ. छतावरील नक्षीकामात पूर्ण उमललेले कमळ. प्रार्थनागृहाच्या उजव्या बाजूला भव्य दिवाणखाना. लगतच्या भिंतीवर रांगेने टांगलेली वर्तुळाकार महिरपीतील भव्य चित्रे. या कक्षाने कितीतरी महानुभावांचे स्वागत अनुभवले असेल. आता मात्र फारसा वापरात नसल्याने अंधारलेला व सुनासुना वाटणारा. वापरात नसलेल्या सोफ्यांवर चादरी पांघरलेल्या. पुढे एक छोटेखानी कमी उंचीचा रंगमंच. सबंध भिंतभरून असणारा चौकट आकाराचा एक आरसा. कुटुंबापुरत्या मर्यादित

छोटेखानी मैफलींसाठी ही व्यवस्था करण्यात आलेली होती, असे निवासस्थानातील एका कर्मचाऱ्याने सांगितले.

प्रार्थनागृहाच्या डाव्या बाजूला मेजवानीसाठी मोठे सभागृह. तेथे आत्ताही मधोमध असलेले भव्य शिसवी टेबल. त्याभोवती चोवीस खुर्च्या. कडेच्या भिंतींला लागून खुर्च्यांची आणखी एक रांग. भिंतीतच मोठी कोरीव लाकडी आणि हस्तिदंती कलाकुसरीची कपाटे. बाहेर दिव्यांचे लाकडी खांबांच्या रांगांतून घरातील हिरवाईच्या भागात– कमळे असलेल्या छोट्या तळ्याकडे नेणारा रस्ता.

प्रार्थनेनंतर भवनातून बाहेर पडले की, बाजूला आणखी एक मंदिर. तेथेच बाजूला स्वच्छ पांढऱ्या खिडक्यांचे हिरव्या रंगाचे आउटहाऊस. दोन्ही बाजूला पामची झाडे, फुलझाडांच्या कुंड्या आणि सुशोभित केलेला परिसर. जैन भावंडांपैकी आलोक, मनोज आणि अलका यांचा जन्म या घरीच झाला. थोरले अशोक यांचा जन्म उत्तर प्रदेशातील नजीबाबाद येथील घरी झाला. जैन कुटुंबाचे १९३४ पर्यंत तेथेच वास्तव्य होते.

आलोक जैन यांना वडील शांतिप्रसाद आठवतात, ते एक निर्भय आणि नवनव्या कल्पना प्रत्यक्षात उतरविण्यासाठी धडपडणारे उद्योजक म्हणून. भारतीय ज्ञानपीठ संस्थेच्या कार्यालयात त्यांच्याशी मनमोकळा संवाद झाला. सोफ्यावर बसून ते बोलत असताना बाबुजींच्या कर्तबगारीविषयीचा अभिमान त्यांच्या शब्दाशब्दांतून व्यक्त होत होता. ते म्हणाले, 'सासरे रामकृष्ण डालमिया यांच्या दानापूर येथील तेल शुद्धीकरण प्रकल्पात काम करायला लागल्यापासून बाबुजींच्या कर्तृत्वाचा आलेख उंचावतच गेला. साखर कारखाने उभारण्याची कल्पना त्यांच्या मनात आली आणि ते चार साखर कारखाने विकत घेण्यासाठी इंडोनेशियाला गेले. बिजू पटनाईक (ओरिसाचे दिवंगत माजी मुख्यमंत्री) यांच्या साथीने त्यांनी 'कलिंगा ट्युब्ज' सुरू केली. देशातील पहिला खतनिर्मितीचा कारखानाही त्यांनी वाराणसीत सुरू केला. त्यांच्या या कर्तृत्वाची दखल आंतरराष्ट्रीय ख्यातीच्या 'टाइम' नियतकालिकानेही घेतली. *'टाइम'* च्या १९५० मधील एका अंकाच्या मुखपृष्ठावर आधुनिक भारताच्या उभारणीचे शिल्पकार म्हणून चौघांची छायाचित्रे छापण्यात आली. त्यात जे. आर. डी. टाटा, बी. एम. बिर्ला आणि साबिन मुखर्जी यांच्याबरोबरीने शांतिप्रसादांची छबी होती.'[३४]

आलोक जैन आपल्या आठवणींना उजाळा देताना वैभवशाली भूतकाळ जणू नव्याने जगत होते. 'पन्नासच्या दशकात जैन उद्योगसमूहाची गणना देशातील पहिल्या दहा समूहांमध्ये होत होती', हे सांगताना त्यांचा चेहरा अभिमानाने फुलला होता.

'त्या वेळी सिंघानिया, गोएंका, मफतलाल, अनंत किलाचंद, केशुभाई लालभाई, थापर यांच्या जोडीने जैन समूहाचे नाव घेतले जात होते', असे त्यांनी सांगितले.

शांतिप्रसाद जैन यांची बेनेट, कोलमन आणि कंपनीकडे पाहण्याची दृष्टी कशी होती, हे आलोक यांनी स्पष्ट केले. ते म्हणाले, 'बाबुजी कंपनीकडे फक्त उद्योग म्हणून किंवा डालमियाजींप्रमाणे राजकीय सत्तेचे साधन म्हणून पाहत नव्हते. सरकारमध्ये आपले हिंतचिंतक आहेत, हे ठाऊक असूनही वृत्तपत्रातून स्वत:ची प्रतिमा निर्माण करण्याचा किंवा प्रसिद्धी मिळवण्याचा प्रयत्न त्यांनी कधी केला नाही.' मात्र, *इंडियन एक्स्प्रेस* चे मालक रामनाथ गोएंका (१९०२ ते १९९१) यांच्याशी स्पर्धेची भावना शांतिप्रसाद यांच्या मनात कायम होती, याचे किस्से आलोक यांनी सांगितले.

गोएंका हे रामकृष्ण डालमियांचे बंधू जयदयाळ यांचे मित्र होते. शांतिप्रसाद यांचीही त्यांच्याशी चांगली ओळख होती. त्यांच्या संबंधांवर प्रकाश टाकताना आलोक म्हणाले, '*टाइम्स ऑफ इंडिया* हा गोएंकांच्या *इंडियन एक्स्प्रेस* पेक्षा दर्जेदार आणि नेहमी त्याच्यापुढे असला पाहिजे, अशी बाबुजींची इच्छा होती. बेनेट, कोलमन आणि कंपनी एक्स्प्रेस समूहापेक्षा जास्त नफा कमावणारी असली पाहिजे, हा त्यांचा ध्यास होता. रामनाथजींशी त्यांची स्पर्धा विलक्षण होती. या दोघांची पहिल्यांदा १९४४ मध्ये भेट झाली. ते जवळचे मित्रही होते आणि तरीही ते एकमेकांचे प्रतिस्पर्धी होते.'

आर. पी. जैन यांनीही या गोष्टीला दुजोरा दिला. ते म्हणाले, 'शांतिप्रसाद आर्थिक व्यवहार आणि सामाजिक नातेसंबंध या दोन्ही गोष्टी कुशलपणे हाताळत असत. त्यांचे अनेक उच्चपदस्थ मित्र होते आणि प्रचंड ओळखी होत्या. परंतु, ते आणि गोएंका यांच्या संबंधांत नेहमीच एक प्रकारचा तणाव होता. दोघांच्या भेटी सामान्यपणे शांतिप्रसादांच्या कोलकात्यातील निवासस्थानी होत. दोघांचेही परस्परांशी वागणे सौहार्दाचे होते. तरीही आपण एकमेकांचे प्रतिस्पर्धी आहोत, ही बाब ते सहसा नजरेआड होऊ देत नसत.'

शांतिप्रसादांची स्वभाववैशिष्ट्ये स्पष्ट करताना आर. पी. जैन पुढे म्हणाले, 'शांतिप्रसादांनी त्यांच्या अधिकाऱ्यांना सर्व अधिकार दिले होते. ते बुद्धिमान होते. सर्व गोष्टींच्या तपशीलात त्यांना फारसा रस नव्हता, परंतु आर्थिक गोष्टींबाबत मात्र ते दक्ष असत. कर्मचारी, अधिकाऱ्यांशी होणाऱ्या संवादातून ते माहिती मिळवत असत आणि त्वरेने निर्णय घेत असत. ते उदारमतवादी, मुक्त विचारांचे होते. पण सर्वांत महत्त्वाचे म्हणजे जिंकण्याचा त्यांना ध्यास होता.'

इव्हॉर जेहू यांच्यानंतर फ्रँक मोराएस *टाइम्स ऑफ इंडिया* चे संपादक झाले. टाइम्सचे ते पहिले भारतीय संपादक होते. त्यांचा कार्यकाळ १९५० ते १९५७ असा होता. मोराएस *टाइम्स*मध्ये १९३६ साली रुजू झाले आणि १९३८ मध्ये ते सहायक संपादक बनले. त्यांनी १९४२ ते १९४५ या पहिल्या महायुद्धाच्या काळात प्रत्यक्ष युद्धभूमीवर जाऊन वार्तांकनही केले होते. रामनाथ गोएंका यांनी मोराएस यांची गुणवत्ता हेरून १९४९ मध्ये त्यांना *'द नॅशनल स्टँडर्ड'* या वृत्तपत्राचे संपादक केले. मात्र, मोराएस १९५० मध्ये *टाइम्स ऑफ इंडिया* त परतले आणि त्याचे संपादक झाले.

मोराएस यांच्यानंतर एन. जे. नानपोरिया टाइम्सचे संपादक झाले. त्यांनी ही धुरा दहा वर्षे सांभाळली. टाइम्सच्या व्यवस्थापनाशी त्यांचे अनेकदा खटके उडाले. नानपोरिया यांनी टाइम्सचे मालक आणि संचालकांच्या कथित बेकायदेशीर कृत्यांचे गाऱ्हाणे तत्कालीन पंतप्रधान पंडित जवाहरलाल नेहरू यांच्याकडे लेखी पत्राद्वारे मांडले. त्यामुळे नानपोरिया आणि टाइम्सच्या व्यवस्थापनात मोठा संघर्ष झाला. परंतु, मोराएस आणि नानपोरिया हे दोघेही संपादक आंतरराष्ट्रीय संबंधांचे चांगले जाणकार होते. त्यांच्या अग्रलेखांची वाचक आतुरतेने वाट पाहत असत.

बेनेट, कोलमन आणि कंपनीने अनेक हिंदी नियतकालिकेही सुरू केली. *'वामा'* आणि *'सारिका'* सारख्या प्रकाशनांचा त्यात समावेश होता. ही नियतकालिके हिंदी वाचकवर्गात लोकप्रिय झाली. आलोक जैन यांनी त्याचे श्रेय आई रमा यांना दिले. ते म्हणाले, 'अम्माची माध्यमांबद्दलची विचार करण्याची धाटणी बाबुजींपेक्षा वेगळी होती. माध्यमांचा वापर तिला हिंदी आणि प्रादेशिक भाषांच्या प्रसार व संवर्धनासाठी करायचा होता. अनेक भारतीय भाषांमधील चांगले लेखन हिंदीत आणण्यास अम्माने सतत प्रोत्साहन दिले.'

रमा जैन यांना साहित्य आणि कलेची मोठी आवड होती. त्यांच्याकडे अभिजात सौंदर्यदृष्टी होती. जमनालाल बजाज यांच्या घरी बालपण व्यतीत केल्याने बहुधा त्यांच्यात ही आवड रुजली असावी, असे म्हटले जाते. रमेशचंद्र जैन त्याविषयी म्हणाले, 'रमा यांचे बालपण आणि किशोर वयातील बराचसा काळ बजाज कुटुंबाच्या नागपूर आणि मुंबईतील घरांमध्ये गेला. तिथे त्यांच्यावर झालेले संस्कार अखेरपर्यंत कायम होते.'

शांतिप्रसाद यांनी पत्नी रमा यांच्या साहित्यविषयक आवडीमुळे १९४४ मध्ये 'भारतीय ज्ञानपीठ' या संस्थेची स्थापना केली. भारतीय भाषांमधील प्राचीन

वाङ्मयाबाबत संशोधन व्हावे आणि प्रादेशिक भाषांमधून उत्तम साहित्यनिर्मितीला प्रोत्साहन मिळावे, या हेतूने ज्ञानपीठाची स्थापना करण्यात आली. समकालीन अभिजात साहित्याचा प्रसार करण्याची भूमिकाही त्यामागे होती. या संस्थेचा पहिला मोठा प्रकल्प म्हणजे भुर्जपत्रांवर लिहिल्या गेलेल्या 'महाबंध' या प्राकृत भाषेतील ग्रंथाचे पुनरुज्जीवन. अकराव्या शतकातील जैन ऋषी भगवंत भूतबली यांच्या कर्मविषयक सिद्धान्तांचे विवरण या ग्रंथात आहे. 'मूर्तीदेवी ग्रंथमाले'अंतर्गत रामायण, महाभारतासारख्या ग्रंथांचे प्रकाशनही संस्थेतर्फे करण्यात आले.[३५] भारतीय साहित्य क्षेत्रातील मानाचे 'ज्ञानपीठ पुरस्कार' याच संस्थेतर्फे १९६५ पासून देण्यात येऊ लागले.

रमा आणि शांतिप्रसाद यांनी १९५२ मध्ये मुंबईहून '*फिल्मफेअर*' हे चित्रपटविषयक नियतकालिक सुरू केले. १९५७ मध्ये '*धर्मयुग*' हे हिंदी भाषेतील पाक्षिक सुरू झाले. दिल्लीहून '*पराग*' हे हिंदी मासिक १९५८ मध्ये सुरू करण्यात आले, तर '*फेमिना*'ची सुरुवात १९५९ मध्ये झाली. रमा यांनी वाचकांच्या आवडीनिवडी लक्षात घेऊन वैविध्यपूर्ण नियतकालिकांचे प्रकाशन आणि वाचकांची अभिरुची घडविण्यावर लक्ष केंद्रित केले. तर शांतिप्रसाद टाइम्स समूहातील वृत्तपत्रांचा खप वाढविण्याच्या उद्देशाने नवनव्या बाजारपेठांचा शोध घेऊ लागले. राजधानी दिल्लीवरही त्यांचे लक्ष होते. मात्र, दिल्लीत *टाइम्स ऑफ इंडिया*ची स्थिती फारशी चांगली नव्हती, याची बोच त्यांना होती. *हिंदुस्थान टाइम्स*, *इंडियन एक्स्प्रेस* आणि *स्टेट्समन* ही इतर इंग्रजी वृत्तपत्रे तिथे आघाडीवर होती.

टाइम्सचे दिल्लीतील माजी निवासी संपादक इंदर मल्होत्रा यांच्याशी समूहाच्या वाटचालीविषयी आणि शांतिप्रसाद यांच्याविषयी गप्पा झाल्या.[३६] ते म्हणाले, 'शांतिप्रसाद यांचे व्यक्तिमत्व विलक्षण होते. अतिशय श्रीमंत असूनही ते नम्र व मृदू स्वभावाचे होते. पत्रकार आणि त्यांच्या व्यावसायिक कौशल्याविषयी त्यांना आदर होता. त्यांना अनेक गोष्टींविषयी स्वाभाविक कुतूहल होते. सभोवताली काय चालले आहे, हे समजून घेण्यात त्यांना रस होता. कुलदीप नय्यर, मी आणि इतर काही संपादकांना ते न्याहारीसाठी बोलावत आणि आमच्याशी राजकारणावर चर्चा करत. वृत्तपत्रांच्या रोजच्या आघाडीवर मात्र संपादकांना संपूर्ण स्वातंत्र्य होते. टाइम्सचे संपादक श्यामलाल यांना त्यांनी कधी एका शब्दानेही सूचना केली नाही.'

बलजित कपूर यांनी १९५७ मध्ये टाइम्स समूहात प्रवेश केला. तब्बल ३२ वर्षे ते टाइम्समध्ये होते. विविध जबाबदाऱ्या सांभाळत ते टाइम्सच्या वितरण विभागाचे प्रमुख झाले व या पदावरूनच निवृत्त झाले. प्रतिस्पर्ध्यांना नामोहरम करण्यासाठी शांतिप्रसाद वितरणाच्या खेळी कशा खेळत, याचा एक मजेदार किस्सा त्यांनी

सांगितला.[३७] ते म्हणाले, 'वृत्तपत्राचा खप वाढविणे, याला नेहमीच प्राधान्य होते. त्यासाठी एक हमखास मार्ग म्हणजे अंकाची किंमत कमी करणे. वृत्तपत्राची किंमत अचानक कमी करण्याचा प्रयोग शांतिप्रसाद यांनी १९५८ मध्येच– म्हणजे त्यांचा नातू समीरने १९९१ मध्ये करण्यापूर्वीच केला होता. त्या वेळी *हिंदुस्थान टाइम्स* आणि *टाइम्स ऑफ इंडिया* या दोन्ही अंकांची किंमत १६ पैसे इतकी होती.

शांतिप्रसादांनी ती १३ पैशांवर आणली. पाठोपाठ *हिंदुस्थान टाइम्स* नेही किंमत उतरवली. दोन्ही वृत्तपत्रांनी सहा ते आठ महिने या किमतीवर तग धरला. आश्चर्य म्हणजे त्याचा खपावर कोणताही परिणाम झाला नाही आणि अपेक्षित अंकवाढ झाली नाही. कालांतराने दोन्ही वृत्तपत्रांनी आधीच्याच किमतीने अंक विकण्यास सुरुवात केली. टाइम्सने दिल्लीमध्ये अंकाची किंमत कमी करण्याचा असा प्रयोग केला. याचे कारण *टाइम्स ऑफ इंडिया* चे मुंबईत चांगलेच बस्तान बसले होते आणि त्यांना आता दिल्लीची बाजारपेठ काबीज करायची होती.'

शांतिप्रसाद यांनी *'द इकॉनॉमिक टाइम्स'* नावाने आर्थिक विषयाला वाहिलेले वृत्तपत्र सुरू केले. वृत्तपत्रांच्या बाजारपेठेतील वाचकांचा नवा, वेगळी रुची असलेला वर्ग त्यांना मिळवायचा होता. तसेच उद्योगपती, व्यावसायिकांच्या हितसंबंधांची जपणूकही त्यामार्फत करता येईल, असे त्यांना वाटत होते. हे वृत्तपत्र पुढे समीर जैन यांनी त्यांच्या किंमतयुद्धाच्या धाडसी प्रयोगासाठी वापरले. *इकॉनॉमिक टाइम्स* मुंबईतून १९६१ पासून प्रसिद्ध होऊ लागले. पी. एस. हरिहरन त्याचे पहिले संपादक होते. नंतर १९६४ मध्ये डी. के. रांगणेकर यांनी सूत्रे हाती घेतली. ते १९७९ पर्यंत *'इकॉनॉमिक टाइम्स'* चे संपादक होते.

रामनाथ गोएंका यांनीही १९६१ मध्येच मुंबईतून *'फायनान्शियल एक्स्प्रेस'* सुरू केले. *इकॉनॉमिक टाइम्स* सुरू होण्याच्या थोडे आधीच हे वृत्तपत्र सुरू करण्यात गोएंकांनी बाजी मारली. रमेशचंद्र जैन यांनी त्यासंबंधी पडद्यामागे घडलेला किस्सा सांगितला. त्यांनी सांगितलेल्या हकिकतीनुसार, आर्थिक विषयाला वाहिलेले वृत्तपत्र सुरू करण्यासंबंधी जैन कुटुंबीयांच्या एका अनौपचारिक गप्पांमध्ये चर्चा झाली. रामनाथ गोएंका त्या वेळी तेथे होते. मुंबईत आपण लवकरच इंग्रजीतील अर्थविषयक दैनिक सुरू करणार असल्याचे शांतिप्रसाद यांनी तेव्हा सांगितले. रामनाथजी ते लक्षपूर्वक ऐकत होते; परंतु ते फारसे काही बोलले नाहीत. दैनिक कधी सुरू होण्याची शक्यता आहे, एवढीच विचारणा त्यांनी केली. त्यानंतर प्रत्यक्ष *'इकॉनॉमिक टाइम्स'* सुरू होण्याच्या पंधरा दिवस आधीच मुंबईत *फायनान्शियल एक्स्प्रेस* सुरू झाले. हा किस्सा सांगितल्यावर खांदे उडवून आणि गालातल्या गालात

खोडसाळपणे हसत रमेशचंद्र म्हणाले, 'रामनाथजी असेच होते. अतिशय लढाऊ आणि कशाची तमा न बाळगणारे प्रतिस्पर्धी!'

सासरे रामकृष्ण डालमिया यांच्याप्रमाणेच शांतिप्रसाद यांनाही कायदेशीर कारवाईला सामोरे जावे लागले. ते १९५८ मध्ये युरोप व अमेरिकेच्या दौऱ्याहून परतताना हा प्रसंग घडला. शांतिप्रसाद आणि त्यांच्या पत्नीजवळ कायद्याने मुभा असल्याच्या मर्यादेपेक्षाही जास्त परकीय चलन असल्याचा ठपका ठेवण्यात आला. परकीय चलन नियंत्रण कायद्याचे (फॉरेन करन्सी रेग्युलेशन ॲक्ट- फेरा) उल्लंघन केल्याचा आरोप त्यांच्यावर ठेवण्यात आला.

हा खटला सर्वोच्च न्यायालयापर्यंत गेला. आलोक जैन त्याविषयी म्हणाले, 'आमच्या काही जर्मन कंपन्यांशी वाटाघाटी सुरू होत्या. त्या दरम्यान परदेशात यंत्रसामग्री खरेदी करताना लाच (किकबॅक) घेतल्याचा आरोप बाबुजींवर ठेवण्यात आला. त्या विरोधात आम्हाला लढा द्यावा लागला.'

इंदर मल्होत्रा या प्रसंगाचे आणखी संदर्भ स्पष्ट करत म्हणाले, 'शांतिप्रसाद विमानतळावर उतरले, तेव्हा त्यांच्या स्वागतासाठी पन्नासहून अधिक लोक उपस्थित होते. त्याच वेळी सीमाशुल्क खात्याचे अधिकारी त्यांना ताब्यात घेण्यासाठी आले. तेव्हा शांतिप्रसाद यांना विमानतळातून सन्मानपूर्वक बाहेर पडू द्यावे, अशी विनंती एका कर्मचाऱ्याने केली. शांतिप्रसाद मोटारीने काही अंतर गेल्यानंतर आम्ही त्यांना परत घेऊन येऊ, असे आश्वासन अधिकाऱ्यांना देण्यात आले. ही विनंती मान्य करण्यात आली आणि सार्वजनिक ठिकाणी अवमानाचा एक कटू प्रसंग टळला.'

मात्र, न्या. विव्हियन बोस आयोगाने चौकशी अहवालात ठेवलेल्या ठपक्याच्या तुलनेत हा प्रकार किरकोळ होता. आयोगाने डालमिया-जैन समूहाला गैरव्यवहाराबद्दल दोषी ठरवलेच; पण शांतिप्रसाद यांच्यावरही व्यक्तिगत दोषारोप ठेवले. या अहवालाच्या आधारावर केंद्र सरकारने डालमिया-जैन समूहाविरुद्ध उच्च न्यायालयात याचिका दाखल केली. त्यात बेनेट, कोलमन आणि कंपनीच्या तत्कालीन व्यवस्थापनावर बंधने घालून त्यांना हटविण्याची आणि कंपनीचा कारभार सरकारनियुक्त विशेष अधिकाऱ्याकडे सोपविण्याची मागणी करण्यात आली.

मुंबई उच्च न्यायालयाचे न्या. जे. एल. नैन यांच्यापुढे याचिकेची सुनावणी झाली. न्यायालयाने २८ ऑगस्ट १९६९ रोजी अंतरिम आदेश दिला. बेनेट, कोलमन आणि कंपनीवर पुढील सात वर्षे नव्या व्यवस्थापन मंडळाची देखरेख ठेवण्याचा आदेश देण्यात आला. त्याचे स्पष्टीकरण देताना न्यायमूर्तींनी निकालपत्रात लिहिले की, 'कंपनीचा कारभार हा सार्वजनिक हित आणि कंपनीच्याही हिताला बाधा

आणणारा व पूर्वग्रहदूषित असल्याचा याचिकाकर्त्यांचा (सरकारचा) आरोप ग्राह्य मानून सध्याच्या परिस्थितीत असा आदेश देणेच योग्य आहे.'[३८]

न्यायालयाच्या आदेशाने कंपनीचे तत्कालीन व्यवस्थापन मंडळ बरखास्त करण्यात आले आणि नव्या मंडळाची नियुक्ती करण्यात आली. या मंडळाने पुढील सात वर्षे कारभार सांभाळला. हा काळ कंपनीच्या इतिहासात 'झिरो इयर्स' किंवा 'शून्य वर्षे' म्हणून ओळखला जातो.

नव्या मंडळावर कंपनीच्या वतीने डॉ. एल. एम. सिंघवी, नरेंद्रकुमार आणि मौलीचंद्र शर्मा यांनी प्रतिनिधित्व केले. आर. के. हजारी, एस. एम. कुमारमंगलम् आणि एच. एम. त्रिवेदी हे सरकारनियुक्त प्रतिनिधी होते. मुंबई उच्च न्यायालयाने कांतिलाल टी. देसाई, एस. एम. डहाणूकर, काय खुशरू, एस. इंजिनियर आणि जी. व्ही. देसाई यांची नेमणूक केली. कांतिलाल देसाईंनी या व्यवस्थापन मंडळाचे अध्यक्षपद भूषवले. शांतिप्रसाद जैन यांचा मंडळात समावेश नव्हता.

डॉ. राम तर्नेजा यांची बेनेट, कोलमन आणि कंपनीचे सरव्यवस्थापक म्हणून नेमणूक करण्यात आली. तर्नेजा हे जैन कुटुंबाशी संबंधित नव्हते. ते व्यवस्थापन विषयातील तज्ज्ञ होते. रमेशचंद्र जैन आणि पी. आर. कृष्णमूर्ती यांना उपसरव्यवस्थापक म्हणून नेमण्यात आले.[३९]

कृष्णमूर्ती यांनी शांतिप्रसाद यांचे स्टेनो (लघुलिपिक) म्हणून कारकिर्दीस सुरुवात केली होती. नंतर ते कंपनीचे कार्यकारी सचिव बनले होते. शांतिप्रसाद यांचे चिरंजीव अशोक यांनी सप्टेंबर १९६९ मध्ये बेनेट, कोलमन आणि कंपनीत औपचारिक प्रवेश केला. भागधारकांचे प्रतिनिधी म्हणून कंपनीच्या संचालक मंडळाचे ते सदस्य झाले. तोपर्यंत शांतिप्रसाद यांनी जवळपास निवृत्ती स्वीकारली होती आणि त्यांनी स्वत:ला सामाजिक कामांमध्ये गुंतवून घेतले होते.

अशोक जैन (१९३४ ते १९९९)

अशोक जैन यांचा जन्म १९३४ मध्ये झाला. लाहोरच्या दयानंद अँग्लोवैदिक स्कूलमध्ये त्यांनी शालेय शिक्षण घेतले. ते १९४२ मध्ये मॅट्रिक झाले. नंतर कोलकात्यातील प्रेसिडेन्सी महाविद्यालयातून त्यांनी विज्ञानाची पदवी संपादन केली. त्यांचे समकालीन सहकारी आणि जैन कुटुंबीयांच्या मते अशोक हे अतिशय मृदुभाषी आणि उदार मतवादी होते.

'अशोक व्यावसायिकदृष्ट्या अतिशय कुशाग्र होते. आकडेवारीत त्यांना

विशेष गती होती. त्यांना कंपनीचा प्रकाशनाचा व्यवसाय विस्तारायचा होता; परंतु ते थोडे काटकसरी स्वभावाचेही होते,' असे त्यांच्या एका नातलगाने सांगितले. त्याला पुष्टी देत इंदर मल्होत्रा म्हणाले, 'अशोक जैन यांना नवी गुंतवणूक करायला आवडत नसे. सरकारचे कंपनीवरचे नियंत्रण १९७६ च्या सुमारास दूर झाले. त्या वेळी कंपनीच्या कारभाराला नोकरशाहीचे स्वरूप आले होते. श्यामलाल त्या वेळी संचालक मंडळावर होते. वृत्तपत्रसमूहातील मुद्रितशोधकांना चार ते सहा आठवड्यांचे प्रशिक्षण देण्याची कल्पना आम्ही मांडली. पण अशोक यांनी त्याला स्पष्ट नकार दिला. *टाइम्स* व इतर वृत्तपत्रांचा वैचारिक दर्जा उंचावण्यास शांतिप्रसाद उत्सुक होते; परंतु अशोक मात्र बरेचसे स्थितीवादी होते.'

अशोक यांनी साहू जैन समूहातील अनेक व्यवस्थापकांना नोकरीत कायम ठेवले, परंतु त्यांची नजर कायम खर्चाच्या आकड्यांवर असे. ते धोका पत्करायला फारसे तयार नसत. आर. पी. जैन त्याविषयी म्हणाले, 'अशोक समस्या हाताळण्यात कुशल होते; व्यावसायिकदृष्ट्या ते निपुण होते. परंतु कर्मचाऱ्यांना पगार देण्यात मात्र त्यांचा हात आखडता असे. बाहेरची तज्ज्ञ माणसे कंपनीत आणायलाही ते फारसे उत्सुक नव्हते. त्यांच्या काळात कंपनीच्या धोरणात कोणताही क्रांतिकारक बदल झाला नाही. कंपनीचा व्यवसायही फारसा वाढला नाही. मात्र, कंपनीचा तोटाही झाला नाही. अशोक वाजवीपेक्षा जास्त सावध वृत्तीचे होते.'

आर. पी. जैन दोघा भावंडांची तुलना करताना म्हणाले, 'अशोक हे कुटुंबाच्या व्यवसायात १९६३ पासून सक्रीय झाले. त्यांचे धाकटे भाऊ आलोक आधीपासूनच सक्रीय होते आणि ते व्यवसायात महत्त्वाचे योगदान देत होते. आलोक यांनी कोलकात्यातील तागाच्या गिरणीत लक्ष घातले आणि एका वर्षातच कंपनीला एक कोटी रुपयांचा नफा मिळवून दिला होता. शांतिप्रसादांचा कलही आलोक यांच्याकडे होता आणि १९६९ पर्यंत मोठ्या अशोक यांच्यापेक्षाही ते त्यांना अधिक पसंती देत.'

अशोक जैन यांच्या कारकिर्दीत बेनेट, कोलमन आणि कंपनी फायद्यात राहिली. कंपनीने नवी प्रकाशने व नव्या आवृत्त्याही सुरू केल्या. परंतु, नफा मोठ्या प्रमाणात वाढावा आणि त्यासाठी उद्योगात नवे तंत्र अवलंबावे, यासाठी ते फारसे आग्रही नव्हते. त्यांच्या दृष्टीने मुद्रण व्यवसाय हा जैन समूहातील एक भाग मात्र होता, त्याच्या व्यवसायाचा गाभा नव्हता. त्यावर समूहाचे भवितव्यही अवलंबून नव्हते. त्यामुळे प्रतिस्पर्ध्यांशी गळेकापू स्पर्धा करण्याची आवश्यकताही त्यांना वाटत नव्हती. अशोक यांनी जैन समूहाचे व्यावसायिक हित जपण्यास अधिक

प्राधान्य दिले आणि आपल्या अखत्यारीतील वृत्तपत्रे त्याला बाधा आणणार नाहीत, याची दक्षता त्यांनी बाळगली. ते संपादक आणि व्यवस्थापकांशी नियमित संवाद साधत असत. मात्र, दैनंदिन कामाची जबाबदारी त्यांच्यावरच सोपवत असत. मुलगा समीर याने वृत्तपत्र व्यवसायात लक्ष घातल्यानंतर जे महत्त्वाचे बदल केले, त्याबाबतही अशोक यांची भूमिका तशी अलिप्ततेचीच राहिली. राष्ट्रीय पातळीवरील घडामोडींविषयी मात्र त्यांना उत्सुकता होती आणि संपादकांशी ते विविध विषयांवर मनमोकळा संवाद साधत.

अशोक यांनी साहित्याच्या प्रचार-प्रसाराला प्रोत्साहन दिले आणि त्यासंबंधी शिष्यवृत्ती योजनांना पाठिंबा दिला. राजकीय घडामोडी, सरकारची धोरणे समजून घेण्याची त्यांना आवड होती. व्यावसायिक वर्तुळात ते सहजपणे मिसळत आणि आवश्यक कामांची जबाबदारी घेत. 'असोसिएटेड चेंबर ऑफ कॉमर्स अँड इंडस्ट्रीज'ची स्थापना करण्यात त्यांचा पुढाकार महत्त्वाचा होता.[४०] या पुस्तकाविषयी संशोधन सुरू असताना माझी डॉ. संजय बारू यांच्याशी भेट झाली. बारू यांनी *टाइम्स ऑफ इंडिया* आणि *इकॉनॉमिक टाइम्स* मध्ये वरिष्ठ पदे भूषवली आहेत. ते पंतप्रधान डॉ. मनमोहन सिंग यांचे माध्यम सल्लागारही होते. दिल्लीतील खान मार्केटमधील कॅफेत चर्चा करताना अशोक जैन यांच्या कार्यशैलीची पुसटशी कल्पना त्यांनी दिली. ते म्हणाले, 'भारतीय जनता पक्षाचे १९९६ मध्ये तेरा दिवसांचे सरकार सत्तेवर असताना माझ्यावर भाजप सरकारविरोधात कठोर पवित्रा घेतल्याचा आणि नरसिंह राव यांना झुकते माप दिल्याचा आरोप झाला. या सुमारास अशोक यांनी मला कार्यालयात बोलावून घेतले. मी त्यांच्याकडे गेलो. ते तत्कालीन पंतप्रधान अटलबिहारी वाजपेयींचे भाषण ऐकत होते. त्यांच्यासोबत तब्बल दोन तास मी ते भाषण ऐकले. ते थेट काही बोलले नाहीत. पण मध्येच त्यांनी काही प्रश्न विचारले. 'या मुद्याशी तुम्ही सहमत नाही का?' 'हा खूपच चांगला मुद्दा आहे, असे तुम्हाला वाटत नाही का?' 'तुम्हाला या भाषणाबद्दल काय वाटते?' इत्यादी. त्यांनी मला थेट काही सांगितले नाही; पण त्यातून अप्रत्यक्ष संदेश देण्याचा त्यांचा प्रयत्न होता. मी म्हटले- वाजपेयी हे उत्कृष्ट वक्ते आहेत, परंतु ते चुकीच्या पक्षात आहेत.'[४१]

'अशोक जैन त्यांचे म्हणणे हळुवारपणे व सूचकपणे मांडत असत,' असा अभिप्राय बारू यांनी नोंदवला.

प्रीतीश नंदी हे नामवंत पत्रकार वृत्तपत्रांच्या क्षेत्रात आले, ते अशोक यांच्यामुळे.[४२] त्यांनीही बारू यांच्याशी सहमती दर्शवली. ते म्हणाले, 'अशोक हे मृदूभाषी होते. पत्रकार आणि व्यवस्थापनाशी सौहार्दपूर्ण संबंध ठेवण्याचा त्यांचा प्रयत्न असे. त्यांनी

पत्रकार आणि पत्रकारिता दोन्हीची जडणघडण व संवर्धन केले. संपादकांच्या कामात त्यांनी कधी हस्तक्षेप केला नाही. त्यांना पूर्ण स्वातंत्र्य दिले.'

पत्रकारांशी सौहार्दाचे संबंध कायम राखण्यासाठी आणि वाचकांनाही त्यांच्या तक्रारी मांडता याव्यात, यासाठी अशोक जैन यांनी बेनेट, कोलमन आणि कंपनीत लोकपालाचे (ओम्बुड्समन) पदही निर्माण केले. वृत्तपत्राच्या कामकाजावर देखरेख करण्याचा आणि सुधारणेचा हेतू त्यामागे होता. सर्वोच्च न्यायालयाचे माजी सरन्यायाधीश न्या. पी. एन. भगवती यांची नियुक्ती त्यांनी या पदावर केली होती.

बेनेट, कोलमन आणि कंपनीचा कारभार न्यायालयाने नियुक्त केलेल्या मंडळाच्या ताब्यात होता, त्या काळात अद्ययावत तंत्रज्ञान, भावी काळातील नियोजन आदी आघाड्यांवर फारशी प्रगती झाली नाही. उलट कंपनी काळाच्या दोन-चार वर्षे मागेच पडली. 'झिरो इयर्स' नावाने ओळखला गेलेला हा कसोटीचा काळ ऑगस्ट १९७६ मध्ये संपला आणि व्यवसायाची सूत्रे पुन्हा जैन कुटुंबाकडे आली.

'टाइम्स समूहाचा कारभार पुन्हा जैन कुटुंबाकडे यावा, यासाठी आपण स्वत: आणि आर. पी. जैन यांनी अनेक पातळ्यांवर प्रयत्न केले, आपली भूमिका यात महत्त्वाची होती', असा दावा आलोक जैन यांनी केला. 'अन्यथा हा माध्यमसमूह सरकारच्या ताब्यातच राहिला असता', अशी भीतीही त्यांनी व्यक्त केली. तत्कालीन सरकारमध्ये आणि सत्तारूढ पक्षामध्ये मदत करू शकणाऱ्या मंडळींचा आपण शोध घेतला. विद्याचरण शुक्ला, फक्रुद्दीन अली अहमद अशांची मदत मिळाली. अखेरीस तत्कालीन पंतप्रधान इंदिरा गांधी यांच्याशी संपर्क झाला आणि कंपनी पुन्हा जैन कुटुंबाकडे आली, असे त्यांनी सांगितले.

'ही अशक्यप्राय वाटणारी कामगिरी आम्ही कशी घडवून आणली याची मुलांना (अशोक यांची मुले समीर आणि विनीत- ज्यांच्याकडे आता बेनेट, कोलमन आणि कंपनीची मालकी आहे.) एकतर अजिबात कल्पना नाही किंवा त्याची त्यांना पर्वाही नसावी', अशा शब्दांत आलोक यांनी नाराजी व्यक्त केली. या कठीण काळात कंपनी स्थिर ठेवण्यात रमेशचंद्र जैन आणि डॉ. राम तर्नेजा यांची भूमिका अतिशय मोलाची ठरली, याबद्दल त्यांनी कृतज्ञता व्यक्त केली. ते म्हणाले, 'राम तर्नेजा तसे बाहेरचे होते, परंतु त्यांनी सत्तेचा व अधिकारांचा कधी गैरवापर केला नाही. तांत्रिकदृष्ट्या कंपनीवर जैन कुटुंबाचे कोणतेही नियंत्रण

राहिले नव्हते, तरी ती त्यांच्यापासून दूर जाणार नाही, याची खबरदारी या दोघांनी घेतली.'

आर. पी. जैन यांच्या मते आलोक यांच्यामुळे या प्रकरणात तिढा निर्माण झाला होता. ते म्हणाले, 'इंदिरा गांधींनी कंपनी आम्हाला परत करण्याचा निर्णय खूप आधीच घेतला होता आणि मुंबई उच्च न्यायालयालाही त्यांनी तसे कळवले होते. फक्रुद्दीन अली अहमद त्या वेळी कंपनी व्यवहार खात्याचे मंत्री होते. शांतिप्रसाद त्यांच्या भेटीसाठी गेले, त्या वेळी आलोकही उपस्थित होते. त्यांनी मंत्र्यांपुढे अनावश्यक बडबड केली आणि ते या प्रकरणात त्वरित निर्णय का घेत नाहीत, असा जाब त्यांना विचारला. मंत्रिमंडळाने निर्णय घेतला असतानाही तुम्ही आम्हाला थांबवणारे कोण, अशी विचारणा त्यांनी केली. त्यामुळे परिस्थिती हाताबाहेर गेली. दरम्यानच्या काळात न्यायाधीशांनी विशिष्ट मुदतीसाठी नवे संचालक मंडळही नियुक्त केले.'

राम सुखराज तर्नेजा हे व्यवस्थापन विषयाचे प्राध्यापक होते. बेनेट, कोलमन आणि कंपनीत येण्यापूर्वी ते अमेरिकेतील एका विद्यापीठात शिकवत होते. कंपनीच्या अकार्यकारी संचालकांमध्ये त्यांचा समावेश झाला. १९६३ मध्ये कंपनीच्या मनुष्यबळ विभागाचे संचालक म्हणून त्यांनी कार्यभार स्वीकारला. १९७६ पर्यंत ते कंपनीच्या सरव्यवस्थापक पदापर्यंत पोचले. कंपनीचे व्यवस्थापकीय संचालक म्हणून १९८१ मध्ये त्यांची नियुक्ती झाली. १९९१ मध्ये निवृत्त होईपर्यंत ते या पदावर होते.

मी तर्नेजा यांची नवी दिल्लीतील अशोक हॉटेलात जून २००१ मध्ये भेट घेतली. समीर जैन यांची माध्यमांनी वास्तवापेक्षा मोठी प्रतिमा रेखाटल्याचे त्यांना आश्चर्य वाटत नाही. पुस्तकाविषयी माझ्या कल्पना स्पष्ट करणारा सारांश त्यांनी नजरेखालून घातला आणि माझ्याकडे रोखून पाहिले. गंभीर मुद्रेने व काहीशा थट्टेच्या सुरात त्यांनी विचारले, 'टाइम्स ऑफ इंडिया च्या यशाचे शिल्पकार समीर जैन आहेत, यावर तुझा विश्वास आहे का?'४३

त्यांचा नेमका दृष्टिकोन काय आहे, अशी विचारणा मी तर्नेजांना केली. ते म्हणाले, 'आधीच भक्कम पायावर उभी असलेली ही संस्था आणखी मजबूत करण्याचे पहिले प्रयत्न कदाचित एकोणिसशे साठच्या दशकाच्या आरंभी झाले. बेनेट, कोलमन आणि कंपनीच्या मनुष्यबळ विभागाने १९६३-६४ मध्ये प्रशिक्षणार्थी उमेदवारांची पहिली तुकडी भरती केली. सुरुवातीला मनुष्यबळ विभागाचीच फेररचना करण्याचे काम त्यांनी हाती घेतले. त्याच्या जोडीला नवे

तंत्रज्ञान आणले. व्यवस्थापनात व्यावसायिक दृष्टिकोन रुजविण्यात आला. त्यानंतर पुढे आवश्यकतेप्रमाणे सुधारणा होत राहिल्या.'

टाइम्स ऑफ इंडिया ही एक बळकट संस्था असल्याचा तर्नेजा यांना ठाम विश्वास आहे. त्यांच्या बोलण्यातूनही तो व्यक्त झाला. साठ आणि सत्तरच्या दशकांत टाइम्सला आणखी बळकटी देण्याचे प्रयत्न झाले. या काळात बेनेट, कोलमन आणि कंपनीची सूत्रे ज्यांच्याकडे होती, त्यांनी कंपनीच्या व्यवसायाचे मोठे जाळे विणले. त्यात कंपनीच्या भविष्यातील विकासाची बीजे होती. ऐंशीच्या दशकानंतर *टाइम्स* समूहाने जी भरारी घेतली, त्याला या मजबूत पायाभरणीचा निश्चितच आधार होता.

ही पायाभरणी कशी होत गेली, हे डॉ. तर्नेजा यांनी विस्ताराने विशद केले. ते म्हणाले, 'शांतिप्रसाद यांच्या काळातच टाइम्सच्या वाढीचा पाया रचण्यात आला. माझा त्यावर ठाम विश्वास आहे. पुढे जे काही घडले, ते म्हणजे व्यवसायाची आधीपासून रुजलेली मुळे घट्ट करणे आणि पाया आणखी भक्कम करणे, यापलीकडे दुसरे काही नाही. शांतिप्रसाद हे या साम्राज्याचे खरे आधारस्तंभ होते.'

'*टाइम्स*ची मालकी एका विस्तारलेल्या कुटुंबाकडे आली होती. शांतिप्रसाद यांनी सासरे रामकृष्ण डालमिया यांच्याकडून कंपनी विकत घेतली. त्यासाठी अधिकृत माहितीनुसार ५४ लाख रुपये देण्यात आले. त्यांनी जे. सी. जैन यांची कंपनीचे सरव्यवस्थापक म्हणून नेमणूक केली. मात्र, कंपनीची प्रचंड मोठी यंत्रणा खऱ्या अर्थाने कार्यरत होण्याआधीच कायदेशीर खटले उभे राहिले आणि कंपनीला खाचखळग्यांच्या रस्त्यावरून वाटचाल करावी लागली', अशी खंत तर्नेजांनी व्यक्त केली.

या अडचणींतूनही *टाइम्स* पुन्हा भरारीसाठी कसा सज्ज झाला, याचे वर्णन करताना तर्नेजा म्हणाले, 'बेनेट, कोलमन आणि कंपनीसाठी १९७० ते १९७६ हा काळ अतिशय खडतर आणि आव्हानात्मक होता. कंपनीचे नियंत्रण सर्वस्वी सरकारच्या हातात होते. न्यायालयाच्या आदेशाने कंपनीचे व्यवस्थापन सरकारकडे गेले, तरी त्याची मालकी जैन कुटुंबाकडेच होती. तरीही *टाइम्स* समूहावर १९७६ मध्ये जैन कुटुंबाची मालकी पुन्हा प्रस्थापित झाली, असे म्हणणे वास्तवदर्शी ठरते. अशोक जैन कंपनीचे अध्यक्ष झाले. त्यानंतर टाइम्सचे साम्राज्य पुन्हा उभारण्यास सुरुवात झाली. *टाइम्स*च्या विस्ताराच्या अनेक भव्यदिव्य कल्पना अशोक यांच्याकडे होत्या. संपूर्ण देशभर टाइम्सचे अस्तित्व जाणवले पाहिजे, असे त्यांचे स्वप्न होते.'

टाइम्स समूहासाठी १९८८ हे वर्ष अतिशय निर्णायक आणि कलाटणी देणारे ठरले, असे प्रतिपादन डॉ. तर्नेजा यांनी केले. 'या वर्षी *टाइम्स ऑफ इंडिया*च्या स्थापनेचे दीडशेवे वर्ष- शतकोत्तर सुवर्ण महोत्सव साजरा करण्यात आला. त्या निमित्ताने वरिष्ठ पातळीवर घेतले जाणारे निर्णय आणि संबंधित प्रक्रियांना संस्थात्मक स्वरूप देण्यात आले. त्याच्या बरोबरीने १९८६-८७ आणि १९९० मधील तंत्रज्ञानाच्या आधुनिकीकरणाची कहाणी आहे. देशात सर्वप्रथम अत्याधुनिक छापखान्याची उभारणी टाइम्स समूहाने केली आणि कंपनीच्या इतर विभाग व प्रक्रियांमध्येही मोठ्या प्रमाणावर नव्या तंत्रज्ञानाचा वापर सुरू झाला', असे त्यांनी अभिमानाने सांगितले.

मात्र, बेनेट, कोलमन आणि कंपनीचे यश वृत्तपत्रांपुरते मर्यादित असल्याचा दावा तर्नेजा यांनी केला. ते म्हणाले, '*टाइम्स* समूह वृत्तपत्रांव्यतिरिक्त इतर सर्व क्षेत्रांत अपयशी ठरला आहे. *टाइम्स*हा खरेच ब्रँड झाला आहे का? वृत्तपत्रासारखाच टाइम्सचा टी-शर्टही विकला जाईल का?' तर्नेजा यांच्या या शंका काळाच्या ओघात टाइम्स समूहाने अनाठायी ठरवल्या आहेत. टाइम्स समूहाने आता बहुमाध्यमांमध्ये तितकीच जोरकस प्रगती केली आहे आणि टाइम्स हा ब्रँड बनण्याच्या दिशेने दमदार वाटचाल करत आहे.

*टाइम्स ऑफ इंडिया*चे भाग्य असे की, मोठ्या स्थित्यंतरातून जात असताना श्यामलाल यांच्या रूपाने त्याला एक सर्वोत्तम संपादक लाभला. श्यामलाल लेखक, तत्त्वज्ञ आणि विचारवंत होते. ते विद्वान होते आणि इतर गोष्टींपासून काहीसे अलिप्तही होते. भारतीय पत्रकारितेत त्यांनी कर्तबगारीच्या जोरावर आदराचे स्थान मिळवले. श्यामलाल यांचा जन्म १९१२ सालचा. टाइम्समध्ये १९५० साली रुजू होण्यापूर्वी त्यांनी *हिंदुस्थान टाइम्स* आणि आता अस्तित्वात नसलेल्या '*इंडियन न्यूज क्रोनिकल*'या वृत्तपत्रांमध्ये काही काळ काम केले. *टाइम्स ऑफ इंडिया*च्या संपादकपदाची धुरा १९६७ मध्ये त्यांच्याकडे आली.

बेनेट, कोलमन आणि कंपनीचा कारभार सरकारनियुक्त मंडळाकडे असतानाही संपादक श्यामलाल यांना वृत्तपत्र चालविण्याचे सर्व स्वातंत्र्य होते, असे इंदर मल्होत्रा यांनी सांगितले. मात्र, देशभर आणीबाणी लागू असताना १९७५ ते १९७७ या काळात सरकारला टाइम्सच्या संपादकपदी एम. शमीम हवे होते. या काळात

तत्कालीन पंतप्रधान इंदिरा गांधी यांनी कंपनीच्या अध्यक्षपदाची सूत्रेही रजनी पटेल यांच्याकडे सोपविली होती.

श्यामलाल १९६७ ते १९७८ या कालावधीत टाइम्सचे संपादक होते. 'अदिब' या टोपणनावाने ते 'लाइफ अँड लेटर्स' नावाचा स्तंभ चालवत असत. त्याला वाचकांचा मोठा प्रतिसाद होता. 'द नॅशनल सीन' या स्तंभाचे लेखन मात्र ते स्वत:च्या नावाने करत असत.

श्यामलाल यांनी त्यांच्या मुलाखतीत *टाइम्स ऑफ इंडिया* तील अनेक आठवणी व अनुभवांना उजाळा दिला.[४४] ते म्हणाले, 'बेनेट, कोलमन आणि कंपनीचे अध्यक्ष टाइम्सच्या इमारतीत बसत आणि संपादकांशी चर्चा करत. मालक चर्चेसाठी कोणती वेळ सोयीची आहे, हे मला विचारत आणि त्यानुसार माझी भेट घेत. ही चर्चा सर्वसाधारण राजकारणावर असे. मात्र, त्यांनी संपादकीय धोरणाबद्दल एकदाही चकार शब्द काढला नाही किंवा त्याला दिशा देण्याचा प्रयत्न केला नाही. प्रसिद्ध अभिनेते राज कपूर यांच्याबाबतचा एक प्रसंग मला आठवतो. त्यांच्या मुलीचा विवाह होता आणि त्याचे छायाचित्र टाइम्समध्ये प्रसिद्ध व्हावे, अशी त्यांची इच्छा होती. मी त्याला स्पष्ट नकार दिला. आम्ही छायाचित्र छापले नाही.'

'मी संपादक असताना टाइम्समध्ये फक्त एक व्यवस्थापक होते. कोणीही कार्यकारी व्यवस्थापक नव्हते. मालक आणि संपादक यांचे संबंध सलोख्याचे होते. वृत्तपत्राच्या कामकाजात संपादकांना संपूर्ण स्वातंत्र्य होते आणि मालक त्यात हस्तक्षेप करत नव्हते. मालक मंडळींना केवळ राजकीय घडामोडींमध्ये आणि आंतरराष्ट्रीय राजकारण समजून घेण्यात रस होता. त्यासंबंधी ते आमच्याशी चर्चा करत. त्यापलीकडे ते जात नसत', असे श्यामलाल यांनी सांगितले.

श्यामलाल १९७८ मध्ये निवृत्त झाले. त्यांच्या जागी गिरीलाल जैन टाइम्सचे संपादक झाले. इंदर मल्होत्रा यांची टाइम्सच्या दिल्ली आवृत्तीच्या निवासी संपादकपदी नियुक्ती करण्यात आली. मल्होत्रा टाइम्स समूहात फेब्रुवारी १९७१ मध्ये दाखल झाले होते आणि ते मुंबई आवृत्तीत कार्यरत होते. बेनेट, कोलमन आणि कंपनीने नवी प्रकाशने, नव्या आवृत्त्या सुरू करण्याचे धोरण कायम राखले होते. १९६८ मध्ये *टाइम्स*ची अहमदाबाद आवृत्ती सुरू झाली. *'महाराष्ट्र टाइम्स'* हे या समूहातील मराठी वृत्तपत्र १९६२ मध्ये मुंबईतून सुरू झाले. *इकॉनॉमिक टाइम्स* च्या दिल्ली आणि कोलकाता आवृत्त्या अनुक्रमे १९७४ व १९७६ मध्ये सुरू झाल्या.

जैन यांनी १९७६ मध्ये सरकारनियुक्त मंडळाकडून टाइम्स समूहाचा पुन्हा ताबा घेतला, तेव्हा परिस्थितीचा आढावा घेण्यासाठी एक बैठक बोलाविण्यात

आली होती. अशोक जैन यांच्या नेतृत्वाखाली करावयाच्या बदलांची रूपरेषाही त्यात ठरविण्यात आली. इंदर मल्होत्रा यांचा अशोक जैन यांच्याशी नियमित संपर्क व संवाद असे. ते म्हणाले, 'अशोक हे उत्तम शिष्टाचार पाळणारे मालक होते. ते पत्रकार आणि पत्रकारितेच्या मूल्यांचा आदर करीत. वृत्तपत्राच्या संपादकीय कामकाजात ते फारसा हस्तक्षेप करत नसत. क्वचित एखाद वेळी वृत्तपत्रात अमुक बातमी का छापून आली किंवा का छापून आली नाही, याची चौकशी व्हायची. परंतु, तीसुद्धा अतिशय सौजन्याने आणि सावधगिरीने होत असे.'

त्याची उदाहरणे देताना मल्होत्रा म्हणाले, 'अशोक जैन यांनी मला फक्त दोनदा दूरभाष केला असावा. पण त्यांनी कधीही माझ्यावर दडपण आणण्याचा किंवा प्रभाव टाकण्याचा प्रयत्न केला नाही. त्यांनी पहिल्यांदा दूरभाष केला, तेव्हा इंदिरा गांधी पुन्हा सत्तेवर आल्या होत्या. स्वराज पॉल त्यावेळी 'एस्कॉर्टस्' ताब्यात घेण्याच्या प्रयत्नात होते. अंबानींचा उदय नुकताच होत होता. त्या वेळी नंदा यांच्या एस्कॉर्टस् समूहावर छापे पडले. १९८३ मध्ये आम्ही लखनौ आवृत्ती सुरू केली होती आणि बेंगळुरूमध्ये आवृत्ती सुरू करण्याच्या हालचाली सुरू होत्या. त्यासाठी संपादक गिरीलाल जैन तेथे गेले होते.

गिरीलाल यांची भूमिका अशा छाप्यांच्या विरोधात होती. त्यामुळे नंदांवरील छाप्यांची बातमी ठळकपणे छापू नका, फक्त वृत्तसंस्थेने दिल्याप्रमाणे ती छापा, असा त्यांचा निरोप आल्याचे वृत्तसंपादकाने मला सांगितले. या पार्श्वभूमीवर या छाप्यांबाबत आपल्याकडे बातमी का नाही, अशी विचारणा अशोक जैन यांनी मला दूरध्वनीवरून केली. बातमी का प्रसिद्ध झाली नाही, एवढेच त्यांना समजून घ्यायचे होते.'

मल्होत्रा यांच्या आठवणीतील दुसऱ्या प्रसंगाशी अशोक जैन यांचा संबंध होता. मात्र, समीर जैन यांची त्यावेळची तीव्र प्रतिक्रिया त्यांना प्रामुख्याने आठवत होती. ते म्हणाले, 'राजीव गांधी १९८४ मध्ये पंतप्रधान झाले. त्यांच्या मंत्रिमंडळात विश्वनाथ प्रताप सिंह अर्थमंत्री होते. त्या वेळी महाराष्ट्रातील आघाडीचे उद्योगपती किर्लोस्कर यांच्या काही ठिकाणांवर छापे पडले आणि शंतनुराव किर्लोस्कर यांनाही अटक झाली. ही बातमी टाइम्समध्ये प्रसिद्ध झाली नव्हती. दुसऱ्या दिवशी त्याबाबत विचारणा झाली, तेव्हा गिरीलाल जैन यांनी खुलासा केला की, किर्लोस्कर यांनी छाप्यावर जशी प्रतिक्रिया व्यक्त केली, तसेच या बातमीचेही झाले.

त्यावर समीर जैन भलतेच संतापले. '*टाइम्स ऑफ इंडिया* हे किर्लोस्करांचे गॅझेट (वृत्तपत्र) झाले आहे का,' असा संतप्त सवाल त्यांनी केला. त्यांनी गिरीलाल जैन यांना चांगलेच धारेवर धरले, तेव्हा मी तेथून निघून आलो.'

अशोक जैन बेनेट, कोलमन आणि कंपनीचे अध्यक्ष झाले, त्या वेळेपर्यंत साहू जैन कुटुंबाचे इतर व्यवसाय अस्तंगत होण्याच्या मार्गावर होते. समूहातील अनेक उद्योग आजारी होते किंवा त्यांना घरघर लागली होती. बहुतांश उद्योग पुन्हा उर्जितावस्थेत आणणे अशक्य बनले होते.

अशोक जैन यांचा मोठा मुलगा समीर यांनी 'न्यू सेंट्रल ज्युट मिल्स' ही तागगिरणी पुन्हा सुस्थितीत आणण्यासाठी प्रयत्न केले. परंतु ते यशस्वी होऊ शकले नाहीत. तसाही समीर यांना ग्रामीण भागात कृषीमालाच्या खरेदी–विक्रीपेक्षा नागरी भागात काम करणे अधिक पसंत होते. या पार्श्वभूमीवर *टाइम्स ऑफ इंडिया* आणि बेनेट, कोलमन आणि कंपनीला समीर यांच्या लेखी अनन्यसाधारण महत्त्व होते. त्यामुळे त्यांनी प्रकाशनाच्या व्यवसायात अधिक लक्ष घातले आणि त्यातील खाचाखोचा समजून घेण्यास सुरुवात केली. अशा रीतीने जैन कुटुंबाच्या या वारसदाराने जाणीवपूर्वक निवडलेल्या क्षेत्रात पावले टाकण्यास प्रारंभ केला.

जुलै १९७७ मध्ये बेनेट, कोलमन आणि कंपनीचा नफा फक्त ४९ लाख रुपये इतका होता. सन २००० च्या जुलैमध्ये तो २१६.४५ कोटी रुपयांवर पोचला. या वाटचालीदरम्यान, बेनेट, कोलमन आणि कंपनीच्या व्यवसायाचा विस्तार सुरूच होता. क्रीडा विषयाची आवड असणाऱ्या वाचकवर्गासाठी कंपनीने *'खेल भारती'* हे नियतकालिक सुरू केले. लहान मुलांसाठी *'इंद्रजाल कॉमिक्स'*, किशोरांसाठी *'सायन्स टुडे'* व *'करियर अँड काँपीटिशन टाइम्स'* अशी नियतकालिके सुरू करण्यात आली.

कंपनीने १९७८ मध्ये दिल्लीत *'संध्या टाइम्स'* हे हिंदी सायंदैनिक सुरू केले. १९७९ पर्यंत *टाइम्स ऑफ इंडिया* मुंबई, दिल्ली आणि अहमदाबाद या तीन ठिकाणांहूनच प्रसिद्ध होत होते.

खपाचा विचार केला, तर बेनेट, कोलमन आणि कंपनीतील वृत्तपत्रांची कामगिरी वाईट नव्हती. परंतु, ती फारशी चमकदारही नव्हती. जानेवारी ते जून १९७९ या कालावधीत समूहातील *टाइम्स ऑफ इंडिया* या प्रमुख वृत्तपत्राचा खप मुंबईमध्ये रोज २.५ लाख, दिल्लीत १.७ लाख आणि अहमदाबादमध्ये ४७ हजार इतका होता.

दिल्लीच्या बाजारपेठेत *हिंदुस्थान टाइम्स* या आघाडीच्या वृत्तपत्रापेक्षा *टाइम्स* खूपच मागे होता. आणीबाणीच्या काळात महत्त्वाची भूमिका बजावणाऱ्या *इंडियन एक्स्प्रेस* शी स्पर्धेतही तो मागे पडला होता. एक्स्प्रेसच्या केवळ खपातच वाढ

झाली नव्हती, तर त्याचे निष्ठावंत वाचकही वाढले होते. आणीबाणीतील दोन वर्षांचा संघर्षाचा काळ, ती उठवल्यानंतर जानेवारी १९७७ मध्ये जाहीर झालेल्या लोकसभेच्या निवडणुका व प्रत्यक्षात मार्चमध्ये झालेल्या निवडणुका या काळात– म्हणजे २६ जून १९७५ ते २१ मार्च १९७७ या काळात *इंडियन एक्स्प्रेस*ने जोरदार मुसंडी मारली होती. सुशील पंडित या अभ्यासकाच्या माहितीनुसार या काळात *एक्स्प्रेस*चा खप जवळपास तिपटीने वाढला.[४५] त्या वेळी अरुण शौरी हे *इंडियन एक्स्प्रेस*ची धुरा वाहत होते. त्यांनी आणीबाणीनंतरही एक्स्प्रेसची लोकप्रियता कायम राखण्यात यश मिळवले. त्या तुलनेत *टाइम्स ऑफ इंडिया* हे मध्यममार्गी आणि मवाळ भूमिका घेणारे वृत्तपत्र मानले जात होते. त्यामुळे राजधानी दिल्लीत ते बराच काळ तिसऱ्या स्थानावर राहिले.

वडील शांताप्रसाद यांच्याप्रमाणेच अशोक जैन हेसुद्धा कायदेशीर कारवाईच्या फेऱ्यात अडकले. परकीय चलन नियमन कायद्याचे (फॉरेन एक्स्चेंज रेग्युलेशन ॲक्ट– फेरा) उल्लंघन केल्याचा आरोप त्यांच्यावर ठेवण्यात आला. या प्रकरणी अंमलबजावणी संचालनालयाने जुलै १९९८ मध्ये अशोक यांना मुंबईतील निवासस्थानी अटक केली. ही कायद्याची लढाई दीर्घ काळ चालली. या लढाईत जैन कुटुंबीय आणि माध्यम समूहातील वृत्तपत्रे अशोक यांच्या पाठीशी होती. या दरम्यान अमेरिकेतील क्लीव्हलँड येथील रुग्णालयात त्यांच्यावर हृदयशस्त्रक्रिया करण्यात आली. परंतु, फेब्रुवारी १९९९ मध्ये त्यांचे निधन झाले.

एकोणिसशे ऐंशीच्या दशकात टाइम्स माध्यम समूहात नवी पिढी दाखल झाल्याने क्रांतिकारक बदलांना सुरुवात झाली. त्यातून मोठी उलथापालथही झाली, परंतु या घडामोडींनी या समूहाबरोबरच माध्यमांच्या क्षेत्रातही प्रबोधनाची आणि पुनर्निर्माणाची नवी पहाट उगवली. जुनी व्यवस्था बदलणे आता भाग होते. त्यासाठी माध्यमांच्या व्यवसायाचे कालबाह्य संकेत वाऱ्यावर भिरकवण्यात आले आणि माध्यमविश्वाच्या खेळाचे नियम बदलण्यास सुरुवात झाली. वृत्तपत्रांचा उद्योग हा खऱ्या अर्थाने उद्योग बनण्यास या बदलांमुळे सुरुवात झाली. त्यात स्पर्धेबरोबरच व्यावसायिकता आली. व्यवसायच म्हटल्यावर तो तशाच नियमांनी चालविण्याविषयीचा संकोच दूर झाला, अपराधीपणाची भावना मागे पडली आणि नव्या, स्पष्ट व्यावसायिक उद्दिष्टांच्या दिशेने भारतातील माध्यमांची रचना होण्यास प्रारंभ झाला.

२

चौथ्या स्तंभावर क्रुद्ध उपाध्यक्ष

'जेव्हा तुम्ही महान ध्येयाने भारलेले असता, एखादे भव्य स्वप्न तुमच्यापुढे असते, तेव्हा तुमचे विचार सर्व बंधनांमधून मुक्त होतात. तुमचे मन सर्व मर्यादा ओलांडते. तुमच्या जाणिवा सर्व दिशांना विस्तारू लागतात आणि तुम्ही एका नव्या अद्‌भुत जगात प्रवेश करता. तुमच्यातील सुप्त शक्ती, प्रतिभा प्रकट होतात. तुम्ही स्वत:विषयी कधी कल्पनाही केली नसेल, अशा स्वप्नवत् महान व्यक्तीमध्ये तुमचे रुपांतर होते.'

(हे विचार पतंजलींचे मानले जात असले,
तरी त्याचा नेमका स्रोत मिळू शकला नाही.)

मुंबईतील टाइम्स हाऊसमधील सभागृहात बेनेट, कोलमन आणि कंपनीचे अध्यक्ष अशोक जैन यांनी १९८४ मध्ये एक उच्चस्तरीय बैठक बोलावली होती. कंपनीचे वरिष्ठ पदाधिकारी तिला उपस्थित होते. व्यवस्थापकीय संचालक राम तर्नेजा, कार्यकारी संचालक पी. आर. कृष्णमूर्ती आणि रमेशचंद्र जैन, *टाइम्स ऑफ इंडिया*चे संपादक श्यामलाल, वितरण विभागाचे प्रमुख बलजित कपूर आदींचा त्यात समावेश होता. गिरीलाल जैन आणि प्रसिद्ध व्यंग्यचित्रकार आर. के. लक्ष्मण हेही या बैठकीत होते. बैठकीचा अजेंडा तसा ठरलेला नव्हता. पण अशोक जैन त्यांचा तीस वर्षांचा मुलगा समीर यांची कंपनीच्या वरिष्ठ पदाधिकाऱ्यांशी औपचारिक भेट घडविणार होते.

शिडशिडीत अंगकाठीचा, सामान्य दिसणारा एक तरुण सभागृहात आला आणि सर्वांचे लक्ष त्याच्याकडे वेधले गेले. सर्वांच्या मनावरचा ताण हलका झाला. समीर इतरांवर अधिकार गाजवणारे किंवा हडेलहप्पी करणारे असे दिसत नव्हते. त्यांनी अतिशय मृदू आवाजात सर्वांशी संवाद साधला. त्यांच्याकडे लक्ष वेधावे, अशी तोवर त्यांची काही विशेष कामगिरी नव्हती. कंपनीच्या पदाधिकाऱ्यांना ते तसे अनोळखीही नव्हते. बैठकीतले काही जण त्यांना अनेक वर्षांपासून- अगदी बालपणापासूनही ओळखत होते. पण समूहात त्यांच्या येण्यामुळे पुढे काय घडणार आहे, याबद्दल बैठकीतील कोणालाही सुतराम कल्पना नव्हती.

समीर कंपनीचे भावी वारसदार होते. बैठकीत त्यांना बोलण्याची विनंती झाली. त्यांनी प्रस्तावनेत फार वेळ घेतला नाही आणि ते थेट मुद्यावर आले. समीर म्हणाले, 'वृत्तपत्रे ही लोकांपर्यंत जाहिराती पोचविण्याचे एक साधनमात्र आहेत आणि जाहिरातींदरम्यान राहिलेल्या मोकळ्या जागा भरून काढण्यासाठी म्हणून केवळ बातम्या आहेत.'

उपस्थितांमध्ये त्या वेळचे देशातील नावाजलेले संपादक होते. बैठकीतील सर्वांनाच हादरविणारे हे विधान कोणाचा थेट अपमान करणारे नसले, तरी निश्चितच तुच्छतादर्शक होते. त्या वेळची वृत्तपत्रे स्वतःला ध्येयवादी मानत होती. अशा वेळी व्यक्त झालेले हे विचार काहीसे पाखंडी, अपवित्र आणि भ्रष्ट ठरवले गेल्यास नवल नाही. वृत्तपत्रांच्या मालक-चालकांना तेव्हा मिळणारी प्रतिष्ठा जाहिरातींमुळे नव्हे; तर संपादकीय बातम्या आणि मतांमुळे होती. या पार्श्वभूमीवर समीर जैन यांनी केलेले हे विधान पुढील काळात अनेकदा उच्चारले गेले. त्यावर मोठे वादविवादही झडले. समीर हे प्रखर 'पत्रकारविरोधी' असल्याची त्यांची प्रतिमा त्यातून तयार झाली.

पत्रकारविरोधी अशी समीर यांची प्रतिमा खरी असो वा खोटी; पण त्यांचा वृत्तपत्रांकडे पाहण्याचा दृष्टिकोन या उद्‌गारांमध्ये सामावला होता. याच भूमिकेतून त्यांनी पुढील दशकांमध्ये आपल्या माध्यम साम्राज्याचे व्यवस्थापन केले. त्या वेळी वृत्तपत्रे आणि माध्यमांचे व्यवस्थापन ज्या प्रकारे चालवले जात होते, त्यापेक्षा वेगळी वाट समीर यांनी चोखाळली. त्यांची भूमिका प्रखर होती आणि विचारांमध्ये स्पष्टता होती.

तीन दशकांनंतर समीर जैन जगातल्या सर्वाधिक खपाच्या इंग्रजी दैनिकाचे मालक

झाले. पण ते स्वत: निश्चयपूर्वक व काहीसे हट्टाने सर्व प्रकारच्या प्रसिद्धीपासून दूर राहिले. त्यांचे धाकटे भाऊ विनीत यांची छायाचित्रे कधीतरी टाइम्स समूहाच्या वृत्तपत्रांमध्ये छापून येत असली, तरी समीर मात्र प्रकाशझोतात आले नाहीत. उलट इतर काही वृत्तपत्रे व संस्थांनी समीर जैन यांची छायाचित्रे जिथे कोठे आणि जेव्हा कधी शक्य होतील, तेव्हा काढण्याच्या सूचना त्यांच्या छायाचित्रकारांना देऊन ठेवल्या आहेत.

ही पार्श्वभूमी लक्षात घेता *टाइम्स ऑफ इंडिया* संबंधी या पुस्तकाच्या लेखनासाठी मी समीर जैन यांची भेट मिळविण्याचे प्रारंभी केलेले सर्व प्रयत्न असफल ठरले, यात नवल नाही. त्यानंतरही काही वर्षांनी भेट मिळविण्याचे पुन्हा केलेले प्रयत्न निष्फळ ठरले. भारतीय माध्यमांमधील प्रसिद्ध; परंतु ज्यांच्याभोवती गूढतेचे वलय आहे, अशा निवडक व्यक्तींपैकी समीर जैन एक आहेत. टाइम्स समूहात समीर यांच्या मार्गदर्शनाखाली काम करत असलेल्या आणि त्यांच्यासमवेत काही काळ काम केलेल्या; परंतु आता बाहेर पडलेल्या काही व्यक्तींनी त्यांच्याबद्दल माहिती दिली. अनेकजण समीर व त्यांच्या कार्यशैलीविषयी भरभरून बोलले. समीर यांच्या व्यक्तिमत्वाच्या त्यांना जाणवलेल्या काही पैलूंविषयी ही माणसे बोलली. हे माहितीचे तुकडे एकत्र करून समीर यांचे अनेक छटा असलेले विविधरंगी व्यक्तिचित्र रेखाटण्याचा प्रयत्न मी केला आहे.

समीर जैन यांचे समतोल आणि वास्तवदर्शी चित्र रेखाटणे सोपे नाही, याची मला या प्रवासात प्रकर्षाने जाणीव झाली. त्यांच्याविषयी बोलणाऱ्यांच्या मनातील भावभावनांचा कल्लोळ मी अनुभवला. काही सहकाऱ्यांच्या मनात समीर यांच्याविषयी आदरयुक्त भीती दिसत होती. समीर यांची कुशाग्र बुद्धिमत्ता आणि माहितीचे वेगवेगळे बिंदू जोडून त्यातून मोठे चित्र उभे करण्याच्या त्यांच्या क्षमतेने हे सहकारी भारावलेले होते. रूढ, पारंपरिक गोष्टींना आव्हान देत नवे वाद उभे करायचे, प्रसंगी टीकाही ओढवून घ्यायची आणि नंतर तितक्याच शांतपणे त्यातून अलिप्त होत निर्णय घ्यायचा या समीर यांच्या वृत्तीने त्यांना भुरळ घातली होती.

अनेकांनी समीर यांच्या भोवतीच्या गूढ वलयाचा उल्लेख केला. त्यांच्या वागण्याबोलण्यातून मिळणाऱ्या संकेतांचा अर्थ लावणे कसे महाकठीण आहे, हे त्यांनी सांगितले. समीर अनेकदा प्राचीन ग्रंथांचे संदर्भ देत त्यांच्या सहकाऱ्यांपुढे लांबलचक भाषणे करत. त्यात वक्रोक्ती किंवा तिरकसपणाही असे. अशी भाषणे समजून घेताना त्यांच्या सहकाऱ्यांना धाप लागे. पण नंतर कधीतरी या भाषणांमधील मुद्द्यांचे खरे अर्थ त्यांच्या ध्यानी येत. समीर जैन यांच्या अध्यात्माकडे असलेल्या

ओढ्याचे, त्यांच्या गुरुंशी होणाऱ्या संभाषणाचे आणि 'देवाशी चालणाऱ्या संवादा'चे संदर्भही काहींच्या बोलण्यातून डोकावले.

समीर जैन नावाची व्यक्ती एकाच एक साच्यात बसवणे शक्य नाही, ही भावना उत्तरोत्तर वाढत गेली. समीर यांनी काही प्रसंगी त्यांच्या सहकाऱ्यांशी इतकी सह-अनुभूती दर्शवली की, अचंबित व्हावे. त्याचबरोबर केवळ व्यावसायिक हित नजरेसमोर ठेवून किंवा निव्वळ अहंकाराने प्रस्थापित मूल्ये पायदळी तुडवणाऱ्या त्यांच्या निष्ठुर म्हणाव्या अशा कृतीचे किस्सेही काही सहकाऱ्यांनी सांगितले. यातले कोणते समीर खरे, असा पेच त्यातून उभा राहिला.

एकंदर पाहता असे दिसते की, 'जिंकण्यासाठीच खेळायचे' ही आजोबा शांतिप्रसाद यांची वृत्ती समीर यांच्या स्वभावात उतरली असावी. कोणाही व्यक्तीवर फार विश्वास ठेवायचा नाही आणि फार काळ विश्वास ठेवायचा नाही, हा धडा समीर यांनी कारकिर्दीच्या सुरुवातीलाच गिरवला. स्वत: शिकणे व शिकत राहणे, स्वत:ला ओळखणे आणि त्यातून स्वत:ची कृती व विचारांमध्ये सुधारणा करत पुढे जाणे, हा समीर यांचा मार्ग आहे. बाह्यत: शांत व अलिप्त वाटणाऱ्या समीर यांच्यात सर्व प्रकारच्या प्रतिकूल परिस्थितीवर मात करण्याची दुर्दम्य आकांक्षा ठासून भरली आहे. कोणालाही हरणे आवडत नाही, हेच खरे!

समीर यांचा दृष्टिकोन आणि कामाची पद्धत जरा 'हट के' आहे. धोपटमार्ग सोडून ते वेगळा विचार व तशी कृती करू पाहतात. जे आतून वाटते, मनापासून वाटते, त्याच्या आधारे ते निर्णय घेतात आणि त्याची चाचणी घेतात. त्यांच्यापुढे येणारी प्रत्येक कल्पना, प्रस्ताव किंवा नव्या योजना ते सर्व बाजूंनी तपासून पाहतात. त्यातील शक्य तितके सर्व दोष दूर करण्याचा प्रयत्न करतात आणि ती कल्पना खऱ्या अर्थाने व्यवहार्य बनवतात. प्रयोग करण्याची आणि ठरवून धोका पत्करण्याची समीर यांची तयारी असते. मात्र, अपयशाची त्यांना घृणा आहे. समीर जैन हे शांत, तरीही आक्रमक; सहभागी, तरीही अलिप्त असे आहेत. सर्वांत महत्त्वाचे म्हणजे प्रसिद्धी आणि यश हे क्षणभंगुर असल्याची जाणीव त्यांना आहे. त्यांच्या दृष्टीने तात्कालिकता हीच केवळ शाश्वत आहे.

बेनेट, कोलमन आणि कंपनीत समीर जैन यांनी पहिल्यांदा पाऊल टाकले, ते वयाच्या विशीमध्ये. तेव्हा ते काहीसे अंतर्मुख आणि भिडस्त स्वभावाचे होते. दिसायला मवाळ आणि व्यवसायाच्या खाचाखोचा शिकून घेण्यास उत्सुक असे ते होते. त्यांचे शालेय शिक्षण कोलकात्यातील सेंट झेवियरमध्ये झाले. महाविद्यालयीन शिक्षण मात्र दिल्लीतील सेंट स्टीफनमध्ये झाले. इंग्रजी साहित्य, राज्यशास्त्र आणि

अर्थशास्त्र हे त्यांचे अभ्यासाचे विषय होते. शिक्षण घेत असतानाच त्यांना वाचनाची मोठी गोडी लागली.

समीर जैन यांच्या पूर्वायुष्याविषयी बेनेट, कोलमन आणि कंपनीतून फारशी माहिती मिळू शकली नाही. त्यासाठी मी समीर यांचे चुलतभाऊ अभिषेक जैन यांची दक्षिण दिल्लीतील गुलमोहर पार्क येथील निवासस्थानी भेट घेतली. विस्तारित जैन कुटुंबातील एक सदस्य म्हणून समीर यांच्याविषयी या संवादातून थोडी माहिती मिळाली. अभिषेक यांच्या बोलण्यात सुरुवातीला थोडा संकोच होता. परंतु, त्यांचे वडील रमेशचंद्र यांच्याशी मी आधी विस्ताराने बोलले होते. ते माहिती झाल्यावर त्यांना थोडा विश्वास वाटला आणि संकोच गळून पडला. 'मी तुम्हाला खूप काही गोष्टी सांगू शकतो', असे म्हणून त्यांनी गप्पांना सुरुवात केली.[१]

समीर यांना नेमकी कशातून प्रेरणा मिळते, त्यांचे व्यक्तिमत्व कसे घडत गेले, हे समजून घेण्याची मला इच्छा होती. त्यांच्या महाविद्यालयीन जीवनाविषयीही मला उत्सुकता होती. अखिलेश त्या काळात सफदरजंग एन्क्लेव्ह इथे राहत होते. समीर यांचे त्या वेळचे निवासस्थान '६ सरदार पटेल मार्ग' फार लांब नव्हते. अखिलेश सांगू लागले, 'समीरचे कुटुंब कोलकात्याहून दिल्लीला आल्यानंतरच माझी त्याच्याशी खरी ओळख झाली. त्याआधी कुटुंबाच्या काही कार्यक्रमांमध्ये आम्ही मुले भेटलो असू. पण त्या वेळी आमचे फार काही बोलणे झाल्याचे आठवत नाही. माझे आजोबा जैन कुटुंबाचे प्रमुख होते. लग्न किंवा इतर समारंभांना ते सर्व कुटुंबीयांना एकत्र बोलावत असत.'

'कोलकात्यातील उद्योगांना वाईट दिवस आले, तेव्हा समीरच्या कुटुंबीयांनी दिल्लीला स्थलांतरित व्हायचे ठरवले. त्यानंतरच माझ्या समीरशी खऱ्या अर्थाने गाठीभेटी आणि बोलणे सुरू झाले. आम्ही तसे सर्वसामान्य विद्यार्थी होतो. एकाच महाविद्यालयात शिकत होतो. त्यामुळे आम्ही मित्रच अधिक होतो. मी समीरच्या घरी जात असे आणि तेथून त्यांच्या मोटारीतून आम्ही एकत्र महाविद्यालयात जात असू. आम्ही दुपारी दोनच्या सुमारास घरी परतत असू. कधीतरी एकत्र अभ्यासही करत असू. परीक्षेच्या दिवसांमध्ये समीरच्या घरातील ग्रंथालयातच आम्ही रात्री उशिरापर्यंत अभ्यास करत असू. इतर वेळी आम्ही कधी तरी जवळच्या पंचतारांकित हॉटेलात कॉफीसाठी जात असू. खाण्यापिण्याच्या बाबतीत समीर अतिशय चोखंदळ होता. त्याचा घसा तसा नाजूकच होता,' असे अभिषेक यांनी सांगितले.

आठवणींना उजाळा देत ते पुढे म्हणाले, 'कुकू[२] अगदी शांत मुलगा होता. तो कोणामध्ये फारसा मिसळत नसे आणि त्याला जवळपास कोणी मित्रच नव्हते. मला

आठवतंय की, आम्ही महाविद्यालयात जायला सुरुवात केली, तेव्हा आपल्यावर कोणी रॅगिंग करेल का, अशी भीती समीरला वाटत होती. तेव्हा शशांक रायजादा नावाचा आमचा एक मित्र होता. दिल्लीतले डिलाइट चित्रपटगृह त्याच्या कुटुंबाच्या मालकीचे होते. सुरुवातीचे जवळपास पंधरा दिवस शशांक कायम समीरच्या सोबतीला होता.'

शशांक रायजादा यांच्या आठवणींप्रमाणे समीर जैन त्यांना सोबत नेण्यासाठी दक्षिण दिल्लीतील सुंदरनगरमध्ये 'डॅटसन' मोटारीतून येत असत. रॅगिंगपासून स्वतःचा बचाव करण्यासाठी त्यांना शशांकची सोबत हवी होती. ते म्हणाले, 'मी आधीपासूनच महाविद्यालयात जात होतो आणि समीरच्या एक वर्ष पुढे होतो. आम्ही रॅगिंगपासून समीरला वाचवले, तरी काही जण मोटारीच्या नावावरून समीरला डॅटसन असे चिडवत असत.'[३]

शशांक पुढे म्हणाले, 'समीर अतिशय शांत स्वभावाचा होता. पण कधीतरी तो खूप बोलायचा. फार मोठ्याने नाही, पण ठाम व आग्रही असे त्याचे बोलणे असायचे. तो कोणत्याही गोष्टीचे बारकाईने विश्लेषण करायचा. वादात तो सफाईने आपली बाजू मांडायचा. कोणतीही गोष्ट तो तपशीलवार अभ्यासत असे. इतरांच्या सूचनांचा तो सहज स्वीकार करत असे आणि मुख्य म्हणजे तो खूप वाचत असे.'

समीर यांचे वाचन आणि भाषेवरील प्रेमाविषयी अखिलेश म्हणाले, 'समीरला वाचनाची खूप आवड होती, हे मला चांगले आठवते. त्याचे इंग्रजी संभाषण अतिशय प्रभावी होते. चपखल, योग्य शब्द निवडा; म्हणजे तुम्ही कमी शब्दांत स्वतःला उत्तमरीत्या व्यक्त करू शकाल, असे त्याचे सांगणे असे. शब्दांचा प्रभावी वापर त्याला आवडत असे आणि कदाचित त्यामुळे तो शेलक्या शब्दांतच मोजके बोलत असे. कधी तरी त्याचे बोलणे समजणे आम्हाला अवघड वाटत असे. उत्तम सादरीकरण करण्याविषयीही समीर अतिशय आग्रही असे. त्यामुळे कोणताही विषय चांगला समजतो, असे त्याचे मत होते. आता सादरीकरणाच्या कौशल्यातून व्यवस्थापकांची क्षमता तपासणे त्याला सोपे जात असावे.'

बेनेट, कोलमन आणि कंपनीतील समीर यांच्या कारकिर्दीच्या सुरुवातीस त्यांच्या स्वभावातील आग्रहीपणा किंवा एकाच गोष्टीवर लक्ष केंद्रित करण्याची वृत्ती सहकाऱ्यांच्या लक्षात आली नाही. पण या गुणांच्या आधारे समीर यांनी नंतर कंपनीत मोठे बदल घडवून आणले. या प्रारंभीच्या दिवसांविषयी बलजित कपूर म्हणाले, 'सुरुवातीला समीर अतिशय मोकळ्या मनाचे वाटले. बैठका किंवा इतर सामाजिक कार्यक्रमांमध्ये आम्ही त्यांच्याशी बोलत असू, तेव्हा ते मान हलवून

प्रतिसाद द्यायचे. आम्ही त्यांच्याकडे मालकाचा मुलगा म्हणूनच पाहत होतो. परंतु, प्रत्यक्ष त्यांचे निर्णय राबविण्याची वेळ आली, तेव्हा त्यांच्या स्वभावाचे वेगळेच दर्शन घडले. त्यांचे काही निर्णय सर्वांना आवडणारे नव्हते. परंतु, ते स्वत:च्या निर्णयावर ठाम होते आणि संयमाने विरोधाचा सामना करत होते.'[४]

अशोक जैन यांनी १९८० मध्ये समीर यांचा वृत्तपत्र व्यवसायात प्रवेश घडवला, त्या वेळी रमेशचंद्र जैन यांना मार्गदर्शन करण्यास सांगण्यात आले. परंतु, आपल्यावर अशा प्रकारे पालकत्व लादले गेल्याने समीर संतापले असावेत. त्यांनी कंपनीत येणेच बंद केले. काही वर्षांनी ते टाइम्स समूहात परत आले, ते कार्यकारी संचालकाचा हुद्दा घेऊनच.

टाइम्स हाऊसमध्ये काम करण्यास सुरुवात केल्यावर समीर काही महिने फारशा कोणाच्या लक्षात येणार नाही, असेच वावरत होते. ते फारसे कोणात मिसळत नव्हते आणि स्वत:च्या कोषात होते. वृत्तपत्रांचा व्यवसाय अतिशय कंटाळवाणा आहे. त्यातले आपल्याला फारसे समजत नाही. व्यवसायवाढीसाठी धोके पत्करायला त्यात वाव नाही, असे मत ते खासगीत व्यक्त करत होते.

कंपनीचे अनेक वरिष्ठ अधिकारीही समीर यांच्याकडे नवशिके, अननुभवी उमेदवार म्हणून पाहत होते. त्यांना प्रशिक्षणाची व मार्गदर्शनाची गरज आहे, असे या अधिकाऱ्यांना वाटत होते. तरुण समीर यांना मदत करण्यास अशोक जैन यांनी काही अधिकाऱ्यांना सांगितले, तेव्हा त्यांचा हा ग्रह आणखी पक्का झाला. त्यानंतर कंपनीच्या व्यवस्थापनासंबंधी काही अहवाल समीर यांच्याकडे पाठविण्यास सुरुवात झाली. पण समीर कंपनीत तसे दुर्लक्षितच राहिले. अनेक वरिष्ठ अधिकारी पहिल्यांदा त्यांच्याशी तुटकपणेच वागले. काही त्यांना जुमानत नव्हते आणि तर काही मुद्दाम विरोधात जात होते.

समीर यांना सुरुवातीलाच आलेल्या अशा कटु अनुभवाविषयी विजय जिंदाल म्हणाले, 'डालमिया-जैन समूहात आधीपासून काम करणारे काही अधिकारी अजूनही जैन समूहात कायम होते. समीर यांना कंपनीच्या कारभारातील काही कळत नाही, अशीच वागणूक या दुढ्ढाचार्यांनी त्यांना दिली. त्यामुळे समीर यांचा स्वाभिमान दुखावला. आपल्या कर्तबगारीने या जुन्या धेंडांना चुकीचे ठरविण्याचा निश्चय त्यांनी केला.'[५] जिंदाल हे साहू जैन समूहात ऐंशीच्या दशकाच्या प्रारंभी रुजू झाले होते. सुरुवातीला ते कागद कारखान्यात काम करत होते. प्रगती करत करत ते नव्वदीच्या दशकात बेनेट, कोलमन आणि कंपनीच्या संचालक मंडळाचे सदस्य झाले.

बेनेट, कोलमन आणि कंपनीवर आपल्या कामगिरीचा ठसा उमटविण्याचा समीर जैन यांनी दृढनिश्चय केला, त्याला इतरही अनेक कारणे होती. जैन समूहातील इतर अनेक कंपन्यांचा व्यवसाय तेव्हा घसरणीला लागला होता. त्यांना पुन्हा उर्जितावस्थेत आणण्याचा प्रयत्न समीर यांनी करून पाहिला होता. परंतु, व्यावसायिक कारकिर्दीच्या प्रारंभीच त्यांना अपयशाचे धनी व्हावे लागले. त्यामुळे जैन कुटुंबाचे भवितव्यही आता वृत्तपत्र व्यवसायात पणाला लागले होते. या क्षेत्रातील यशावरच त्यांच्या आशा खिळल्या होत्या.

रमेशचंद्र जैन ही पार्श्वभूमी स्पष्ट करताना म्हणाले, 'समीर यांनी कुटुंबाच्या माध्यम व्यवसायात लक्ष घालायला सुरुवात केली, तेव्हा साहू जैन समूहातील इतर उद्योग डबघाईला आले होते. समीर यांनी बिहारमधील रोहतास उद्योगात लक्ष घातले होते. हा देशातील बड्या साखर कारखान्यांपैकी एक होता. उत्तर प्रदेशातील न्यू सेंट्रल ज्यूट मिलमध्येही कार्यकारी संचालक (प्रशासन) म्हणून समीर यांनी भाग्य आजमावले. तागाचा व्यवसाय देशात १९३३ ते १९५० या काळात भरभराटीला होता. परंतु, तो आता कठीण परिस्थितीत होता. कामगारांचे प्रश्नही भिजत पडले होते. समीर यांनी त्याला पुन्हा उभारी देण्याचे प्रयत्न केले. परंतु, ते फोल ठरले. त्यांना अपयश पदरी घेऊनच कोलकात्यात परतावे लागले.'

'जैन कुटुंब मालाच्या खरेदीविक्री व्यवहारात, वायदेबाजाराच्या व्यवसायात होते. परंतु समीर यांनी मनाने ते स्वीकारले नव्हते. कदाचित सेंट स्टीफनमधील शिक्षणामुळे तसे झाले असावे. बिहारच्या कानाकोपऱ्यातील एखाद्या गावात जाऊन काम करण्याची त्यांना इच्छा नव्हती. शहरात राहून करता येईल, असा एखादा व्यवसाय त्यांना हवा होता', असे निरीक्षण रमेशचंद्र यांनी नोंदविले.

समीर यांनी काम सुरू केले, तेव्हा कंपनीत प्रारंभी त्यांच्याकडे कोणी गांभीर्याने पाहिले नाही. त्यांच्या निश्चयी स्वभावाकडेही अनेकांचे दुर्लक्ष झाले. परंतु, काहींना समीर यांच्या गुंतागुंतीच्या स्वभावाची झलक अनुभवायला मिळाली. आपले केवळ व्यवसायाला प्राधान्य आहे आणि सर्वांनी आपल्याकडे गांभीर्याने पाहिले पाहिजे, अशी समीर यांची अपेक्षा होती. त्यांचे वडील तसे नरम स्वभावाचे होते. परंतु, समीर यांना अधिकार गाजवण्याची इच्छा होती. त्यानुसार ठोस निर्णय घेण्यास आणि आपल्या योजनांची प्रभावी अंमलबजावणी करण्यास त्यांनी सुरुवात केली.

या नव्या बदलांची चाहूल लागलेल्यांमध्ये इंदर मल्होत्रा होते. ते म्हणाले, 'सुरुवातीला समीर यांच्या क्षमता कोणाच्या फारशा लक्षात आल्या नाहीत. पण १९८४ च्या मध्यापासून समीर यांनी हे दाखवून द्यायला सुरुवात केली की, वृत्तपत्र

व्यवसायाची सूत्रे त्यांनी हातात घेतली आहेत आणि पुढची तीस–चाळीस वर्षे आपणच हा व्यवसाय चालवणार आहोत.'

जैन यांचे कुटुंबीय आणि नातलग या व्यवसायात अनेक वर्षांपासून होते. कंपनीच्या कारभारावर त्यांचे नियंत्रण होते. परंतु, वृत्तपत्र व्यवसायात प्रवेश केल्यानंतर समीर यांच्या ध्यानी आले की, इथल्या सर्व गोष्टी पत्रकारांच्या मतानुसारच चालल्या आहेत. इथे संपादक सर्वोच्च आहे. त्या वेळी इतर अनेक वृत्तपत्रांमध्येही अशीच स्थिती होती. हा अनुभव समीर यांच्या मनावर कोरला गेला.

त्या वेळी वृत्तपत्र व्यवसायात संपादकच सर्वोच्च होते आणि मालक मंडळींना तसे दुय्यम स्थान होते. त्याचे अनेक अनुभव समीर यांना आले. उदाहरण सांगायचे, तर तत्कालीन संपादक गिरीलाल जैन यांच्या केबिनमध्ये सहजपणे कोणालाही जाण्याची मुभा नव्हती. समीर यांनाही तशी ती नव्हती. टाइम्स हाऊसमध्ये संपादकांच्या खोलीपुढे शिपाई उभा असे. 'साहिब, एडिटोरियल लिख रहे हैं', असे तो इतरांना बजावत असे. संपादक महत्त्वाच्या कामात व्यग्र आहेत, हे दर्शवणारा लाल दिवा त्यांच्या खोलीच्या दारावर लागलेला असे. संपादकांना लेखनात कोणताही व्यत्यय चालत नसे. समीर जैन यांच्या हे पचनी पडणे अवघड होते.

इकॉनॉमिक टाइम्स चे सध्याचे व्यवस्थापकीय संपादक ऐंशीच्या दशकात वृत्तपत्रात बातमीदार होते. समीर जैन यांनी सुरुवातीला संपादकांशी संवाद साधण्याचा व आपला दृष्टिकोन त्यांच्यापुढे ठेवण्याचा प्रयत्न केला, तेव्हा त्याला विरोध कसा झाला आणि त्याकडे कसे दुर्लक्ष करण्यात आले, याचा किस्सा त्यांनी सांगितला.[६]

ते म्हणाले, 'मी इकॉनॉमिक टाइम्स मध्ये बातमीदार म्हणून रुजू झालो होतो. मनु श्रॉफ त्या वेळी या अर्थविषयक वृत्तपत्राचे संपादक होते. ते मुंबईतील कार्यालयात काम करत आणि क्वचित कधीतरी दिल्लीला येत असत. श्रॉफ उत्तम अर्थतज्ज्ञ होते. त्यांनी प्रशासनातही काम केले होते. ते फार कमी आणि गरजेपुरतेच बोलत. त्यांना बोलते करणे हे अवघड काम होते.

'एकदा संपादक सर्व बातमीदारांची बैठक घेत होते, त्या वेळी समीर जैन अचानक तेथे आले. वृत्तपत्रात कोणते बदल झाले पाहिजेत, याबद्दल त्यांनी बोलायला सुरुवात केली. परंतु, श्रॉफ यांनी त्याकडे लक्ष दिले नाही. त्यांनी समीर यांच्याकडे बघितलेही नाही. हे अप्रत्यक्ष अवमान करण्यासारखेच होते. संपादक प्रत्यक्ष मालकाच्या मुलाला महत्त्व देत नव्हते, त्यामुळे आम्हा बातमीदारांचीही त्यांच्याशी बोलण्याची हिंमत झाली नाही. समीर आणखी काही काळ बोलत होते. परंतु, त्याकडे कोणी लक्ष देत नाही, हे ध्यानात आल्यावर ते खोलीतून बाहेर पडले.

समीर यांच्या प्रारंभीच्या वर्षांमध्ये अनेक वरिष्ठ संपादकांचे वागणे अशा पद्धतीचे होते.'

समीर जैन यांनी नंतर संपादकांबाबत कडक धोरण अवलंबले आणि प्रसंगी संघर्षही केला. *परंतु, त्या आधी शिकाऊ उमेदवाराप्रमाणे वृत्तपत्र व्यवसायातील खाचाखोचा समजून घेण्यास त्यांनी सुरुवात केली. व्यवसायात आले, तेव्हा वृत्तपत्रांच्या कामकाजाविषयी त्यांना फारशी माहिती नव्हती. परंतु, वृत्तपत्रांची बाजारपेठ कशी चालते, हे समजून घेण्याची त्यांची तीव्र इच्छा होती. या अभ्यासात मदतीसाठी त्यांनी स्वतःची अशी छोटी टीमही उभी केली.* काही पत्रकारांचाही त्यात समावेश होता. समीर या टीमपुढे आपल्या कल्पना मांडत आणि त्यावरील प्रतिसादाचा चर्चेतून अंदाज घेत.

*टाइम्स ऑफ इंडिया*चे माजी कार्यकारी संपादक गौतम अधिकारी समीर यांच्या निकटचे मानले जातात. जुन्या आठवणींना उजाळा देत ते म्हणाले, 'समीर यांचा स्वभाव अतिशय चौकस होता. त्यांना अनेक गोष्टी समजून घेण्याची इच्छा होती. दिल्लीतील काहीशा शांत, कमी वर्दळीच्या रस्त्यावर आम्ही एकत्र फिरायला जात असू. हे वातावरण चर्चेसाठी अतिशय पोषक होते आणि कोणत्याही अडथळ्याशिवाय आम्ही अनेक विषयांवर चर्चा करत असू. वृत्तपत्र उद्योगासंबंधी आम्ही खूप बोलत होतो. ते शिकत होते आणि नव्या गोष्टी समजून घेण्याची त्यांची इच्छा होती. त्यांचे वाचनही प्रचंड होते. ते अनेक प्रश्न विचारत असत. माध्यमांसंबंधी प्रत्येक गोष्ट माहिती करून घेण्याचा ते प्रयत्न करत आणि ती उत्तमरीत्या आत्मसात करत. गप्पांमधल्या अनेक विषयांची त्यांच्या मनात घुसळण चालू असे. नंतरच्या भेटीत ते आणखी प्रश्न विचारत. समीर यांचे मन आणि बुद्धी असामान्य आहे.'७

अशा गप्पा, चर्चेतून पुढे आलेल्या माध्यमांशी संबंधित विषयांचा समीर जैन आणखी अभ्यास करायचे. त्याच्याशी संबंधित साहित्य वाचायचे. वृत्तपत्र व्यवसाय आणि जाहिरातींचे संबंध, विपणनाच्या पद्धती यासंबंधी त्यांनी खूप वाचन केले. जगातील प्रत्येक वृत्तपत्राविषयी काही ना काही माहिती मिळवण्याची त्यांची धडपड असे.

याच सुमारास मुलगा वर्धमान याच्यावर नेत्रोपचारांसाठी समीर अमेरिकेला गेले. या वास्तव्यात त्यांनी अमेरिकेतील वृत्तपत्रे व माध्यमांचा अभ्यास केला. विशेषत: *द न्यूयॉर्क टाइम्स*मध्ये ऐंशीच्या मध्यावर सुरू असलेल्या विविध प्रयोगांची माहिती त्यांनी घेतली. या अभ्यासावर आधारित काही कल्पना समीर यांनी नंतर टाइम्समध्येही अमलात आणण्याचा प्रयत्न केला.

वृत्तपत्र व्यवसायासंबंधी समीर यांच्या कल्पना आकार घेत होत्या. परंतु, त्यांचे

समवयस्क आणि व्यवसायातील भीष्माचार्यांचे त्याकडे दुर्लक्षच होते. बेनेट, कोलमन आणि कंपनीचा कारभार कसा करायचा, याची आखणीही ते करत होते. जीवनाकडे बघण्याचा त्यांचा स्वत:चा असा दृष्टिकोनही त्या वेळी घडत होता. त्यासाठी अनेक ठिकाणांहून मिळणाऱ्या नव्या कल्पनांचा ते तारतम्याने स्वीकार करत होते.

समीर यांची या काळात प्रदीप गुहा यांच्याशी जवळीक निर्माण झाली. गुहा यांनी बेनेट, कोलमन आणि कंपनीत प्रदीर्घ काळ काम केले. ते नंतर कंपनीचे कार्यकारी संचालक आणि काही काळ अध्यक्षही (प्रेसिडेंट) झाले. टाइम्स समूहातील वृत्तपत्रे आणि नियतकालिकांच्या विकासात त्यांचा महत्त्वाचा वाटा आहे.

'पेज थ्री' नावाने वृत्तपत्रांमध्ये ग्लॅमर आणण्याचे श्रेय गुहा यांना आहे. ते चित्रपट जगतात विख्यात आहेत. 'फिल्मफेअर' आणि 'फेमिना' या नियतकालिकांच्या बदललेल्या रूपामागेही त्यांचे प्रयत्न होते. समीर जैन यांच्या काळात टाइम्स समूहातील वृत्तपत्रांना स्वत:ची ओळख– ब्रँडमूल्य मिळवून देण्याचे प्रयत्न झाले. त्यासाठी विपणनाची नवी रणनीती ठरविण्यात आली. या प्रयत्नांमध्ये गुहा यांनी समीर यांना साथ केली.

समीर जैन सुरुवातीला बेनेट, कोलमन आणि कंपनीचे कार्यकारी संचालक होते. त्या वेळी कंपनीच्या पूर्व विभागातील कारभारावर नियंत्रण व देखरेखीसाठी त्यांचे कोलकात्याला जाणे होत असे. या काळातच त्यांची प्रदीप गुहांशी ओळख झाली. पूर्व विभागाचे काम पाहण्यासाठी गुहा यांना मुंबईतून कोलकात्यात पाठविण्यात आले होते. समीर यांनी कंपनीच्या जाहिरात विभागाचे काम समजून व शिकून घेण्याची सुरुवात तेथूनच केली.

त्या दिवसांविषयी प्रदीप गुहा म्हणाले, 'समीर जैन यांनी कार्यकारी संचालकपदाची सूत्रे नुकतीच हातात घेतली होती. त्याच वेळी मी पूर्व विभागाचा व्यवस्थापक म्हणून कोलकात्यात आलो. ही साधारण मार्च किंवा एप्रिल १९८३ ची गोष्ट असावी. त्या वेळी आम्ही अनेक विषयांवर चर्चा केली आणि व्यवसायाचे विविध पैलू एकत्रितच समजून घेण्यास सुरुवात केली. त्या वेळी माझे कुटुंबही ९ अलीपूर रस्त्यावरील त्यांच्या निवासस्थानी मुक्कामी होते. *टाइम्स ऑफ इंडिया* त आम्ही काय करू शकू, कोणत्या गोष्टींना चालना देऊ शकू, यावर आमच्या प्रदीर्घ चर्चा चालत. अशा चर्चेच्या अनेक फेऱ्या झडत.'८

'आम्ही खूप वेळ एकत्र घालवत होतो आणि आम्ही अनेक पातळ्यांवर जोडलो गेलो होतो. कधी तरी आम्ही नाइटक्लबलाही भेट द्यायचो. कोलकात्यातील पिंक एलिफंट क्लबमध्ये मी पहिल्यांदा समीर यांच्यामुळेच गेलो. शहरातील टाइम्स आय

फाउंडेशन या संस्थेचे काम आम्ही एकत्रितच करत होतो. प्रत्येक गोष्टीमध्ये समीर समरसून सहभागी होत आणि आपण बदल घडवू शकू, असा आत्मविश्वास त्यांच्याकडे होता', असेही गुहा यांनी सांगितले.

समीर यांनी टाइम्स समूहामध्ये कसे बदल घडवून आणले, याविषयी मी गुहा यांना विचारले. ते म्हणाले, 'समीर यांनी दुसरीकडे काही गोष्टी पाहिल्या आणि त्या टाइम्समध्ये राबवल्या असे घडले नाही. ते अतिशय चौकस आणि एकाग्र चित्ताचे आहेत. त्यामुळे ते एखाद्या परिस्थितीचा विचार दुसऱ्या अगदी विरोधी वाटणाऱ्या संदर्भातही करू शकत असत आणि अशक्य वाटणाऱ्या गोष्टी ते घडवून आणत.'

'समीर त्या दिवसांमध्ये अतिशय आनंदी वृत्तीचे होते. ते आधुनिक आणि प्रागतिक विचारांचे होते. स्वतःच्या उद्योगाचे भविष्य काय असेल, हे समजून घेण्याच्या प्रयत्नात ते होते. समूहातील वृत्तपत्रे ही अवमूल्यन झालेली उत्पादनेच आहेत, हे त्यांनी ओळखले. वृत्तपत्रांमधून आपण आणखी महसूल गोळा केला पाहिजे, असे त्यांना वाटू लागले. वृत्तरूपी सोन्याला कथलाची किंमत मिळत असल्याचे त्यांना वाटू लागले', अशा शब्दांत समीर यांचा दृष्टिकोन गुहा यांनी मांडला.

ते म्हणाले, 'आपल्या कंपनीकडे फारसे पैसे नाहीत, हे समीर यांना डाचत होते. त्या वेळी आमच्याकडची साधनसामग्री मर्यादित होती. नफा असा नव्हताच. काही ठिकाणी खुर्च्या कमी, पण माणसे जास्त अशी परिस्थिती होती. मी तर कार्यालयातून बाहेर पडताना सायकलच्या साखळीने माझी खुर्ची टेबलाला बांधून ठेवत असे. अन्यथा पुन्हा गेल्यावर खुर्ची जागेवर सापडत नसे. कंपनीची परिस्थिती फारशी आशादायक नव्हती.'

समीर जैन यांच्या अभ्यासू वृत्तीबद्दल गुहा म्हणाले, 'समीर नव्या कल्पनांचे खुलेपणाने स्वागत करत आणि त्यावर चर्चा घडवून आणत. खरे तर तेच त्यांचे भांडवल होते. ते प्रत्येक सूचना अतिशय काळजीपूर्वक ऐकत आणि प्रत्येक गोष्टीचा त्यांच्या विचारांशी सांधा जोडत. कोणत्याही चर्चेतील महत्त्वाचे मुद्दे ते अचूक ओळखत आणि वेगवेगळ्या कल्पनांची सांगड घालत त्यातून मोठे चित्र उभे करत. तेव्हा प्रत्येकाला त्याचा खरा उलगडा होई. ही समीर यांची सर्वांत मोठी ताकद आहे.'

समीर जैन यांनी व्यवसायात अधिकाधिक लक्ष घालायला सुरुवात केली, तेव्हा अनेकांच्या लक्षात आले की, हा माणूस समजणे अवघड आहे. कोणत्याही एका

साच्यात किंवा चौकटीत घालून त्यांच्या व्यक्तिमत्वाचा अंदाज बांधणे शक्य नाही. अगदी जवळच्या व्यक्तींनाही समीर यांच्या मनाचा थांग लागणे अशक्य होते. त्यांचे व्यक्तिमत्व तेजस्वी; पण गूढ होते. ते फक्त आणि फक्त स्वत:सारखेच होते. अशा व्यक्तिमत्त्वाचा अंदाज बांधणे म्हणजे मुठीत वाळू पकडण्यासारखे होते. समीर अनेकदा अलिप्त आणि स्वत:तच मश्गुल असे वाटत. इतर वेळी बैठका, कार्यक्रमांमध्ये मात्र त्यांचा मुक्त संवाद होत असे. व्यवसायाशी संबंधित एखाद्या विषयावर कंपनीतील ज्येष्ठकनिष्ठ सहकाऱ्यांशी ते तास न् तास बोलत राहत.

टाइम्स मध्ये ऐंशीच्या दशकात काम केलेले एक पत्रकार नाव गुप्त राखण्याच्या अटीवर म्हणाले, 'समीर यांच्यासोबत काम करणे सोपे नाही. तुम्हाला सतत असुरक्षित आणि अस्वस्थ वाटत राहते. हे तेव्हाही खरे होते आणि आजही खरे आहे. त्यांचे व्यक्तिमत्व अतिशय गुंतागुंतीचे आहे. समीर यांच्या कोणी कितीही जवळचा किंवा विश्वासातला असू देत, अपवादानेच कोणी त्यांना जाणून घेऊ शकतो. त्यांच्या योजना किंवा दृष्टिकोन कोणालाही पूर्णपणे समजत नाही. विविध व्यक्तींना वेगवेगळे भाग माहिती असू शकतात, पण त्यांना पूर्ण चित्र कधीही समजत नाही. कधीतरी असे वाटते की, समीर जाणीवपूर्वक असा संभ्रम निर्माण करतात.'

समीर यांच्या व्यक्तिमत्त्वाचे आणि कामाच्या पद्धतीचे एक महत्त्वाचे वैशिष्ट्य म्हणजे ते राजकारणापासून सर्वस्वी दूर किंवा अ-राजकीय आहेत. त्या काळात अनेकजण स्वत:च्या मालकीचे वृत्तपत्र हे राजकीय सत्तेचे आणि राजकारणावर प्रभाव पाडण्याचे साधन मानत होते. परंतु, समीर त्यांच्यापेक्षा वेगळे होते. या गोष्टींची त्यांना थोडीही आवड नाही. बेनेट, कोलमन आणि कंपनीला नवी उभारी देताना ही गोष्ट अतिशय महत्त्वाची ठरली.

इकॉनॉमिक टाइम्स मध्ये ऐंशीच्या दशकात जे मोठे बदल झाले, त्यात टी. एन. निनान यांचा महत्त्वाचा वाटा होता. ते नंतर टाइम्स समूह सोडून *बिझनेस स्टँडर्ड* या प्रतिस्पर्धी दैनिकात गेले. त्यांची भेट मिळविण्याचे मी अनेक प्रयत्न केले. त्यांना कार्यालयात दूरध्वनीवरून संपर्क साधला. मुलाखतीसाठी संभाव्य प्रश्नांची यादी त्यांना ई-मेलने पाठवली. त्यानंतर नवी दिल्लीतील बहादूर शहा जफर मार्गावर असलेल्या लिंक हाऊसमध्ये आमची भेट ठरली.

समीर यांच्या व्यक्तिमत्वाचे पैलू विशद करताना निनान म्हणाले, 'समीर जैन हे माध्यमसंस्थांच्या इतर मालकांपेक्षा निराळे आहेत. ते प्रखर अ-राजकीय आहेत. इतर मालक-प्रकाशकांना काही राजकीय महत्त्वाकांक्षा असतात, तशा प्रकारची किंवा इतर अप्रत्यक्ष लाभाची कोणतीही अपेक्षा समीर यांना नाही. उलट, त्यांनी

आपले लक्ष केवळ आर्थिक उद्दिष्टांवर केंद्रित केले आहे. त्यांनी प्रस्थापित नियम मोडले. ते प्रयोग करत राहिले. ते चुका करायला घाबरत नाहीत. सतत प्रयत्नांची कास धरतात. त्यामुळे त्यांची कहाणी ही प्रयोगांची अखंड मालिकाच आहे.'

टाइम्स समूहाला नवी दिशा देण्याच्या समीर यांच्या प्रयत्नांमध्ये ही अ-राजकीय भूमिका अतिशय महत्त्वाची ठरली. आपल्या समूहातील वृत्तपत्रांनी ध्येयवादी प्रचारकाची भूमिका सोडली पाहिजे, याबाबत ते आग्रही होते. वृत्तपत्रांचा व्यवसाय हा व्यवसायासारखाच केला पाहिजे आणि त्यासाठी आधुनिक व प्रागतिक दृष्टिकोन अंगीकारला पाहिजे, असे त्यांचे म्हणणे होते.

मात्र, त्याच वेळी सरकारकडून फुकाच्या लाभाची आशा सोडून प्रकाशकांनी राजकीय खेळात सहभागी होणे टाळले पाहिजे, अशीही समीर यांची भूमिका होती. त्यांनी त्या दृष्टीने टाइम्स समूहातील सर्व प्रकाशनांचे लक्ष सरकार, राज्ययंत्रणेकडून नागरिकांकडे वळवले. टाइम्स समूहाच्या जाहिरात विभागाचे माजी संचालक एन. पी. सिंह यासंदर्भात म्हणाले, 'समीर यांना कोणतीही राजकीय सत्ता किंवा अधिकार गाजविण्याची इच्छा नव्हती. त्यांना ते बिलकूल आवडत नव्हते.'[१]

त्या वेळच्या इतर उद्योगसमूहांप्रमाणे जैन कुटुंबाचाही सर्व राजकीय पक्षांमध्ये संपर्क होता. सरकार किंवा राजकारणातील इतर हितसंबंधी घटकांशी वाटाघाटी करू शकण्याच्या ते स्थितीत होते. परंतु, समीर यांचा पवित्रा पूर्ण वेगळा होता. त्यांनी राजकीय सत्ताधाऱ्यांपुढे कधी गुडघे टेकले नाहीत. इतकेच नव्हे, तर राजकारणात मित्र जोडण्याचा प्रयत्न त्यांनी केला नाही. राजकारणी इतर क्षेत्रांपेक्षा वरचढ, अधिक शक्तिशाली असतात, असेही त्यांनी कधी मानले नाही.

समीर जैन यांना या भूमिकेची जबर किंमत चुकवावी लागली. नव्वदीच्या दशकाच्या अखेरीस अशोक जैन यांच्यावर परकीय चलनासंदर्भातील 'फेरा' कायद्याच्या उल्लंघनाचा आरोप झाला. त्या वेळी उद्योग जगतातील काहीजण जैन कुटुंबाच्या पाठीशी उभे राहिले. परंतु राजकारण आणि नोकरशाहीतील कोणी त्यांची पाठराखण केली नाही. या आपत्तीतून मार्ग काढण्यासाठी समीर जैन यांनी एका वरिष्ठ सनदी अधिकाऱ्याकडे भेटीची वेळ घेतली. हा अधिकारी एके काळी जैन कुटुंबाच्या जवळचा होता. परंतु, समीर आणि त्यांचे बंधू भेटीला आले, तेव्हा त्याने मंत्रालयातील स्वागत कक्षात त्यांना बराच काळ तिष्ठत ठेवले.

राजकारणातील हितसंबंधी यांचा समीर जैन यांना कसा सामना करावा लागला, याबाबतची दुसरी एक आठवण टाइम्स समूहातील एका माजी संपादकाने नाव गुप्त राखण्याच्या अटीवर सांगितली. त्यांनी सांगितल्यानुसार, *टाइम्स ऑफ इंडिया* चे

ख्यातनाम संपादक गिरीलाल जैन यांना पद सोडण्यास सांगण्यात आले, तेव्हा सत्ताधारी काँग्रेस पक्षातील काही सदस्यांनी पंतप्रधानांकडे हा विषय नेला. जैन यांना मुदतवाढ मिळावी, असे त्यांचे प्रयत्न होते. दिलीप पाडगावकर *टाइम्स* चे कार्यकारी संपादक होऊ नयेत, असेही त्यांना वाटत होते. पाडगावकर यांचा कल डाव्या विचारांकडे असल्याचे त्यांचे मत होते.

तत्कालीन वित्त सचिवांनी यासंदर्भात अशोक जैन यांना चर्चेसाठी बोलावले. या बैठकीसाठी समीरही त्यांच्यासोबत होते. गिरीलाल यांना मुदतवाढ मिळाली, तर जैन कुटुंबीयांविरुद्धच्या काही प्रकरणांमध्ये सरकार सहानुभूतीची भूमिका घेईल, असे सुचविण्याचा प्रयत्न सचिवांनी केला. अशोक जैन यांचा पवित्रा सावध व सामोपचाराचा होता. परंतु, समीर मात्र या सूचनेमुळे भडकल्याचे या माजी संपादकाने सांगितले. त्यांनी दिलेल्या माहितीनुसार समीर यांनी वित्त सचिवांना थेट सुनावले, 'तुम्ही तुमचा कारभार सांभाळा. मी माझा सांभाळतो.' गिरीलाल जैन यांना मुदतवाढ मिळाली नाही आणि पाडगावकरही त्यांच्या पदावर कायम राहिले.

समीर जैन यांनी शासन आणि प्रशासनापासून अंतर राखायला सुरुवात केल्याचे लगेचच लक्षात आले. त्यांनी या तथाकथित पवित्र संस्थांविषयीचा कर्मचारी, अधिकाऱ्यांचा दृष्टिकोनही बदलण्यास प्रारंभ केला. रमेशचंद्र जैन या बदलत्या भूमिकांविषयी म्हणाले, 'समीर यांच्याशी जुळवून घेणे मला अशक्य बनत चालले होते. मी कंपनीशी संबंध केव्हाच तोडले असते. परंतु, अशोक यांच्याकडे बघून मी तसे केले नाही.'[१०]

रमेशचंद्र यांनी त्यासंबंधी एक प्रसंग सांगितला. ते म्हणाले, 'ही साधारण ऐंशीच्या दशकाच्या सुरुवातीची गोष्ट असावी. इंग्लंडच्या राणी त्या वेळी नवी दिल्लीला भेट देणार होत्या. त्यांच्या सन्मानासाठी आयोजित मेजवानीला मला पंतप्रधानांच्या निवासस्थानी निमंत्रण होते. समीर त्या वेळी नुकतेच अमेरिकेहून परत आले होते. त्यांनी मला काही कामासाठी कोलकात्याला जायला सांगितले. परंतु, मी त्यासाठी असमर्थता दर्शवली आणि हा कार्यक्रम जास्त महत्त्वाचा आहे, असे सांगितले. तेव्हा समीर संतापले आणि ते म्हणाले, 'कोण राणी? ही राणी जास्त महत्त्वाची कशी झाली?' या प्रसंगानंतर जैन कुटुंबाच्या दिल्लीतील ४ टिळक मार्गावरील निवासस्थानी *'फिल्मफेअर'*ची एक पार्टी झाली. समीर यांनी अशोक यांना आमच्यात उडालेल्या खटक्यांची आधीच कल्पना दिली होती. अशोक यांनी मला थोडे पडते घेण्याची विनंती केली. त्यामुळे पंतप्रधानांच्या घरचे भोजनाचे निमंत्रण सोडून मला कोलकात्याला जावे लागले.'

समीर यांच्या व्यक्तिमत्वात अध्यात्माविषयीची ओढ स्पष्ट दिसत असल्याचे अनेकांच्या बोलण्यातून उघड झाले. बेनेट, कोलमन आणि कंपनीत लक्ष घालण्यापूर्वी ते नियमितपणे काही आश्रमांना भेटी देत आणि ध्यानधारणा करत असत. 'आयुष्याच्या एका टप्प्यावर समीर यांच्या मनात संन्यासी होण्याची तीव्र ऊर्मी निर्माण झाली होती, तशी इच्छाही त्यांनी आईवडिलांकडे व्यक्तही केली होती', असे काहींनी सांगितले. परंतु, वडिलांच्या समजावणीनंतर आणि संन्यास घेतल्यास त्यांच्याशी कोणतेही संबंध ठेवणार नाही, असा इशारा त्यांनी दिल्याने समीर त्यापासून परावृत्त झाल्याचे म्हटले जाते.

समीर संन्यास मार्गापासून मागे फिरले खरे; परंतु त्यांचा अध्यात्माकडील ओढा कायम राहिला. व्यवसायाकडे पाहण्याच्या त्यांच्या दृष्टिकोनावरही त्याचा प्रभाव राहिला. त्यामुळे समीर यांच्या व्यक्तिमत्वाचा वेध घेणे किंवा त्यांच्याबाबत काही अंदाज बांधणे, हे अतिशय कठीण बनते. मात्र, टाइम्स समूहातील काही कर्मचारी त्याविषयी गौरवाने बोलतात. *नवभारत टाइम्स* मधील एक संपादक बालमुकुंद सिन्हा म्हणाले, 'समीर यांची आध्यात्मिकता समजून घेण्यासाठी त्याचा अनुभवच घेतला पाहिजे. स्वविषयीची जागृती आणि प्रगाढ ध्यानधारणेतून आलेली आध्यात्मिकता त्यांच्या व्यक्तिमत्वात प्रतिबिंबित झाली आहे.'

समीर यांच्या मध्य दिल्लीतील निवासस्थानाला 'सुजागी' असे नाव आहे. सुजागी म्हणजे खऱ्या अर्थाने जागृत झालेली किंवा स्वत:ची ओळख पटलेली व्यक्ती. सिन्हा म्हणाले, 'उपाध्यक्ष (व्हाइस चेअरमन- व्हीसी) दिल्लीत असतात, तेव्हा ते अतिशय कामात गुंतलेले- हायपरॲक्टिव्ह असतात. प्रत्येक गोष्टीशी त्यांचा जणू झगडा सुरू असतो. (हे सांगताना सिन्हा यांनी हवेत ठोसे मारण्याचा अभिनय केला.) पण ते जेव्हा हरिद्वारमधील घरी जातात, तेव्हा अतिशय शांत असतात. ते विश्रांती घेतात, वाचतात, टीव्ही पाहतात किंवा स्वत:शीच विचार करत बसलेले असतात. तेथे असलेल्या लोकांशी त्यांचा संवाद चालतो. ते नोकरचाकर, शिपाई- सगळ्यांशी बोलतात. त्यातून लक्षात येणाऱ्या लहानसहान गोष्टीही व्यवसायात कशा आणता येतील, याचा ते विचार करतात. तिथल्या अनुभवांचा व्यावसायिक विश्वाशी सांगड घालण्याचा ते प्रयत्न करतात.'

समीर जैन यांच्या किशोरवयापासूनच्या एका सहकाऱ्यानेही यावर प्रकाश टाकला. ते म्हणाले, 'समीर यांचा जीवनाकडे पाहण्याचा दृष्टिकोन काहीसा

अलिप्त, निर्विकार आहे. आपल्या आयुष्याचे नियंत्रण आपल्याच हातात असले पाहिजे, यावर त्यांची श्रद्धा आहे. परिस्थिती कधीही आपल्यावर स्वार होता कामा नये किंवा आपल्या आयुष्याचे नियंत्रण परिस्थितीच्या हातात जाता कामा नये, असे त्यांना वाटते. त्यामुळेच आयुष्यात घडणाऱ्या प्रत्येक गोष्टीकडे एखाद्या चित्रपटासारखेच पाहा, असे समीर सर्वांना सांगतात.'

माध्यमांच्या व्यवसायात समीर वेगळ्या खेळी खेळले. त्यांना लक्षणीय यश मिळाले. परंतु, काही गोष्टी फसल्या. असे चुकलेले प्रयोग थोडेही भावनिक न होता त्यांनी थांबवले. व्यवसायातील त्यांच्या अशा वागण्याचे वर्णन काहींनी आध्यात्मिक परिभाषेत 'स्थितप्रज्ञ' असे केले. त्यांच्या मते, 'समीर अनेक गोष्टींमध्ये सहभागी असतात, परंतु या गोष्टींचा त्यांच्या मनावर कोणताही परिणाम होत नाही.'

'अष्टावक्र गीते'चा समीर यांच्या जीवनावर मोठा प्रभाव असल्याचे म्हटले जाते. या पुस्तकातील कहाणीच्या नायकाला समजून घेण्यासाठी मीही हा ग्रंथ वाचला. 'जेव्हा दृश्य वस्तूंकडे मन आकर्षित होते, तेव्हा त्याचे बंधनात रुपांतर होते. परंतु, असे जेव्हा घडत नाही, तेव्हा ती मुक्ती असते', असे त्यात म्हटले आहे. 'मन कशाची इच्छा बाळगत नाही, कशाने दुःखी होत नाही, त्यात त्याग-बलिदानाची भावना नसते, ते काही स्वीकारत नाही, सुखावत नाही किंवा रागावतही नाही, तेव्हा ते मुक्त होते', असे प्रतिपादनही त्यात आहे. त्याप्रमाणे अनेक कठीण प्रसंगांमध्ये- अगदी जिवलगांच्या निधनाच्या वेळीही समीर यांचे वागणे स्थितप्रज्ञासारखे निर्विकार व अलिप्त असते, असे म्हटले जाते.

समीर यांच्या मुलाचे दुर्दैवी निधन झाले. त्याला श्रद्धांजली वाहण्यासाठी 'सुजागी'मध्ये प्रार्थना सभेचे आयोजन करण्यात आले होते. या वेळी समीर यांनी अचानक बहीण नंदिताचा हात हातात घेतला आणि एक प्रकारच्या भावावस्थेत ते नाचायला लागले. *टाइम्स ऑफ इंडिया* तील काही वरिष्ठ संपादकांना हे पाहून मोठा धक्का बसला. परंतु समीर यांच्या मते त्यांचा मुलगा आता नित्य, सनातन अशा वैश्विक शक्तीचा भाग बनला होता.

समीर जैन व त्यांची बेनेट, कोलमन आणि कंपनी पत्रकारितेतील आणि विपणन क्षेत्रातील प्रतिभावंतांचा सतत शोध घेत असते. कंपनीतील वरिष्ठ पदांवर नेमणुकीसाठी माणसे निवडण्याची समीर यांची स्वतःची अशी खास शैली आहे. अशाच पद्धतीने त्यांनी १९८८ मध्ये *टाइम्स ऑफ इंडिया* च्या संपादकपदासाठी दिलीप पाडगावकर यांची निवड केली. त्यातून नव्या संक्रमणाला सुरुवात झाली. पाडगावकर हे सॉर्बन या विख्यात संस्थेत शिकलेले अतिशय विद्वान गृहस्थ

आहेत. प्राचीन वेद वाङ्मयाबरोबरच व्हिक्टर ह्युगोचाही त्यांचा विचक्षण अभ्यास आहे.

समीर यांना आणखी समजून घेण्यासाठी मी पाडगावकरांची फेब्रुवारी २००३ मध्ये दक्षिण दिल्लीतील डिफेन्स कॉलनीतील घरी भेट घेतली. ते म्हणाले, 'समीर यांना स्वत:च्या आत पाहणारी माणसे आवडतात. ते स्वत:ही *अंतर्मुख* आहेत. तुमच्या क्षमता समीर यांच्या लक्षात आल्या, तर तुमचे वागणे बाह्यत: विचित्र, जगावेगळे वाटले, तरी ते तुम्हाला स्वीकारतात. त्यांना वेगळी माणसे आवडतात. एकाच पद्धतीने नांगराच्या फाळासारखी ठराविक चाकोरीत काम करणारी माणसे त्यांना पसंत पडत नाहीत. पाऱ्यासारखे चपळ मन असलेली माणसे त्यांना आवडतात.'

पाडगावकर यांनी समीर जैन यांच्या इतर वैशिष्ट्यांवर प्रकाश टाकला. 'कोणत्याही प्रश्नाकडे सर्व बाजूंनी पाहण्याची अचाट क्षमता समीर यांच्याकडे आहे. ते तुम्हाला एखाद्या विषयावर चर्चेसाठी बोलावतात, तेव्हा त्यांनी तो विषय सखोल अभ्यासलेला असतोच; शिवाय त्यावरील संभाव्य आक्षेपांचाही त्यांनी विचार केलेला असतो', असे निरीक्षण त्यांनी नोंदवले.

*नवभारत टाइम्स*च्या संपादकीय पानाचे संपादक बालमुकुंद सिन्हा म्हणाले की, 'समीर हे मुळातच विद्वान आहेत. ते माध्यमांच्या व्यवसायात शिरले नसते, तर एक महान प्राध्यापक होऊ शकले असते. कोणत्याही गोष्टीचे संपूर्ण चित्र नेहमीच त्यांच्या डोक्यात असते.'

समीर यांनी टाइम्स समूहातील वृत्तपत्रांमध्ये वेळोवेळी कसा हस्तक्षेप केला, त्यांचे त्या वेळी विचित्र वाटलेले निर्णय नंतर योग्य कसे ठरले, याच्या अनेक गोष्टी सांगितल्या जातात. उदाहरणादाखल सांगायचे, तर काही वर्षांपूर्वी समीर यांनी अचानक असे सुचवले की, टाइम्स समूहातील सर्व वृत्तपत्रांच्या पहिल्या पानावर खूप बातम्या आणि लेख असले पाहिजेत. चुरचुरीत आणि आटोपशीर बातम्यांनी पान भरलेले दिसले पाहिजे. त्यामुळे अनेक संपादक अस्वस्थ झाले. पहिल्या पानावर बातम्यांची गर्दी होईल आणि ते बटबटीत होईल, असे त्यांना वाटले. (अनेकांची त्यांच्या पाल्हाळीक, शब्दबंबाळ लेखनावर संक्रांत आल्याचीच भावना झाली.)

परंतु, आपल्या सूचनेचे समर्थन करताना समीर म्हणाले, 'भारतीयांना अशी गर्दी-कोंबाकोंबी आवडते.' त्याचे उदाहरण देत ते म्हणाले, 'भारतीयांना विविध प्रकारच्या पदार्थांनी भरलेल्या वाट्या असलेली थाळी द्या. ती त्यांना आवडते. ते कदाचित सगळ्या गोष्टी खाणार नाहीत. पण त्यांना निवडीचे स्वातंत्र्य हवे असते. जेवढे जास्त,

तेवढे चांगले.' त्यानुसार वृत्तपत्राच्या पहिल्या पानावर किमान दहा-अकरा बातम्या असल्या पाहिजेत. पानावर जाहिराती जास्त असतील, तर सात-आठ बातम्या गेल्या तरी चालतील, असा आदेशच त्यांनी जारी केला.

बातम्यांच्या थाळीच्या अशा कल्पनेबरोबरच वाचकांच्या बदलत्या सवयींबद्दलही समीर सजग होते. वाढती धावपळ आणि कामामुळे वाचकांना आता एखादे वृत्तपत्र वाचण्यासाठी दिवसाकाठी जेमतेम १८ ते २२ मिनिटे मिळतात, याची कल्पना त्यांना होती.

स्तंभलेखिका बाची करकारिया या शाब्दिक कोट्या आणि शब्दांच्या चोखंदळ वापराबद्दल प्रसिद्ध आहेत. मुंबईत डिसेंबर २००१ मध्ये मी त्यांची भेट घेतली, तेव्हा त्या *टाइम्स ऑफ इंडिया* तून बाहेर पडल्या होत्या. त्यांनी *'मिड डे'* वृत्तपत्रात काम सुरू केले होते. त्या म्हणाल्या, 'ऐंशीच्या दशकामध्ये समीर जैन यांनी *टाइम्स* समूहात सक्रीयपणे काम सुरू केले, तेव्हापासून त्यांना अनेक वादांना सामोरे जावे लागले. त्यांच्यावर मोठी चिखलफेक झाली. त्यांना अनेक दूषणे देण्यात आली. ते पत्रकारिता विकायला निघाले आहेत. त्यांनी पत्रकारितेचा धंदा केला आहे, असे अनेक आरोप त्यांच्यावर झाले. परंतु, समीर जैन यांच्या अभूतपूर्व बौद्धिक व मानसिक क्षमतांकडे लोकांचे दुर्लक्ष झाले. त्यांचे मन एखाद्या स्पंजसारखे आहे. ते अगदी वेगळेच रसायन आहे. वेगळ्या पद्धतीने व अनेक दिशांनी विचार करण्याची त्यांची क्षमता विलक्षण आहे. त्यांची प्रत्येक योजना आणि कृती पूर्वनियोजित असते. ते कधीच भावनेच्या भरात व उत्स्फूर्त निर्णय घेत नाहीत. त्यांचे नेहमीच परिस्थितीवर संपूर्ण नियंत्रण असते.'

समीर जैन यांना समजून घेण्यासाठी अष्टावक्रांच्या गीतेप्रमाणेच एडवर्ड डी बोनो यांचे *'लॅटरल थिंकिंग'* हे पुस्तक वाचण्याचा सल्ला मिळाला होता. बाची करकारिया यांच्याशी संवादातून त्याची कारणे स्पष्ट होत गेली. 'समीर यांचे मन कसे विचार करते, हे मी पाहिले आहे. ते एकमेवाद्वितीय आहेत', असे सांगून करकारिया यांनी त्याचे एक उदाहरण दिले.

'टाइम्स समूहात त्या वेळी 'प्लॅनेट एम' ही संगीत क्षेत्रातली कंपनी सुरू करण्याबाबत चर्चा सुरू होती. त्या वेळी समीर यांनी फॅशनसंबंधी त्यांची मते मांडली. त्यांनी ही चर्चा अगदी उच्च पातळीवर नेली. फॅशन या विषयाचे अनेक पदर त्यांनी उलगडून दाखवले. फॅशन कशी सुसंस्कृत, उच्च अभिरूची दर्शवणारी असू शकते, याचे सुरेख विवेचन समीर यांनी केले. ते इतकी सुंदर मांडणी करतात की, त्याचा प्रत्यक्ष अनुभवच घेतला पाहिजे', असे सांगून करकारिया म्हणाल्या, 'समीर

यांनी मांडलेले विचार पुरोगामी स्वरूपाचे होते. ते ग्राहकांच्या समाधानाविषयी बोलले. त्या वेळी असे काही बोलणे दुर्मिळ होते. त्यात बंडखोरीची झाक होती.'

समीर जैन यांचे व्यक्तिमत्व असे बहुआयामी आणि गुंतागुंतीचे आहे. त्यात काही विरोधी, गडद रंगाच्या छटाही आहेत. त्यांच्या व्यक्तिमत्वाचे इतर पैलू समजून घेण्यासाठी मी डॉ. चंदन मित्रा यांची नोव्हेंबर २००१ मध्ये भेट घेतली. मित्रा हे *'पायोनियर'*चे संपादक आहेत आणि भारतीय जनता पक्षाचे राज्यसभेचे सदस्य आहेत. त्यांनी काही काळ *टाइम्स ऑफ इंडिया* त काम केले आहे. समीर यांना जवळून पाहण्याची व अनुभवण्याची संधी त्यांना मिळाली. समीर यांच्याविषयी त्यांची खास अशी मते आहेत.

टाइम्समधील दिवसांना उजाळा देत मित्रा म्हणाले, 'स्वातंत्र्योत्तर भारतातील कुशाग्र बुद्धीच्या व्यक्तींमध्ये समीर यांचा समावेश होतो. बेनेट, कोलमन आणि कंपनीत कॉर्पोरेट संस्कृती आणण्याचा त्यांचा इरादा होता. त्यांच्या कल्पना काही वेळा विचित्र, बाजारू वाटल्या, तरी त्यांचा प्रतिवाद करणे अवघड असते. त्यांनी मांडलेला तर्क सहजी खोडून काढता येत नाही. ते कोणत्याही गोष्टीचा अगदी तपशीलवार विचार करतात.'

मात्र, त्याची दुसरी बाजूही मित्रा यांनी मांडली. 'समीर यांच्याबरोबर काम करताना खूप शिकायला मिळत होते, तरी तो एक अतिशय अस्वस्थ करणारा व मनात असुरक्षिततेची भावना निर्माण करणारा अनुभव होता. लोकांना समीर यांच्याविषयी एक प्रकारचा गंड आहे. समीर यांना प्रश्न विचारणारी, वाद घालणारी माणसे आवडतात. ते अतिशय हुशारीने माणसे गळाला लावतात. मासा गळाला लागेपर्यंत ते त्याचे एकटक निरीक्षण करत राहतील. पण एकदा तो हुकात अडकला की, त्यांचा त्यातला रस संपतो. यातला वैचारिक थरार मात्र त्यांना अनुभवायचा असतो', असे त्यांनी सांगितले.

समीर यांच्या अंदाज बांधता न येणाऱ्या स्वभावाविषयी आणखीही अनेक किस्से ऐकायला मिळाले. रमेश चंद्रन हे *टाइम्स ऑफ इंडिया* चे वॉशिंग्टन येथील प्रतिनिधी होते. त्या वेळी *न्यूयॉर्क टाइम्स* च्या एका संपादकांना समीर जैन यांनी भोजनाचे निमंत्रण दिले होते. त्या वेळी झालेल्या चर्चेचा प्रसंग चंद्रन यांनी सांगितला.[११]

'समीर तसे अगदी कमी खाणारे आहेत. त्यामुळे आम्ही जेवण करत होतो, तेव्हा समीर नुसते बसले होते. *न्यूयॉर्क टाइम्स* च्या संपादकाची अखंड टकळी सुरू होती. तो त्याच्या वृत्तपत्राबद्दल, कंपनीबद्दल पुष्कळ बडबड करत होता. समीर यांना त्यात फारसा रस नसावा. चेहऱ्यावर कोणतेही भाव न दाखवता ते त्याच्याकडे पाहत होते. समीर यांना आपल्या बडबडीत फार रस नाही, हे लक्षात आल्याने तासाभराने

तो बोलायचा थांबला. तो जेवण संपवून निघण्याच्या बेतात असताना समीर यांनी बोलण्यास सुरुवात केली. ते जेमतेम पंधरावीस मिनिटेच बोलले असतील. पण तेवढ्या बोलण्यात त्यांनी खूप वेगवेगळी आणि महत्त्वाची आकडेवारी दिली. *न्यूयॉर्क टाइम्स* ने काय करायला हवे, याबद्दल काही मोलाच्या सूचना केल्या. त्या वेळी या संपादकाचा चेहरा पाहण्यासारखा झाला होता. तो पूर्ण भारावून गेला होता', असे चंद्रन यांनी सांगितले. नंतर हा संपादक चंद्रन यांना म्हणाला की, 'हा माणूस *न्यूयॉर्क टाइम्स* मध्ये असायला हवा होता. त्यांची बुद्धिमत्ता अफाट आहे.'

टाइम्सच्या वितरण विभागाचे माजी संचालक सतीश मेहता यांचीही मी भेट घेतली.[१२] टाइम्सच्या विकासात त्यांचे महत्त्वाचे योगदान आहे. समीर जैन यांच्या अविश्रांत काम करण्याच्या पद्धतीबद्दल, कामे वेळेत पूर्ण व्हावेत याच्या आग्रहाबद्दल ते बोलत होते. समीर यांना सतत कामाची घाई असते, असे मत नोंदवत ते म्हणाले, 'त्यांच्याकडे अनंत कल्पना आहेत. त्यांची कल्पनाशक्ती, उद्योजकीय कौशल्य, अखंड काम करण्याची ऊर्जा या आधी दबल्या गेल्या असाव्यात. त्यामुळे ते आता अनेक नव्या कल्पना राबवू पाहात आहेत. ते आता जणू मुक्त झाले आहेत.'

टाइम्स समूहातील नावाजलेल्या संपादकांशी समीर जैन यांनी सुरुवातीच्या काळातच संघर्ष सुरू केला. भविष्यातील बदलांच्या दृष्टीने हा निर्णायक काळ होता. किंबहुना भावी बदलांची पायाभरणी त्या काळात झाली. समीर यांच्या व्यक्तिमत्वाचे काही मजेदार पैलूही त्यात समोर आले.

पत्रकार आणि त्यांना समाजात मिळणारा मानमरातब, प्रतिष्ठेबद्दल समीर यांच्या मनात एक प्रकारची नाराजी निर्माण झाली. वृत्तपत्रांचे मालक-प्रकाशक समाजात सामान्य व्यक्तींसारखे वागतात; परंतु त्यांच्याकडे काम करणारे संपादक मात्र प्रकाशझोतात असतात, ही भावना त्यांना अस्वस्थ करणारी होती. राजकारणी आणि नोकरशहा पत्रकारांची खुशामत करतात आणि मालकांच्या वाट्याला निव्वळ बघ्याची भूमिका येते, असे त्यांना वाटत होते.

हे लक्षात घेता टाइम्स समूहात मोठे बदल करताना समीर पत्रकारांविरुद्ध छुपा अजेंडाही राबवत होते, अशी शंका काहींनी व्यक्त केली. संघटनेतील फेररचनेच्या दरम्यान समीर यांच्यासमवेत काम केलेल्या एका संपादकाने तर असे म्हटले की, त्या काळात समीर यांच्या मनात पत्रकारांविषयी तुच्छतेचा भाव निर्माण झाला होता.

उदाहरणादाखल या संपादकाने १९८६ मधील एक प्रसंग सांगितला. तत्कालीन पंतप्रधान राजीव गांधी यांच्या मंत्रिमंडळातील एक सदस्य कृष्णकुमार यांच्या सन्मानार्थ टाइम्स समूहाने एक मेजवानी आयोजित केली होती. जेवणाची वेळ झाली. तेव्हा पाहुणे स्थानापन्न होत होते. कृष्णकुमार यांनी संपादक गिरीलाल जैन यांची खुर्ची मागे ओढून त्यांना बसण्याची विनंती केली. त्या वेळी मी समीर यांच्या जवळ उभा होतो. तेव्हा समीर त्यांना म्हणाले की, 'ही मेजवानी कंपनीने आयोजित केली आहे. मंत्री संपादकाची खुर्ची पुढे ओढून त्याला बसण्याची विनंती करतात; परंतु वृत्तपत्राच्या मालकाकडे ते पाहातही नाहीत, हे विचित्र नाही का?'

अशा अनुभवांमुळे समीर यांनी बेनेट, कोलमन आणि कंपनीत आपण बॉस आहोत आणि पत्रकारांपेक्षा आपले स्थान वरचे आहे, हे दाखविण्यास सुरुवात केली. त्याचा एक भाग म्हणून कंपनीतील कर्मचारी आणि अधिकाऱ्यांना त्यांच्या त्यांच्या पदानुसारच संबोधण्यात यावे, असा आदेश समीर यांनी जारी केला. तोपर्यंत अनेक वरिष्ठ संपादक समीर जैन यांना त्यांच्या पहिल्या नावानेच हाक मारत असत. आता त्यांना संयुक्त व्यवस्थापकीय संचालक (जेएमडी) आणि नंतर उपाध्यक्ष (व्हीसी-व्हाइस चेअरमन) असे संबोधले जाऊ लागले.

बेनेट, कोलमन आणि कंपनीचा कारभार सुमारे सात वर्षे सरकारकडे होता. त्या वेळी समीर वयाच्या विशीत होते. आपल्या वृत्तपत्रातीलच काही पत्रकारांनी कंपनीतील कथित गैरव्यवहार व अनियमिततेसंबंधी सरकारकडे तक्रारी केल्या आणि त्यामुळे हा प्रसंग ओढवला, ही भावना त्यांच्या मनात रुजली होती. टाइम्स समूहासाठी तो कसोटीचा काळ होता आणि समूहातील पत्रकारच त्याला जबाबदार आहेत, असा समीर यांचा थेट आरोप होता.

बलजित कपूर यासंबंधी म्हणाले, 'त्या कठीण काळाच्या आठवणी समीर यांच्या मनात रुतून बसल्या होत्या. संपादकांना त्यांची जागा दाखवून दिली पाहिजे, असे त्यांचे मत झाले होते. संपादक हा कंपनीचा एक नोकर आहे. तो बातम्यांवर फक्त प्रक्रिया करतो, या निष्कर्षावर ते आले होते.'

समीर यांना वृत्तपत्रांवर संपूर्ण नियंत्रण हवे होते आणि संपादक त्यांच्या स्वायत्ततेचा अतिरिक्त फायदा घेत होते. वृत्तपत्रात आपण आपल्या पसंतीची माणसे घेऊ शकत नाही, आपल्या आवडीच्या बातम्या वृत्तपत्रात छापून येऊ शकत नाहीत, या आणि अशा इतर निर्बंधांमुळे त्यांच्या मनात असंतोष खदखदत होता. हे अडथळे हटवले पाहिजेत, असे त्यांना वाटत होते.

टाइम्स समूहात समीर यांनी कामास सुरुवात केली, तेव्हा प्रारंभी वरिष्ठ

संपादकांनी त्यांच्याकडे प्रशिक्षणार्थी उमेदवार म्हणूनच पाहिले. *'लडका ठीक है। लेकिन उसे अभी पढना है, सीखना है।'* अशा शब्दांत त्यांची संभावना करण्यात आली. समीर यांना त्याचा संताप आला. त्यामुळे त्यांनी *न्यूयॉर्क टाइम्स* आणि इतर वृत्तपत्रांतील लेखांची कात्रणे संपादकीय विभागात फिरवायला सुरुवात केली. आपण आधीच पुरेसे शिक्षण घेतले आहे आणि संपादकांचे म्हणणे काही असले, तरी आपले वाचन खूप आहे, हे समीर यांना सर्वांच्या मनावर ठसवायचे होते.

कालांतराने समीर यांनी संपादकांशी थेट संघर्ष पुकारला. पुढे तर एका बैठकीत त्यांनी सर्वांना उघडपणे बजावले, 'सर्व संपादकांनो, जरा काळजीपूर्वक ऐका. तुमची प्रत्यक्ष पंतप्रधानांशी भेटीची वेळ ठरली असली, तरी मी बोलावल्यानंतर तुम्ही ती भेट रद्द करून माझ्याकडेच आले पाहिजे.' या थेट सूचनेचा मोठा परिणाम झाला. आता काही संपादक त्याविषयी हलकीफुलकी टिपण्णी करत असले, तरी त्या काळात या आदेशाचे उल्लंघन करण्याची कोणाची हिंमत नव्हती. त्यामुळे टाइम्स समूहात काही काळ तरी 'राजा बोले, दल हाले', अशी स्थिती आली.

समीर यांना आणखीही एका गोष्टीची चीड होती. एखाद्या वृत्तपत्राने काही चांगले काम केले की, त्याचे सगळे श्रेय आपोआप संपादकाला मिळत असे. परंतु नकारात्मक गोष्टी घडल्या की, त्याचे खापर मात्र मालकाच्या डोक्यावर फोडले जायचे. याबाबत समीर म्हणायचे, 'बऱ्यावाईटाच्या हिशेबात नको असलेल्या गोष्टींची शिल्लक कायम माझ्या खात्यावर येते.' हे चित्र बदलण्याची त्यांची इच्छा होती. 'कोणत्याही परिस्थितीत आणि कोणतेही पाऊल उचलले, तरी सर्व कर्मचारी, सर्व टीम आपल्या पाठीशी संपूर्णपणे उभी राहिली पाहिजे, अशी अपेक्षा त्यातून निर्माण झाली. काही प्रसंगांमध्ये तसे घडले नाही, तेव्हा संघर्षाची स्थिती उद्‌भवली. अशा प्रसंगांचा समीर यांना मानसिक त्रास झाला आणि त्याचा शेवट काही चांगला झाला नाही', असे प्रदीप गुहा यांनी सांगितले.

टाइम्स समूहाबाहेरच्या काही तटस्थ निरीक्षकांनीही समीर जैन यांच्या मनातील पत्रकारविरोधी भावनेबद्दल लिहिले आहे. निकोलस कोलरिज यांचे *'पेपर टायगर्स'* नावाचे पुस्तक आहे. त्यात ते लिहितात, 'संपादक आणि पत्रकारांचे अधिकार सतत कमी केले पाहिजेत, असा समीर यांचा दृष्टिकोन आहे. ('संपादकीय मजल्यावरचे ते निळ्या रक्ताचे ब्राह्मण!') त्याऐवजी व्यवस्थापकांना चांगल्या सुविधा देण्यात त्यांना आनंद वाटतो.'[१३]

समीर यांची वृत्ती बंडखोरीची आहे. माध्यम क्षेत्रातील परंपरा, रुढी, संकेत यांच्याबद्दल त्यांच्या मनात काहीशी अनादराचीच भावना आहे. इथला प्रस्थापित

व्यवस्थेचा त्रिकोण ते उलटा करू पाहत आहेत. मात्र, हे बदल घडवताना त्यांची पद्धत 'काही झाले, तरी माझा शब्द प्रमाण' अशी अधिकारशाहीची असल्याबद्दलही शंका उपस्थित केल्या जातात.

याबाबतही विविध मते ऐकायला मिळतात. काहींच्या मते, समीर यांनी एखाद्या गोष्टीवर लक्ष केंद्रित केले की, होणाऱ्या विरोधाची ते पर्वा करत नाहीत. तो मोडून काढण्यासाठी कोणताही मार्ग अवलंबायची त्यांची तयारी असते. याबाबत टाइम्स समूहातील एका वृत्तपत्राच्या संपादकीय पानांची जबाबदारी सांभाळणारे पत्रकार म्हणाले, 'समीर जैन यांनी स्वत:चे साम्राज्य प्रस्थापित केले आहे. इथल्या कर्मचाऱ्यांनी त्यांना समजून घेतले पाहिजे आणि त्यांचा अधिकार मान्य केला पाहिजे. व्हीसी (उपाध्यक्ष) वृत्तपत्राच्या रोजच्या कामात कोणताही हस्तक्षेप करत नाहीत. पण ते कळसुत्री बाहुल्या नाचवणाऱ्या सूत्रधारासारखे आहेत. ते तुमच्यासमोर एखादी कल्पना फेकतात. त्यानंतर तुम्ही ती कल्पना प्रत्यक्षात कशी उतरवता येईल, याचा विचार करायचा असतो आणि तुम्ही ती प्रत्यक्षात उतरवली पाहिजे, अशी अपेक्षा असते.'

हे संपादक म्हणाले, 'समीर यांना उच्च दर्जाची चर्चा हवी असते. त्यासाठी ते कधीही बातमीदाराला बोलावणार नाहीत. संपादक किंवा संपादकीय पानाचे नियोजन सांभाळणाऱ्यांना ते चर्चेसाठी बोलावतात. ते तुमच्या क्षमता जोखतात आणि त्याप्रमाणे तुम्हाला वागणूक देतात. पण ते स्वत: अतिशय मृदूभाषक आहेत. ते हळुवार बोलतात आणि तुम्हाला ते थेट आदेश देत नाहीत. त्यांच्या बोलण्यातून काही संकेत मिळतात. त्यात सूचना लपलेल्या असतात. तुम्हाला त्या ओळखता आल्या पाहिजेत. त्यामुळे समीर यांचे बोलणे समजून घेणे मजेदार असते आणि अवघडही. तुम्ही त्यांच्या योजनेत किती सहभागी होऊ इच्छिता, यावरही ते अवलंबून असते.'

समीर हे थोडेसे संतापी आणि लगेच भडकणारे आहेत, असा आरोप केला जातो. त्यावर मी या संपादकांना छेडले, तेव्हा ते म्हणाले, 'मी समीर यांना कधीही रागावल्याचे किंवा त्यांचे स्वत:वरील नियंत्रण सुटल्याचे पाहिले नाही. मी स्वामी आणि व्हीसींना अनेकदा व्हरांड्यातच उभे राहून बोलताना पाहिले आहे. एखाद्या जुन्या मित्राशी गप्पा माराव्यात, असे त्यांचे वागणे असते. व्हीसी चांगल्या मूडमध्ये असतील, तर काही बंगाली संपादकांशी 'केमॉन आछो' (तुम्ही कसे आहात?) असे म्हणून संवाद सुरू करतात.' (हे स्वामी म्हणजे *इकॉनॉमिक टाइम्स*चे माजी मुख्य संपादक स्वामीनाथन अय्यर. ते आता सल्लागार संपादक आहेत आणि टाइम्स समूहातील वृत्तपत्रांमध्ये त्यांचे नियमित स्तंभलेखन असते.)

या संपादकांनी पुढे अशी टिपण्णी केली की, 'बहुतेक पत्रकारांना आपल्याला कोणी व्याख्यान, प्रवचन दिल्याचे आवडत नाही आणि प्रकाशकाने दिलेले तर बिलकूलच आवडत नाही. इथेच समस्या निर्माण होते. ते ऐकत नाहीत आणि संघर्ष सुरू होतो.'

शुभ्रांशू रॉय हे *फायनान्शियल क्रॉनिकल* चे संपादक आहेत. त्यांनी काही काळ *इकॉनॉमिक टाइम्स* मध्ये काम केले आहे. समीर यांचे वेगळे व्यक्तिचित्र रेखाटण्याचा प्रयत्न त्यांनी केला. ते म्हणाले, 'समीर जैन यांचे चित्र रंगवले जाते, तसे ते एखाद्या जुलमी सत्ताधीशासारखे नाहीत. ते माध्यमांना अनागोंदीकडे नेणारेही नाहीत. उलट, ते अत्यंत वास्तवदर्शी आणि जमिनीवर पाय असलेले गृहस्थ आहेत. मी त्यांना कधीही कोणाशी संतापून बोलताना पाहिलेले नाही. ते सर्वांशी सहानुभूतीने, समभावाने वागतात. पण लोकांना त्यांचे राक्षसी चित्र उभे करायची भयंकर सवय लागली आहे. तुम्ही एकतर त्यांची देवासारखी भक्ती करता किंवा त्यांना राक्षस दाखवण्याचा प्रयत्न करता.'

रॉय पुढे म्हणाले, 'समीर जैन हे संपादक-प्रकाशक आहेत. ते पत्रकारविरोधी नाहीत. उलट मला माहिती असलेल्या अनेक संपादकांपेक्षाही ते उत्तम संपादक आहेत. त्यांना पत्रकारिता चांगली माहिती आहे. मात्र, त्यांना उगाचच *टाइम्स ऑफ इंडिया* चे पवित्र भूत- वैचारिक भूत बनविण्यात आले आहे.' अनेकदा संपादकांचे स्वत:चे काही हितसंबंध असतात. त्यांना धक्का पोचला की, ते विरोधाचा सूर काढतात, असे मत व्यक्त करून ते म्हणाले, 'समीर यांच्यासोबत काम केलेल्या प्रत्येक संपादकाने असे केले आहे, ते त्यांच्या स्वार्थामुळे किंवा त्यापेक्षाही मोठ्या असलेल्या अहंकारामुळे!'

'हा प्रकाशक आणि संपादकांमधला संघर्ष आहे. प्रकाशकाला त्याच्या वृत्तपत्राचा संपादक व्हावेसे वाटते आणि संपादकालाही प्रकाशकाच्या भूमिकेत जाण्याची सुप्त इच्छा असते. हा या दोन भूमिकांमधला सनातन संघर्ष आहे. परंतु, समीर यांनी त्याला छेद देण्याचा प्रयत्न केला आणि त्याच्याभोवतीचे गूढतेचे वलय दूर करण्याचाही प्रयत्न केला. हा संघर्ष ओलांडून समीर पुढे गेले. पत्रकारितेचा एक निरीक्षक व अभ्यासक म्हणून समीर जैन हे एक उत्कृष्ट संपादक आहेत, असे मला मनापासून वाटते,' अशा शब्दांत रॉय यांनी हा गुंता उलगडण्याचा प्रयत्न केला.

टाइम्स समूहातील अनेक संपादकांशी बोलल्यानंतर असे लक्षात आले की, आपल्या वृत्तपत्रांमध्ये छापून येणाऱ्या मजकुराबद्दल- विशेषत: संपादकीय लेखांबद्दल समीर जैन अतिशय सजग आहेत. ते अजूनही त्याबाबत दक्ष असतात.

त्यांचा हस्तक्षेप अगदी सूक्ष्म– कळेल, न कळेल– असा असतो. या संकेतांचा उलगडा करणे आणि समीर यांना अभिप्रेत बदल ओळखणे हे संपादकासाठी जिकीरीचे काम असते. समीर यांचे भाषेवर प्रभुत्व आहे. त्यामुळे कधी तरी ते स्वत:च हातात लेखणी घेऊन उपसंपादकाची भूमिका बजावत लेखांमध्ये दुरुस्त्या सुचवतात.

इकॉनॉमिक टाइम्स च्या संपादकीय पानाची जबाबदारी काही काळ सांभाळलेल्या टी. के. अरुण यांची माझी भेट झाली. ते म्हणाले, 'व्हीसी हे स्वत: उत्तम उपसंपादक आहेत. वृत्तपत्रात प्रसिद्ध झालेले लेख ते कधीतरी वाचतात आणि अनावश्यक शब्द, वाक्प्रचारांखाली खुणा करून पाठवतात. इंग्रजी भाषेच्या अचूक व्याकरणाबद्दल ते अतिशय आग्रही आहेत. पूर्वीच्या काळी पत्रकार विचार करत की, या लाला किंवा शेठजींना पत्रकारिता कळत नाही, तर भाषा कोठून कळणार? पण समीर त्याला अपवाद आहेत. त्यांचे वाचनही अफाट आहे.'

इकॉनॉमिक टाइम्स चे सल्लागार संपादक अभीक बर्मन यांनीही अरुण यांच्या मताला दुजोरा दिला. ते म्हणाले, 'व्हीसींना शब्दांच्या अचूक आणि योग्य वापराची जाण आहे. वेगळे, रंजक शब्द; तसेच नवे वाक्प्रचार, शब्दरचनांचे त्यांना आकर्षण आहे. मी एकदा त्यांच्याशी बोलताना इंग्रजीत रूढ झालेला एक जर्मन शब्द वापरला. तेव्हा आता असे शब्द कोणी वापरत नाही, असे त्यांनी मला सांगितले. वैयक्तिक पातळीवर लोकांना विचार करायला लावतील, अशा शब्दांचा वापर त्यांना आवडतो. परंतु, वृत्तपत्रांमध्ये साधी आणि समजायला सोपी अशीच भाषा वापरण्याचा त्यांचा आग्रह असतो.'

नवभारत टाइम्स चे संपादक बालमुकुंद सिन्हा म्हणाले, 'समीर तुमच्या कक्षा रुंदावतात. ते तुम्हाला एखादा संकेत किंवा इशारा देतात आणि त्याचा अर्थ लावण्यास तुम्हाला प्रोत्साहित करतात. तुम्ही चुकीच्या दिशेने गेलात, तर आपल्याला काय म्हणायचे आहे, हे तुम्हाला समजावून सांगतात. चर्चा सुरू असलेल्या विषयाबद्दल आपल्याला फार थोडी माहिती आहे, असे ते भासवतात. मग, तुम्ही उत्साहाने भरपूर बडबड करता. ते शांतपणे सगळं ऐकतात. नंतर हळूच या विषयाचे सार सांगणारा एखादा गुरुमंत्र तुम्हाला देतात. त्यांचे मन आणि बुद्धी विलक्षण आहे. आध्यात्मिक असल्यामुळेच बहुधा ते त्यांना साधत असावे.'

अनेक प्रसंगी समीर जैन यांच्या वृत्तपत्रांतील हस्तक्षेपामुळे सुरुवातीला संपादक गडबडतात, घाबरतात. या धक्क्यातून सावरायला त्यांना थोडा वेळ लागतो. टाइम्स समूहातील हिंदी वृत्तपत्रांमध्ये समाजात प्रचलित झालेले इंग्रजी शब्द वापरायला

हरकत नाही, असे समीर यांनी अचानक सांगितले. भाषेचे संवर्धन करणे हे वृत्तपत्राचे काम नाही, अशी त्यांची धारणा होती. 'त्यामुळेच टाइम्स समूहातील इंग्रजी वृत्तपत्रांमधली भाषाही शेक्सपियरसारखी नसते. तर शोभा डे जसं लिहितात की- दॅट नेबरहूड बॉय इज व्हेरी *नमकीन*- तशी ती असते', असे सिन्हा यांनी सांगितले. 'लोकांना अशी भाषा समजते आणि ते असंच बोलतात. त्यामुळे त्यांच्याशी नातं जोडायचं, तर तशीच भाषा वापरली पाहिजे', अशी समीर यांची भूमिका असल्याचे स्पष्टीकरण सिन्हांनी दिले.

दुसऱ्या एका प्रसंगी समीर जैन यांनी अशीच एक सूचना *नवभारत टाइम्स*च्या संपादकांना केली. या हिंदी दैनिकाच्या वाचकांनी चांगल्या करियरसाठी इंग्रजी शिकलं पाहिजे, अशी बातमी करण्यास त्यांनी सुचवले. हिंदीभाषक वाचकांची मुले इंग्रजी माध्यमाच्या शाळांमध्ये जातात का आणि जात असल्यास त्याची कारणे काय, याची पाहणी करण्याचा सल्ला समीर यांनी दिला. 'व्यवहारी व्हा आणि सत्याचा मोकळेपणाने स्वीकार करा', असे त्यांचे म्हणणे होते. दिखाऊ कर्मठपणा बाळगणाऱ्यांचे पितळ उघडे करा, असे त्यांचे आवाहन होते. परंतु, ही सूचना तशी नाराजीनेच स्वीकारण्यात आली. समीर यांच्या सूचनेनुसार जनमताची पाहणी मात्र करण्यात आली. त्याबाबत सिन्हा म्हणाले, 'समीर यांचे म्हणणे खरे होते, हे पाहणीतून सिद्ध झाले. *नवभारत टाइम्स*च्या अनेक वाचकांना त्यांची मुले इंग्रजी शाळेत शिकावीत, असेच वाटत होते. समीर यांचा हस्तक्षेप कसा असतो, याचे हे मासलेवाईक उदाहरण आहे.'

*इकॉनॉमिक टाइम्स*च्या संपादकीय विभागातील एक सदस्य म्हणाले, 'व्हीसी हे अतिशय सभ्य आणि सुसंस्कृत आहेत. ते त्यांचे विचार तुमच्यापुढे मांडतात. ते काय म्हणताहेत, हे तुम्हाला समजले, तर ती तुमच्यासाठी सर्वात उत्तम गोष्ट असते. ...मग तुम्हाला तुमचे संपादकीय लेख लिहिण्याचे पूर्ण स्वातंत्र्य असते. तुम्ही केलेले लेखन व्हीसींना आवडले, तर ते तुम्हाला एखादी चिठ्ठीही पाठवतील. त्यावर त्यांची 'एस' आद्याक्षराची स्वाक्षरी असेल. कदाचित तुम्हाला वाचता न येणाऱ्या अक्षरात एखाद-दोन मुद्देही त्यात लिहिले असतील.'

समीर जैन कदाचित एकाधिकार गाजवणारे नसतील. पण त्यांचे व्यक्तिमत्व इतरांवर वर्चस्व राखणारे, त्यांच्यावर दबाव ठेवणारे असू शकेल. उदाहरणार्थ, टाइम्स समूहातील सर्व संपादकांना त्यांनी नोंदवह्या दिल्या आहेत. समीर यांच्या समवेतच्या प्रत्येक बैठकीत संपादकांनी ही नोंदवही आणणे आणि त्यात नोंदी करणे अपेक्षित असते. पुढच्या बैठकांमध्ये संपादकांनी आधीचे संदर्भ लक्षात ठेवणे आवश्यक मानले जाते.

असे कोणी केले नाही, तर समीर भयंकर अस्वस्थ होतात. त्यामुळे एखादा संपादक बैठकीला येताना नोंदवही विसरला, तर त्याला तत्काळ नवी नोंदवही दिली जाते. समीर बोलत असतानाच त्याच्या नोंदी वहीत उतरताना दिसणे अनिवार्य असते.

समीर यांच्याशी अशा संवादसत्रांची काही संपादकांना धास्तीही असते. याचे कारण त्यांच्या भाषणातील काही भाग अस्पष्ट असू शकतो. 'ते काय बोलताहेत, याचा अर्थ लावणे हे भयंकर कठीण काम असते', असे टाइम्स हाऊसमधील एका संपादकाने मला सांगितले. ते म्हणाले, 'समीर नेहमी वैदिक तत्त्वज्ञानातील एखादा दाखला देतात किंवा भलत्याच गुंतागुंतीच्या उपमा देतात. त्यांच्या या एकतर्फी ज्ञानसंवादाला त्यामुळे खासगीत कधी 'केमोथेरपी सेशन्स'ही म्हटले जाते. कारण त्यातून पार पडणे, हे दिव्यच असते.'

या संपादकांनी संवादाचे स्वरूप आणखी स्पष्ट केले. त्यांनी सांगितले की, 'जेव्हा समीर काही धार्मिक तत्त्वे सांगत असतात आणि आमचे डोळे चकाकताना पाहतात, तेव्हा ते म्हणतात, 'मला ठाऊक आहे की, तुम्ही नास्तिक नसलात, तरी अधार्मिक लोक आहात. तुम्ही *अष्टावक्र गीता* वाचली पाहिजे. ती एका नास्तिकाचा जाहीरनामा आहे.' हा त्यांचा सर्वांत आवडता ग्रंथ आहे. तो त्यांना तोंडपाठही आहे. परंतु, ते एखाद्या विशिष्ट गोष्टीचा आग्रह धरणार नाहीत. तुम्ही यावर एखादी नजर टाका आणि तुम्हाला त्यावर लिहिता आले तर बघा, अशा शब्दांत ते साधारणपणे सूचना करतात.'

संपादक महाशय गमतीने म्हणाले की, समीर यांच्याशी संवादाची सत्रे सहनशक्तीची परीक्षा पाहणारी असतात. ते पुढे म्हणाले, 'हा संवाद बहुतांश एकतर्फी आणि बराचसा विस्कळीत असतो. दोघातिघांना बोलावून समीर बोलण्यास सुरुवात करतात. चर्चा रंगात आली की, ते आणखी लोकांना बोलावून घेतात. ते काही नावे घेतात आणि *'उनको भी बुला लिजिए'* असे सांगतात. अशा वेळी तुम्ही कितीही कामात असलात किंवा महत्त्वाचे काम करत असलात, तरी चौथ्या मजल्यावरचे बोलावणे आले की, जावेच लागते.* बावरलेल्या मन:स्थितीत हातात नोंदवही

---

* दिल्लीतील टाइम्स हाऊसमधील चौथा मजल्यावर बेनेट, कोलमन आणि कंपनीच्या अध्यक्ष इंदू जैन, उपाध्यक्ष समीर जैन, व्यवस्थापकीय संचालक विनीत जैन आणि इतर वरिष्ठ व्यवस्थापकांची कार्यालये आहेत. त्यामुळे हा मजला टाइम्स समूहात तसा 'माउंट ऑलिंपस'सारखा पवित्र मानला जातो. स्वाभाविकच या भागात समूहातील पत्रकार किंवा इतरांचे येणे प्रासंगिकच असते. तिथल्या दालनात खास अतिथींचा पाहुणचार केला जातो. तेथे फक्त निमंत्रितांनाच प्रवेश असतो. त्यामुळे टाइम्स समूहात या मजल्याकडे आदरयुक्त भीतीनेच पाहिले जाते.

घेऊन तुम्ही तेथे जाता आणि समीर यांना स्वत:शीच बोलताना ऐकता. परंतु, यातली चांगली गोष्ट ही की, दुपारी उशिरा किंवा संध्याकाळी तुम्हाला असे बोलावणे कधी येत नाही. कारण ही वेळ वृत्तपत्रांच्या आवृत्त्यांसाठी अतिशय महत्त्वाची असते, हे समीर यांना ठाऊक आहे.'

हे संपादक आणखी बरेच काही सांगत राहिले. ते म्हणाले, 'हा ज्ञानाचा ओव्हरडोस (जादा मात्रा) टाळायचा असेल, तर एक मार्ग आहे. तुम्ही खोकल्याचा किंवा शिंका येत असल्याचा अभिनय करा. तसे केले, तर समीर लगेच त्याची दखल घेतात आणि तब्येत बरी नसेल, तर तुम्ही जाऊ शकता, असे बजावतात.' याचे कारण स्पष्ट करताना ते म्हणाले, 'समीर आरोग्याच्या बाबतीत अतिशय दक्ष आहेत. त्यांचा घसा नाजूक आहे. अत्तर, लोणचे, सुगंधी तेल– थोडासाही वास त्यांना सहन होत नाही.'

समीर जैन हे वेळेच्या बाबतीतही काटेकोर आहेत, असे मला सांगण्यात आले. ते कधीच उशिरा येत नाहीत. सकाळी साडेदहाच्या सुमारास ते कार्यालयात येतात. त्या वेळेपर्यंत दिवसभरातील बातम्यांच्या नियोजनाची (न्यूज मॅनेजमेंट कमिटी) बैठक सुरू होणे अपेक्षित असते. एखाद वेळी ही बैठक सुरू झाली नसेल, तर समीर यांच्या रागाचा पारा चढतो. हे सगळे आळशी लोक आहेत, अशी बडबड ते करतात. त्यांना दिरंगाई आणि बेशिस्त जराही सहन होत नाही, असे नियोजन समितीतील एका सदस्याने सांगितले.

समीर सकाळी कार्यालयात येतात, तेव्हा आपल्या केबिनमध्ये जाण्यापूर्वी संपादकीय विभागात डोकावतात. एखाद्या संपादकाशी दारातूनच एकदोन वाक्ये बोलतात. काही वेळा बातम्यांच्या नियोजनाच्या बैठकीतही समीर सहभागी होतात. त्यासंबंधी हा सदस्य म्हणाला, 'समीर बैठकीत येऊन बसतात. ते फारसे बोलत नाहीत; पण प्रत्येक सदस्याचे ते निरीक्षण करतात. ते थेट तुमच्याकडे पाहत नसले, तरी तुमच्या प्रत्येक हालचालीकडे त्यांचे लक्ष असते, ही जाणीव सर्वांना असते.'

गौतम अधिकारी यांच्या बोलण्यातून समीर जैन यांच्या व्यक्तिमत्वाच्या दुसऱ्या बाजूवरही प्रकाश पडला. नवी दिल्लीत २००२ च्या फेब्रुवारीत आमची पहिली भेट झाली. ते म्हणाले, 'समीर विनोदी, खेळकर वृत्तीचे आहेत, हे अनेकांना माहिती नाही. त्यांची विनोदाची जाण तरल आहे. ते अतिशय खट्याळ आणि खोडकर आहेत. काही वेळा कंपनीच्या बैठकीत त्यांना काही मजेदार गोष्टी दिसतात. लोकांचं उगाच मुंड्या हलवणं किंवा पुढे पुढे करणं यातली गंमत त्यांच्या लक्षात येते. ते माझ्याकडे पाहून डोळे मिचकवतात. आम्ही नंतर भेटतो. तेव्हा त्याची खिल्ली उडवत प्रचंड हसतो.'

अधिकारी म्हणाले, 'हा माणूस बहुढंगी आणि बहुरंगी आहे. ॲस्टेरिक्सची कॉमिक्स त्यांना खूप आवडत असत. पिंक पँथर मालिकेतला इन्स्पेक्टर क्लोसॉ हे त्यांचे आवडते पात्र होते. अगाथा ख्रिस्तीच्या रहस्यमय कादंबऱ्या ते आवडीने वाचतात. पी. जी. वुडहाउस यांची जवळपास सर्व पुस्तके त्यांनी वाचली आहेत. वुडहाऊसचे शब्दांवरील प्रभुत्व, वाक्यरचना त्यांना भुरळ घालते. त्यांनी शेक्सपियरचे साहित्यही वाचले आहे. योग्य वेळी ते त्याचे अचूक संदर्भ देतात. आम्ही एकाच शाळेत शिकलो. त्यामुळे आम्ही बऱ्याचदा एकाच प्रकारची शैलीदार भाषा बोलतो. आम्ही एकमेकांना चांगलेच ओळखतो. त्यामुळे आमचे संभाषण काही वेगळ्याच पातळीवरचे असते.'

'समीर यांना धीरगंभीर विषयांबरोबरच नाटक, हास्य संगीतिका यांचीही आवड आहे. आम्ही कधी एकत्रित नाटकांना जातो. परतल्यावर नाटकाचे मध्यवर्ती सूत्र त्यांची पत्नी मीरा यांना सांगण्यास ते मला सुचवतात. त्यानंतर ते त्यांच्या नजरेतून नाटकाचे विश्लेषण करतात', असे त्यांनी सांगितले. 'मात्र, समीर यांच्या व्यक्तिमत्वाची ही बाजू अगदी थोड्या माणसांना माहिती आहे. ते समीर यांना संस्थेत आमूलाग्र परिवर्तन घडवणारे सर्जक किंवा धार्मिक तत्त्वज्ञानाची डूब असलेले मीडिया मोगल समजतात. पण समीर यांचे व्यक्तिमत्व अतिशय रंजक आणि कुतूहल निर्माण करणारे आहे', असे भाष्य अधिकारी यांनी केले.

जुग सुरैया हे तरल विनोदबुद्धी असलेले उत्तम कथाकार आहेत. *टाइम्स ऑफ इंडिया* सह सर्व पवित्र मानल्या जाणाऱ्या गोष्टींवर उपरोधिक टीका करण्यास, त्यांची खिल्ली उडवण्यास ते कचरत नाहीत. ते कधी स्वत:तले व्यंग्यही शोधतात. त्यांच्यासारखी शब्दांची कसरत एखाद्यालाच साधते. अशा जुग सूरैया आणि समीर जैन यांचे नाते विलक्षण आहे. ते कधी जिगरी दोस्तासारखे एकमेकांशी वागतात, तर दुसऱ्या क्षणाला परस्परांशी तावातावाने वाद घालू लागतात. टाइम्स समूहातील अनेक संपादक याचे साक्षी आहेत. त्यामुळे सुरैया हे समीर यांच्या व्यक्तिमत्वावर वेगळाच प्रकाश टाकू शकतील, असे मला वाटले. टाइम्सच्या संपादकीय पानाची जबाबदारी त्यांच्याकडे असताना टाइम्स हाऊसमध्येच मी त्यांची भेट घेतली. त्यांना एकान्तवास तसा प्रिय आहे आणि ते लेखनातच गढून गेलेले असतात. त्यांना मी *टाइम्स ऑफ इंडिया*त काही काळ काम केल्याचे आठवत होते. त्यांनी माझे म्हणणे ऐकून घेतले आणि समीर यांच्याविषयी बोलायला सुरुवात केली.

सुरैया म्हणाले, 'समीर जैन हे द्रष्टे आहेत. त्यांना संपूर्ण नवा वाचकवर्ग घडवायचा होता आणि त्याच्या अभिरुचीला साजेसा आशय द्यायचा होता. त्यांना

कोणी उपदेशाचे डोस दिलेले आवडत नसे.' त्या अनुषंगाने स्वत:शी निगडित एक आठवण त्यांनी सांगितली. 'मिखाईल गोर्बाचेव्ह तेव्हा सोव्हिएट रशियाचे अध्यक्ष होते. ते अमेरिकेच्या दौऱ्यावर निघाले असताना मी त्यावर हलक्याफुलक्या स्वरूपात भाष्य करणारा अग्रलेख लिहिला. टाइम्सच्या संपादकीय पानावरील तिसरा अग्रलेख (थर्ड एडिट) म्हणून मी ते लिहिले होते. समीर यांना तो अतिशय आवडला आणि तो पहिला अग्रलेख म्हणूनच छापण्यास त्यांनी सांगितले. संपादकीय लेख असेच लिहिले पाहिजेत, अशी टिपण्णी त्यांनी केली.'[१४]

'समीर हे स्वतंत्र प्रतिभेचे गृहस्थ आहेत. धोका पत्करण्याची त्यांची तयारी असते. त्यांच्यासाठी पैसा म्हणजे सर्वस्व नाही. ते एखाद्या सामुराई योद्ध्यासारखे आहेत. त्यांच्यासाठी हा सर्व खेळ आहे. त्यांच्यासाठी ती अध्यात्माची साधनाही असू शकते. समीर हे कोणत्याही एका विचारप्रणालीचे नाहीत. ते कल्पनांच्या जगातूनच आले आहेत,' अशा शब्दांत सुरैया यांनी त्यांची प्रशंसा केली.

समीर यांच्या समवेत प्रदीर्घ काळ काम केलेल्या विपणन विभागातील एका अधिकाऱ्याने सांगितले की, 'समीर जैन हे भारताचे होवार्ड ह्युजेस आहेत. असामान्य बुद्धीचे ते एक गूढ व्यक्तिमत्व आहे. त्यांना कोणतीही भौतिक किंवा प्रापंचिक आकांक्षा नाही. ते व्यवसायावर ज्या पद्धतीने लक्ष केंद्रित करतात, ते पाहता हे थोडेसे विचित्र वाटेल. परंतु, ते खरे आहे. त्यांना खेळामध्ये, कलेमध्ये किंवा रूढ अर्थाने संपत्तीमध्ये फारसा रस नाही. त्यामुळे ते त्यांच्या उद्दिष्टांवर संपूर्ण लक्ष केंद्रित करतात.'

समीर जैन हे अतिशय संवेदनशील आणि सहकाऱ्यांशी सहानुभूतीने, मित्रत्वाने वागणारे आहेत, असेही म्हटले जाते. परंतु, यातही त्यांच्या व्यक्तिमत्वाच्या उलटसुलट बाजू पुढे येतात. एखाद्याला गुदमरून टाकेल इतकी सहानुभूती आणि प्रेम दाखवायचे किंवा कोणाची यत्किंचितही फिकीर बाळगायची नाही, अशा दोन टोकांवर ते हेलकावे घेत असतात.

समीर जैन यांनी दाखवलेले प्रेम आणि मित्रभाव प्रदीप गुहा कधी विसरू शकत नाहीत. त्यांच्याशी ऑगस्ट २०११ मध्ये मी गप्पा मारल्या, तेव्हा त्यांनी दोन प्रसंग सांगितले. गुहा यांच्या वडिलांचे निधन झाले, त्या वेळी समीर त्यांच्या मुंबईतील घरी सांत्वनासाठी आले. त्यांनी बरोबर घरी शिजवलेल्या अन्नाचे डबे आणले होते. 'तुम्ही काही खाल्ले नसेल. तेव्हा थोडं खाऊन घ्या', असे समीर यांनी त्यांना सांगितले. गुहा आणि समीर जैन यांच्यात आता पूर्वीइतकी जवळीक नसली, तरी हा प्रसंग ते विसरू शकत नाहीत.

दुसरा प्रसंग सांगताना गुहा म्हणाले, 'समीर एका दौऱ्याहून परत आले, तेव्हा

त्यांनी माझ्यासाठी बुटाचे जोड आणले होते. माझ्या पायात ते बसतात की नाहीत, हे त्यांनी पाहिले. माझ्या बुटाचा नंबरही त्यांना माहिती होता. मला तो आश्चर्याचा धक्काच होता. समीर हे कसं करू शकतात, याचा मी आजही विचार करतो.'

'एक व्यक्ती म्हणून तुम्ही समीर यांना आवडलात आणि ते जे काही करतात, त्याला तुमचा पाठिंबा आहे, असे त्यांना लक्षात आले; कंपनीच्या भल्याच्या गोष्टी, त्यांचे आणि तुमचे हितसंबंध व आवडीनिवडी सारख्याच आहेत, हे लक्षात आले, तर ते तुमच्यासाठी काहीही करायला तयार असतात. तुमचे मैत्र वाढतच जाते', असे सांगून गुहा म्हणाले, 'ते तुमच्या गरजांची, तुम्हाला हव्या असलेल्या सुविधांची तुम्हाला संकोच वाटावा इतकी काळजी घेतील. तुम्ही जसे आहात तसे ते तुम्हाला स्वीकारतात आणि तुम्हाला धोकेही पत्करू देतात. कंपनीच्या एकूण ध्येयउद्दिष्टांशी सुसंगत कल्पना तुम्ही मांडल्यात, तर ते तुमच्या पाठीशी उभे राहतात.'

मेजवानी किंवा चहापानाच्या समारंभांमध्ये समीर जैन स्वत: इतरांचे आतिथ्य कसे करतात, त्यांच्या थाळीत आग्रहाने एखादा पदार्थ कसा वाढतात किंवा तुमच्यासाठी स्वत: चहा कसा बनवतात, याच्या आठवणी अनेक संपादकांनी मला सांगितल्या. एखाद्या अधिकाऱ्याला कार्यालयात रागावणे झाले की, नंतर रात्री समीर यांच्यासोबत घरी जेवणाचे निमंत्रण मिळाल्याचे किस्सेही टाइम्स समूहात प्रचलित आहेत.

समीर जैन यांच्या व्यक्तिमत्वातील हे द्वैत किंवा कथित दुभंगलेपणाची त्यांच्यासमवेत काम केलेल्या काहींनी धास्तीही घेतली. त्यामुळे प्रशंसा करणाऱ्यांबरोबरच समीर यांचे प्रखर टीकाकारही आहेत.

ख्यातनाम कवी, लेखक, चित्रकार आणि हिंदी चित्रपटांचे निर्माते प्रीतीश नंदी हे अशा टीकाकारांपैकी एक आहेत. 'समीर जैन यांना माध्यमे पत्रकारितेपासून दूर न्यायची आहेत. आपल्या समूहाने वृत्तपत्रे आणि च्युइंगगम सारख्याच पद्धतीने विकावे, अशी त्यांची अपेक्षा आहे. *टाइम्स ऑफ इंडिया* या वृत्तपत्राकडे ते वेगाने वाढणारे एक ग्राहकोपयोगी उत्पादन (फास्ट मूव्हिंग कन्झ्युमर गुड) म्हणूनच पाहतात', अशी बोचरी टीका त्यांनी केली.

'समीर पत्रकारांचा द्वेष करतात. ते आपल्यापेक्षा बौद्धिकदृष्ट्या श्रेष्ठ आहेत, असे त्यांना वाटले. त्यामुळे त्यांनी भारतातली पत्रकारितेची भूमिकाच नष्ट केली.

माहितीचे फुटकळीकरण अतिशय मोहक आणि कामुक आहे, याची जाणीव त्यांना झाली. कमी होत असलेले वाचनाचे प्रमाण आणि वृत्तपत्रांची कमी होत चाललेली वैधता– विश्वासार्हता त्यांनी आधीच ओळखली. नव्या पिढीच्या आवडीनिवडींना प्रतिसाद देणारे पर्यायी व्यासपीठ उभे करण्याची गरज त्यांनी अचूक हेरली', असे मत त्यांनी मांडले.

आपल्या टीकेचा स्वर आणखी उंचावत नंदी म्हणाले, 'व्यावसायिकदृष्ट्या विचार करता समीर जैन यांचे येणे ही *टाइम्स ऑफ इंडिया* साठी सर्वांत लाभदायक गोष्ट ठरली. मात्र, त्यांनी एक संस्था मोडकळीस काढली आणि तिचे रुपांतर एका मोठ्या कारखान्यात केले.'

बलजित कपूर यांच्या एका विधानाने मी या प्रकरणाचा समारोप करते. ते म्हणाले, 'समीर जैन यांच्या आधी वृत्तपत्र ही एक सामाजिक संस्था होती. समीर जैन यांच्या आगमनानंतर तो एक व्यवसाय झाला आहे. त्याबद्दल कोणताही भ्रम बाळगण्याची आवश्यकता नाही. त्यांनी वापरलेल्या पद्धतींची सर्रास आणि बिनदिक्कत नक्कल होत आहे. माध्यमांच्या सध्याच्या स्थितीचे ते सर्वांत महत्त्वपूर्ण वैशिष्ट्य आहे.'

३

नव्या साम्राज्याची पायाभरणी

समीर जैन यांनी बदलाची नवी रणनीती आखली. पुढील दशकांमध्ये ती उलगडत गेली आणि माध्यमांच्या व्यवसायाचे सर्व पैलू तिने आपल्या कवेत घेतले. आपल्या प्रकाशनांना मिळत असलेल्या किमतीपेक्षा त्यांचे मूल्य खूप अधिक असल्याचा त्यांना ठाम विश्वास होता. त्यामुळेच हे खरे मूल्य आपण मिळवू शकू व त्यायोगे बेनेट, कोलमन आणि कंपनी किंवा टाइम्स समूहाला आपण खऱ्या अर्थाने नफ्यात आणू शकू, असा आत्मविश्वास त्यांना वाटत होता. परंतु, हे वास्तवात उतरण्यासाठी व्यवसायातील सर्वच विभागांचा प्रतिसाद व सहकार्य मिळणे आवश्यक होते.

आपल्या वृत्तपत्रांचा बातमीदारी आणि आशयाकडे पाहण्याचा दृष्टिकोन सर्वप्रथम बदलला पाहिजे, असे समीर यांना वाटत होते. त्या काळातली सर्वच वृत्तपत्रे अलिखित नियम असल्यासारखी राज्ययंत्रणेकडे आणि सरकारकडे तोंड करून बसली होती. त्यांची दिशा बदलून समाज आणि नागरिक हा त्यांच्या बातमीचा मुख्य विषय करण्याची गरज निर्माण झाली होती.

वृत्तपत्रांच्या क्षेत्रातील हा वरकरणी साधा वाटणारा; पण एक मोठा बदल होता. तोपर्यंत वृत्तपत्रांचा प्राथमिक लक्ष्यगट हा मंत्री, नोकरशहा, राजकारणी आणि बुद्धिजीवी वर्ग होता. हे समाजातले प्रभावशाली वर्ग होते आणि *टाइम्स ऑफ इंडिया*शी त्यांची घट्ट बांधिलकी होती. परंतु, आता टाइम्सला त्याचा मोहरा वळवून समाजातील विविध व्यावसायिक आणि मध्यमवर्गीय कुटुंबांना आपला लक्ष्यगट बनवायचे होते. त्यामुळे समाजातील प्रभावशाली वर्गापेक्षा ग्राहक वर्गावर त्याला लक्ष केंद्रित करावयाचे होते. समीर यांच्या या नव्या भूमिकेमुळे टाइम्स

समूहातील वृत्तपत्रे आता १८० अंशांमध्ये– म्हणजे पूर्ण उलट्या दिशेला तोंड वळवणार होती.

नव्या धोरणामुळे टाइम्स समूहातील वृत्तपत्रांमधली बातमी आणि बातमीबाबतचा प्राधान्यक्रम बदलला. तोपर्यंत बहुतांश वृत्तपत्रे सरकारची मुखपत्रे असल्यासारखीच होती. सरकारच्या घोषणा व राजकीय भाषणे छापण्यापुरताच त्यांचा आवाका मर्यादित होता. राज्ययंत्रणा किंवा सरकार सर्वोच्च मानल्यानंतर तसे होणे स्वाभाविकही होते. त्यामुळे वृत्तपत्रांतून प्रसिद्ध होणारी मते आणि विश्लेषणही सरकार आणि राज्याच्या धोरणांभोवतीच फिरत होती. परंतु, आता मध्यम वर्गाच्या दृष्टिकोनातून रोजच्या घडोमोडींचे वार्तांकन आणि विश्लेषण आपल्या वृत्तपत्रांनी करावे, अशी समीर जैन यांची इच्छा होती.

त्यामुळे उभरत्या मध्यम वर्गाच्या जाणिवांशी स्वत:ला जोडणे आणि त्याबाबत संवेदनशील राहणे टाइम्स समूहातील पत्रकारांना आवश्यक बनले. सरकारची धोरणे आणि योजना शब्दश: छापण्याऐवजी त्यांचा सखोल अभ्यास करणे आणि नव्या वाचकवर्गाच्या दृष्टीने त्यात महत्त्वाचे काय आहे, यावर भाष्य करणे आता महत्त्वाचे बनले. त्यामुळे या वर्गाला महत्त्वाच्या वाटणाऱ्या स्थानिक घटना–घडामोडींनाही अधिक महत्त्व आले.

बातम्यांची ही प्राथमिकता बदलली, तशीच नव्या वाचकवर्गाच्या दृष्टीने त्याचे विश्लेषण आणि सादरीकरण बदलणेही आता भाग झाले. त्यामुळे बातमीच्या भाषेत, लिखाणाच्या शैलीत बदल झाला आणि एकूणच वार्तांकनाचा बाज बदलला. किचकट सरकारी भाषा आणि पारिभाषिक शब्दांपेक्षा वाचकांना समजेल अशा भाषेत संवाद साधण्याची आणि अधिक संवादी होण्याचीही गरज त्यातून पुढे आली.

समीर जैन यांनी जाहिरातीच्या किंवा वृत्तपत्रांमधील जागा विकण्याच्या संधीवर अधिक लक्ष केंद्रित केले. तो त्यांच्या दृष्टीने सर्वांत कळीचा मुद्दा होता. कंपनी नफ्यात आणण्यासाठी या क्षेत्रात निर्णायक बदल करणे भागच होते. आपल्या वृत्तपत्रातील जागेला तिची खरी किंमत मिळत नाही, असे समीर यांना वाटत होते. आपली वृत्तपत्रे जाहिरातदारांना ते देत असलेल्या पैशांपेक्षा कितीतरी अधिक मूल्य देतात, असे त्यांना वाटत होते. हा आतबट्ट्याचा व्यवहार बदलण्याची त्यांची इच्छा होती. त्यामुळे जाहिरातींच्या रूपाने हे अधिकचे मूल्य किंवा किंमत मिळविण्याचे नवे मार्ग ते शोधत होते. ही शोधाशोध करताना जाहिरातदारांच्या दृष्टीनेही आपली वृत्तपत्रे अधिकाधिक मूल्य देणारी कशी होतील, याचीही खबरदारी त्यांना घ्यायची होती.

खरे तर नव्या ग्राहक वर्गाकडे आपल्या वृत्तपत्रांचा मोहरा वळविणे, त्याच्याशी सुसंगत बदल आशयात करणे आणि जाहिरातदारांना मिळू शकणारे मूल्य वाढवणे या सर्व गोष्टी एकमेकांशी निगडित होत्या. ते एक संपूर्ण पॅकेजच होते. जाहिरातदारांना पसंत पडेल असा योग्य प्रकारचा वाचक (ग्राहक) आकर्षित करण्यासाठी त्याला साजेसा व त्याच्या चवीढवीचा आशय देणे, असा हा प्रयत्न होता. समीर जैन यांना या नात्याची स्पष्ट कल्पना आली होती. परंतु, हे साध्य करण्याच्या मार्गात टाइम्स समूहातीलच काही जण तयार नसण्याची शक्यता होती. अशा बदलांना इच्छुक नसलेल्यांमध्ये काही पत्रकारही असणे स्वाभाविक होते. त्यांना या बदलांच्या मार्गातून दूर होणे आता अटळ ठरणार होते.

आणखी वाचक मिळवण्याचे मार्ग शोधणे हीसुद्धा समीर यांची त्या वेळची प्राथमिकता होती. आशयातील बदल आणि जाहिरातींवर लक्ष केंद्रित करण्याबरोबरच वाचकांचा नवा वर्ग मिळवण्यासाठी वृत्तपत्रांच्या किमतीचे अचूक गणित साधणे आवश्यक होते. अनेक नव्या क्लृप्त्या शोधून त्यांनी आपल्या वृत्तपत्रांची बाजारपेठ अनेक पटींनी वाढविण्यात यश मिळवले. हे यश टिकवण्यासाठी वितरणाची साखळी मजबूत करणेही गरजेचे होते. वृत्तपत्रांसाठी नव्या बाजारपेठा शोधणे, तेथे वेळेत आणि इतरांच्या आधी पोचणे, वाचकवर्गाची व्याप्ती आणि खोली वाढवणे या बाबीसुद्धा तितक्याच महत्त्वाच्या होत्या.

वृत्तपत्रांच्या व्यवसायातील अशा नव्या प्राथमिकतांबरोबरच समीर जैन यांना इतर काही महत्त्वाचे निर्णय घेणेही आवश्यक होते. टाइम्स समूहातील तोट्यात चालणारी प्रकाशने बंद करणे, हा त्यातला एक भाग होता. काही प्रकाशने प्रचंड लोकप्रिय होती, परंतु ती तोट्यात होती. ती समीर यांच्या यशाच्या सर्वंकष रणनीतीत बसत नव्हती. त्यामुळे ती बंद करण्याचा कटू निर्णय घेणे भाग होता. बातम्या-आशयातील बदल, जाहिरात विश्वातील जागाविक्रीच्या नियमांची फेररचना, बाजारपेठेचा विस्तार हे घडवून आणण्यासाठी व्यवस्थापनात क्रांतिकारक सुधारणा करणे समीर जैन यांना आवश्यक होते.

टाइम्स समूहात असंख्य प्रकाशने होती. त्या सर्वांमध्ये लक्ष घालून समीर यांना आपली एकाग्रता ढळू द्यायची नव्हती. त्यांना स्वत:ला आणि त्यांच्या व्यवस्थापकीय सहकाऱ्यांना एकाच वेळी सर्व प्रकाशनांवर सारख्याच क्षमतेने लक्ष एकवटणे शक्य नव्हते. अपेक्षित बदल घडवून आणण्यासाठी त्यांना सर्व शक्ती केंद्रित करणे अत्यावश्यक होते.

अनेक प्रकाशनांचे जैन कुटुंबातील सदस्यांशी भावनिक नाते होते. त्यांच्या

भूतकाळातील अनेक आठवणी या प्रकाशनांशी जोडलेल्या होत्या. या प्रकाशनांना निष्ठावान वाचकही होता. त्यामुळे ती बंद करण्याला साहजिकच विरोध झाला. अनेकांना तो माध्यमांचे स्वातंत्र्य आणि विपुलतेवर व्यावसायिक हितसंबंधांचा पडलेला घाला वाटला. परंतु, समीर जैन खंबीर राहिले. त्यांनी विचलित न होता, त्यांच्या भविष्यातील योजनेत बसू न शकणारी प्रकाशने कुशलतेने बंद केली.

पुढील दशकभरात समीर यांनी त्यांची अनेक व्यावसायिक उद्दिष्टे साध्य केली. त्याचा संपूर्ण माध्यम व्यवसायावर परिणाम झाला. आज माध्यमांचे व्यवस्थापन आणि वापर ज्या प्रकारे होत आहे, त्याची सुरुवात या काळात झाली.

समीर जैन यांनी घडवलेल्या बदलांचा बेनेट, कोलमन आणि कंपनीला मोठा व्यावसायिक लाभ झाला. ऐंशीच्या दशकाच्या मध्यापासून ते पुढची पंधरा वर्षे टाइम्स समूहाने विस्तार आणि गुणवत्तेच्या दृष्टीने आणि नव्या उत्पादनांमध्ये वेगवान घोडदौड केली. याच काळात भारतीय अर्थव्यवस्थेत झालेल्या मूलगामी सुधारणा, तिची वेगाने झालेली वाढ आणि कॉर्पोरेट क्षेत्राला मिळालेली चालना यांचाही टाइम्स समूहाच्या प्रगतीत वाटा आहे.[1] मात्र, बेनेट, कोलमन आणि कंपनीने स्वत:च्या वाढीसाठी नवनव्या संधी निर्माण केल्या हे विसरता येत नाही. तसेच, देशात आर्थिक वाढीला पोषक वातावरण निर्माण झाले, तरी त्याने आपोआपच एखाद्याची प्रगती होईल, असे घडत नाही. टाइम्स समूहाने देशातील आर्थिक सुधारणांच्या पर्वात योग्य व निर्णायक पावले उचलली, त्यांचा कंपनीला निश्चितच फायदा झाला.

पार्श्वभूमी

समीर जैन एकोणिसशे ऐंशीच्या दशकाच्या मध्यावर माध्यम विश्वात प्रवेश करते झाले, त्या वेळी बेनेट, कोलमन आणि कंपनीच्या बदलांसाठी अनेक घटक अनुकूल होते. नव्हे त्यांचा रेटाच बदलांच्या दिशेने होता. भारतीय अर्थव्यवस्थेत आणि समाजात घडणारे परिवर्तन त्यात मध्यवर्ती होते. या बदलांबरोबरच त्या वेळच्या जागतिक घडामोडी, देशाच्या धोरणांमधील महत्त्वाचे बदल यामुळे व्यवसायवाढीसाठी काही संधी निर्माण झाल्या, तशी काही आव्हाने व धोकेही उभे ठाकले. उद्योग, व्यवसायांना त्याला प्रतिसाद देणे भागच होते.

भारतीय माध्यम विश्वातही त्या वेळी बदल घडत होते. तेथेही नव्या बदलांच्या प्रसववेदना सुरू झाल्या होत्या. अशा काळात बेनेट, कोलमन आणि कंपनीला अस्तित्व टिकवण्यासाठी स्वत:चा नव्याने शोध घेणे भागच होते.

टाइम्स समूहातील या बदलांना कारणीभूत अन्य घटक जैन कुटुंबाचा व्यवसाय आणि समीर जैन यांच्याशी निगडित होते. जैन समूहातील इतर अनेक उद्योग डबघाईला आले होते. त्यातील काही उद्योगांमध्ये समीर यांनी भाग्यही आजमावले होते. परंतु, तेथे त्यांना परिणामकारक कामगिरी बजावता आली नव्हती. अशा स्थितीत माध्यमांच्या व्यवसायात भरीव कामगिरी करण्याशिवाय त्यांना गत्यंतर नव्हते. जैन कुटुंबाची ही दुभती गाय निगुतीने सांभाळणे आणि तिचा उर्जितावस्थेत नेणे भागच होते.

समीर जैन यांना बदलांची घाई होती. माध्यम विश्वात यश मिळवण्याशिवाय अन्य पर्याय नव्हता. टी. एन. निनान या संदर्भात म्हणाले, समीर यांना बेनेट, कोलमन आणि कंपनीत अत्युच्च कामगिरी बजावणे भागच होते. दुसरा कोणताही पर्याय शिल्लक नव्हता. उत्तर प्रदेशातील तागगिरणीला पुन्हा उभारी देण्यात ते अपयशी ठरले होते. साहू जैन समूहातील इतर उद्योगही कालबाह्य झाले होते किंवा त्यांना घरघर लागली होती.'[२]

भारतीय अर्थव्यवस्था त्या वेळी सुधारणांच्या आणि उदारीकरणाच्या दिशेने बाळपावले टाकत होती. १९९१मध्ये जाहीर झालेल्या मोठ्या आर्थिक सुधारणांना अजून काही वर्षे अवकाश होता. मात्र, व्यवसाय, उद्योगांवरची सरकारची पकड ढिली होत होती. विदेशी कंपन्यांशी सहकार्यातून परकीय गुंतवणूक देशात येण्यास सुरुवात झाली होती. नवे उद्योजक पुढे येत होते आणि नवा ग्राहकवर्गही उदयाला येत होता.

भारतीय बाजारपेठेत नवनवी ग्राहकोपयोगी उत्पादने येत होती आणि वरिष्ठ मध्यम वर्गाच्या खरेदीच्या सवयी बदलत होत्या. ग्राहकवाद किंवा काही वेळेला ज्याचे चंगळवाद असे वर्णन केले जाते, तोही या वर्गात मूळ धरत होता. काही बहुराष्ट्रीय कंपन्या भारतात आधीपासूनच होत्या. त्यांच्या जोडीला भारत सरकारने वाहनउद्योग क्षेत्रात जपानी कंपन्यांशी सहकार्याला मुभा व प्रोत्साहन दिले. त्यातून भारतात आधुनिक कारखानदारीचा पाया रचला जात होता. त्यामुळे रोजगारही वाढत होता आणि ग्राहकवर्गही.

दिवंगत पंतप्रधान राजीव गांधी यांनी ऐंशीच्या दशकाच्या मध्यावर भारतीय अर्थव्यवस्था खुली करण्याच्या दिशेने काही छोटी पावले उचलली. भारतीय उद्योगांचे आधुनिकीकरण आणि जागतिक उद्योगविश्वाशी त्यांची सांगड घालण्याची भाषा ते बोलत होते. त्या आधीची तीन दशके भारतीय अर्थव्यवस्था वार्षिक सरासरी तीन टक्के गतीने वाढत होती. त्याला 'हिंदू ग्रोथ रेट' म्हणून हिणवलेही जात होते.[३]

परंतु, भारतीय अर्थव्यवस्था आपल्या कोषातून बाहेर पडत होती आणि थोड्या समाधानकारक अशा पाच टक्के गतीने वाढण्यास सुरुवात झाली होती.

या दरम्यान भारतीय राजकारणाचे रंगही बदलत होते. राजकीय भाषणे अधिक सर्वसमावेशक होत होती. तरुण पिढींच्या अस्मितांना आता साद घालण्यात येत होती. मतदानाचे वय २१ वरून १८ वर्षांपर्यंत करण्यात आल्याने मोठा युवावर्ग राजकारणाच्या परिघात आला होता. त्यामुळे युवकांचे प्रश्नही सार्वजनिक वर्तुळात चर्चिले जाऊ लागले. गुंतवणूकदार, उद्योजक आणि ग्राहक वर्गाच्या वाढीला हे वातावरण पोषक होते. त्यामुळे हे घटक आनंदात होते.

सुरुवातीला हा आशावाद आणि प्रोत्साहक वातावरण काही मोठ्या शहरांपुरतेच मर्यादित होते. परंतु, त्यात माध्यमांच्या वाढीची संधी लपलेली होती. शहरांमधील ग्राहक वर्गापर्यंत पोचण्यासाठी आणि आपल्या उत्पादन व सेवांची माहिती त्यांना देण्यासाठी जाहिरातदार नवे मार्ग शोधत होते. संपूर्ण भारतात जरी नाही, तरी मोठ्या शहरांमध्ये पोहोचलेल्या माध्यमांच्या शोधात ते होते. समीर जैन यांनी या संधीचा व्यवसायवाढीसाठी पुरेपूर उपयोग केला.

आधीची पिढी त्यांच्या चिंता, समस्यांमध्ये व्यग्र होती. त्याचे प्रतिबिंब माध्यमांमधून उमटत होते. परंतु, आता नव्या व्यावसायिकांचा उदय होत होता. तरुणांची नवी पिढी व्यवसाय–उद्योगांमध्ये शिरत होती. तिच्या आकांक्षांना धुमारे फुटले होते. या पिढीचे प्रश्नही त्याबरोबर सार्वजनिक चर्चेत येत होते.

या सर्वांमुळे ग्राहकांकडे पाहण्याचा समाजाचा व सरकारचा दृष्टिकोनही बदलत होता. भारतात समाजवादी विचारांचा प्रसार आणि प्रभाव दीर्घ काळापर्यंत होता. त्यामुळे मूलभूत गरजांच्या पूर्तीपेक्षा इतर वस्तूंची खरेदी करणे पाप मानले जाई. परंतु, आता गृहोपयोगी, चैनविलासाच्या गोष्टी करण्याबद्दलचा गंड कमी होत होता. त्यामुळे ग्राहकवादाला समाजाची अधिमान्यता मिळू लागली होती. बाजारपेठांच्या या नव्या बदलांना आणि नव्या मागण्यांना माध्यमांनी प्रतिसाद देणे आवश्यक होते. त्याचे प्रतिबिंबही काही प्रमाणात माध्यमांच्या आशयात दिसू लागले होते. देशातून अद्याप लायसन्स–परमिट राज हद्दपार झाले नव्हते आणि समाजवादी पद्धतीचे नियंत्रणही दूर झाले नव्हते. नव्वदीच्या दशकात ते घडले. परंतु, ऐंशीच्या दशकाच्या मध्यावर या बदलांची चाहूल लागली होती.

समाज व अर्थव्यवस्थेतील बदलांचे प्रतिबिंब भारताच्या माध्यम विश्वातही उमटले. त्यामुळे वाढीच्या नव्या आणि सर्जनशील दिशा खुल्या झाल्या. नियतकालिकांना आलेले भरभराटीचे दिवस आणि नव्या प्रकारच्या वृत्तपत्रांचा उदय

त्यातूनच झाला. बेनेट, कोलमन आणि कंपनीवरील सरकारचे नियंत्रण १९७६ मध्ये दूर झाले होते. परंतु, तिची उमेद नाहीशी झाली होती आणि उत्पन्नही घटले होते. या स्थितीतून सावरत कंपनी पुन्हा उभी राहिली होती.

ऐंशीच्या पूर्वार्धातील भारतीय वृत्तपत्रे जुन्या वळणाचीच होती. सरकारच्या घोषणा, योजना आणि त्यांची अंमलबजावणी ती इमाने इतबारे जनतेपर्यंत पोचवत होती. परंतु, नवी साप्ताहिके, मासिके उदयाला आली. तीही राजकीय घडामोडींचे वार्तांकन करत होती. परंतु, त्यांची मांडणी, रचना, चित्रांचा वापर अधिक सुबक आणि उठावदार झाला होता. गंभीर वाचनात वेगळ्या विषयांवरच्या आणि नव्या राहणीमानाची दखल घेणाऱ्या ललित व हलक्याफुलक्या लेखांचा शिडकावा वाचकांना सुखावत होता. सत्तरीच्या दशकाचा उत्तरार्ध आणि ऐंशीच्या दशकाच्या पूर्वार्धात त्यांनी भारतीय वाचकांचे लक्ष आपल्याकडे वेधून घेतले.

सुशील पंडित या माध्यमांच्या अभ्यासकांनी यासंबंधी दिलेली माहिती उपयुक्त आहे.[४] ते म्हणाले, 'सत्तरीच्या दशकाचा मध्य ते ऐंशीच्या दशकाचा मध्य हा नियतकालिकांचा सुवर्णकाळ होता. आनंद बझार पत्रिका समूहाने १९७४ मध्ये *संडे* नावाचे साप्ताहिक सुरू केले. ते ऐंशीच्या मध्यापर्यंत बहरात होते. प्रसिद्ध पत्रकार एम. जे. अकबर त्याचे संपादक होते. कमी किंमत आणि खात्रीचे वितरण हे त्याच्या यशाचे सूत्र होते. दोन वर्षांतच या साप्ताहिकाने १ लाख ९० हजार खपाचा आकडा गाठला. १९८१-८२ पर्यंत या साप्ताहिकाच्या तीन लाखाच्या वर प्रती खपत होत्या.'

पंडित म्हणाले, 'ऐंशीच्या दशकात दूरचित्रवाणीचीही वाढ झाली. तर १९८५ ते १९९५ या काळात मुद्रित माध्यमांच्या खपात वेगाने वाढ झाली. या काळात *द हिंदू* ने दिल्लीत आवृत्ती सुरू केली. त्यामागे केवळ आर्थिक लाभाचा हेतू नव्हता, तर राजधानीत आपले अस्तित्व असावे, असा उद्देश त्यामागे होता. नियतकालिकांच्या सुगीच्या काळात बेंगळुरूच्या *द डेक्कन हेरल्ड* दैनिकाने *द हेरल्ड रिव्ह्यू* हे साप्ताहिक सुरू केले. के. एन. हरिकुमार त्याचे संपादक होते. हे साप्ताहिक देशभर वितरित केले जात होते. *मलय मनोरमा* या वृत्तपत्राने १९८३ मध्ये *द वीक* हे राष्ट्रीय पातळीवरचे साप्ताहिक सुरू केले. आपल्या माध्यम समूहाचा प्रभाव वाढावा आणि राजकीय वर्तुळातही त्याची दखल घेतली जावी असा हेतू त्यामागे होता. अशाच पद्धतीने *बिझनेस इंडिया* समूहाने इंडिया वीक साप्ताहिक सुरू केले. इनाडू समूहाने न्यूजटाइम सुरू केले; पण त्याला मर्यादित यश मिळाले... वृत्तपत्रांचा एकाधिकार संपुष्टात आल्यानंतर माध्यमांच्या क्षेत्रात खरे परिवर्तन सुरू झाले.'

अमृत बझार पत्रिका समूहाने सत्तरीच्या दशकात *बिझनेस स्टँडर्ड* हे आर्थिक

वृत्तपत्र सुरू केले होते. त्यातून मिळालेला अनुभव आणि *संडे* साप्ताहिकाला मिळालेला प्रतिसाद पाहून त्यांनी १९८१ मध्ये *बिझनेस वर्ल्ड* सुरू केले. दोन वर्षांनी या समूहाने *स्पोर्ट्स वर्ल्ड* सुरू केले.

*संडे*च्या थोडे मागेपुढे सुरू झालेल्या *इंडिया टुडे* या साप्ताहिकाने ऐंशीच्या मध्यावर धमाल केली. हे साप्ताहिक १९७५ च्या आधी गुळगुळीत कागदावर छापले जाणारे आणि मुख्यतः भारतीय दूतावासांमध्ये ठेवले जाणारे लक्षवेधक साप्ताहिक होते. परंतु, आणीबाणी उठल्यानंतर आणि माध्यमांवरील सरकारी निर्बंध दूर झाल्यानंतर १९७७ मध्ये त्याचे स्वरूप बदलले. देशांतर्गत माहितीची गरज मोठ्या प्रमाणावर वाढली. त्यामुळे *इंडिया टुडे*च्या देशातील वाचकांचे प्रमाण ७५ टक्क्यांवर पोचले. त्याआधी हे प्रमाण फक्त २५ टक्के इतके होते.

आणीबाणीनंतर *इंडिया टुडे*ने वेगळे रूप धारण केले आणि 'बातम्या देणारे संपूर्ण नियतकालिक' असे घोषवाक्य केले. या साप्ताहिकामुळे राजधानी दिल्लीत देशाच्या कानाकोपऱ्यातील महत्त्वाच्या बातम्या पोचू लागल्या. ते मुक्त झाले आणि सरकारचे कठोर टीकाकार बनले. पाच वर्षांतच देशातील सर्वाधिक खपाचे नियतकालिक बनण्याच्या दिशेने त्याने वाटचाल केली. त्याने *इलस्ट्रेटेड वीकली* पुढे गंभीर आव्हान उभे केले आणि *संडे* साप्ताहिकाशीही ते स्पर्धा करू लागले.

पंडित यांनी नियतकालिकांच्या वृत्तपत्रांशी सुरू झालेल्या स्पर्धेचा उल्लेख करत पुढील माहिती दिली. ते म्हणाले, '*इंडिया टुडे* आणि *टाइम्स ऑफ इंडिया* यांच्या दरम्यान ताणतणाव व स्पर्धा सुरू झाली. *इंडिया टुडे* लोकप्रिय होत होते. त्याने इतर वृत्तपत्रे अस्वस्थ झाली. तरीही त्याची घोडदौड सुरू राहिली. त्या वेळी व्यंग्यचित्रकार अजित निनान यांनी (ते नंतर *टाइम्स ऑफ इंडिया*त दाखल झाले.) साप्ताहिकात कुरूप म्हाताऱ्या स्त्रीचे व्यंग्यचित्र रेखाटले. त्याचा बोरीबंदरची म्हातारी या प्रचलित शेऱ्याशी संबंध होता.'

दुसरीकडे वृत्तपत्रांच्या स्पर्धेत आंध्र प्रदेशातल्या इनाडू समूहाने *डेक्कन क्रॉनिकल* ला टक्कर देण्यासाठी *न्यूजटाइम* सुरू केले. परंतु, त्याला मर्यादितच यश मिळाले. एक्स्प्रेस समूहाने चंडीगढ, पुणे, अहमदाबाद, बडोदा, विजयवाडा, विशाखापट्टण, हैदराबाद आणि काही इतर ठिकाणी आवृत्त्या सुरू करून देशात आपले जाळे विणले. विनोद मेहता यांनी (आउटलूक समूहाचे मुख्य संपादक) यांनी ऑगस्ट १९८१ मध्ये देशातले पहिले रविवारचे वृत्तपत्र म्हणून *संडे ऑब्झर्व्हर* सुरू केले. मेहता यांनी नंतर १९८७ मध्ये मोठा गाजावाजा करत *इंडियन पोस्ट* हे नियतकालिक सुरू केले. परंतु, ते भरकटले. त्यानंतर १९८९ मध्ये विनोद मेहता

बेनेट, कोलमन आणि कंपनीत आले. त्यांनी थोडा काळ कंपनीच्या *द इंडिपेंडंट* नियतकालिकाचे संपादकपद भूषवले.[५]

दरम्यानच्या काळात इंग्रजी भाषेतील प्रादेशिक वृत्तपत्रांचेही पेव फुटले. ईशान्य भारतात *द सेंटिनेल* आणि *आसाम ट्रिब्युन* सुरू झाले. पूर्वेकडे बंगालमध्ये *द स्टेट्समन* थोडे मागे पडले आणि *द टेलिग्राफ* वेगाने वाढले. या दैनिकाने नवे तंत्रज्ञान आणले आणि वृत्तपत्राचे रंगरूप बदलून टाकले. त्याची मांडणी आधुनिक पद्धतीची आणि धाडसी होती.

एम. जे. अकबर यांनी १९८२ मध्ये *टेलिग्राफ* सुरू केले. त्यांनी या वृत्तपत्रातील आशय, सादरीकरण आणि मांडणीचे अनेक प्रयोग केले. वृत्तपत्राच्या रोजच्या अंकात विषयांची विभागवार मांडणी करणारे आणि प्रत्येक पानाला स्वतंत्र ओळख देणारे ते पहिले इंग्रजी दैनिक होते. 'अनपुटडाउनेबल' (खाली ठेवताच येणार नाही असे) ही *टेलिग्राफ*ची त्या वेळची घोषणा बरीच गाजली.

टेलिग्राफ ने भारतीय वृत्तपत्रांमध्ये नवे तंत्रज्ञान कसे आणले, याविषयी पंडित यांनी माहिती दिली. ते म्हणाले, 'भारतातील वृत्तपत्रे तेव्हा हॉट मेटल पद्धतीने छापली जात होती. त्यासाठी बिस्किटाएवढ्या आकाराच्या कॉलममध्ये अक्षरजुळणी होत असे. वृत्तपत्रांची छपाईसाठीची पानेही धातूमध्ये तयार केली जात. त्यावरून शाईचा रोलर फिरत असे व छपाई होत असे. छपाईची प्रक्रिया अशी किचकट असल्याने मजकुरात चुका झालेल्या परवडत नसे. त्यामुळे मुद्रितशोधनाला त्या वेळी खूप महत्त्व होते. उपसंपादक होण्याची इच्छा बाळगणारे आधी मुद्रितशोधकाच्या नोकरीसाठी धडपडत. अक्षरजुळणी धातूंमध्ये बनवलेल्या टंकांच्या (टाइप) आधारे होत असे आणि त्याची दुरुस्तीसाठी प्रूफं काढली जात. त्यानंतर अंतिम छपाईसाठी धातूचा रस ओतून पाने तयार केली जात. अशा धातूच्या पानांच्या साह्याने सिलिंडरवर त्याची प्रतिमा उमटवली जात असे. ही मधली प्रक्रिया होती. त्यानंतर सिलिंडरमधून जाणाऱ्या कागदावर वृत्तपत्रांची छपाई होत असे. या गुंतागुंतीच्या प्रक्रियेमुळे वृत्तपत्रांच्या छपाईची प्रक्रिया मध्यरात्री सुरू होत असे आणि पहाटे तीनच्या सुमारास प्रत्यक्ष छपाई सुरू होत असे.'

मात्र, *टेलिग्राफ* ने त्यात आधुनिक तंत्रज्ञान कसे आणले, याविषयी पंडित म्हणाले, '*टेलिग्राफ* ने १९८४ ते १९८९ या दरम्यान भारतात पहिल्यांदा लायनोटाइप छपाईचे तंत्रज्ञान आणले. त्यासाठी रोटरी छपाई यंत्र वापरण्यात आले. नंतर देशात ऑफसेट छपाईचे तंत्रज्ञान वापरणारे आणि फोटो कंपोजिंग (नव्या प्रकारची अक्षरजुळणी) सुरू करणारे ते देशातले पहिले वृत्तपत्र होते. मुख्य अंकाची पाने रंगीत छापण्यातही टेलिग्राफ आघाडीवर होते.'

वृत्तपत्रांची लोकप्रियता वाढू लागली होती. देशातील मुद्रित माध्यमांना चांगले दिवस आल्याचे ते निदर्शक होते. या पार्श्वभूमीवर ऐंशीच्या मध्यावर लखनौतील *पायोनियर* दैनिक एल. एम. थापर या उद्योगपतींनी विकत घेतले. त्यावर पंडित यांनी मार्मिक टिपण्णी केली. 'पायोनियर विकत घेण्यात आले. कारण देशातील प्रत्येक उद्योगपतीला आता रामनाथ गोएंका व्हायचे होते. त्यामुळे राजकारणी आपल्या पायावर लोळण घेतील असा त्यांच्या समज झाला होता', असे ते म्हणाले.

ग्राहकोपयोगी बाजारपेठेतील अनेक उत्पादनांना त्यांच्या मालाची माहिती, त्यांचा ब्रँड उभरत्या मध्यम वर्गापर्यंत पोचण्यासाठी ही साप्ताहिके आणि मासिके उपयुक्त ठरली. त्या वेळच्या आघाडीच्या वृत्तपत्रांच्या काहीशा शांत, संथ लेखनापेक्षा या नियतकालिकांमधील लेखन आणि सादरीकरण जास्त प्रभावी आणि ग्राहकांना भुरळ घालणारे होते. सर्वांत महत्त्वाचे म्हणजे ही नियतकालिके रंगीत होती. त्यामुळे जाहिरातदारांना ती आणखी आकर्षक वाटली.

नियतकालिकांच्या या स्पर्धेमुळे वृत्तपत्रांनाही आकर्षक रूप धारण करणे अत्यावश्यक बनले. मुद्रित माध्यमांमधील या दोन क्षेत्रांची आपापसात स्पर्धा जुंपली. अधिकाधिक जाहिराती मिळवण्यासाठी दोघेही आक्रमक बनले. वृत्तपत्रांच्या धाकामुळे नियतकालिके वेगळ्या व स्फोटक बातम्या मिळवण्याच्या मागे लागली, तर नियतकालिकांमुळे वृत्तपत्रांनी त्यांच्या लेखनात आणखी धार आणली. त्यांनी विविध विषयांवर भूमिका घ्यायला सुरुवात केली.

या वेळेपर्यंत दूरचित्रवाणीची मुद्रित माध्यमांशी स्पर्धा सुरू झाली नव्हती. देशात उपग्रह वाहिन्या येण्यास अजून एक दशकाचा अवधी होता, परंतु तोवर सरकारी नियंत्रणाखाली असलेल्या दूरदर्शनने विस्ताराचे धोरण आखले. देशात १९८२ मध्ये रंगीत दूरचित्रवाणी संच आले. सरकारने दूरदर्शनला व्यावसायिक जाहिराती स्वीकारण्याची मुभा दिली. त्यामुळे छोट्या पडद्यावर विविध प्रायोजित मालिका आणि इतर रंजक कार्यक्रमांचे प्रसारण सुरू झाले. रामायण, महाभारतासारख्या दूरचित्रवाणी मालिकांनी उभरत्या मध्यम वर्गातील मोठा प्रेक्षक आपल्याकडे वळवला. तत्कालीन काँग्रेस सरकारलाही आपल्या अखत्यारीतील प्रसारण माध्यम देशाच्या कानाकोपऱ्यात पोचवण्याची निकड भासली. त्यामुळे दूरदर्शनचा विविध भागांत विस्तार करण्यासाठी योजना आखण्यात आल्या. खासगी मालकीच्या वृत्तपत्रांचा कडवट अनुभव आल्यामुळे आपल्या हातात प्रचाराचे हुकमी साधन असले पाहिजे, या हेतूने केंद्रातील सरकारने हे पाऊल उचलले.

त्यामुळे रंगीत नियतकालिके आणि दूरचित्रवाणीच्या वाढत्या स्पर्धेला प्रतिसाद

म्हणून देशातील आघाडीच्या वृत्तपत्रांनी त्यांच्या आशयात बदल करण्यास प्रारंभ केला. परंतु, अशाही स्थितीत वृत्तपत्रांकडे अद्याप ब्रँड म्हणून पाहिले जात नव्हते. नफा, गुंतवणुकीवरील परतावा आदी बाजारपेठेतील निकषांच्या आधारे वृत्तपत्रांच्या प्रकाशनाकडे व्यवसाय म्हणून पाहावे, याची जाणीवही अद्याप झाली नव्हती.

बाजारपेठेत स्पर्धा सुरू झाली, तरी ती जीवघेणी नव्हती. त्यामुळे मुद्रित माध्यमांशी संबंधित अनेक निर्णय सामूहिकरीत्याच घेतले जात होते. सरकारचे नियंत्रण असलेल्या अर्थव्यवस्थेत अजूनही आपल्याला वाव आहे, वृत्तपत्रांच्या माध्यमातून आपण व्यक्तिगत आणि सामाजिक हितसंबंधांची जोपासना करू शकू, असे वृत्तपत्रांच्या मालक-प्रकाशकांना अद्याप वाटत होते. याचा अर्थ वृत्तपत्रे संरक्षित कवचातच वावरत होती आणि वेगाने बदलणाऱ्या जगाचे भान त्यांना येण्यासाठी व त्यांच्या अंगात मुरलेले जडत्व दूर करण्यासाठी मोठ्या धक्क्याची आवश्यकता होती.

बेनेट, कोलमन आणि कंपनी ही देशातील एक मोठी माध्यमसंस्था होती. परंतु, तिचे वेगाने वाढणाऱ्या, चांगला नफा देणाऱ्या व्यवसायात रूपांतर करता येईल, अशी आशा तिच्या तत्कालीन स्थितीवरून वाटत नव्हती. कंपनीकडे वृत्तव्यवसायाशी संबंधित १७ प्रकाशने होती आणि इतर प्रकारातील १९ प्रकाशने होती. *टाइम्स ऑफ इंडिया, इकॉनॉमिक टाइम्स, इलस्ट्रेटेड वीकली, नवभारत टाइम्स, खेल भारती* अशी वृत्तव्यवसायातील मुख्य प्रकाशने होती. तर *इंद्रजाल कॉमिक्स, करियर अँड काँपिटिशन टाइम्स, सायन्स टुडे, फिल्मफेअर, धर्मयुग* अशी इतर प्रकाशने होती.

कंपनीवरील सरकारचे नियंत्रण दूर झाल्यानंतर अशोक जैन यांनी टाइम्स हाऊसमधील सूत्रे हाती घेतली. सरकारी अमलात राहिल्यामुळे *टाइम्स* समूहात एक प्रकारचे जडत्व आले होते. ते दूर करण्यासाठी वरिष्ठ अधिकाऱ्यांना मोठे प्रयत्न करावे लागले. आता आपण एका कॉर्पोरेट कंपनीसाठी काम करत आहोत, असे कर्मचाऱ्यांना बजवावे लागले. विपणन विभाग बळकट करण्यात आला. आर्थिक ताळेबंद मांडण्यात आला. कंपनीच्या व्यवस्थापनात व्यावसायिक दृष्टिकोन रुजवावा लागला. त्यातून बेनेट, कोलमन आणि कंपनी वाढीच्या दिशेने पावले टाकू लागली.

बेनेट, कोलमन आणि कंपनीने व्यवसायात एकदम मोठी झेप घेतली नाही. परंतु, ती निश्चित वेगाने प्रगती करू लागली. उदाहरणादाखल कंपनीचा महसूल जुलै १९८२ मध्ये ६१.६ कोटी रुपयांवर पोचला. आधीच्या वर्षाच्या तुलनेत ही वाढ ३० टक्के होती. कंपनीचा निव्वळ नफा दुपटीने वाढून एक कोटी रुपयांवर पोचला होता.

टाइम्स ऑफ इंडिया हे कंपनीतील सर्वाधिक महत्त्वाचे व अग्रेसर प्रकाशन होते. टाइम्सच्या १९८५ मध्ये देशात तीन आवृत्त्या होत्या आणि एकूण खप ५ लाख ६२ हजार प्रती इतका होता. बेनेट, कोलमन आणि कंपनीची वार्षिक उलाढाल इतर कोणत्याही भारतीय माध्यम संस्थेपेक्षा मोठी होती. देशभरातील अनेक छोट्यामोठ्या शहरांमध्ये तिचे अस्तित्व होते. परंतु, कंपनीच्या दृष्टीने देशाची आर्थिक राजधानी असलेल्या मुंबईतील *टाइम्स*ची आवृत्ती ही तिची सर्वाधिक पैसा देणारी दुभती गाय होती.

राजधानी दिल्लीत मात्र *टाइम्स ऑफ इंडिया* आघाडीच्या *हिंदुस्थान टाइम्स*च्या बरेच मागे होते. टाइम्सच्या दिल्ली आवृत्तीचा १९८६ मधील खप २.१५ लाख प्रती होता. तो *हिंदुस्थान टाइम्स*पेक्षा ५५ हजारांनी कमी होता. बंगळुरूमध्ये प्रादेशिक इंग्रजी वृत्तपत्र आघाडीवर होते आणि *टाइम्स*चा खप फक्त १९ हजार होता. बिहारची राजधानी पाटण्यात ३५ हजार आणि राजस्थानची राजधानी जयपूरमध्ये १२ हजार प्रती असे खपाचे इतर आकडे होते. चेन्नई हा द *हिंदू*चा बालेकिल्ला होता आणि पूर्वेकडे आधी *स्टेट्समन*चे आणि नंतर *टेलिग्राफ*चे वर्चस्व होते.

काही वर्षे प्रयत्न करूनसुद्धा बेनेट, कोलमन आणि कंपनी ही अद्याप एक जुनी आणि सुस्तावलेली संघटना होती. यशस्वी व्यवसायात रुपांतर करण्यासाठी तिला खडबडून जागे करणे आणि तिच्यात प्रचंड ऊर्जा भरणे आवश्यक होते. *टाइम्स ऑफ इंडिया*ची स्थिती कुटुंबात आदराचे स्थान व अधिकार असलेल्या कर्त्या; पण उतारवयाकडे झुकलेल्या स्त्रीसारखी झाली होती. ऐंशीच्या दशकात या वृत्तपत्राकडे सुमारे दीडशे वर्षांचा वारसा आला होता. हा वारसा बातमीदारीचा, राष्ट्रीय पातळीवरील घटना-घडामोडींची वाचकांना तत्पर माहिती देण्याचा आणि नामवंत लेखक-संपादकांच्या लेखणीतून साकारणाऱ्या प्रबुद्ध मतमतांतरांचा होता. वृत्तपत्रातील भाषा आणि स्तंभलेखन अतिशय उच्च दर्जाचे होते. मात्र, आतासारख्या सामाजिक प्रश्नांवरील, राहणीमानावरील वृत्तलेखांना त्यात जागा नव्हती.

एकाच वृत्तपत्रातील विविध विभागांमध्ये परस्पर संवाद नव्हता. संपादकीय, जाहिरात, वितरण आणि निर्मिती विभागातील कर्मचारी-अधिकारी एकमेकांपासून

अंतर राखून होते. प्रत्येक विभाग आपल्या कामातच मश्गुल होता. प्रत्येक जण सवत्यासुभ्यासारखे काम करत होता आणि एका मोठ्या संघटनेचे भाग आहोत व परस्परांचा हात धरून पुढे गेले पाहिजे, याची जाणीव शून्य होती.

वृत्तपत्राची निर्मिती आणि त्याच्या विक्रीबाबतच्या किरकोळ बाबी संघटनेत तशाच दुर्लक्षिल्या गेलेल्या विपणन आणि वितरण विभागावर सोपवण्यात आल्या होत्या. पत्रकार, संपादक जे काही लिहितील, त्याची इमानेइतबारे विक्री करण्याचे काम त्यांच्या खांद्यांवर होते. जाहिरातींच्या रूपाने वृत्तपत्रातील जागा विकून कंपनीचा कारभार टिकवून ठेवण्याची जबाबदारीही त्यांच्याकडेच होती. वृत्तपत्रामध्ये लेखन करणारे त्याच्या व्यवसायाशी संबंधित बाजूबाबत अनभिज्ञ होते. त्यांच्या लेखी फक्त त्यांच्या बातम्या, एक्स्क्लुझिव्ह बातम्या आणि बायलाइन महत्त्वाच्या होत्या.

समीर जैन यांनी माध्यमांना इतर क्षेत्रासारखाच एक व्यवसाय मानून व्यवस्था पाहण्यास सुरुवात केल्यानंतर टाइम्स समूहात क्रांतिकारक बदल झाले. गौतम अधिकारी त्याबाबत म्हणाले, 'पत्रकारिता हा लाभदायक व्यवसाय बनवता येऊ शकतो, या विश्वासाने समीर यांनी पावले उचलण्यास सुरुवात केली, त्या वेळी इतर काही जण त्याची फक्त कल्पनाच रंगवत होते.'[६]

समीर यांनी वृत्तपत्र व्यवसायात नफा देऊ शकणाऱ्या घटकांवर आणि भांडवली गुंतवणुकीच्या परताव्यावर लक्ष केंद्रित केले. केवळ विपणन विभागातील सहकाऱ्यांनीच नाही, तर संपादकीय विभागातील सदस्यांनीही व्यवसायाच्या या पायाभूत बाजूंकडे लक्ष दिले पाहिजे, असे त्यांना वाटत होते. त्या वेळी आघाडीवर असलेल्या आणि मोठी परंपरा असलेल्या या वृत्तपत्र समूहाला त्याच्या व्यावसायिक क्षमतांची जाणीवच नव्हती. त्यामुळे बदलाची नवी दिशा त्याच्या पचनी पडणे अवघड होते.

अर्थात, त्या वेळच्या इतर माध्यम संस्थांनाही त्याची जाणीव नव्हती. त्यामुळे समीर जैन यांच्या निर्णयांचा त्यांच्यावरही परिणाम झाला. समीर जैन यांनी त्यांच्या ठोस आणि धाडसी निर्णयांनी व निश्चयी स्वभावाने वृत्तपत्र व्यवसायाला तो एक उद्योग-एक व्यवसाय असल्याची जाणीव करून दिली, असे भाष्य दिलीप पाडगावकर यांनी त्याबाबत केले.[७]

समीर जैन बेनेट, कोलमन आणि कंपनीत दाखल झाले, तेव्हा देशातील वृत्तपत्र उद्योगात विपणन, वित्तीय व्यवस्थापन, तंत्रज्ञान, विस्तार, दरनियोजन आणि ब्रँड व्यवस्थापन या संकल्पनाच अस्तित्वात नव्हत्या. त्यामुळे त्यांना सर्वप्रथम समूहातील पत्रकार आणि व्यवस्थापकांना या नव्या विचारांची दीक्षा द्यावी लागली.

मात्र, टाइम्स समूहाच्या शिडात परिवर्तनाचे वारे भरताना वृत्तपत्र व्यवसायात विकासाच्या संधी कोठे आहेत, हे समजून घेणे समीर यांच्यासाठीही गरजेचे होते. आपण कोणत्या दिशेने जाणार आहोत आणि आपली रणनीती, व्यूहरचना कोणती याची स्पष्ट कल्पनाही त्यांना असणे अपेक्षित होते. आपण कोणत्या बिंदूवर भूतकाळाशी नाते तोडणार आहोत आणि भविष्यात त्याचे नेमके काय घडणार आहे, याचे भान त्यांना येणे आवश्यक होते. आपल्या लोकांना परिवर्तनासाठी तयार करताना नव्या मार्गासंबंधीचा आत्मविश्वास त्यांच्या स्वत:च्यात निर्माण होणे आवश्यक होते.

ही माध्यम संस्था त्यावेळी वर्षाला अंदाजे दीड ते दोन कोटी रुपयांचा नफा कमावत होती. परंतु, यापेक्षा प्रचंड क्षमता संस्थेमध्ये आहे, असा समीर यांना विश्वास होता. अधिकारी त्यासंबंधी म्हणाले, 'जैन यांच्या साम्राज्यातील इतर उद्योग त्यावेळी मोडकळीस आले होते आणि त्यांच्यात सुधारणा होण्याची थोडीही शक्यता नव्हती. अशा वेळी बेनेट, कोलमन आणि कंपनी ही भरपूर उत्पन्न देणारी एकमेव दुभती गाय असल्याची समीर यांना खात्री झाली होती.'

वृत्तपत्रे त्या वेळी फक्त वितरणावर लक्ष केंद्रित करत होती. जेवढा जास्त खप वाढेल, तेवढा जास्त पैसा मिळेल, असे त्यांना वाटत होते. परंतु, वृत्तपत्रांच्या दर्शनी किमतीतून मिळणारा महसूल फारच तोकडा होता. उलट, वृत्तपत्राच्या प्रत्यक्ष उत्पादन खर्चापेक्षाही ही किंमत कमी होती. तरीही वितरणाचे मोठे आकडे गाठण्याची आणि ते दाखवून जाहिरातदारांना आकर्षित करण्याची चढाओढ वृत्तपत्रांमध्ये लागली होती. जेवढा जास्त खप, तेवढी जाहिरातदाराला जास्त लोकांपर्यंत पोचण्याची संधी. त्यामुळे त्या वृत्तपत्रामधील जागेसाठी जाहिरातदाराने प्रति कॉलम सेंटिमीटर जास्त पैसे मोजले पाहिजेत, असे साधे व थेट समीकरण मांडले जात होते.

या भूमिकेमुळे वृत्तपत्रे अर्थातच केवळ वितरण वाढवण्याच्या मागे लागली होती. त्यासाठी अर्थातच आशयात सुधारणा हा एक मार्ग होता. त्यामुळे वृत्तपत्रातील पत्रकार जेवढे उत्तम गुणवत्तेचे, तेवढी त्यांनी लिहिलेल्या बातम्या आणि विश्लेषणपर लेखांची विश्वासार्हता जास्त आणि त्यामुळे वृत्तपत्राची लोकप्रियता जास्त असे गृहितक मांडले जात होते. उलट विचार केला, तर मालक-प्रकाशकांचा हस्तक्षेप किंवा सरकारच्या हितसंबंधांची जपणूक होत असल्याची शंका यांचा वृत्तपत्राच्या प्रतिष्ठेवर परिणाम होत होता. त्यामुळे नावाजलेले पत्रकार आणि स्तंभलेखकांचे व्यवसायात थेट योगदान असल्याचा निष्कर्ष त्यातून निघत होता. तरीही, वृत्तपत्राच्या व्यावसायिक बाजूंची त्यांनी फिकीर बाळगण्याचे कारण नाही, असे मानले जात होते.

वितरणावर सर्वाधिक लक्ष केंद्रित झाल्याने वृत्तपत्र संस्थांनी अधिकाधिक प्रती छापण्याची क्षमता वाढवली पाहिजे आणि ही छपाई वेळेत झाली पाहिजे, हे ओघानेच आले. त्यामुळे वृत्तपत्रांनी छापखाने आणि त्यासंबंधी पायाभूत सुविधांमध्ये मोठी गुंतवणूक केली. वृत्तपत्राचा खप वाढला की, त्यामुळे आणखी कर्मचाऱ्यांची त्यामुळे गरज निर्माण होत असे. त्या वेळी वृत्तपत्रांसाठीच्या कागदावरही सरकारचे नियंत्रण होते. विविध प्रकाशने आणि माध्यम संस्थांना सरकारने कागदाचा ठराविक कोटा मान्य केला होता. त्याची मर्यादाही व्यवसायवाढीवर होती.

वितरण हा वृत्तपत्र व्यवसायातील कळीचा मुद्दा होता. खप वाढण्यासाठी वृत्तपत्रांनी त्यांची व्याप्ती वाढवली पाहिजे आणखी मोठ्या परिसरात पसरले पाहिजे, हे स्वाभाविक होते. त्यामुळे प्रारंभी महानगरे आणि त्यांच्याभोवतीच्या उपनगरांना वृत्तपत्रांनी लक्ष्य केले. नंतरच्या टप्प्यात दुसऱ्या क्रमांकाची शहरे आणि इतर नागरी केंद्रांकडे वृत्तपत्रांचे लक्ष गेले. त्यामुळे वृत्तपत्राचा पसारा जेवढा मोठा, तेवढी आवश्यक साहित्याचा पुरवठा आणि वितरणातली गुंतागुंत वाढत होती. अशा रीतीने वृत्तपत्रांचा व्यवसाय वाढवणे हे एक थकवणारे काम होते. तसेच, वृत्तपत्रांच्या विस्तारासाठी मालकांना गुंतवणूक वाढविण्याशिवाय पर्याय नव्हता.

समीर जैन कदाचित वृत्तपत्र व्यवसायाचे हे जुने मॉडेलच कायम ठेवू शकले असते. परंतु, अंतिमत: हे गणित तोट्यातच जाणारे आहे, हे त्यांनी ओळखले. वृत्तपत्रांची दर्शनी किंमत उत्पादन खर्चापेक्षा कमी होती. त्यामुळे जास्त प्रती छापणे म्हणजे जास्त पैसा घालवणे, असे त्यांना वाटले. त्यामुळे व्यवसायाची नफाक्षमता वाढवायची आणि गुंतवणुकीवर अधिक परतावा मिळवायचा, तर आधीच्याच पद्धतीने काम करून चालणार नव्हते.

वृत्तपत्राचा खप वाढवायचा, तर नवा वाचकवर्ग मिळवला पाहिजे. हा बहुतांश वाचक मुख्यत: तरुण, प्रगतीची आकांक्षा असलेला आणि मध्यम वर्गीय कुटुंबांमधून पुढे येणारा, असा असण्याची शक्यता जास्त होती. आपल्या वृत्तपत्रांमधील पत्रकार या नव्या वाचकवर्गाला हवा असलेला आशय देऊ शकतील की नाही, याबाबत समीर जैन साशंक होते. त्यामुळे नवा वाचकवर्ग मिळवण्याचा समीर यांनी निश्चय केला. परंतु, तो विषय नंतरच्या टप्प्यात हाती घेण्याचेही त्यांनी ठरवले. तूर्त तरी वितरण किंवा खपवाढीपेक्षा जाहिरातदारांच्या दृष्टीने आपल्या अंकाचे मूल्य वाढविण्यावर त्यांनी लक्ष केंद्रित केले.

समीर यांचा प्रस्ताव सोपा होता. कोणत्याही वृत्तपत्रातून त्यांना मिळत असलेल्या मूल्याप्रमाणे जाहिरातदारांनी पैसे दिले पाहिजेत. हे मूल्य ठरविण्यामध्ये वितरण

किंवा खपाचा आकडा हा केवळ एक घटक आहे; एकमेव घटक नव्हे! तो सर्वांत महत्त्वाचाही घटक नाही. त्यामुळे संबंधित वृत्तपत्राकडे कोणत्या प्रकारचा वाचकवर्ग आहे, त्यानुसार जाहिरातदाराला अपेक्षित प्रतिसाद मिळणार व त्यावर त्याचे मूल्य अवलंबून आहे, असे समीर यांचे प्रतिपादन होते. त्यामुळे जाहिरातदाराला अपेक्षित वाचकवर्ग ज्याच्याकडे जास्त आहे, त्या वृत्तपत्राचे मूल्य अधिक असले पाहिजे.

या तर्कानुसार वृत्तपत्रांच्या खपाचा आकडा आणि एकूण वाचकसंख्या महत्त्वाची असली, तरी जाहिरातदारांना अपेक्षित *योग्य* वाचकवर्ग पुरवणे जास्त महत्त्वाचे ठरते. व्यावसायिक कंपन्या त्यांचे उत्पादन किंवा सेवा विकत घेऊ शकणाऱ्या लक्ष्य ग्राहकगटाशी संवाद साधू इच्छितात. त्यामुळे एखाद्या वृत्तपत्राचा एकूण खप किती आहे, हे त्यांच्या दृष्टीने फारसे महत्त्वाचे नसते. आपल्या लक्ष्य ग्राहकगटापर्यंत पोचू शकणाऱ्या माध्यमाला जाहिरातदार अधिक पसंती देण्याची शक्यता असते.

या विचारांच्या चौकटीत ग्राहकोपयोगी वस्तूंचे उत्पादन करणाऱ्या कंपन्यांना मुख्यत: शहरांमधला, मध्यम वर्गातला आणि प्रगतीची आकांक्षा असलेला ग्राहक हवा आहे. त्यामुळे एखाद्या वृत्तपत्राचा खप मोठा आहे; परंतु तो या ग्राहकवर्गाच्या पलीकडचा आहे, तर संबंधित कंपनीला त्याचा काही उपयोग नाही.

हे तसे म्हटले तर सरळ, साधे विधान. परंतु भारतीय वृत्तपत्र व्यवसायात त्याची कोणी मांडणी केली नव्हती. समीर यांनी निव्वळ आकडेवारीपेक्षा ग्राहकमूल्याला अधिक महत्त्व देणे, निश्चितच पटणारे होते. राजधानी दिल्लीत *हिंदुस्थान टाइम्स* आघाडीचे दैनिक होते. ते नजरेसमोर ठेवून समीर यांनी तेथे *टाइम्स ऑफ इंडिया*ची नवी व्यूहनीती आखली. दिल्लीत *हिंदुस्थान टाइम्स*चा खप टाइम्सपेक्षा दुपटीने जास्त होता. दिल्लीवासी अनेक वर्षे ते वृत्तपत्र वाचत होते. त्यांना त्याची सवय झाली होती. एका रात्रीत ते दुसऱ्या वृत्तपत्राकडे वळण्याची शक्यता नव्हती. मात्र, दिल्लीतील *टाइम्स ऑफ इंडिया*चा वाचक अधिक प्रगतीशील आहे आणि त्यामुळे कॉर्पोरेट जाहिरातदारांना तो *हिंदुस्थान टाइम्स* पेक्षा जास्त ग्राहकमूल्य देणारा आहे, असे प्रतिपादन करण्यात आले.

मुंबईतील स्थिती वेगळी होती. तेथे अशा प्रकारच्या प्रतिपादनाची गरज नव्हती. मुंबईतील इतर सर्व इंग्रजी दैनिकांच्या एकत्रित संख्येपेक्षा *टाइम्स ऑफ इंडिया*चा वाचकवर्ग जास्त होता. तेथे ते केवळ आघाडीचे वृत्तपत्र नव्हते, तर त्याला इंग्रजी वृत्तपत्रांमध्ये कोणी स्पर्धकच नव्हता.

वितरण व खपाचा आकडा विरुद्ध ग्राहकमूल्य असा युक्तिवाद मांडल्यानंतरही समीर जैन यांच्यासमोर अनेक आव्हाने उभी होती. पहिली गोष्ट म्हणजे या

युक्तिवादानुसार टाइम्स समूहातील वृत्तपत्रे जाहिरातदारांना योग्य प्रकारचा वाचकवर्ग व ग्राहकमूल्य देतील, याची खातरजमा करणे. त्यासाठी या वाचकवर्गाच्या आवडीनिवडी लक्षात घेऊन आशयात सुधारणा किंवा बदल करणे भाग होते. या वाचकवर्गाला महत्त्वाच्या वाटणाऱ्या मुद्यांना टाइम्स समूहातील वृत्तपत्रांनी स्पर्श करणे निकडीचे होते. त्याची सुरुवात म्हणून वृत्तपत्रांमधील राजकारणाविषयीच्या बातम्यांचे प्रमाण कमी करणे आवश्यक होते. वृत्तपत्रांनी त्याच्या वाचकवर्गाशी जोडले जाण्यासाठी त्याची भाषा वापरायला हवी होती. या मध्यमवर्गीय वाचकवर्गाच्या जिव्हाळ्याचे विषय, त्याच्या चिंता, त्याच्या प्राथमिकता आदींबाबत वृत्तपत्राने सजग आणि संवेदनशील राहणे आवश्यक ठरणार होते. परंतु, हे साध्य करणे सोपे नव्हते.

तसेच, हे उद्दिष्ट एकदा साध्य झाले आणि त्यावरच समाधान मानले, असे करून चालणार नव्हते. हे सगळे अतिशय गतिशील राहणे आवश्यक होते. कारण या वाचकवर्गाच्या जाणिवा आणि राहणीमान सतत उत्क्रांत होणारे होते. त्याच्या प्राथमिकता आणि चिंतांचे विषयही बदलते होते. त्यांच्या वेगाशी बरोबरी साधायची, तर वृत्तपत्रांनाही लवचिक राहणे भाग होते. वृत्तपत्रांनाही स्वत:चा वेग असायला हवा होता. तसेच, वाचकवर्गाच्या नाडीवर सतत बोट ठेवून त्याच्या आवडीनिवडींची दखल घेणे आवश्यक ठरणार होते.

दुसरी गोष्ट म्हणजे टाइम्स समूहातील वृत्तपत्रे इतर वृत्तपत्रांपेक्षा योग्य प्रकारचा वाचकवर्ग देत असल्याची खात्री जाहिरातदारांना पटवून देणे आवश्यक होते. तसेच, आपला वाचक तरुण आहे, अधिक समृद्ध आहे आणि त्याचा खरेदीकडे व विविध वस्तूंच्या उपभोगाकडे स्वाभाविक कल आहे, हेही समीर जैन यांना दाखवून देणे आवश्यक होते.

'ओ अँड एम' कंपनीचे बशाब सरकार यांची मी ऑक्टोबर २००१ मध्ये भेट घेतली. तेव्हा ते म्हणाले, 'समीर जैन यांनी *टाइम्स ऑफ इंडिया*चे एक उच्च मूल्य असलेले व फायदेशीर उत्पादन असल्याची प्रसिद्धी केली. सुरुवातीला त्यांनी ते सिद्ध केले नाही, तर तसा फक्त दावा केला. त्यांच्या या दाव्यात एक प्रकारचा उद्धटपणा आणि आक्रमकपणा होता. त्याच्या आधारे त्यांनी माध्यमांच्या नियोजकांकडे या वृत्तपत्रातील जागेच्या मोबदल्यात जास्त पैशांची मागणी केली. अशा प्रकारच्या व्यवहारात तुम्ही तुमचे उत्पादन उच्च मूल्यांचे व अधिक फायदेशीर असल्याचा दावा कोणत्या आधारावर करता हे सांगत नाही. तुम्ही तसे करूही शकत नाही. परंतु, *टाइम्स* आता त्याच्या योग्य व वास्तविक मूल्यानुसार आकारणी करत आहे,

असा संदेश बाजारात देण्यात आला. *टाइम्स* जाहिरातींच्या दराची फेरआखणी करत असल्याचा तो संदेश होता.'[८]

आपल्या दाव्याच्या पुष्टीसाठी समीर यांनी थॉम्पसन नागरी बाजार निर्देशांकाची आकडेवारी सादर केली. त्यानुसार मुंबई बाजारपेठेच्या १०० टक्के क्षमतेच्या तुलनेत दिल्ली बाजारपेठेची क्षमता ६० टक्के इतकी होती. याबाबतीत दिल्ली कोलकात्याच्याही मागे तिसऱ्या क्रमांकावर होते. त्याचा ढोबळ अर्थ असा मांडण्यात आला की, एखाद्या वृत्तपत्राचा मुंबई आणि दिल्ली बाजारपेठेतील खप सारखा आहे असे मानले, तरी मुंबईच्या बाजारपेठेतील वृत्तपत्राच्या जाहिरातींना जास्त दर मिळाला पाहिजे.

संबंधित शहरातील लोकवस्तीची विविधता, त्याच्याशी निगडित सामाजिक-आर्थिक घटक यांचे संशोधन करून त्याआधारे हा बाजारपेठ निर्देशांक काढला जातो. अशी संख्यात्मक पाहणी विशिष्ट बाजारपेठेतील प्रसिद्धी व जाहिरातींच्या नियोजनासाठी आवश्यक असते. अशा पाहणीत संबंधित परिसरातील ग्राहकांची संख्या, त्यांची उत्पन्नाची साधने, त्यांच्या खरेदीच्या सवयी आणि विविध उत्पादनांबद्दलची त्यांची जागरूकता आदी गोष्टींचा तपशीलवार अभ्यास केलेला असतो. थॉम्पसन निर्देशांकाने कशाच्या आधारे निष्कर्ष काढले, हे समीर जैन यांच्या दृष्टीने महत्त्वाचे होते. अशा आकडेवारीचे मूल्य त्यांनी ओळखले होते.

आपला वाचकवर्ग जाहिरातदारांच्या दृष्टीने जास्त योग्य आहे, हे केवळ पटवून देऊन भागणार नव्हते. तर जाहिरातदारांनी आपल्या प्रकाशनांसाठी जास्त किंमत मोजली पाहिजे, असे समीर यांचे प्रयत्न होते. याबाबतीतही तेव्हाचा वृत्तपत्र व्यवसाय स्वस्थ बसला होता. वृत्तपत्रांमधील पत्रकारांप्रमाणेच जाहिरात विभागातील कर्मचारीही आधीपासून चालत आलेल्या चाकोरीत काम करत होते.

विविध कॉर्पोरेट ग्राहकांच्या वतीने काम करणाऱ्या जाहिरात संस्थांकडे विविध प्रकाशनांच्या प्रमाणित जाहिरातदरांचे तयार कोष्टक होते. हे दर संबंधित वृत्तपत्रे व प्रकाशनांच्या खपावर आधारित होते. त्यामुळे जाहिराती देणारे उद्योग, मध्यस्थीचे काम करणाऱ्या जाहिरात संस्था आणि माध्यम समूह तत्कालीन व्यवस्थेत खूश होते. सर्व वृत्तपत्रे व प्रकाशने एकमेकांशी चर्चा करून आणि जाहिरात संस्थांशी विचारविनियमाने जाहिरातीचे दर ठरवत होती. प्रत्येकजण नियमांचे पालन करत आहे, अशा व्यवस्थेत सुखावलेले हे जग होते आणि त्यात बदल घडलेच, तर अतिशय संथ गतीने घडत होते.

विशिष्ट वाचकवर्गाप्रमाणे जाहिरातींचे दर निश्चित करण्याच्या समीर जैन यांच्या

हालचालींमुळे वृत्तपत्र व्यवसायात खळबळ माजली. एक प्रकारची अस्वस्थता निर्माण झाली. वितरणाचे किंवा खपाचे आकडे हे ठोस आकडे होते. संदर्भासाठी त्यांचा वापर करण्यात एक प्रकारची सुलभता होती. ते खरे ग्राहकमूल्य दर्शवत नसले, तरी त्याने फारसे काही बिघडत नव्हते. मात्र, समीर यांच्या पवित्र्यामुळे जाहिरातदार आणि जाहिरात संस्थांना जुने निकष फेकून देणे भाग पडले. संबंधित प्रकाशनांनी दावा केलेल्या व मोजता येऊ न शकणाऱ्या ग्राहकमूल्याच्या आधारे आता त्यांना दर ठरवणे आवश्यक होते. याचा अर्थ एखाद्या वृत्तपत्राचा संबंधित बाजारपेठेतील खप कमी असला, तरी त्यातील जाहिरातीसाठी जास्त पैसे मोजावे लागणार होते. त्यामुळे प्रस्थापित व्यवस्थेला हादरा बसला.

आर्थिक बाजू एक वेळ बाजूला ठेवली, तरी समीर जैन यांच्या चालींमुळे माध्यमांच्या व्यवसायात मूलभूत बदल घडण्यास सुरुवात झाली. त्यामुळे वृत्तपत्रांना निव्वळ आपले विस्ताराचे जाळे आणि खप वाढवून भागणार नव्हते. त्यांना विशिष्ट बाजारपेठ आणि विशिष्ट वाचकवर्ग मिळवण्याचे उद्दिष्ट ठेवणे आवश्यक झाले. मोठ्या वाचकवर्गातील अशा विशिष्ट गटांपर्यंत पोचण्यासाठी नवे मार्ग शोधणेही भाग होते. अशा वाचकगटांना सतत आपल्याशी बांधून ठेवण्यासाठी वृत्तपत्रांनी विशिष्ट मूल्यांची रुजवात करणे आणि स्वत:ची वेगळी ओळख निर्माण करणेही आवश्यक होते.

याचा अर्थ वृत्तपत्रांनी एकसारख्याच दिसणाऱ्या वस्तू व मालापेक्षा विशिष्ट ओळख असलेले आणि स्पर्धकांपेक्षा उठून दिसणारे उत्पादन बनण्याकडे वाटचाल करणे आवश्यक होते. हे परिवर्तन साध्य होण्यासाठी वृत्तपत्रांना त्यांच्या लक्ष्य वाचकगटाला साजेसे स्वत:चे व्यक्तिमत्व साकारणे जरूरीचे होते. वृत्तपत्रांना आता 'ब्रँड' बनणे अपरिहार्य होते. टी. एन. निनान म्हणाले, 'समीर जैन यांनी माध्यमांच्या क्षेत्रात ब्रँड प्रस्थापित करण्याची आवश्यकता इतरांपेक्षा खूप आधीच ओळखली. त्यांनी अनेक ब्रँड निर्माण केले.'

बाजारपेठ केंद्रस्थानी ठेवून या रचनेत माध्यम संस्थेच्या सर्व विभागांनी एकमेकांशी सुसंगत राहून आणि एकत्रितपणे स्वत:चे व्यक्तिमत्व आणि पर्यायाने ब्रँड उभे करण्यात योगदान द्यायला हवे होते. माध्यम संस्थांमधल्या विविध विभागांमध्ये उभ्या राहिलेल्या अदृश्य भिंती आता पाडायलाच हव्या होत्या. त्याचबरोबर सर्व कामांमध्ये गती आणण्याची आणि लक्ष्य वाचकवर्गातील बदल हेरून त्याला वेगाने प्रतिसाद देणारी लवचिकता अंगी बाणण्याची आवश्यकता होती. माध्यमसंस्थेतील या बदलांच्या वाऱ्याबरोबर राहू न शकणाऱ्या आणि नव्या

व्यवस्थेशी जुळवून घेऊ न शकणाऱ्यांना एक तर संस्थेबाहेर पडणे किंवा मागच्या बाकांवर जाणे आता भाग होते. संपादक, व्यवस्थापक आणि प्रशासनातील सर्वांनाच हा नियम लागू होता.

'वृत्तपत्रे ही बाजारकेंद्री आहेत, संपादककेंद्री नाहीत', अशी समीर जैन यांची धारणा होती. यासंदर्भात 'योग्य विपणन वृत्तपत्राची विक्री करते, असे समीर सांगत असत', अशी आठवण बलजित कपूर यांनी सांगितली.[९] ते पुढे म्हणाले, 'विपणनाचे प्रभावी तंत्र एखादे गचाळ उत्पादनही खपवू शकते, यावर त्यांचा विश्वास होता. मात्र, आपली उत्पादने बाजाराशी सुसंगत आणि नव्या वळणाची राखण्याची त्यांनी नेहमीच दक्षता घेतली.'

मात्र, 'आम्ही एखादे उत्पादन विकणारे नाही; आम्ही टूथपेस्ट किंवा साबण विकत नाही, असे समीर यांना ठणकावले. वृत्तपत्रांना एक उत्पादन मानण्याच्या समीर यांच्या परिभाषेमुळे आम्ही अस्वस्थ झालो होतो. परंतु, एखादी गोष्ट घडवून आणण्यासाठी ते सर्व अधिकार वापरतात', असेही कपूर यांनी सांगितले.

गौतम अधिकारी याबाबत म्हणाले, 'कंपनीची कामगिरी सुधारण्यासाठी समीर यांनी विपणनाच्या नव्या तंत्रांवर भर दिला. त्यामुळे संपादकीय विभाग आणि विपणन विभागातही बरेच ताणतणाव निर्माण झाले. त्यातून संपादकांशी संघर्षाचे प्रसंग उद्भवले. त्यातून अखेर संपादकीय विभागाच्या व्यवस्थापनाचीही फेररचना झाली.'

खपाच्या निव्वळ आकड्यांपेक्षा ग्राहकमूल्याला अधिक महत्त्व देण्याचा समीर जैन यांचा तर्क कागदावर ठीक वाटत होता. परंतु, बाजारपेठेत त्याची चाचणीही घेणे आवश्यक होते. अधिक चांगल्या आणि उत्पादनाशी सुसंगत वाचकवर्गासाठी जाहिरातदार जास्त पैसे मोजायला तयार होतील का, असा प्रश्न होता. समीर यांनी १९८६-८७ मध्ये टाइम्स समूहातील जाहिरातींच्या दरात एकदम मोठी वाढ करून आपल्या विचारांची चाचणी घेतली. त्याआधी जाहिरातींच्या दरात वर्षाला साधारणपणे पाच ते दहा टक्के वाढ होत असे. परंतु, समीर यांनी त्यात एकदम २५ ते ५० टक्के वाढ केली. *टाइम्स ऑफ इंडिया*च्या मुंबई आवृत्तीचे दर तब्बल ६८ टक्क्यांनी वाढविण्यात आले.

समीर यांनी हे पाऊल उचलताना तोवर प्रचलित असलेल्या जाहिरात संस्थांशी चर्चा करून दर वाढवण्याच्या पद्धतीला तिलांजली दिली. त्या वेळी बेनेट, कोलमन आणि कंपनीच्या वितरण विभागाचे देशाचे प्रमुख असलेले एन. पी. सिंह आठवणींना उजाळा देत म्हणाले, 'दरवाढ करण्यापूर्वी जाहिरात संस्थांशी चर्चा

करण्याचा प्रश्नच समीर यांनी निकालात काढला. आम्ही एकदम दरवाढ जाहीर केली.'१०

टाइम्स समूहाच्या या घोषणेने माध्यमांच्या आणि जाहिरातींच्या विश्वात प्रचंड खळबळ उडाली. या दरवाढीला फक्त बाहेरच्यांनी विरोध केला नाही. संस्थांतर्गत अनेक शंकाकुशंकांना समीर यांना उत्तरे द्यावी लागली. व्यवस्थापन आणि विपणन विभागातील अनेकांना हा निर्णय अंगलट येण्याची भीती वाटत होती. अखेर तेही जुन्या वातावरणालाच सरावलेले होते. परंतु, समीर यांचा युक्तिवाद ठाम होता. जाहिरातदार देत असलेल्या किमतीपेक्षा *टाइम्स ऑफ इंडिया*चे ग्राहकमूल्य कितीतरी अधिक आहे. आपल्या वृत्तपत्राला जास्त किंमत मिळालीच पाहिजे. केवळ पाच-दहा टक्क्यांच्या दरवाढीने काही होणार नाही.

जाहिरातींच्या दरात एकदम वाढ करण्याचा हा धाडसी निर्णय टाइम्स समूहाच्या व्यावसायिक उलाढालीची कक्षाच बदलणारा होता. एन. पी. सिंह म्हणाले, 'या निर्णयाने प्रकाशकांचे धाबेच दणाणले. वृत्तपत्रांच्या विश्वात खळबळ उडाली. मात्र, समीर ठाम राहिले आणि त्यांनी आपली योजना पुढे रेटली. ही दरवाढसुद्धा कमीच असल्याचे त्यांचे म्हणणे होते. शंभर किंवा दोनशे टक्के दरवाढही झेलण्याची बाजारपेठेची क्षमता आहे, असा त्यांचा दावा होता.'

सुरुवातीला या निर्णयाविरोधात नाराजी व्यक्त झाली, निषेधाचे सूरही उमटले. परंतु, जाहिरातदार आणि जाहिरात संस्थांनी ही दरवाढ अखेर मान्य केली. बाजारपेठ अशा प्रकारच्या निर्णयासाठी जणू तयारच होती आणि चांगल्या ग्राहकमूल्यासाठी पैसे मोजायची तिची तयारी होती, असे चित्र त्यातून पुढे आले. फक्त कोणीतरी धाडसाने त्या दिशेने पाऊल टाकण्याची आवश्यकता होती. कदाचित दिल्ली, मुंबईसारख्या शहरांमधला लोकवस्तीचा बदलता चेहरा, वाढता मध्यम वर्ग आणि ग्राहकोपयोगी उत्पादनांमध्ये आलेली तेजी हे इतर घटकही त्याला सहाय्यभूत असावेत. जाहिरातदारांपुढे अन्य कोणताही सक्षम पर्याय नसल्यानेही त्यांना अखेर ही दरवाढ मान्य करावी लागली असावी.

पुढील काही वर्षांमध्ये समीर जैन यांनी जाहिरातींच्या दरांमध्ये अशी अनेकदा वाढ केली. परंतु, केवळ हाच एक मार्ग नव्हता. समीर यांनी दरवाढ समर्थनीय होण्यासाठी टाइम्स समूहातील वृत्तपत्रांमध्ये दीर्घकालीन परिणाम घडवणारे अनेक बदल केले. 'जाहिरातदारांसाठी योग्य प्रकारचे वाचकवर्ग गोळा करणे', हा जणू टाइम्स समूहाचा मूलमंत्रच झाला. त्याचे प्रतिबिंब आशयातही उमटले. छपाईसाठी वापरण्यात येणाऱ्या कागदापासून वृत्तपत्रातील मांडणी, रचना, पॅकेजिंगपर्यंत अनेक

बदल या वृत्तपत्रांत झाले. जाहिरातदारांवर नजर ठेवून गुळगुळीत कागदावरील रंगीत पुरवण्या नियमितपणे निघू लागल्या. नंतर, स्पर्धकांवर मात करण्यासाठी संपूर्ण अंकाची छपाईच रंगीत होऊ लागली.

टाइम्समधील स्तंभांमध्ये, लेखनामध्ये नियमितपणे बदल झाले. नवनिर्मितीचे जणू पेव फुटले. जाहिरातदारांना योग्य ग्राहकमूल्य मिळेल, त्यांच्या उत्पादनांची माहिती योग्य गटापर्यंत पोचेल, ती अधिक उठावदार होईल, असे प्रयत्न झाले. त्यामुळे जाहिरातींच्या दरातील वाढ ही एकाएकी किंवा कोणताही विचार न करता केलेली वाढ नव्हती, हे स्पष्ट झाले. त्यामागे बाजारपेठेची अचूक जाण होती. वृत्तपत्रांच्या जागा विक्रीच्या क्षेत्रात आणलेले ते नाविन्य होते, हेही स्पष्ट झाले.

या गोष्टींची चर्चा आपण पुढच्या प्रकरणांमध्ये करू. मात्र, त्याआधी या माध्यमसमूहाच्या संपादकीय विभागात काय फेरबदल झाले, हे समजून घेणे आवश्यक आहे.

४

थांबा! पुन्हा छापा!!

'वॅटसन, हा अतिशय नाट्यमय क्षण आहे. तुझ्या आयुष्यात प्रवेशणाऱ्या जिन्यावर वाजणारा पावलांचा आवाज तू ऐकतोस; पण तो भाग्य घेऊन येतो आहे की दुर्दैव, हे तुला ठाऊक नाही!'

आर्थर कॉनन डॉयल यांच्या
'*द हाउंड ऑफ द बास्करव्हिल*' या पुस्तकातून[१]

समीर जैन यांनी १९८६ च्या सुरुवातीलाच बेनेट, कोलमन आणि कंपनीतील वरिष्ठ अधिकाऱ्यांना एक आठ पानी टिपण पाठवले. कंपनीतील *टाइम्स ऑफ इंडिया* आणि *नवभारत टाइम्स* या अग्रणी वृत्तपत्रांमधील संपादकीय रचना आणि आशयात बदल करण्यासंबंधीचे काही विचार त्यात मांडण्यात आले होते. समीर यांनी स्वत:च हे टिपण तयार केले होते.

'द समीर जैन प्लॅन' (समीर जैन यांची योजना) शीर्षकाखाली या टिपणातील काही भाग *संडे* मॅगझिन या नियतकालिकाने ६ ते १२ एप्रिल १९८६च्या अंकात छापला. या विषयावर आधारित 'द साइन्स ऑफ द टाइम्स' ('काळाच्या पाऊलखुणा' या अर्थाच्या इंग्रजी शीर्षकात टाइम्सच्या नावाचा श्लेष साधला आहे.) अशी मुखपृष्ठकथाच नियतकालिकाने प्रसिद्ध केली. या प्रस्तावित योजनेतील अनेक मुद्दे थेट होते. टाइम्स समूहाच्या विकासासाठी ताज्या दमाचे उमेदवार भरती करण्यापासून, सध्याच्या कर्मचाऱ्यांना प्रशिक्षण

देण्यापर्यंत आणि त्यांच्या पदोन्नतीचा मार्ग निश्चित करण्यापर्यंत गोष्टी त्यात होत्या.

वृत्तपत्रातील संपादकीय आशय कसा असावा, यासंबंधी काही सूचनाही त्यात होत्या. उदाहरणार्थ, वृत्तपत्रात बातम्यांपेक्षा वृत्तलेखांची संख्या जास्त असावी. शनिवार-रविवारच्या अंकात तर हे प्रमाण आणखी जास्त असावे. एवढेच नव्हे, तर या दिवसांच्या आवृत्त्या स्वतंत्र मानल्या जाव्यात आणि त्यांच्यासाठी स्वतंत्र संपादक असावा, अशी सूचना त्यात होती. आपल्या वृत्तपत्रांना 'आधुनिक चेहरा' देण्याची गरज समीर जैन यांनी व्यक्त केली होती. त्या दृष्टीने माहितीचित्रांच्या (ग्राफिक्स) जास्त वापराबरोबरच बातम्यांची रचना व एकूणच पानांच्या मांडणीकडे अधिक लक्ष देण्याची गरज ठसविण्यात आली होती.

त्या वेळच्या वृत्तपत्रांच्या दुनियेचा विचार करता यातल्या अनेक कल्पना नव्या आणि दीर्घकालीन परिणाम घडवणाऱ्या होत्या. पुढच्या काही वर्षांमध्ये या सूचनांची अंमलबजावणी सुरू झाली. ही छोटी पावले बेनेट, कोलमन आणि कंपनीत होणाऱ्या मोठ्या परिवर्तनाच्या वाटचालीतील एक भाग होती. देशातील इतर आघाडीच्या वृत्तपत्रांवरही त्यांचा परिणाम झाला.

मात्र, समीर जैन यांनी त्यांच्या योजनेत मांडलेल्या एका सूचनेने मोठा गहजब झाला. त्यामुळे या योजनेची अंमलबजावणीच धोक्यात आली. कंपनी त्यामुळे संकटाच्या भोवऱ्यात सापडली.

'वृत्तपत्रांमधील बातम्यांचे विभाग आणि संपादकीय मते मांडणाऱ्या लेखांचे विभाग स्वतंत्र करण्यात यावेत. त्यांच्या सीमारेषा स्पष्ट करण्यात याव्यात. बातम्यांचे कामकाज पाहणाऱ्या विभागाच्या प्रमुखाला कार्यकारी संपादक म्हणण्यात यावे. त्याचा संपादकीय लेखांच्या पानांशी काही संबंध नसावा. राजकारण, उद्योग-व्यवसाय, शहरातील घडामोडी, क्रीडा आणि इतर बातम्यांबाबतचा अधिकार कार्यकारी संपादकाकडे असावा. तर संपादकीय पानांची जबाबदारी असणाऱ्या संपादकाच्या दिमतीला सहायक संपादकांची वेगळी टीम असावी', असा या सूचनेचा सारांश होता.

वृत्तपत्राच्या कामाशी फारसा संबंध नसलेल्यांना यात काही वावगे वाटणार नाही आणि कंपनी-व्यवसायातील फेररचनेचा तो एक प्रचलित भाग वाटेल. त्याने कंपनीच्या अंतर्गत अधिकारांची काही समीकरणे बदलली, तरी काळाच्या ओघात ही रचना स्थिरावेल आणि सुरळीत काम सुरू होईल, असेच त्यांना वाटू शकेल. परंतु, या प्रकरणात तसे घडले नाही. या सूचनेमुळे आणि त्यामुळे होऊ शकणाऱ्या

संभाव्य अन्यायामुळे टाइम्सच्या पत्रकारांमध्ये असंतोष भडकला. कंपनीचे मालक आता संपादकांच्या बातम्या आणि संपादकीय आशय ठरवण्याच्या अधिकारात अवाजवी हस्तक्षेप करत आहेत, याचा त्यांना संताप आला. तसेच, संपादकपदाची प्रतिष्ठा आणि महत्त्व कमी करण्याचा मालकांचा त्यामागे सुप्त हेतू आहे आणि सरतेशेवटी त्यांना संपादकीय विभागावर पूर्ण नियंत्रण मिळवायचे आहे, असा संशय त्यांनी व्यक्त केला.

*संडे मॅगझिन*च्या वृत्तानुसार, टाइम्समधील बदलांच्या या प्रस्तावाविरोधात वरिष्ठ पत्रकारांनी अर्ज केला. त्यावर सुमारे चाळीस जणांच्या स्वाक्षऱ्या होत्या. या प्रस्तावामुळे वृत्तपत्रात उघड बंडाची स्थिती निर्माण झाली असल्याचा दावा त्यात करण्यात आला होता. *टाइम्स*च्या मुख्य संपादकांकडे हा अर्ज सादर करण्यात आला आणि कंपनीच्या अध्यक्षांपर्यंत पत्रकारांचे म्हणणे पोचवावे, अशी विनंती त्यांना करण्यात आली. टाइम्स समूहातील इतर प्रकाशनांमधील सहकारीही या विरोधात सामील झाले आणि त्यांनी या प्रस्तावावर कडाडून टीका केली.

काही काळ हा प्रस्ताव बासनात गुंडाळून ठेवल्यासारखा झाला. त्या वेळी बेनेट, कोलमन आणि कंपनीच कठीण परिस्थितीतून जात होती. त्यामुळे कदाचित कंपनीच्या दृष्टीने हा फारसा चिंतेचा विषय मानण्यात आला नाही. मात्र, पुढील काही महिन्यांत अर्ज करणाऱ्या पत्रकारांपैकी अनेक जण टाइम्स समूहातून बाहेर पडले. त्यातील काहींना कंपनी सोडण्यास सांगण्यात आले. दोन वर्षांच्या कालावधीत कंपनीचे नेतृत्व जवळपास नव्या लोकांकडे आले होते. त्यातून टाइम्स समूहात मोठ्या बदलांना वाट मिळाली आणि त्याचा भारतीय वृत्तपत्रसृष्टीवरही परिणाम झाला.

या वादामागे खोलवर रुजलेली अनेक कारणे होती. तो संघर्षाचा एकमेव मुद्दा नव्हता. संस्थेतील तणाव साचत साचत त्याची अखेर संघर्षात परिणती झाली होती. समीर जैन आणि पत्रकार दोघांनाही याची जाणीव झाली की, त्यांचे अग्रक्रमाचे विषय– अजेंडा वेगवेगळे आहेत. त्यांचा परस्परांशी संघर्ष होणे अटळ आहे. त्यामुळे दोन्ही बाजूंनी संशय वाढत गेला.

प्रस्तावित योजनेचे हे टिपण म्हणजे समीर जैन यांच्या मनातील बेनेट, कोलमन आणि कंपनीतील बदलांचा आराखडा होता. ते त्यांच्या पद्धतीने ही योजना राबवू पाहत होते. दुसरीकडे पत्रकारांचा आपल्या शक्तीवर विश्वास होता आणि कंपनीत बदलाच्या व्यवस्थापनाच्या हालचाली आपण रोखू शकू अशा भ्रमात व एक प्रकारच्या आत्मसंतुष्टीत ते वावरत होते. वृत्तपत्राबाहेरही राजकीय वर्तुळात,

प्रशासनात, समाजातील बुद्धिजीवी वर्गात आपला प्रभाव आहे आणि त्यांच्या साह्याने समीर जैन यांचे मनसुबे आपण उधळून लावू शकू, असे त्यांना वाटत होते. पत्रकारांनी संघर्षाचा पवित्रा घेतला. मात्र, समीर जैन यांनी ही योजना राबवण्याचा दृढनिश्चय केला होता. त्यांना कमी लेखण्याची चूक पत्रकारांनी केली. पण, त्याचबरोबर माध्यमांच्या क्षेत्रात वाहत असलेल्या बदलांचे वारे त्यांना ओळखता आले नाहीत, हेही खरे.

त्या वेळी वृत्तपत्रांचा व्यवसाय संपादकाभोवती फिरत होता. वृत्तपत्रांमध्ये विविध कामे व विभाग सांभाळणारे वेगवेगळे संपादक होते, तरी अखेर त्या सर्वांची सूत्रे मुख्य संपादकाच्या हातात होती. वृत्तपत्रासाठी सर्वस्वी संपादक जबाबदार होता. बातम्यांच्या पानांची आणि संपादकीय पानांची धुराही त्याच्या खांद्यावर होती. संपादक हाच वृत्तपत्राचा सर्वेसर्वा होता. त्यामुळे बातम्या आणि संपादकीय पानांसाठी वेगळे संपादक नेमण्याच्या समीर जैन यांच्या सूचनेकडे संपादकाच्या मध्यवर्ती भूमिकेवरचा हल्ला म्हणून पाहण्यात आले.

प्रत्यक्ष व्यवहारातही मुख्य संपादक वृत्तपत्राचे सर्वेसर्वा म्हणून भूमिका निभावत नव्हते. समीर यांनी प्रस्ताव मांडण्याआधीही वृत्तपत्रातील बातम्यांचे काम आणि संपादकीय टिपण्णीचे काम वेगळे मानले जात होते. अनेक संपादक बातम्यांचे कामकाज वृत्तसंपादक किंवा इतरांकडे सोपवून संपादकीय पानांमध्ये जास्त रस घेत असत. त्या काळातील संपादकांच्या त्याबाबतच्या भूमिका वेगवेगळ्या होत्या. त्या वैयक्तिक समजुतीवर आधारलेल्या होत्या.

त्यामुळे कागदावर कधी मांडण्यात आली नव्हती, तरी बातम्या आणि संपादकीय पानांच्या कामाची विभागणी वृत्तपत्रांमध्ये अस्तित्वात होती, असे म्हणता येते. त्यामुळे रोजच्या बातम्यांच्या धबडग्यापासून संपादकाला थोडा निवांतपणा लाभत असे. संपादकही संपादकीय पाने हा त्यांचा खास अधिकार मानून अग्रलेख आणि उच्च प्रतीच्या विश्लेषणात्मक लेखनात गढून जात. बाह्य जगतातील राजकीय नेते, प्रशासकीय अधिकारी, विचारवंतांशी संवाद साधण्याचा त्यांचा तो मार्ग होता. वृत्तपत्राच्या मालकासह उर्वरित जग त्याकडे केवळ प्रेक्षक म्हणून पाहत असे.

वृत्तपत्रांमध्ये रोजच्या बातम्यांचे काम करणारेही संपादकांच्या खोलीत जाण्याचे सहसा धाडस करत नसत. बातम्या गोळा करणे आणि त्यावर संस्कार करून त्या रोजच्या रोज वाचकांपुढे सादर करणे, या कामातच संपादकीय विभागातील बहुतांश सहकारी व्यग्र असत. हा दुरावा इतका होता की, एक विद्वान आणि व्यासंगात

आकंठ बुडालेले संपादक त्यांच्या वृत्तसंपादकाला ओळखू शकले नाहीत, असा किस्सा पत्रकारांमध्ये प्रचलित आहे. संपादकीय पानाचे काम म्हणजे श्रेष्ठ, उच्च दर्जाचे या परंपरेने चालत आलेल्या समजुतीतून तसे घडत होते. बातम्या आणि संपादकीय पानांच्या कामाची जाणीवपूर्वक विभागणी त्यामागे नव्हती.

अनेक संपादकांची समाजातली प्रतिमा वास्तवापेक्षा खूप मोठी होती. ते अतिशय विद्वान आणि व्यासंगी गृहस्थ होते. राजकीय सत्तेच्या वर्तुळातही त्यांच्याकडे आदराने पाहिले जात होते. त्यांनी मांडलेली भूमिका म्हणजे राजकारण्यांसाठी सर्वसामान्य जनतेचे मत ओळखण्याचे एक साधन असे. ऋषितुल्य माणसांनी केलेला उपदेश असेही त्याकडे पाहिले जात असे.

अनेक आघाडीच्या वृत्तपत्रांमध्ये मालकी आणि संपादकीय विभाग यांची विभागणी तोपर्यंत स्पष्ट होती. या परंपरेमुळे संपादकपदाचे समाजातील महत्त्व आणि अग्रस्थान कायम होते. बहुतांश वृत्तपत्रांच्या मालकांनी ही विभागणी मान्य केली होती आणि ते फारसे प्रसिद्धीच्या फंदात पडत नसत. जेथे व्यक्तिगत हितसंबंधांचा किंवा प्रतिष्ठेचा प्रश्न आहे, असे एखाददुसरे प्रसंग सोडले, तर मालक वृत्तपत्राच्या दैनंदिन कामात हस्तक्षेप करत नसत. त्यामुळे संपादकीय विभाग बहुतांशी स्वतंत्रपणेच काम करत असे.

वृत्तपत्रे आणि संपादकांभोवती असलेले वलय हे मुख्यत: भारतीय स्वातंत्र्याच्या चळवळीत वृत्तपत्रांनी बजावलेल्या भूमिकेचा वारसा होता. लोकमान्य बाळ गंगाधर टिळक, बिपिनचंद्र पाल, महात्मा गांधी, जवाहरलाल नेहरू आदी स्वातंत्र्य चळवळीतील नेत्यांनी जनतेशी संवाद साधण्यासाठी आणि सरकारपर्यंत आपला आवाज पोचविण्यासाठी वृत्तपत्रांचे माध्यम वापरले होते.[२] त्यांनी आपल्या वृत्तपत्रांमधून केवळ स्वातंत्र्याची मागणी केली नाही, तर देशापुढे सामाजिक आणि आर्थिक विकासाची कार्यक्रमपत्रिकाही ठेवली.

देशाला स्वातंत्र्य मिळाल्यानंतरही वृत्तपत्रांचे हे सामाजिक संस्थेसारखे स्वरूप बराच काळ कायम राहिले. ती फक्त व्यवसाय मानली जात नव्हती. वृत्तपत्रांकडे एक सामाजिक भूमिका होती. नवस्वतंत्र देशात आता लोकशाहीचे रक्षण करण्यासाठी लोकांना माहिती देण्याची, शिक्षित करण्याची आणि विविध मतमतांतरे सर्वसामान्यांपर्यंत पोचवण्याची जबाबदारी त्यांच्यावर होती. 'लोकशाहीचे प्रहरी', 'चौथा स्तंभ' अशी विशेषणे वृत्तपत्रे गांभीर्याने घेत होती आणि त्यानुसार प्रामाणिकपणे काम करत होती.

रुडयार्ड किपलिंग यांनी त्यांच्या एका कवितेत ही भावना व्यक्त केली आहे.

पोप देतात धडे नीतितत्वांचे,
आणि शासन जारी करते वटहुकूम;
पण हा बुडबुडा फुगतो आणि फुटतोही
आपल्याकडून, आपण सगळे एक म्हणून!
लक्षात ठेवा हे युद्ध आणि पहा जरा दुरूनच...
सिंहासने आणि राजसत्ता देतील जाहीर कबुली
होय, या अभिमानी प्रजेवर खरे राज्य आहे,
ते वृत्तपत्रे- वृत्तपत्रे- आणि वृत्तपत्रांचेच![३]

(मूळ कविता पुढीलप्रमाणे :
'द पोप मे लाँच हिज इंटरडिक्ट,
द युनियन इट्स डिक्री,
बट द बबल इज ब्लोन अँड द बबल इज प्रिक्ड
बाय अस अँड सच अॅज वुई.
रिमेंबर द बॅटल अँड स्टँड असाइड
व्हाइल थ्रोन्स अँड पॉवर्स कन्फेस
दॅट किंग ओव्हर ऑल द चिल्ड्रेन ऑफ प्राइड
इज द प्रेस- द प्रेस- द प्रेस!')

वस्तुनिष्ठतेचा वारसा मिरवणाऱ्या अशा गौरवशाली संस्थेचे धुरीणत्व अर्थातच संपादकाकडे होते. प्रस्थापित सत्तेच्या ते अगदी जवळ होते. लोकशाहीचे आरोग्य जपण्यासाठी आणि तिचा जिवंतपणा कायम राखण्यासाठी वृत्तपत्रांचे स्वातंत्र्य त्यामुळेच महत्त्वाचे मानले गेले. कोणत्याही प्रकारच्या अतिक्रमणापासून ते सुरक्षित राखायला हवे होते. अशा रोखठोक आणि स्वतंत्र मतांच्या प्रसारात सरकारची, मालकांची किंवा इतर व्यावसायिक हितसंबंधांची आडकाठी येणे शक्य होते.

संपादकांना त्यांची मते, भूमिका मांडण्याचे सर्व स्वातंत्र्य होते. राजकीय नेतेही त्या त्या वेळच्या महत्त्वाच्या विषयांवर संपादकांचा सल्ला शिरोधार्य मानत असत. सरकारच्या एखाद्या निर्णयाविरुद्ध संपादक जाहीर नाराजीही प्रकट करत असत. तरीही त्यांच्या वस्तुनिष्ठता आणि विश्वासार्हतेला बाधा येत नसे. संपादक हे व्यक्तिगत

हितसंबंध आणि स्वार्थाच्या वर गेलेले असतात. त्यामुळे ते प्रामाणिकपणे त्यांची भूमिका सर्वांसमोर मांडू शकतात, असे गृहित धरले जाई.

बहुतांश संपादक या कसोटीला उतरत असत. कोणताही मोह किंवा दबाव-दडपणाला बळी न पडता ते स्वतंत्र मते मांडत असत. त्याचबरोबर समाजातील बुद्धिजीवी आणि विचारवंत वर्ग माध्यमांच्या स्वातंत्र्याबाबत अतिशय हळवा व संवेदनशील होता. एखाद्या संपादकाने- विशेषत: आघाडीच्या वृत्तपत्राच्या संपादकाने मालकांच्या अवाजवी हस्तक्षेपाबद्दल सूर काढला, तर या वर्गात चिंतेचा सूर व्यक्त होत असे. अशा प्रसंगी प्रेस कौन्सिल हस्तक्षेप करत असे. सरकार थेट हस्तक्षेप करण्याचे टाळत असले, तरी त्याचा अप्रत्यक्ष दबाव असे. काही प्रसंगी न्यायालयेही अशा प्रकरणांमध्ये हस्तक्षेप करत असत.

वृत्तपत्रांच्या स्वातंत्र्याला सरकारांकडूनही धोका असतो. परंतु, आपल्यावर वृत्तपत्रांच्या मुस्कटदाबीचा आरोप होऊ नये, याची सरकार सावधगिरी बाळगत असे. सरकार हा मोठा जाहिरातदारही आहे. सरकार वृत्तपत्रांना कागदाचा कोटाही मंजूर करत असे. त्यामुळे वृत्तपत्रांवर अप्रत्यक्ष नियंत्रणाची साधने सरकारकडे होती. त्यामुळे काही वेळा पत्रकारांना खूश राखण्यासाठी सरकारने मालकांवर दबाव आणण्याचे प्रसंगही घडले. पण हे अतिशय नरमाईने व लक्षात येणार नाही, अशा तऱ्हेने होत असे.

वृत्तपत्रांच्या आर्थिक बाजूचाही संपादकीय स्वातंत्र्याला धोका संभवतो. त्यामुळे संपादक वृत्तपत्रांच्या आर्थिक व्यवहारापासून दूर असत. वृत्तपत्रांची भूमिका आणि संपादकीय मजकुरावर जाहिरातदारांचा प्रभाव पडू नये म्हणून जाणीवपूर्वक प्रयत्न केले जात. वाचकांचेही असे दडपण अयोग्य समजले जाई. अशा वातावरणात वृत्तपत्राच्या व्यावसायिक बाजूंविषयी चर्चा करणे, हेसुद्धा संपादक त्यांच्या स्वातंत्र्यावरील अतिक्रमण मानत असत.

वृत्तपत्रांची प्रतिष्ठा आणि यश अशा तऱ्हेने पत्रकार आणि संपादकांशी बांधलेले होते. दवाखाने डॉक्टरमुळे ओळखले जातात, तांत्रिक कंपन्या त्यातील उत्तम अभियंत्यांमुळे ओळखल्या जातात, अशाच तऱ्हेने बहुतांश वृत्तपत्रे संपादकांच्या नावाने ओळखली जात.

संपादक आणि पत्रकारांच्या प्रतिमेशी जोडलेल्या वृत्तपत्रांच्या या व्यवस्थेविषयी समीर जैन यांच्या मनात अनेक प्रश्न होते. परंतु, इतर मालक आणि प्रकाशकांचाही ही व्यवस्था कायम राहण्यात अंशत: का होईना सहभाग होता. त्या वेळी आघाडीची बहुतांश इंग्रजी वृत्तपत्रे श्रीमंत मारवाडी कुटुंबांकडे होती. देशातील विसाव्या

शतकात व्यापारउद्योग आणि बँकिंगवर या समुदायाचे वर्चस्व होते. त्यांच्यातील काहींनी स्वत:ची वृत्तपत्रे सुरू केली होती. तर काहींनी *टाइम्स ऑफ इंडिया*च्या उदाहरणाप्रमाणे ब्रिटिश मालकांकडून वृत्तपत्रे विकत घेतली होती. या वृत्तपत्रांमधील पत्रकारांना समाजात विचारवंत म्हणून प्रतिष्ठेचे स्थान होते. या वृत्तपत्रांचे मालक जरी यशस्वी व्यावसायिक होते, तरी आपल्याच वृत्तपत्रांच्या संपादकांबद्दल आदर बाळगण्यात आणि प्रसिद्धीच्या झोतात राहू देण्यात त्यांना काही वावगे वाटत नव्हते.

एखाददुसरा अपवाद सोडला तर हे मालक वृत्तपत्राचे संपादकीय धोरण ठरवण्याबाबतही फारसे आग्रही नव्हते. आपल्या वृत्तपत्रांमध्ये व्यावसायिकता आणण्याचीही त्यांना कधी गरज भासली नाही. गिरीलाल जैन यांनी *संडे* वृत्तपत्रातील लेखात नमूद केल्याप्रमाणे 'मालकांचा संपादकीय कामातील हस्तक्षेप क्वचित, एखादा झटका आल्यासारखा आणि बहुतांशी व्यक्तिगत किंवा मित्र, कुटुंबांच्या हितसंबंधांना धक्का बसला तर असे आणि तोही तेवढ्यापुरताच असे. अशा हस्तक्षेपामागे मोठा उद्देश किंवा विचारसरणीचा भाग नसे.'

वृत्तपत्रे व्यावसायिक चिंता, नफातोट्याचा हिशेब अशा गोष्टींच्या वर राहून एखाद्या उच्च दर्जाच्या संस्थेसारखी चालत होती, त्यामागेही मालकांची अलिप्ततेची भूमिका कारणीभूत होती. बहुतेक मालकांचे इतर अनेक उद्योग होते आणि त्यांच्या व्यावसायिक साम्राज्यात वृत्तपत्रे ही फार काही पैसा देणारी संस्था नव्हती. त्यामुळे संपत्ती आणि नफा कमावण्यासाठी उभ्या राहिलेल्या त्यांच्या उद्योगसमूहात वृत्तपत्रांना गाभ्याचे स्थान नव्हते. इतर उद्योग ती जबाबदारी पार पाडत होते.

बहुतेक मालकांच्या दृष्टीने वृत्तपत्रे ही सरकारवर अप्रत्यक्ष दबाव ठेवण्याचे, त्यांच्याकडून सवलती मिळवण्याचे किंवा केवळ सामाजिक प्रतिष्ठेचे एक साधन मात्र होती. या वृत्तपत्रांनी नफा कमावला तर त्यात त्यांना आनंदच होता. परंतु, नफा मिळाला नाही, तरी वृत्तपत्रामुळे मिळणारा मानमरातब, प्रतिष्ठा त्याची भरपाई करत असे. भारतातील अर्थव्यवस्था ऐंशीच्या दशकापर्यंत सरकारच्या नियंत्रणाखाली होती आणि अनेक प्रकारची बंधने उद्योगांवर होती. त्यामुळे राजकारण्यांची प्रतिमा घडवणारी किंवा बिघडवणारी वृत्तपत्रे आपल्या दिमतीला असली पाहिजेत, एवढीच या व्यावसायिकांची भावना होती.

काही मालक आपल्या वृत्तपत्रांपासून योग्य अंतर राखून होते. कारण संपादकीय स्वातंत्र्याची त्यांना जाणीव होती. त्याबरोबरच संपादकीय नियंत्रणापासून मालकीचा अधिकार दूर राखण्यामुळे प्रकाशनाची विश्वासार्हता वाढते, असे त्यांना वाटत होते आणि अशी विश्वासार्हता त्यांनाही हवी होती. मात्र, संपादक व मालक नातेसंबंध

आणि नफ्याबाबतचा दृष्टिकोन या मुद्यांवर प्रत्येक माध्यमसमूहाचे स्वत:चे असे खास वैशिष्ट्य होते. त्यात विविधता असली, तरी बहुतांश वृत्तपत्रे उद्योगसमूहांच्या साम्राज्यात परिघावर राहण्यातच समाधान मानत होती आणि त्यामुळे संपादकांना वृत्तपत्र चालवण्याचे संपूर्ण स्वातंत्र्य मिळत होते.

समाजात मिळणाऱ्या मानमरातबाचा आणि खास भूमिकेचा संपादक आस्वाद घेत होते. गिरीलाल जैन यांचे पुत्र सुनील यांनी त्यासंबंधी एक मजेदार आठवण सांगितली. जनता राजवटीनंतर इंदिरा गांधी १९८० मध्ये पुन्हा पंतप्रधान झाल्या, तेव्हा त्यांनी गिरीलाल यांना अमेरिकेतील भारतीय राजदूताचे पद देऊ केले. मात्र, गिरीलाल यांनी ते नाकारले. आपण केवळ दोनच पदे भूषवू शकतो, असे त्यांनी इंदिरा गांधींना सांगितले. 'एक तुम्ही भूषवत असलेले आणि दुसरे मी', असे गिरीलाल यांनी सांगितले.[४]

*टाइम्स ऑफ इंडिया*चे संपादकपद हे त्या वेळी देशातील सर्वाधिक महत्त्वाच्या व प्रतिष्ठेच्या पदांपैकी एक मानले जात होते. फ्रँक मोराएस आणि श्यामलाल हे उत्तुंग व्यक्तिमत्वाचे संपादक होते. समीर जैन यांनी टाइम्समधील बदलांचा प्रस्ताव पुढे केला, त्या वेळी गिरीलाल जैन संपादक होते. गिरीलाल हिंदुत्वाचे आणि हिंदू प्रभुत्ववादाचे कट्टर समर्थक होते. त्यांचे व्यक्तिमत्वही आधीच्या नावाजलेल्या संपादकांच्या तोडीचे होते.

बेनेट, कोलमन आणि कंपनीतील संपादक खरोखरच समाजात स्वत:चे स्थान असलेले व्यासंगी संपादक होते. मात्र, अशोक जैन हे सौम्य स्वभावाचे मालक-प्रकाशक होते. संपादकांना स्वातंत्र्य आणि प्रतिष्ठा देण्याची त्यांची भूमिका होती. संपादकांशी सौहार्दाचे संबध राखण्याची आणि ते व्यावसायिक संबंधांपेक्षा निराळे ठेवण्याची दक्षता त्यांनी घेतली.

टाइम्सचे संपादक इंदर मल्होत्रा यांनी समीर जैन यांच्याविरोधात समूहात नाराजी निर्माण झाल्याचा काळ अनुभवला. या पार्श्वभूमीवर अशोक जैन हे व्यावसायिक सभ्यता पाळणारे मालक होते, असे त्यांनी सांगितले. वृत्तपत्राच्या संपादकीय व्यवहारात ते हस्तक्षेप करत नसत, याकडे मल्होत्रा यांनी लक्ष वेधले.[५] समीर जैन यांच्या प्रस्तावित बदलांमुळे टाइम्स समूहात झालेल्या वादविवादांसंबंधी *संडे* ने केलेल्या मुखपृष्ठकथेत गिरीलाल जैन यांची मुलाखतही छापण्यात आली होती. गिरीलाल यांची त्यातील काही विधाने त्या वेळच्या मालक-संपादकांच्या संबंधांवर प्रकाश टाकतात. गिरीलाल *टाइम्स ऑफ इंडिया*ला एखाद्या घराण्याच्या किंवा कंपनीच्या मालकीचे वृत्तपत्र मानत नव्हते. ते म्हणाले, 'टाइम्सला मी एक

संस्था मानतो. हे वृत्तपत्र एखाद्या कंपनीच्या मालकीप्रमाणे चालवायचे असेल, तर मी त्यात काम करू शकत नाही. माझ्यासाठी हे संपादकपद म्हणजे विशिष्ट मानधन स्वीकारत केलेली राष्ट्रसेवाच आहे. *कंपनीच्या अध्यक्षांचे (अशोक जैन यांचे) व्यक्तिमत्व या भूमिकेशी अनुकूल होते.* त्यांनी कधीही कामात हस्तक्षेप केला नाही.'

आपल्या म्हणण्याच्या पुष्टीसाठी गिरीलाल यांनी एक उदाहरण दिले. ते म्हणाले, 'अशोक जैन हे तत्कालीन पंतप्रधान राजीव गांधी यांचे समर्थक होते, तर मी टीकाकार होतो. आम्ही त्यांच्याविषयी अनेक वेळा बोललो असू. परंतु, अध्यक्षांनी एकदाही माझ्या धोरणावर प्रभाव पाडण्याचा प्रयत्न केला नाही.' 'प्रकाशकांना संपादक निवडण्याचा अधिकार जरूर आहे. पण एकदा नेमणूक झाली की, संपादकाच्या कामात त्यांनी हस्तक्षेप करता कामा नये', असे सांगून गिरीलाल पुढे म्हणाले, 'एखादा मालक जवळ बसून मी काय करायचे किंवा काय नाही, हे सारखे सांगू लागला, तर त्याच्यासारखी चीड आणणारी गोष्ट दुसरी नाही.'[६]

टाइम्स समूहात फेररचनेचा मनसुबा समीर जैन यांनी जाहीर केल्यानंतरही ते संपादकीय धोरणात ढवळाढवळ करणार नाहीत, असे गिरीलाल यांना खात्रीने वाटत होते. संपादकीय धोरण हा आपल्या अखत्यारीतील विषय नाही, असे समीर यांनी अनेक वेळा सांगितल्याकडे गिरीलाल यांनी लक्ष वेधले. मात्र, संपादक आणि मालक किंवा कंपनीच्या अध्यक्षांदरम्यान असलेले त्यांच्यासारखे संबंध सर्व ठिकाणी नाहीत, हे त्यांनी मान्य केले.

ही सर्व पार्श्वभूमी लक्षात घेता वृत्तपत्रातील बातम्यांची आणि त्यावरील टिपणणीची, लेखांची बाजू वेगळा करण्याचा समीर जैन यांचा प्रस्ताव मूलभूत परिवर्तन घडवणारा होता. बदलांच्या या प्रस्तावांआडून मालक संपादकीय बाबींमध्ये हस्तक्षेप करत असल्याची चिंता त्याचा निषेध करणाऱ्या पत्रकारांना वाटत होती. संपादकीय रचना आणि आशयात बदलांच्या मिषाने मालक आणि संपादकांमधली पवित्र मानली गेलेली सीमारेषाच समीर पुसत आहेत, असा त्यांचा आरोप होता. वृत्तपत्रातला संपादकीय मजकूर कसा असला पाहिजे, हे ठरवण्याचा अधिकार संपादकांचा आहे. त्यात मालक करत असलेला हस्तक्षेप अयोग्य आहे, असे त्यांचे मत होते.

समीर यांच्या टिपणातील अनेक मुद्यांना पत्रकारांचा आक्षेप होता. त्याची भाषा, त्या मागचा दृष्टिकोन आणि त्याचा एकंदर रोख सर्वच गोष्टी त्यांना अमान्य होत्या. मात्र, त्यांच्या मते सर्वाधिक महत्त्वाचा मुद्दा हा संपादकांची भूमिका आणि अधिकार हा होता. समीर यांच्या आठ पानी प्रस्तावावरून हे महाभारत घडले.

त्याला मान्यता दिली, तर संपादकांना मालकांच्या अजेंड्याला शरण जाण्याशिवाय दुसरा पर्याय राहणार नाही, अशी भीती पत्रकारांना वाटत होती.

समीर यांच्या प्रस्तावातही असा छुपा अजेंडा असल्याचा आरोप पत्रकारांनी केला. समीर यांनी केवळ संपादकांच्या मध्यवर्ती भूमिकेलाच आव्हान दिले नाही, तर त्यामागे त्यांचा विशिष्ट हेतू होता. मालकांनीच संपादकाची खुर्ची बळकवायची आणि वृत्तपत्राची सर्व सूत्रे हाती घ्यायची, असे राजकारण त्यामागे असल्याचा दावा त्यांनी केला.

त्यामुळे बातम्या आणि लेखांची विभागणी हा केवळ संघटनात्मक बदलांपुरता मर्यादित विषय राहिला नाही. तर संपादकीय स्वातंत्र्य आणि मालक–प्रकाशकांचा हस्तक्षेप, असे व्यापक स्वरूप त्याला देण्यात आले. त्या काळात हा मुद्दा अतिशय संवेदनशील आणि स्फोटक होता. त्यामुळे वृत्तपत्रांच्या कॉर्पोरेट पद्धतीने फेररचनेच्या या वादात अनेकांना रस वाटू लागला.

मात्र, आपण मांडलेला प्रस्ताव फार वेगळा नाही. वृत्तपत्रांच्या क्षेत्रात असे बदल आधीपासूनच घडत आहेत, असा दावा समीर जैन यांनी केला. पाश्चिमात्य देशांमध्ये, विशेषतः अमेरिकेत वृत्तपत्रे अशीच चालवली जात आहेत. *न्यूयॉर्क टाइम्स*मध्ये अनेक वर्षांपासून बातम्या आणि लेखांच्या विभागाचे स्वतंत्र संपादक आहेत, असा दाखला त्यांनी दिला. समीर जैन नुकतेच अमेरिकेच्या दौऱ्याहून परत आले होते आणि तिथे जे काही पाहिले, त्याने ते भारावलेले होते. त्यामुळे माध्यम सम्राट रुपर्ट मर्डोक यांचीही त्यांनी स्तुती केली.[७]

संपादकांच्या अधिकार क्षेत्रात हस्तक्षेप करण्याबाबत समीर यांची भूमिका स्पष्ट आणि उघड होती. त्यांच्या म्हणण्यानुसार, ते या व्यवसायाचे मालक आहेत आणि तो कसा चालवायचा हे ठरवण्याचा त्यांना पूर्ण अधिकार आहे. आतापर्यंत मालक त्यांच्या माध्यम समूहाकडे आणि संपादकाकडे ज्या तऱ्हेने बघत होते, त्यापेक्षा हा दृष्टिकोन सर्वस्वी वेगळा होता. समीर जैन यांनी इथूनच माध्यम विश्वातील खेळाचे नियम बदलण्यास सुरुवात केली. हा बदल पत्रकारांच्या पचनी पडणे अवघड होते.

या बदलांना कशी सुरुवात झाली, याची हकिकत सांगताना इंदर मल्होत्रा म्हणाले, '१९८६ च्या जानेवारी महिन्यातील एका सकाळी मला समीर जैन यांचा फोन आला. त्यांनी मला चहासाठी बोलावले आणि माझ्याशी चर्चा केली. गिरीलाल जैन यांना वृत्तपत्र चालवू देत, तुम्ही माझे सल्लागार व्हा, असे त्यांनी मला सांगितले.' त्यानंतरही एकदा त्यांनी मला 'उनको समझाइएँ।' (गिरीलाल यांना जरा समजवा.), असे सांगितले. मी एप्रिल १९८६ मध्ये राजीनामा दिला. तरीही सप्टेंबर

अखेरपर्यंत टाइम्समध्ये काम करत होतो.' मल्होत्रा त्यानंतरही जवळपास नऊ वर्षे *टाइम्स* साठी लिहीत होते.

'एप्रिल ते सप्टेंबर १९८६ या काळात वृत्तपत्रासाठी काही उपसंपादक नेमायचे होते. समीर यांनी त्यांच्या पसंतीची काही माणसे आणली. मला भरतीच्या प्रक्रियेचे लोकशाहीकरण करायचे आहे आणि मला वगळून ही प्रक्रिया झालेली चालणार नाही, असे त्यांनी सांगितले. गिरीलाल जैन यांनी त्याबाबत अशोक जैन यांच्याकडे लेखी तक्रार केली,' अशी आठवणही मल्होत्रा यांनी सांगितली.

समीर जैन यांच्या प्रस्तावात बातम्या आणि लेखांच्या विभागासाठी वेगळे संपादक एवढीच सूचना नव्हती. क्रीडा, उद्योग-व्यवसाय, शहरातील घडामोडी अशा इतर विषयांसाठीही स्वतंत्र संपादक नेमण्याची सूचना त्यांनी केली होती. त्यामुळे कार्यकारी संपादक, संपादकीय पानांचा संपादक यांच्याव्यतिरिक्त क्रीडा संपादक, छायाचित्र संपादक, शहर संपादक अशी इतर पदेही वृत्तपत्रात येणार होती.

नव्या बदलांच्या चौकटीत संपादकीय पानांवर मते, भाष्ये येणारच होती. परंतु, त्याचबरोबर एखाद्या विषयावरील विविध मतमतांतरे त्यात व्यक्त होणे अपेक्षित होते. विविध विषयांच्या पानांना वेगळे संपादक असणार होते. या पानांवर त्यांनीही विविध प्रश्न आणि बाजू मांडणे अपेक्षित होते. संपादकीय पानांची जबाबदारी असणाऱ्या टीमचा त्यावर वरचष्मा राहणार नव्हता. बातम्या देतानाही आता केवळ घटनांची जंत्री देऊन चालणार नव्हते. तर त्यात विश्लेषण आणि संदर्भही देणे आवश्यक ठरणार होते. या बदलांमधून समीर जैन संपादकीय विभागाला नवी दिशा देऊ पाहत होते. परंतु, त्याचबरोबर संपादक या शब्दाभोवतीचे गूढही त्यांना दूर करायचे होते.

अनेक वरिष्ठ पत्रकारांचा या गोष्टीला विरोध होता. नव्या बदलांमध्ये संपादकाभोवतीचे वलय दूर होण्याची भीती त्यांना वाटत होती. अनेक संपादक, अनेक दृष्टिकोनांमधून वृत्तपत्रात एक प्रकारची विविधता येईल, असे समीर यांचे प्रतिपादन होते. तर असे करण्याने वृत्तपत्राचा प्रभाव आणि अधिकारांचे विकेंद्रीकरण होईल. कोणा एकाच्या- म्हणजे मुख्य संपादकाच्या हातात वृत्तपत्राची सूत्रे राहणार नाहीत, असे वरिष्ठ पत्रकारांना वाटत होते.

बाची करकारिया यासंदर्भात म्हणाल्या, 'समीर जैन यांनी संपादकाच्या स्थानालाच धक्का लावला. पृथ्वी सूर्याभोवती फिरते, असे सांगून प्रचलित समजुतींना धक्का लावणाऱ्या कोपर्निकससारखेच त्यांनी वृत्तपत्रांचे मध्यवर्ती स्थान हलवले होते. ते एक प्रकारचे पाखंडच होते. समीर व्यवसायाकडे व्यवसाय म्हणूनच

बघत होते. त्यामुळे व्यवसाय चालवणे हा प्राधान्याचा विषय झाला. त्यानुसार सत्तासंरचना बदलणारच होती.'[८]

पत्रकारांच्या दृष्टीने १९८६ मध्ये समीर जैन यांनी आणखी एक महत्त्वाचे पाऊल उचलले. त्यांनी पत्रकारांच्या सेवाशर्तींच बदलण्यास सुरुवात केली. पत्रकारांची सेवा आता करार पद्धतीने घेण्यात येऊ लागली. पुढील काही वर्षांत त्याची अंमलबजावणी झाली. परंतु, पहिल्यांदा हे पाऊल उचलण्यात आले, तेव्हा बेनेट, कोलमन आणि कंपनीत आणि इतर माध्यमसमूहांमध्येही खळबळ उडाली. त्याच्या निषेधाचे सूर सर्वत्र उमटले.

दिवंगत पत्रकार के. एल. नंदन यांनी याबद्दल सांगितलेली आठवण महत्त्वाची आहे.[९] नंदन हे बेनेट, कोलमन आणि कंपनीतील *पराग, सारिका, दिनमान* या नियतकालिकांचे संपादक होते. *नवभारत टाइम्स*च्या वृत्तलेख विभागाचेही ते काही काळ संपादक होते. ते म्हणाले, 'मी १९८६ मध्ये मुंबईत होतो. तेव्हा रमेशचंद्र जैन मला भेटायला आले. टाइम्स समूहातील पत्रकारांना आता करारावर नेमण्यास सुरुवात झाली असल्याचे त्यांनी मला सांगितले. तुम्हालाही आता करारावर स्वाक्षरी करावी लागेल, असे त्यांनी सांगितले. त्यामुळे मी भयंकर संतापलो. मी त्यांना म्हणालो, *'मैं ठेकेपर संपादकी नहीं करता हूँ।'* त्यानंतर मी अशोक जैन यांच्याशी संपर्क साधला. दरम्यान, मला *दैनिक हिंदुस्थान*ने संपादकपदाची नोकरी देऊ केली होती. टाइम्समधील पगाराच्या तिप्पट पगार देण्यास ते तयार होते. रमेशचंद्र यांनी मला डॉ. तर्नेजांना भेटायला सांगितले. नंतर समीर जैन यांचीच भेट घेण्यास मला सांगण्यात आले.'

पुढच्या घडामोडींबद्दल नंदन म्हणाले, 'मी समीर यांची भेट घेतली तेव्हा ते म्हणाले की, आम्ही तुमच्याविरोधात नाही; पण तुम्ही खूपच ताकदवान संपादक आहात. नंतर मला *नवभारत टाइम्स* मध्ये हलवण्यात आले. तिथल्या नियतकालिकांच्या विभागाचे काम माझ्याकडे देण्यात आले. मी वृत्तलेख विभागाचा संपादक झालो. अशोक जैन हे खूपच चांगले गृहस्थ होते. पण ते दडपणाखाली होते. त्यांचा मुलगा समीर खूपच आक्रमकपणे काम करत होता. काही मासिकांच्या संपादकांना कमी करावेच लागेल, पण ते थोडे कौशल्याने करावे लागेल, असे त्यांनी सांगितले.'

याच काळात टाइम्स समूहामध्ये पत्रकारांची भरतीही करण्यात येणार होती. त्या वेळी कार्यकारी संपादकांसारख्या काही महत्त्वाच्या पदांवर समीर जैन बाहेरची माणसे आणतील, अशी चर्चा सुरू झाली. त्यामुळे टाइम्समधील पत्रकारांमध्ये आणखी चलबिचल सुरू झाली. समीर त्यांच्या मनाप्रमाणे वागणारी बिनकण्याची

माणसे आणणार आणि संपादकीय विभागाचे संपूर्ण नियंत्रण आपल्या हातात घेणार, असा संशयही त्यामुळे व्यक्त होऊ लागला.

अशा प्रकारचे बदल अमेरिकेतील वृत्तपत्रांमध्ये घडत आहेत आणि ते यशस्वी झाले आहेत, या समीर जैन यांच्या युक्तिवादावर विश्वास ठेवण्यास टाइम्समधील पत्रकार तयार नव्हते. त्यांच्या म्हणण्याप्रमाणे, तेथे जबाबदारीची विभागणी वेगवेगळ्या हाती झाली, तरी संपादकांचे अधिकार कमी करण्यात आले नव्हते. तेथे विविध विभागांचे संपादक एका व्यक्तीला उत्तरदायी होती आणि ती व्यक्ती म्हणजे प्रकाशक. परंतु, अमेरिकेतील प्रकाशक हे एकतर स्वत: पूर्ण वेळ पत्रकार होते किंवा त्यांना स्वत:च्या वृत्तपत्रांबद्दल अतिशय जिव्हाळा व रस होता. रोसेनथल यांच्यासारखे प्रकाशक हे पत्रकारही होते.[१०] ते त्यांच्या वृत्तपत्रासाठी सर्व वेळ देत असत. त्यामुळे अशा प्रकाशकांनी वृत्तपत्रांमध्ये मध्यवर्ती भूमिका घेणे उचित ठरत होते.

परंतु, टाइम्समधील पत्रकारांच्या मते हा दाखला बेनेट, कोलमन आणि कंपनीला लागू पडत नव्हता. पहिली गोष्ट म्हणजे इथे मालक समीर जैन हे स्वत: पत्रकार नव्हते. ते वृत्तपत्रावर संपूर्ण नियंत्रण मिळवण्याच्या प्रयत्नात होते. त्यामुळे वृत्तपत्र मालकाच्या हाताखालचे दास बनणार हाते. लोकशाहीतील एक वस्तुनिष्ठ आणि जबाबदार चौथा स्तंभ म्हणून वृत्तपत्राच्या संस्थात्मक भूमिकेला त्यामुळे बाधा येणार होती.

समीर जैन आणि टाइम्स समूहातील पत्रकार या मुद्यावर दोन टोकांना उभे होते आणि दोघेही परस्परांचा दृष्टिकोन समजून घेऊ शकत नव्हते, ही बाब यातून स्पष्ट होते. मालकाकडे संपादकीय विभागाचे नियंत्रण जाणे म्हणजे त्याला या वृत्तपत्र संस्थेची मोडतोड करू देणे आहे, असा पत्रकारांचा दृष्टिकोन होता. वृत्तपत्राच्या संपादकीय स्तंभांमध्ये लिहिल्या जाणाऱ्या प्रत्येक शब्दात ताकद असते आणि समाजातील बुद्धिजीवी वर्गाला आवाहन करणाऱ्या या शब्दांचे सामर्थ्य अबाधित राहण्यासाठी संपादकीय लेखन कला बाह्य प्रभावापासून मुक्त असली पाहिजे, विशेषत: मालकाचा हस्तक्षेप त्यात होता कामा नये, अशी ही भूमिका होती.

हा तसा पटण्यासारखा युक्तिवाद आहे. तो आणखी लांबवताही येऊ शकतो. *टाइम्स ऑफ इंडिया*चा त्या वेळचा प्रभाव आणि विश्वासार्हता पाहता कोणाही मालक-प्रकाशकाला त्याचा थोड्या काळाकरिता का होईना, पण गैरवापर करण्याचा मोह होऊ शकतो, हे पटण्यासारखे आहे. त्यासाठी खबरदारीच्या काही उपाययोजना करणेही समजण्यासारखे आहे.

ज्येष्ठ पत्रकार एच. के. दुआ यांच्याशी माझा या विषयावर संवाद झाला.[११]

दुआ यांना १९९८ मध्ये नोकरीवरून कमी करण्यात आले, यावरून त्यांचा *टाइम्स ऑफ इंडियाच्या* व्यवस्थापनाशी मोठा वाद झाला. *टाइम्स ऑफ इंडिया, हिंदुस्थान टाइम्स, इंडियन एक्स्प्रेस* आणि *ट्रिब्युन* अशा चार राष्ट्रीय पातळीवरील इंग्रजी दैनिकांचे ते संपादक होते. अटलबिहारी वाजपेयी पंतप्रधान असताना ते काही काळ त्यांचे माध्यम सल्लागार होते. माझी त्यांच्याशी विस्ताराने चर्चा झाली. त्यातील मुख्य मुद्दा संपादक व संपादकीय विभागावर मालकाचे नियंत्रण वृत्तपत्रासाठी हानीकारक ठरते का, हा होता. दुआ म्हणाले, 'नफा कमावणे हाच एकमेव व प्रधान हेतू असेल, तर अर्थातच व्यवस्थापकांना जास्त महत्त्व येतं. ते धंदेवाईक दृष्टीनेच वृत्तपत्र चालवतात. लोकांच्या हितसंबंधांना त्यात जागा नसते. ...वृत्तपत्रे ही टुथपेस्टसारखी उत्पादने बनली की, त्यात समाजाचे, त्याच्या प्रश्नांचे प्रतिबिंब पडत नाही. वृत्तपत्रे फक्त उच्चभ्रू वर्गाची सेवा करू लागतात आणि वाचकांना ग्राहक मानू लागतात. आदर्शवाद हा त्याचा पहिला बळी ठरतो. अशा परिस्थितीत वृत्तपत्राचे सामर्थ्य लयाला जाते. त्याची सामाजिक बांधिलकी संपुष्टात येते. त्यामुळे मालक–प्रकाशकांचे व्यावसायिक हितसंबंध वृत्तपत्राला लोकांपासून दूर नेऊ शकतात. लोकांपासून दूर गेल्याने वृत्तपत्रांची शक्ती कमी होते. पत्रकारितेला महत्त्व आहे; कारण ते एक सार्वजनिक कर्तव्य आहे. तुम्ही संपादकाचा अधिकार गमावलात की, संपादकीय स्वातंत्र्यालाही धक्का बसतो.'

परंतु, समीर जैन यांनी पत्रकारांचा हा युक्तिवाद डोक्यावर उभा केला. *टाइम्स ऑफ इंडियाचे* सामर्थ्य आणि प्रभावाचा त्यांना स्वतःसाठी उपयोग करायचा नव्हता, तर त्यांना त्यातून फक्त नफा कमवायचा होता. आपल्याला वाढणारे आणि नफा कमावणारे वृत्तपत्र पाहिजे, ही त्यांची स्पष्ट धारणा होती. त्यांच्या दृष्टीने वृत्तपत्रे हा इतरांसारखाच एक व्यवसाय आहे आणि त्यातून संपत्ती निर्माण झाली पाहिजे. या प्रक्रियेत समाजातील प्रभावशाली वर्गाशी संवाद साधणाऱ्या वृत्तपत्राच्या संस्थेचे रूप बदलणार असेल, तर त्याची त्यांना फिकीर नव्हती. आपल्या वृत्तपत्राने संख्येने कमी असलेल्या समाजातील प्रभावशाली वर्गाशी कोणत्या तरी गूढ विषयावर पढवल्यासारखे स्वमताचे प्रदर्शन करावे, यापेक्षाही आपल्या वृत्तपत्राने संख्येने जास्त असलेल्या वाचकवर्गाशी आणि नागरिकांशी त्यांच्या स्थानिक प्रश्नांवर आणि आशाआकांक्षांवर संवाद साधावा, अशी त्यांची इच्छा होती. ग्राहकांशी नाते जोडण्याच्या आणि संपत्ती निर्माण करण्याच्या आड वृत्तपत्राभोवतीचे वलय आणि त्यामुळे येणारा अहंकार येत असेल, तर त्याचा त्याग करण्याचीही समीर यांची तयारी होती.

व्यक्तिगत प्रभाव वाढविण्यासाठी समीर जैन वृत्तपत्र संस्थेचा दुरुपयोग करतील, ही पत्रकारांची भीती अनाठायी होती. कारण समीर यांना त्यात काडीचाही रस नाही. राज्यकर्ते, सत्ताधीशांवर प्रभाव टाकण्याऐवजी वृत्तपत्राला उलट्या दिशेने नेण्याची समीर यांची इच्छा होती. त्या वेळच्या इतर मालक-प्रकाशकांप्रमाणे समीर हे वृत्तपत्रांना राजकीय प्रभावाचे साधन मानत नव्हते. उलट, देशात मोठ्या प्रमाणावर उदयाला येत असलेल्या मध्यम वर्गापर्यंत पोचण्यासाठी माध्यम म्हणून ते वृत्तपत्रांकडे पाहत होते. त्यात त्यांना अधिक फायदा दिसत होता. समीर यांचा हा निर्णय भविष्यात त्यांच्या समूहासाठी अतिशय लाभदायक ठरला. परंतु, अनेक पत्रकारांना ते वेळीच ओळखता आले नाही किंवा समीर यांच्या दृष्टिकोनातील वेगळेपण त्यांच्या लक्षात आले नाही; तर काही पत्रकारांनी स्वत:भोवती आखलेल्या सुरक्षित कवचाच्या बाहेर येण्यास नकार दिला.

माझ्या पिढीच्या वाचकांसाठी दिवंगत गिरीलाल जैन हे *टाइम्स ऑफ इंडिया*चे अखेरचे महान संपादक होत. त्यांची स्वत:ची अशी खास मते होती. ते एक विचारवंत होते आणि अग्रलेखांच्या वैशिष्ट्यपूर्ण शैलीमुळे ते ओळखले जात. टाइम्समधील वादाकडे त्यांच्या मुलाच्या नजरेतून पाहण्याचा मी प्रयत्न केला. सुनील जैन यांची मी मार्च २००२ मध्ये भेट घेतली. त्या वेळी ते *फायनान्शियल एक्स्प्रेस*चे व्यवस्थापकीय संपादक होते.

सुनील जैन म्हणाले, ‘माझ्या वडिलांनी (गिरीलाल यांनी) संपादक होण्यापूर्वी *टाइम्स ऑफ इंडिया*त अनेक वर्षे काम केले. त्यांनी आपल्या कारकिर्दीत अनेक राजकीय उलथापालथी पाहिल्या होत्या. अशोक जैन त्यांना काही किरकोळ गोष्टी करण्याची विनंती करत. परंतु, त्यापलीकडे त्यांचा वृत्तपत्रात फारसा हस्तक्षेप नसे. वृत्तपत्र स्वत:च्या मर्जीप्रमाणे चालवण्याचे संपादकांना सर्व स्वातंत्र्य होते. परंतु, समीर जैन यांच्या नजरेतून वृत्तपत्र ही एक औद्योगिक किंवा कॉर्पोरेट संस्था होती. बातम्या आणि मतमतांतरे मांडणारे लेख या गोष्टी त्यांच्या लेखी वेगळ्या होत्या. वृत्तपत्रावर संपादकाचे संपूर्ण नियंत्रण असले पाहिजे, यावर माझ्या वडिलांचा विश्वास होता. कार्यकारी संपादकाचे स्थान संपादकानंतर आहे, यावर त्यांचा विश्वास होता. हा एक प्रकारचा वैचारिक संघर्ष होता. वृत्तपत्राची सूत्रे कोणाकडे असली पाहिजेत, याबद्दलचा हा वाद होता. वृत्तपत्राची धोरणे काय असली पाहिजेत, हे समीर जैन ठरवू

पाहत होते. मालक आणि संचालक मंडळ वृत्तपत्राच्या भविष्यातील योजनांबद्दल निर्णय घेईल, असे त्यांचे म्हणणे होते. परंतु, गिरीलाल यांनी ठामपणे सांगितले की, 'मी संपादक आहे आणि वृत्तपत्राबाबतचा कोणताही निर्णय माझा असेल.' *टाइम्स ऑफ इंडिया* ची मालकी जैन कुटुंबाकडे असली, तरी हे वृत्तपत्र म्हणजे त्यांची कौटुंबिक जहागिरी नाही, असेही त्यांचे म्हणणे होते. ही एक राष्ट्रीय संस्था आहे. संपादकाचे वृत्तपत्रातील स्थान काय असावे, याबद्दल त्यांच्यात मूलभूत मतभेद होते आणि त्यानुसार ते आपापली बाजू मांडत होते.'[१२]

समीर जैन यांची प्रस्तावित योजना फक्त *टाइम्स* समूहातच नाही, तर सर्वत्र चर्चेचा विषय झाली. देशभरातील माध्यमांमध्ये त्यासंबंधी बातम्या छापून आल्या. पत्रकारांमध्ये त्यावरून असंतोष धुमसत होता. अशा स्थितीत पत्रकारांनी एकत्र येऊन संघटित प्रतिक्रिया देण्याची गरज व्यक्त करण्यात आली. टाइम्सच्या दिल्ली आणि मुंबई आवृत्त्यांच्या निवासी संपादकांनी त्यासाठी पहिले पाऊल उचलले. त्यांनी बंडाचे निशाण फडकवून आपल्यामागे पत्रकारांची शक्ती उभी केली. टाइम्स समूहातील विविध विभागांतील कर्मचाऱ्यांचा त्यात समावेश होता. या योजनेवरून त्यांच्यातही मतभेद होते आणि त्यांच्या भूमिका भिन्न होत्या. परंतु, टाइम्समधील प्रस्तावित फेररचनेविरुद्ध सर्व मतभेद विसरून ते एकत्र झाले. कारण त्यात वृत्तपत्र क्षेत्राशी निगडित महत्त्वाचे मुद्दे केंद्रस्थानी होते. संपादकांच्या खुर्चीवरचा हल्ला ही सुरुवात मानली, तर पुढेमागे सर्व संपादकीय विभागावर ही संक्रांत कोसळणार, अशी त्यांची भावना झाली होती.

योजनेला विरोध करणारा एक अर्ज करण्यात आला आणि त्यावर स्वाक्षरीची मोहीम हाती घेण्यात आली. स्वाक्षरीसाठी पत्रकारांवर कोणताही दबाव आणण्यात आला नाही; परंतु त्यांना त्या मागील भूमिका समजावून सांगण्याचा प्रयत्न झाला. इंदर मल्होत्रा यांच्या खोलीत हा अर्ज ठेवण्यात आला आणि पत्रकारांना तेथे जाऊन त्यावर स्वाक्षरी करण्यास सांगण्यात आले.

केवळ *टाइम्स* समूहातील पत्रकारांनाच संघटित करण्यापर्यंत हा विषय मर्यादित राहिला नाही. इतर वृत्तपत्रांमधील पत्रकारांनाही आपल्यावरील अन्यायाच्या विरोधात पाठीशी उभे राहण्याची हाक देण्यात आली. *टाइम्स*च्या काही प्रतिस्पर्धी दैनिकांनी आंदोलक पत्रकारांना त्यांच्या संस्थेत आहे त्या सेवाशर्तींवर नोकऱ्या देण्याचीही तयारी दर्शवली.

आठवडा- दोन आठवडे हा वाद खदखदत राहिला. अखेर समीर जैन यांनी टाइम्स समूहातील वरिष्ठ पत्रकारांच्या गटाला भेटण्याचे आणि त्यांना बदलांमागील

भूमिका स्पष्ट करण्याचे ठरवले. *टाइम्स ऑफ इंडिया*च्या नवी दिल्लीतील कार्यालयात फेब्रुवारी १९८६ मध्ये ही बैठक झाली. बैठकीला साधारण ३५ वरिष्ठ पत्रकार उपस्थित होते. परंतु, गिरीलाल जैन या वेळी अनुपस्थित राहिले.

समीर जैन यांनी प्रस्तावित योजनेची आवश्यकता आणि कोणत्या पार्श्वभूमीवर ती मांडण्यात आली, हे स्पष्ट केले. या योजनेतील कोणत्याही मुद्याचा स्वतंत्र विचार न करता एकत्रित विचार करण्याचे आवाहन त्यांनी केले. देशातील वृत्तपत्र क्षेत्रातील स्पर्धा कशी वाढत आहे आणि बेनेट, कोलमन आणि कंपनीपुढे त्यामुळे कोणती आव्हाने उभी राहिली आहेत, याविषयी समीर विस्ताराने बोलले. कोलकात्यात आनंद बझार समूहाने सुरू केलेल्या *टेलिग्राफ*ने बातम्या आणि वृत्तलेखांमध्ये नवी शैली आणली आहे. त्यांची मांडणी आणि निर्मिती उच्च प्रतीची आहे. भारतात त्याआधी असे प्रयोग झाले नव्हते. त्यामुळे कोलकात्यातील काही मारवाडी कुटुंबांनीही *टेलिग्राफ* वाचणे सुरू केले आहे, याचाही उल्लेख समीर यांनी केला.

राजधानी दिल्लीत *हिंदुस्थान टाइम्स*च्या पुढे जाण्यात *टाइम्स ऑफ इंडिया*ला अपयश आले. हे वृत्तपत्र अजूनही मोठी आघाडी टिकवून आहे. त्याबद्दल समीर जैन यांनी चिंता व्यक्त केली. मुंबईत *टाइम्स* अग्रेसर असला, तरी तिथल्या आवृत्तीतही सुधारणा करण्यास कसा वाव आहे, याकडे त्यांनी समूहातील पत्रकारांचे लक्ष वेधले. जयपूर आणि बेंगळुरूमध्ये *टाइम्स*ला लक्षणीय यश मिळत नव्हते. दक्षिण भारतात *हिंदू*ला कोणतेही आव्हान नव्हते. उलट *हिंदू*च दिल्लीच्या बाजारपेठेत उतरण्याची तयारी करत होता. *इंडिया टुडे* हे त्या वेळचे पहिल्या क्रमांकाचे साप्ताहिक दिल्लीत नवे वृत्तपत्र सुरू करण्याची इच्छा बाळगून होते.

चहू बाजूंनी अशी स्पर्धा वाढत असताना टाइम्स समूहाला आपले घर ठीकठाक करणे आवश्यक आहे, असे समीर जैन यांनी सांगितले. त्या दृष्टीने संपादकीय आशय, मांडणी आणि संपादकीय रचनेतील बदलांकडे पहा, असे आवाहन त्यांनी केले. मात्र, या बैठकीला उपस्थित बहुतांश पत्रकारांनी समीर जैन यांच्या या बोलण्यात फार रस दाखवला नाही. हे भाषण त्यांनी गांभीर्याने घेतले नाही. भाषण सुरू असताना त्यात अडथळे आणण्याचाही प्रकार झाला. समीर त्यांच्यापुढे माध्यमांच्या क्षेत्रातील घडामोडींच्या पार्श्वभूमीवर संघटनेतील बदलांचे व्यापक चित्र उभे करू पाहत होते. परंतु, अनेक पत्रकारांनी त्यांच्यापुढे रोजच्या कामाशी संबंधित किरकोळ प्रश्न मांडण्याचा प्रयत्न केला. (स्वच्छतागृहांची स्थिती ठीक नाही, यासारखे मुद्देही बैठकीत आले.) त्यामुळे समीर यांच्या अपेक्षेप्रमाणे बैठक फारशी फलदायी ठरली नाही.

संपादक गिरीलाल जैन यांच्या अनुपस्थितीत संपादकीय विभागातील फेररचनेसंबंधी चर्चा होऊ न देण्याचा पवित्राही पत्रकारांनी घेतला. हे संपादकीय धोरणाशी संबंधित मुद्दे असल्याने संपादक त्यासाठी हवेतच असा आग्रह धरण्यात आला. त्यामुळे फारसे काही न घडता बैठक संपली. दुसऱ्या दिवशी पत्रकारांनी त्यांच्या स्वाक्षऱ्या असलेला अर्ज गिरीलाल जैन यांच्याकडे दिला.

गिरीलाल यांनी *टाइम्स* समूहाचे अध्यक्ष अशोक जैन यांच्याकडे औपचारिकरीत्या हा वाद नेला नाही. पण, काही काळ संघटनेतील बदलांची चर्चा अचानक थांबली. त्याने हा आपला विजयच आहे, अशी पत्रकारांची भावना झाली. हा प्रस्ताव मागे घेण्यात आल्याची अफवाही पसरली. गिरीलाल जैन यांचा कार्यकाळ पुढच्या वर्षी जुलैअखेरपर्यंत होता. त्यांना तीन वर्षांची मुदतवाढ देण्यात आल्याची चर्चाही या पार्श्वभूमीवर रंगली. समीर जैन यांनी शरणागती पत्करल्याचा समज त्यामुळे दृढ झाला.

गिरीलाल जैन १९८८ पर्यंत टाइम्सच्या संपादकपदावर राहिले, तरी स्वत:चेच अभिनंदन करण्यात मग्न झालेल्या पत्रकारांचा अंदाज चुकला होता. पहिली गोष्ट म्हणजे, या सर्व घडामोडींनी अशोक जैन दुखावले गेले. पत्रकारांनी कर्मचारी संघटनेसारखे एकत्र येऊन आपल्या मुलाच्या विरोधात उभे राहणे, त्यांना आवडले नव्हते. कंपनीतील वरिष्ठ पत्रकारांकडून त्यांची ही अपेक्षा नव्हती. इंदर मल्होत्रा यांना बोलावून घेऊन अशोक जैन यांनी आपली नाराजी व्यक्त केली. 'पत्रकारांनी स्वाक्षरी केलेल्या अशा सामूहिक निवेदनाला तुम्ही परवानगी द्यायला नको होती', असे त्यांनी बजावले.

पत्रकारांनी स्वयंस्फूर्तीने एकत्र येऊन निषेध केला, हा इंदर मल्होत्रा यांचा दावा त्यांनी फेटाळला. लोकांवर तुम्ही स्वाक्षरीसाठी बळजबरी केली नाही, तरी सामूहिक आंदोलनात दबाव येतोच (*जबर आही जाता है।*), असे प्रतिपादन त्यांनी केले.[१३] या घडामोडींनंतर अशोक जैन यांनी आपल्या मुलाला– समीर यांना बेनेट, कोलमन आणि कंपनीचे संयुक्त व्यवस्थापकीय संचालक (जॉइंट मॅनेजिंग डायरेक्टर– जेएमडी) केले.

समीर जैन यांनीही हे अर्जाचे प्रकरण गांभीर्याने घेतले. पत्रकारांच्या निषेधामुळे त्यांचा निर्णय बदलला नाही. उलट टाइम्स समूहात बदल घडवून आणण्याचा त्यांचा निर्धार आणखी पक्का झाला. परंतु, सुरुवातीला ते काही काळ अस्वस्थ झाले होते. पत्रकारांचा सामूहिक अर्ज आल्यानंतर समीर यांनी गौतम अधिकारींना बोलावून घेतले. *टाइम्स* समूहाच्या फेररचनेची प्रस्तावित योजना तयार करण्यात त्यांचाही

सहभाग होता. नंतर संघटनेतील प्रत्यक्ष बदलांमध्येही त्यांचा महत्त्वाचा वाटा राहिला.

अधिकारी समीर जैन यांच्या कार्यालयात गेले, तेव्हा ते कोचावर खिन्नपणे बसले होते. कार्यालयातील दिवेही बंद होते. अगदी मंद प्रकाश होता. जणू समीर एकटे राहू इच्छित होते. ते गौतम अधिकारींशी काही बोलले नाहीत आणि त्यांना पत्रकारांचा अर्ज वाचण्यासाठी दिला. ही आठवण सांगताना अधिकारी म्हणाले, 'समीर यांचा निर्धार आणखी पक्का झाला. आता काही झाले, तरी बदल घडवायचाच, असे त्यांनी ठरवले.'[१४] संपादकीय विभागातल्या जुन्या संपादकांवर नोकरकपातीची कुऱ्हाड चालवण्याचे त्यांनी ठरवले. तसेच, टाइम्सचे मुख्य कार्यालय मुंबईऐवजी दिल्लीत नेण्याचा निर्णयही त्यांनी घेतला. आता स्वत:भोवती निष्ठावंतांची फौज उभी करण्याच्या दिशेने समीर यांनी पावले टाकली.

मात्र, समीर जैन यांच्या प्रस्तावित बदलांना अशोक यांचा किती पाठिंबा होता, याबद्दल आता निश्चित सांगता येत नाही. मुलाने मांडलेल्या प्रस्तावाच्या विरोधात बंड उभे राहिल्याने अशोक यांनी दिलेली प्रतिक्रिया स्वाभाविक होती. परंतु, त्यावरून ते बदलांच्या पाठीशी होते, असा निष्कर्ष काढता येत नाही. अशोक जैन यांचा आपल्याकडे पाहण्याचा दृष्टिकोन सहानुभूतीचा होता, असा दावा पत्रकार करतात. त्यांनी आपल्या कारकिर्दीत वृत्तपत्रातील प्रस्थापित मूल्यव्यवस्था कायम ठेवली होती आणि त्यात संपादकाला महत्त्वाचे स्थान होते. समीर यांनी- म्हणजे मालकाने संपादकीय आशय आणि मांडणीत बदल सुचवणे म्हणजे प्रस्थापित मूल्यव्यवस्थेचे एक प्रकारचे उल्लंघनच होते.

समीर आणि अशोक जैन यांच्या काम करण्याच्या पद्धती भिन्न होत्या. त्यामुळे त्यांच्या संबंधांतही काही ताणतणाव निर्माण होण्याची थोडीफार शक्यता होती. बेनेट, कोलमन आणि कंपनीच्या एका माजी कार्यकारी संचालकांनी नाव गुप्त राखण्याच्या अटीवर काही माहिती दिली. ते म्हणाले, 'अशोक जैन सुरुवातीला गिरीलाल जैन यांच्या पाठीशी होते. त्यामुळे पिता-पुत्रांच्या संबंधात थोडा कडवटपणाही आला होता. घर असू दे किंवा कार्यालय- या दोघांची व्यक्तिमत्वे दोघे दोन ध्रुवांवर असल्यासारखी होती. अध्यक्षांच्या खोलीत झालेल्या वादविवादानंतर समीर अनेकदा बाहेर निघून येत. अशा वेळी समीर यांच्या भगिनी नंदिता दोघांमध्ये मध्यस्थी करत. नंदिता अशोक यांच्या अतिशय लाडक्या होत्या. त्या अशोक यांच्याशी बोलत असत आणि भावालाही समजावत असत. त्यातून दोघांमध्ये पुन्हा समझोता होई.' इंदर मल्होत्रा यांनीही टाइम्स समूहातील बदलांबाबत अशोक जैन यांच्या भूमिकेवर प्रकाश

टाकला. ते म्हणाले, 'अशोक जैन यांच्याकडून व्यवसायाची सूत्रे हाती घेण्यासाठी समीर अधीर झाले होते. अशोक यांनी मुलाच्या उत्साहाला आवर घालण्याचा प्रयत्न केला, परंतु त्यांना कधी रोखले नाही. समीर यांच्या प्रस्तावित बदलांमुळे आपला माध्यमांचा व्यवसाय फायद्यात येण्याची शक्यता त्यांना दिसत होती. जैन समूहातील इतर कंपन्या अडचणीत होत्या. अंतर्गत समस्यांनी त्यांना घेरले होते. त्यामुळे त्यांच्या औद्योगिक साम्राज्याला आता माध्यम व्यवसायाचाच आधार उरला होता.'

दुसरी महत्त्वाची गोष्ट म्हणजे, समीर यांचा स्वाभाविक कल इतर व्यवसायांपेक्षा माध्यमांकडेच अधिक असल्याचे अशोक यांच्या ध्यानात आले होते. समीर यांनी या व्यवसायात यश मिळवण्याचा आणि भरीव कामगिरी करून दाखवण्याचा निश्चय केला होता. त्यासाठी त्यांच्याकडे एक सर्वंकष योजनाही होती. त्यामुळे अशोक यांनी समीर यांना पूर्ण मोकळीक दिली. एकदा वडिलांची मान्यता मिळाल्यानंतर समीर यांना आता कोणी रोखू शकत नव्हते.

माध्यमांचा व्यवसाय फायद्यात आणण्याचे ठरविल्यानंतर समीर जैन यांना या क्षेत्रातील दीर्घ काळ चालत आलेल्या समजुती आणि परंपरांना धक्का देणे भाग होते. वृत्तपत्रे ही पैसा कमावण्यापेक्षा प्रतिष्ठा मिळवण्याची आणि राजकीय वर्तुळात दबाव निर्माण करण्याची साधने आहेत, ही अशीच एक श्रद्धा होती. लोकशाहीतील एक महत्त्वाची संस्था म्हणून वृत्तपत्रांची जपणूक केली पाहिजे, ही दुसरी श्रद्धा होती. त्यामुळे व्यावसायिक आणि वाणिज्यविषयक हितसंबंध मागे ढकलले जात होते.

आणखी एक महत्त्वाचा अडथळा म्हणजे आघाडीची वृत्तपत्रे परस्परांकडे प्रतिस्पर्धी म्हणून पाहण्याऐवजी त्यांच्यात सहकार्याची भावनाच अधिक होती. त्यामुळे वृत्तपत्र क्षेत्राला मैत्रीचे संबंध असलेल्या अनेक प्रकाशन संस्थांच्या क्लबचे स्वरूप आले होते. त्यामुळे जाहिरातींच्या दरासारख्या महत्त्वाच्या प्रश्नांवरही सौहार्दाच्या आणि बंधुत्वाच्या वातावरणात सामूहिक निर्णय घेतले जात होते.

अनेक दशकांपासून सर्वांना सुखावह वाटणारी ही व्यवस्था चालत आली होती. त्यामुळे एखाद्या माध्यम संस्थेने स्वत:चा वेगळा मार्ग चोखाळायचे ठरवले, तर तिच्याकडे भुवया उंचावून पाहिले जात असे. या व्यवस्थेला छेद देणे अशक्य नसले, तरी अवघड होते. त्याचबरोबर अनेक वृत्तपत्रांच्या मालक-प्रकाशकांची पार्श्वभूमी व व्यावसायिक हितसंबंध सारखेच होते. बांधकाम, अभियांत्रिकी उत्पादन, रसायने आणि तागगिरण्या अशा व्यवसायांमध्ये बरेच जण होते. विवाहादी बंधनांमुळे काहींचे आपापसात नातेसंबंधही होते.

उदाहरणार्थ, *टाइम्स ऑफ इंडिया, हिंदुस्थान टाइम्स* आणि *इंडियन एक्स्प्रेस*

या वृत्तपत्रांचा एकत्रित उल्लेख 'ज्युट प्रेस' असा केला जाई. कारण तागाच्या गिरण्यांच्या व्यवसायात त्यांच्या मालकांचे समान हितसंबंध होते. त्यामुळे स्वत:चा व्यवसाय यशस्वी होण्यासाठी आणि फायद्यात आणण्यासाठी वृत्तपत्र क्षेत्रातील प्रस्थापित व्यवस्थेला धक्का लावणे चुकीचे मानले जात होते. त्यामुळे इतरांची नाराजी पत्करूनही व्यवस्थेत बदल घडविण्यासाठी धैर्य आणि संयमाची गरज होती.

वृत्तपत्र क्षेत्रातले त्या वेळचे आणखी एक महत्त्वाचे वैशिष्ट्य म्हणजे इंग्रजी वृत्तपत्रांनी त्यांच्या व्यवसायाच्या जणू आखून घेतलेल्या हद्दी. ही वृत्तपत्रे एकमेकांच्या प्रभावक्षेत्रांचा आदर करत होती. ही कोणतीही औपचारिक किंवा नियोजनबद्ध अशी व्यवस्था नव्हती. क्वचित एखादे वृत्तपत्र दुसऱ्याच्या क्षेत्रात घुसखोरी करून आव्हान देत असे. हा कदाचित त्या वेळच्या समाजवादी मानसिकतेचा, सरकारने दिलेले परवाने आणि आखून दिलेल्या नियमांनुसार स्पर्धा करण्याच्या लागलेल्या सवयीचा परिणाम असावा. त्यामुळे आघाडीची वृत्तपत्रे एकमेकांच्या वाढीला वाव देत होती.

बेनेट, कोलमन आणि कंपनी पश्चिम भारतात आघाडीवर होती. समूहाचे *टाइम्स ऑफ इंडिया* हे अग्रणी दैनिक मुंबईच्या बाजारपेठेचे अनभिषिक्त सम्राट होते. बिर्ला समूहाच्या *हिंदुस्थान टाइम्स* चे दिल्लीवर राज्य होते. *इंडियन एक्स्प्रेस* चाही दिल्लीत बऱ्यापैकी प्रभाव होता. कस्तुरी यांच्या *द हिंदू* चे चेन्नई हे मुख्य ठाणे होते आणि दक्षिण भारतात त्याचा दबदबा होता. पूर्व भारतात *स्टेट्समन*चा प्रभाव होता. त्याला *टेलिग्राफ*ने आव्हान देण्यास सुरुवात केली होती.

त्यामुळे समीर जैन यांनी किंवा आघाडीच्या इतर दैनिकांच्या कोणा मालकाने आपली माध्यमसंस्था आधुनिक, स्पर्धाशील आणि नफा कमावणारी बनवायचे ठरवले, तर या क्षेत्रात आलेल्या जडत्वाचा त्याला पहिल्यांदा सामना करणे भाग होते. त्यासाठी स्वत:च निर्माण केलेल्या प्रतिमेत आणि भूतकाळाच्या धाग्यांमध्ये जखडल्या गेलेल्या माध्यमांना मोकळे करणे आवश्यक होते. त्यानंतरच ती खऱ्या अर्थाने व्यावसायिक बनू शकणार होती. टाइम्स समूहातील बदलांना होणारा अंतर्गत विरोध आणि माध्यम क्षेत्रातील बंधुतेच्या भावनेमुळे निर्माण झालेला गतिरोध अशा दोन्ही आघाड्यांवर समीर जैन यांना झुंज द्यायची होती. त्यांनी प्रारंभी घरच्या आघाडीवर लक्ष एकवटले.

समीर जैन यांनी संपादकीय रचनेत बदलांचा मांडलेला प्रस्ताव हा बेनेट, कोलमन आणि कंपनीतील सर्वंकष बदलाच्या आराखड्यातील एक भाग होता. काहींचे म्हणणे असे होते की, विपणन विभागात समीर यांनी केलेले बदल संपादकीय बदलांपेक्षा जास्त ठोस आणि दीर्घकालीन परिणाम घडवणारे होते. वितरणापासून ते विपणन, वृत्तपत्राची किंमत आणि आशयापर्यंत अशा सर्वच बाबींमध्ये बदलांचा त्यांनी विचार केला होता. मात्र, वृत्तपत्राची संपादकीय बाजू अधिक महत्त्वाची व संवेदनशील मानली गेल्याने त्यामधील बदलांची जास्त चर्चा झाली.

'समीर जैन टाइम्स स्कूल ऑफ जर्नालिझममध्ये नेहमी व्याख्यानांसाठी येत असत. त्या वेळी ते जी विधाने करत, ती माध्यम क्षेत्राला हादरा देणारी होती', अशी आठवण विनिता डावरा नांगिया यांनी सांगितली.[१५] त्या नंतर *सॅटरडे टाइम्स* च्या संपादक झाल्या. त्या म्हणाल्या, '*समीर वृत्तपत्रांबद्दल बोलत असत आणि त्यांना कशी वृत्तपत्रे हवी आहेत, याचे चित्रही रेखाटत असत. पत्रकारांनी विपणनाचे शिक्षणही घेतले पाहिजे, असे ते म्हणत. पत्रकारांनी आपले उत्पादन विकणाऱ्यांशी सहजीवन शिकले पाहिजे, असेही ते सांगत.*'

'समीर जैन आम्हाला चित्रपट पाहायला नेत असत. एकदा आम्ही त्यांच्याबरोबर एक जपानी चित्रपट पाहिला. या चित्रपटाबद्दल आम्हाला काय वाटले, याची चर्चा त्यांनी केली. ते स्वतःही त्यात सहभागी झाले. त्या वेळी टाइम्स रिसर्च फाउंडेशन इन्स्टिट्यूट असे संस्थेचे नाव होते. संस्थेतल्या पहिल्या दोन तुकड्यांमधील विद्यार्थ्यांशी त्यांनी अनेक वेळा संवाद केला. आपल्या वृत्तपत्रासाठी योग्य पत्रकार मिळावेत, अशी त्यांची इच्छा होती. आपला दृष्टिकोन सर्वांपर्यंत पोचण्यासाठी समीर जैन विविध प्रकारे प्रयत्न करत होते. त्यांना बदल हवा होता', अशी माहितीही विनिता यांनी दिली.

बेनेट, कोलमन आणि कंपनीत समीर यांना नवी कॉर्पोरेट संस्कृती रुजवायची होती. त्यांना विपणन आणि संपादकीय अशी विभागणी नको होती, तर व्यवस्थापन आणि इतर अशी विभागणी करण्याचा त्यांचा प्रयत्न होता. त्यांच्या या व्यवस्थापनाच्या तत्त्वज्ञानाविषयी चंदन मित्रा म्हणाले, 'संपादक आणि व्यवस्थापक यांच्या भूमिकांची अदलाबदल करता आली पाहिजे, असे समीर सांगत असत. ज्येष्ठ पत्रकारांना एक वेळ लिहिता आले नाही तरी चालेल, असे त्यांचे म्हणणे होते. त्यांनी लेखन करावे, अशी कंपनीची अपेक्षा नाही. मला लेखक हवे असतील, तर

मी ते काम बाहेरून करून (आउटसोर्स) घेऊ शकेन. त्यासाठी कार्यालयीन सुविधा कशाला पुरवायला हव्यात, असा सवाल ते विचारत असत.'[१६] चंदन मित्रा *टाइम्स* समूहात एप्रिल १९८७ मध्ये रुजू झाले. समीर यांच्याशी त्यांचे १९९० मध्ये वाद झाले आणि त्या वर्षीच्या फेब्रुवारीत ते टाइम्समधून बाहेर पडले.

यापेक्षाही अगदी वेगळा दृष्टिकोन विजय गोपाल जिंदाल यांच्याकडून ऐकावयास मिळाला. ते सुरुवातीपासून समीर जैन यांच्याबरोबर होते. ते व्यावसायिक आकडेवारीच्या विश्लेषणात माहीर होते. जैन समूहातील कंपन्यांमध्ये कोणतीही समस्या आली की, त्यातून मार्ग काढण्यात त्यांचा सल्ला महत्त्वाचा असे. जिंदाल यांनी जैन समूहात प्रारंभी १४ वर्षे काम केले. नंतर ते कंपनीचे कॉर्पोरेट संचालक झाले.

ऑक्टोबर २००१ मध्ये मी जिंदाल यांची पहिली भेट घेतली. त्यानंतर मी डिसेंबरमध्ये त्यांची भेट घेतली, तेव्हा ते टाइम्स समूहातून बाहेर पडले होते आणि 'कर्मा नेटवर्क' नावाने माध्यम व मनोरंजन क्षेत्रातली स्वत:ची कंपनी त्यांनी सुरू केली होती. नंतर ते झी नेटवर्कमध्ये व्यवस्थापकीय संचालक आणि उपाध्यक्ष म्हणून दाखल झाले.

मुंबईतील कर्मा नेटवर्कच्या कार्यालयात मी जिंदाल यांची भेट घेतली, तेव्हा भिंतीवर मागे जिमी शेरगिलच्या *'हासिल'* चित्रपटाचे पोस्टर होते. या चित्रपटाची निर्मिती त्यांच्या कंपनीने केली होती. टाइम्स समूहाविषयी ते म्हणाले, 'बेनेट, कोलमन आणि कंपनीला मोठ्या बदलांची तातडीने गरज होती. सरकारी नियंत्रणात राहिल्यामुळे कंपनीला नोकरशाहीचे स्वरूप आले होते. बदल घडवण्यासाठी समीर जैन अधीर झाले होते. परंतु, जुन्या काळात जखडलेल्या रचना आणि व्यवस्थांशी त्यांचा सामना होता. कंपनीत सर्वत्र धुसफूस सुरू होती. सगळ्या यंत्रणा ताठर बनल्या होत्या. मर्यादित स्पर्धा असलेल्या अर्थव्यवस्थेत आणि उद्योगक्षेत्रात आपले स्थान सुरक्षित आहे, या भावनेने कंपनीत एकप्रकारची आत्मसंतुष्टी होती. 'पटलं तर घ्या नाही तर सोडा', असाच दृष्टिकोन तेथे रुजलेला होता.'

कंपनीपुढील दुसरे आव्हान होते, ते विविध विभागांना आलेले हवाबंद कप्प्यांचे स्वरूप. जिंदाल त्यासंबंधी म्हणाले, 'बातमीदार आणि संपादन या विभागांमध्ये फूट होतीच. पण पत्रकार आणि व्यवस्थापनामध्येही उभी भिंत होती. वृत्तपत्राची निर्मिती आणि त्याचे विपणन-विक्री ही पूर्ण स्वतंत्र कामे मानण्यात येत होती. संपादकीय, जाहिरात, निर्मिती, वितरण अशा विभागांमधील सहकाऱ्यांमध्ये क्वचितच संवाद होत असे. संपादकीय विभागातही हेवेदावे होते. त्यामुळे एकाच

संस्थेतले विभाग प्रसंगी परस्परविरोधी पद्धतीने काम करत असल्याचे चित्र उभे राहत असे.'

अशा परिस्थितीत संघटनेला समान उद्दिष्टांच्या दिशेने वळवणे अतिशय कठीण काम होते. त्यासाठी अनेक गोष्टी बदलणे आवश्यक होते. समीर जैन फेररचनेच्या निमित्ताने वृत्तपत्राचे नियंत्रण आपल्या हातात घेत आहेत, हा पत्रकारांचा आरोप एका दृष्टीने खरा होता. ते खरेच वृत्तपत्राचे आणि समूहाचे नियंत्रण करू पहात होते. कारण त्याशिवाय संघटनेला प्रगतीची कोणतीही आशा नव्हती. वेगवेगळ्या दिशांना जाणाऱ्या लोकांचा समूह असेच तिला स्वरूप आले होते. सर्वांना एका दिशेला वळवल्याशिवाय या व्यवसायाचे नफा कमावणाऱ्या समूहात रूपांतर होणे अशक्य होते. त्यासाठी परस्परांशी काहीही संबंध नसलेली संघटनेची हवाबंद कप्प्यांसारखी रचना बदलणेही भाग होते.

नव्या रचनेत संपादकाने एखाद्या उद्योगाच्या मुख्य कार्यकारी अधिकाऱ्यासारखे काम करावे, अशी समीर जैन यांची अपेक्षा होती. त्यासाठी फक्त संपादकीय विभागाकडे पाहून चालणार नव्हते. तर वृत्तपत्र व्यवसायातील सर्वच कामांचा ३६० अंशात फिरून संपूर्ण आढावा घेणे आवश्यक होते. संघटनेतील विभागांमध्ये उभ्या राहिलेल्या भिंती पाडणे आणि त्यांचे आपापसात साहचर्य घडवून आणणे संपादकाला शक्य होते. त्याचबरोबर संपादकाने संपादकीय मजकूर, जाहिराती आणि वितरणाचा एकत्रित विचार करणे आवश्यक होते. तसे केले तरच वृत्तपत्राच्या विकासाची आणि त्याचा पाया मजबूत होण्याची शक्यता होती.

*सिएटल टाइम्स*चे माजी कार्यकारी संपादक मायकेल फँशर यांचे एक विधान यासंदर्भात मोलाचे आहे. या वृत्तपत्रात वीस वर्षे काम केल्यानंतर २००८ मध्ये ते निवृत्त झाले. वृत्तपत्रांनी बाजारकेंद्री भूमिका घेतली पाहिजे, असा त्यांचा आग्रह आहे. ते म्हणतात, 'यशस्वी संपादकाने बातम्यांचा विभाग आणि व्यावसायिक बाजूंचे एकत्रीकरण केलेच पाहिजे आणि त्यासाठी तो स्वत: विपणनातला तज्ज्ञ बनला पाहिजे.'[१७]

'पत्रकारांनी कोणत्या दिशेने जायला हवे, याबद्दल समीर जैन यांच्या कल्पना स्पष्ट आणि धाडसी होत्या. त्यांनी बदलांची दिशा निश्चित केली होती', असे प्रदीप गुहा यांनी सांगितले. ते म्हणाले, 'आपल्या वाचकांशी समान पातळीवर संवाद साधणारे वृत्तपत्र समीर यांना हवे होते. गिरीलाल जैन हे धर्मोपदेशकाच्या खुर्चीतून पोपसारखा उपदेश करणारे संपादक होते. ते फार क्वचित आपल्या दालनातून बाहेर पडत असत. वृत्तसंपादक विविध डेस्कचे काम सांभाळत आणि मुख्य बातमीदार

बातमीदारांची बाजू सांभाळत. त्यापलीकडे संघटनेत फारसा संवाद होत नसे. समीर यांना यापेक्षा वेगळे चित्र अपेक्षित होते.'[१८]

संपादक हस्तिदंती मनोऱ्यात बसून प्रभावी अग्रलेख आणि लांबलचक लेख लिहीत असत. त्यांनी तिथून बाहेर पडून वृत्तपत्रांचे व्यवस्थापन सांभाळण्यासाठी आपल्याला मदत करावी, अशी समीर यांची अपेक्षा होती. 'सहायक संपादकाच्या वरची पदे भरताना संबंधित ज्येष्ठ पत्रकाराला वृत्तपत्रांशी संबंधित प्रश्नही हाताळता आले पाहिजेत. त्याला केवळ लिहिता येणे पुरेसे नाही, अशी समीर यांची धारणा होती. त्यांना व्यवस्थापकाची कौशल्ये असणारा पत्रकार हवा होता', असे चंदन मित्रा यांनी सांगितले. त्याचप्रमाणे कंपनीतील वरिष्ठ कार्यकारी अधिकाऱ्याला वृत्तपत्रासारखे एखादे संपादकीय उत्पादन कसे तयार होते, याची माहिती असायला हवी आणि त्याला त्याचे व्यवस्थापनही करता आले पाहिजे. थोडक्यात, त्याला वृत्तपत्राची व्यवस्थापकीय निर्मिती करता आली पाहिजे, अशी समीर यांची अपेक्षा होती.

या भूमिकेतून समीर जैन यांनी पार्थ घोष या सहायक संपादकाला 'रिस्पॉन्स' (वाचकांचा प्रतिसाद) विभागाचे सरव्यवस्थापक केले. तसेच, अजयकुमार या निवासी संपादकांना वरिष्ठ सहायक संपादक सिद्धार्थ राय यांच्या जोडीने लखनौ, पाटणा आणि जयपूर या विभागातील सर्व कामांमध्ये समन्वय राखण्याची जबाबदारी सोपवली. चंदन मित्रा यांना या विभागाचे सहायक सरव्यवस्थापक करण्यात आले. मुंबईत विपणन विभागाची एक बैठक होती, त्या वेळी पार्थ घोष आणि अजयकुमार यांची राहण्याची व्यवस्था एकाच खोलीत होईल आणि ते दोघे बैठकीला एकत्र बसतील, याची खबरदारी समीर यांनी घेतली. चंदन मित्रा यांना राय यांच्या बरोबरीने इतर शहरांमध्ये प्रवास करण्यास आणि तिथले व्यवस्थापकीय प्रश्न सोडविण्यास सांगण्यात आले. शिवाय, या सर्वांकडे त्यांच्या संपादकीय जबाबदाऱ्या होत्याच.

टाइम्स समूहातील बदलांच्या वाऱ्यामुळे पत्रकारांसाठी काही गोष्टी आणखी कठीण होत गेल्या. विशेषत: वृत्तपत्रांमधील जुन्या वळणाच्या संपादकांना बदलांशी जुळवून घेताना धाप लागली. ते आतापर्यंत फक्त लिहिण्याचे काम करत होते. परंतु, आता व्यवसायाशी संबंधित विषय पुढे आल्यावर त्यांची भंबेरी उडाली. परंतु, पत्रकारितेच्या आणि व्यवस्थापनाच्या भूमिकांची सांगड घालणे, हा केवळ कौशल्याचा प्रश्न नव्हता. अशा दोन भूमिका एकत्र करणे हेच संपादकांच्या दृष्टीने अनैतिक व अनादर करणारे होते. व्यवसायाच्या मोजपट्ट्या लावून संपादकाचे मूल्यमापन करता येणार नाही, असा त्यांचा पवित्रा होता. त्यांच्या नजरेतून

व्यवसायाशी संबंधित पायाभूत गोष्टींची जबाबदारी सोपवणे हे संपादकीय स्वातंत्र्यावर घाला घालणारे आणि वस्तुनिष्ठता धोक्यात आणणारे होते.

संपादकांच्या अशा पवित्र्यामुळे समीर जैन संतापले. बेनेट, कोलमन आणि कंपनीच्या एका माजी संचालकाच्या मते समीर यांनी वृत्तपत्रांमध्ये सुरू केलेल्या या फेररचनेमागे त्यांचा दुखावलेला अहंकारही होता. बाह्य जगात संपादकांचे मोठे *प्रस्थ* आहे. त्यांना प्रतिष्ठा आणि मानमरातब आहे. परंतु, व्यवस्थापकांना असा मान मिळत नाही. यावर या 'संपादकांची वास्तवापेक्षा मोठी प्रतिमा का केली जाते, असा सवाल समीर विचारत असत', असे या संचालकांनी सांगितले.

बलजित कपूर ही बाब आणखी स्पष्ट करताना म्हणाले, 'संपादकांना कोणी हात लावायला धजावू शकत नसे, त्या दिवसांच्या आठवणी समीर यांच्या मनावर कोरल्या होत्या. संपादकांना त्यांची जागा दाखवून दिली पाहिजे, असे त्यांना वाटत असे.' ही भावना त्यांच्या मनात रुजायला संपादकांचे वागणेही कारणीभूत ठरले असावे. दिलीप पाडगावकर त्याविषयी म्हणाले, 'सुरुवातीला समीर जैन यांचा पत्रकारांशी संघर्ष नव्हता. त्यांनी पत्रकारांशी संवाद साधण्याचाही प्रयत्न केला. परंतु, बऱ्याच संपादकांचा दृष्टिकोन आढ्यताखोर आणि एखाद्यावर उपकार केल्यासारखा असे. काही जणांना हाताळणे तापदायक होते आणि तरुण संपादक त्यांच्याशी थंडपणे वागत होते.'[११]

पाडगावकर पुढे म्हणाले, 'बहुतांश संपादक पारंपरिक मुशीतून घडले होते. त्यांना राजकारणात सखोल रस होता. अशोक जैन यांनाही त्यात रस असल्याने त्यांच्या गप्पा चांगल्या रंगत. परंतु, समीर यांना राजकारणात बिलकुल रस नव्हता. त्यामुळे या संपादकांची समीर यांच्याशी संवादाची गाडी लवकरच ठप्प होई. अनेक संपादक त्यांच्या वयापेक्षा दुपटीने मोठे होते.'

कंपनीचा मालक असूनही आपल्या हातात व्यवसायाची सर्व सूत्रे नाहीत, या गोष्टीनेही समीर जैन अस्वस्थ झाले असावेत. वृत्तपत्रात आपल्या आवडीच्या काही गोष्टी याव्यात, असे त्यांना वाटले तरी त्याला विरोध होत असे. वैद्यकीय उपचारांसंबंधी एक स्तंभ वृत्तपत्रात असावा, ही त्यांची सूचना एका निवासी संपादकाने हाणून पाडली होती. त्याचा समीर यांना राग आला आणि कदाचित त्यामुळेच त्यांनी संपादकांवर प्रतिहल्ला चढवला असावा.

समीर यांनी सुरुवातीला संपादकांच्या लेखांमधील चुका दाखवायला सुरुवात केली. त्यांनी त्यांच्याबद्दल तुच्छतादर्शक उद्गारही काढले. त्या वेळी पत्रकार अतिशय संवेदनशील होते. त्यामुळे त्यांनी समीर यांना त्यांच्याविषयीच्या तिटकाऱ्याचा बाऊ

केला असावा, अशीही शक्यता आहे. टाइम्स समूहाने संपादकांसाठी आयोजित केलेल्या एका मेजवानीप्रसंगी समीर जैन यांनी दिलीप पाडगावकर यांना गिरीलाल जैन यांची नक्कल करायला लावली. गिरीलाल या प्रसंगी उपस्थित होते. या गोष्टीचा अनेकांना मोठा धक्का बसला. समीर यांना संपादकांविषयी कसा अनादर आहे, याचे उदाहरण म्हणून हा कुप्रसिद्ध किस्सा अनेक वेळा सांगण्यात आला.

संपादक कंपनीच्या व्यवस्थापनात थोडाही रस दाखवत नाहीत आणि ते व्यवसायाच्या विपणन आणि इतर बाजूंपासून नामानिराळेच राहतात, ही गोष्ट समीर जैन यांना अस्वस्थ करत होती. संपादक शासनयंत्रणा आणि राजकारणाशी संबंधित बाबींमध्ये इतके गुंतलेले होते की, कंपनीच्या इतर व्यवहारांशी त्यांच्या कामाची सांगड कशी घालायची, असा प्रश्न त्यांच्यापुढे होता.

*टाइम्स ऑफ इंडिया*च्या दिल्ली आवृत्तीचे एक माजी निवासी संपादक तर म्हणाले, 'समीर जैन टाइम्स समूहाला एक ब्रँड म्हणून प्रस्थापित करू पाहत होते. भारतातील वृत्तपत्रसृष्टीत हे पहिल्यांदाच घडत होते. परंतु, त्या वेळचे संपादक स्वत:तच इतके मश्गुल होते आणि त्यांच्या विचार आणि व्यवहारात इतकी तफावत होती की, ते स्किझोफ्रेनिक असल्याची शंका यावी.' बेनेट, कोलमन आणि कंपनीत नोकरीसाठी देशातील व्यवस्थापनाच्या विद्यार्थ्यांची रीघ लागावी, अशी समीर यांची इच्छा होती. त्यासाठी कंपनीच्या कामकाजात मोठे फेरबदल करणे आवश्यकच होते, असेही या संपादकांनी सांगितले.

समीर जैन यांनी काही संपादकांना अपमानास्पद वागणूक दिली, हे जितके खरे आहे, तितकेच हे संपादकही त्यांच्याशी त्या पद्धतीने वागत होते हेही खरे आहे. *संडे* मॅगेझिनच्या लेखासाठी सुमित मित्रा यांनी गिरीलाल जैन यांची मुलाखत घेतली होती.[२०] समीर जैन यांच्यासारख्या तरुणाशी जुळवून घेण्यात काही समस्या आल्या का, या त्यांच्या प्रश्नावर गिरीलाल यांनी दिलेले उत्तर मासलेवाईक आहे. ते म्हणाले, 'असे जुळवून घेण्याचा प्रश्नच का यावा? यात समस्या असलीच, तर ती माझी नाही. अशोक (जैन) तरुण असताना मी त्यांच्या वडलांशी दिवंगत शांतिप्रसाद जैन यांच्याशी संवाद साधत होतो. ते वृद्ध गृहस्थ मला न्याहारीसाठी, भोजनासाठी बोलावत. अशोक तेथे बाजूला बसून आमची चर्चा ऐकत असत. जैन कुटुंबातील कोणाशी मी कधीही व्यक्तिगत कारणांसाठी संपर्क साधला नाही. त्यामुळे जुळवून घेण्याचा प्रश्न आताच उपस्थित का व्हावा?'

कंपनीच्या व्यावसायिक बाजूकडे पत्रकार कसे बघतात, याची एक झलकही गिरीलाल यांच्या या मुलाखतीत पहायला मिळते. समीर जैन यांच्या दृष्टिकोनाच्या

अगदी विरोधी असा हा सूर होता. गिरीलाल म्हणाले, 'टाइम्स ऑफ इंडिया हे नफ्यातच चालणारे वृत्तपत्र आहे. त्यामुळे ते टिकून राहण्याची चिंताच आम्हाला कधी वाटली नाही. भारतातल्या सर्वांत श्रीमंत शहरात आम्ही प्रथम क्रमांकाचे वृत्तपत्र आहोत. मुंबईतल्या इतर सर्व वृत्तपत्रांचा खप एकत्रित केला, तरी आम्ही त्यांच्यापेक्षा जास्त विक्री करतो.'

मात्र, गिरीलाल जैन यांच्या मते समस्या वेगळीच होती. वृत्तपत्रात संपादकीय मजकुराला कमी पडणारी जागा ही त्यांना खरी समस्या वाटत होती. त्यांनी सुमित मित्रांना सांगितले की, 'वृत्तपत्रातल्या एकूण १७६ कॉलम जागेपैकी फक्त ४८ कॉलम जागा संपादकीय मजकुरासाठी मिळते. याचा अर्थ चांगल्या मांडणीला आणि लेखांना फारच कमी जागा उपलब्ध आहे.'

त्याचबरोबर टाइम्समध्ये बातम्या आणि संपादकीय लेखांना आणि राजकीय घडामोडींसंबंधी लिखाणाला मिळणारे महत्त्व हे लोकांचे मनोरंजन करण्याच्या प्रयत्नांपेक्षा जास्त फायदेशीर आहे, असे मतही गिरीलाल यांनी स्पष्टपणे मांडले.

गिरीलाल आणि इतर संपादकांचा हा दृष्टिकोन टाइम्सच्या मालकांच्या दृष्टिकोनापेक्षा अनेक प्रकारे वेगळा होता. कंपनी फायद्यात नाही, हे समीर जैन यांचे पहिले गृहितक होते. मुंबईसारख्या बाजारपेठेत आघाडीवर असूनही त्यांच्या मते ही स्थिती होती. संपादकांना बातम्या व लेखांसाठी जास्त जागा हवी होती, तर समीर यांना आणखी महसूल गोळा करण्यासाठी जाहिरातींना जास्त जागा द्यावी, असे वाटत होते. तसेच, वृत्तपत्रात राजकारणाला अवाजवी महत्त्व देण्याला समीर यांचा विरोध होता. त्यापेक्षाही नागरिकांना महत्त्वाच्या वाटणाऱ्या स्थानिक समस्या, उद्योगजगताच्या बातम्या आणि मनोरंजनाला अधिक महत्त्व व जागा मिळावी, असे त्यांना वाटत होते.

अर्थ स्पष्ट होता की, व्यवसायाची प्राथमिकता काय असावी, याबद्दल मालक आणि संपादक दोन टोकांवर उभे होते. त्यामुळे त्यातील कोणा एकाचाच विजय होणार होता. या संघर्षात अखेर मालकच विजयी ठरले.

समीर जैन यांनी टाइम्स समूहाला त्यांच्या मागे येणे भाग पाडले. टाइम्स हाऊसच्या व्हरांड्यात आता दबक्या आवाजात बदलांच्या आणि त्यामुळे घडणाऱ्या उलथापालथीच्या गोष्टी ऐकू येऊ लागल्या. टाइम्समधील फेररचनेला कडवा विरोध करणाऱ्या इंदर मल्होत्रा यांनी राजीनामा दिला. त्या वेळीही समीर जैन यांनी इंदर मल्होत्रा यांना कंपनीचा कारभार चालवण्यासाठी मदतीची विनंती केली. परंतु, मल्होत्रा यांनी ती फेटाळून लावली. 'पत्रकार म्हणून माझे पहिले काम आणि कर्तव्य

लेखन करणे आहे', असे त्यांनी समीर यांना सांगितल्याचे म्हटले जाते. समोरासमोर येण्याचा हा त्यांचा शेवटचा प्रसंग असावा.

गिरीलाल जैन टाइम्स समूहात आणखी काही काळ राहिले. परंतु, समीर जैन यांच्या कल्पनेनुसार टाइम्समध्ये नव्या रचनांना सुरुवात झाली. वृत्तपत्रात कार्यकारी संपादकाची नियुक्ती झाली. वृत्तपत्राच्या स्वरूपातही बदल दिसू लागले. बातम्या, मांडणी आणि भूमिकांमधील फरक ठळकपणे व्यक्त होऊ लागला. अखेर १९८९ मध्ये गिरीलाल जैन यांना त्यांच्या आजारपणाचे कारण सांगून त्यांची सेवा कंपनीला आता नको आहे, असे नम्रपणे सांगण्यात आले.

मात्र, गिरीलाल जैन यांच्या *टाइम्स ऑफ इंडिया* तून बाहेर पडण्यासंबंधी सुनील जैन यांनी वेगळीच हकिकत सांगितली. ते म्हणाले, 'कंपनीतल्या नव्या वातावरणामुळे माझे वडील अस्वस्थ झाले होते. त्याच वेळी *टाइम्स ऑफ इंडिया*च्या स्थापनेला दीडशे वर्षे पूर्ण झाल्याने त्यासंबंधीचे कार्यक्रम सुरू झाले. त्याने त्यांची अस्वस्थता आणखी वाढली. परंतु, त्या वेळी *टाइम्स*मध्ये प्रसिद्ध व्यंग्यचित्रकार आर. के. लक्ष्मण आणि गिरीलाल जैन अशा दोनच प्रसिद्ध व्यक्ती होत्या. वडिलांना वृत्तपत्र सोडण्याची इच्छा होती. परंतु, अशा महत्त्वाच्या वर्षात गिरीलाल बाहेर पडले, तर टाइम्सची बदनामी होईल, अशी भीती अशोक जैन यांना वाटत होती. त्यामुळे त्यांच्या विनंतीचा मान राखून माझे वडील टाइम्समध्ये आणखी काही काळ राहिले.'

'गिरीलाल यांना मुदतवाढ मिळविण्याची कोणतीही इच्छा नव्हती. तत्कालीन पंतप्रधान राजीव गांधी यांना त्यात हस्तक्षेप करण्याची विनंती करण्यासाठी ते कधीही भेटले नाहीत. ती अफवाच आहे. माझे वडील अतिशय स्वाभिमानी आणि स्पष्टवक्ते होते. त्यामुळे तसे करण्याचा प्रश्नच येत नाही', असे सुनील जैन यांनी सांगितले.

टाइम्स समूहातील समीर जैन आणि पत्रकारांमधली ही लढाई विषम होती. त्यामुळे पत्रकारांना माघार घेण्याशिवाय पर्याय नव्हता. त्यामुळे अशा वादांचा शेवट मुसमुसण्यात किंवा रडक्या स्वरात समीर यांच्याविषयी तक्रार करण्यात होत असे. बेनेट, कोलमन आणि कंपनीच्या जाहिरात विभागाचे माजी संचालक एन. पी. सिंह म्हणाले, 'संपादकीय विभागातल्या सदस्यांनी समीर यांच्या हालचालींना तसा विरोध केलाच नाही. पहिल्यांदा त्यांनी समीर यांच्या कल्पनांची खिल्ली उडवली आणि निषेधाचा थोडा प्रयत्नही केला. परंतु, हा विरोध तेवढ्यापुरताच राहिला. बदल अटळ आहेत, हे लक्षात आल्यानंतर त्यांनी सरळ शरणागती पत्करली आणि रांगेत जाऊन उभे राहिले. त्यानंतर सगळ्या गोष्टी समीर यांच्या मनाप्रमाणे घडल्या.'[२१] मागच्या गोष्टींचा आता विचार करता बदलांना सुरुवातीला विरोध

करणाऱ्या संपादकांनी आपल्यावर ही परिस्थिती ओढवून घेतली, असेही सिंह यांनी सुचवले. ते म्हणाले, 'पत्रकारांची प्रतिक्रिया एखाद्या उद्रेकासारखी होती. मालकांनी उपस्थित केलेले मुद्दे समजून घेण्याचा प्रयत्नच त्यांनी केला नव्हता. तसेच, स्वतःचे म्हणणेही सुसंगत पद्धतीने त्यांच्यासमोर मांडण्याचा प्रयत्न पत्रकारांनी केला नाही. त्यांनी तशी सामंजस्याची भूमिका घेतली असती, तर पुढचे बदल कदाचित आणखी समतोल पद्धतीने झाले असते. त्यांनी बदलांचा निषेध करण्यात अतिघाई केली आणि तो फेटाळून लावल्यानंतर त्याचा कधी पाठपुरावाही झाला नाही.'

टाइम्स समूहातील पत्रकारांसाठी हे बदल अचानक आणि अनपेक्षित असताना घडले. त्यामुळे त्यांच्याशी जुळवून घेणे त्यांना कठीण गेले. खरे तर या माध्यम समूहालाही बदलांची तातडीने गरज होती. या बदलांना व्यापक संदर्भ होता आणि त्यामागे परिस्थितीचा रेटा होता. भारताने त्या वेळी आर्थिक सुधारणांच्या दिशेने अडखळत पावले टाकण्यास सुरुवात केली होती. अर्थव्यवस्थेत खुलेपणा येत होता. त्यामुळे नवा मध्यम वर्ग उदयाला येत होता. त्यातून ग्राहकांचाही नवा वर्ग पुढे येत होता. समाजात मोठ्या प्रमाणावर घडणाऱ्या या बदलांचा वेध घेणे सोपे नव्हते. पण त्यामुळे माध्यमांच्या क्षेत्रातही बदल होणार, हे ओळखण्यात पत्रकार कमी पडले. ते ही लढाई हारले.

बदलांमुळे गांगरून पत्रकारांनी संपादकीय स्वातंत्र्याचा झेंडा खाली ठेवला. परंतु वृत्तपत्रातील इतर विभागांमध्ये असा कोणताही नैतिक झगडा नव्हता. टाइम्स समूहाच्या विपणन विभागाचे एक माजी प्रमुख त्याबाबत रोखठोकपणे म्हणाले, 'कंपनीतील अधिकारांच्या रचनेत बदल करण्याच्या समीर जैन यांच्या प्रयत्नांमध्ये काही चूक होती असे मला वाटत नाही. ते कंपनीचे मालक होते आणि त्यांचा हा निर्णय होता. कोणीही कितीही घसा ताणून त्याविरोधात आरडाओरडा केला, तरी हे सत्य बदलणार नव्हते. शेवटी मालक हाच बॉस असतो आणि समीर यांनी ते सिद्ध केले. आपल्या संस्थेत कशा प्रकारची व्यवस्था हवी, हे ठरवण्याचा अधिकार प्रकाशकाला आहे. आपले वृत्तपत्र कसे असले पाहिजे, हे ठरवण्याचाही अधिकार त्याच्याकडे आहे. संपादकांकडे फक्त काही अधिकार सोपवण्यात आलेले आहेत... समीर हे प्रकाशक होते. हे इतके साधे आणि सोपे आहे.'

बातम्या आणि संपादकीय लेखांचा विभाग वेगळा करण्याच्या समीर जैन यांच्या सूचनेकडे मोठा हल्लागुल्ला झाला. परंतु, त्यांच्या आठ पानी प्रस्तावात इतरही अनेक महत्त्वाच्या बाबी होत्या. संपादकीय विभागातील बदल हे येत्या दशकात होणाऱ्या अनेक महत्त्वाच्या व मूलभूत बदलांची केवळ नांदी होती.

टाइम्स ऑफ इंडिया आणि *नवभारत टाइम्स* या दैनिकांच्या रविवारच्या आवृत्त्या पूर्ण वेगळ्या करण्याचा आणि त्यांना स्वतंत्र प्रकाशनाचा दर्जा देण्याचा प्रस्तावही समीर यांनी मांडला. तोपर्यंत रविवारच्या आवृत्त्या या वृत्तपत्राच्या रोजच्या अंकासारख्याच मानल्या जात होत्या. त्याच्या आशयात आणि स्वरूपात फारसा फरक नव्हता. त्यात हलक्याफुलक्या लेखांची संख्या जास्त असे, एवढाच काय तो बदल!

परंतु, समीर यांनी रविवारच्या आवृत्त्यांसाठी स्वतंत्र संपादक नेमण्याचा प्रस्ताव मांडला. या अंकात नियमित स्तंभलेखनाबरोबरच विश्लेषणात्मक वृत्तलेख आणि समाजातील विविध बदलांचा– आधुनिक प्रवाहांचा आढावा व भविष्याचा वेध घेणारे लेख त्यात जास्त संख्येने असावेत, असा त्यांचा आग्रह होता. ताज्या घटनाघडामोडींच्या बातम्या त्यात आवश्यकतेपुरत्याच राहणार होत्या. अधिक संवादी आणि वाचकांना खिळवून ठेवणाऱ्या लेखनासाठी पत्रकारांना प्रोत्साहन मिळणार होते. विशेष बातम्यांचे एकत्र सादरीकरण (पॅकेजिंग), आकर्षक मांडणी आणि सजावट यालाही रविवारच्या आवृत्त्यांमध्ये प्राधान्य मिळणार होते. लंडनमधल्या *द संडे टाइम्स* सारख्या आंतरराष्ट्रीय वृत्तपत्रांच्या धर्तीवर हे बदल आधारित होते.

शनिवारच्या आवृत्त्यांमध्येही वृत्तलेखांची संख्या जास्त असणार होती. समीर जैन यांनी त्या वेळी हा बदलांचा प्रस्ताव ठेवला नव्हता, पण *टाइम्स ऑफ इंडिया*च्या शनिवारच्या आवृत्त्यांसोबत सर्व पाने रंगीत असलेल्या पुरवण्या प्रसिद्ध होऊ लागल्या. फॅशन, नवे राहणीमान, ग्लॅमर, खाद्यपदार्थ व पाककृती, नवे सामाजिक प्रवाह अशा विषयांचा त्यात समावेश होता. त्याला उभरत्या मध्यम वर्गाकडून मोठा प्रतिसाद मिळाला. भारतातील इंग्रजी वृत्तपत्रांमध्ये त्या वेळेपर्यंत असे प्रयोग झाले नव्हते. त्यामुळे जाहिरातदारांनाही त्यातून व्यवसायवृद्धीची मोठी संधी दिसली.

या आठ पानी प्रस्तावाचे आणखी एक वैशिष्ट्य म्हणजे वृत्तपत्राला आकर्षक, आधुनिक रूप देण्याची अधोरेखित करण्यात आलेली गरज. त्या वेळची बहुतांश वृत्तपत्रे एकसारखी होती आणि ती अतिशय अनाकर्षक आणि उदासवाणी दिसत. पानांची मांडणी आणि सजावटीकडे ती फारसे लक्ष देत नसत. टाइम्स समूहातील वृत्तपत्रांची मांडणी आणि सजावट आकर्षक करण्यासाठी तज्ज्ञ व्यक्तींची भरती करण्याचा प्रस्ताव समीर जैन यांनी मांडला.

अशा अनेक गोष्टींमुळे *टाइम्स ऑफ इंडिया*चे परिवर्तन घडले. साप्ताहिके, मासिके ऐन भरात असताना आणि दूरचित्रवाणीचे रंगीत प्रसारण सुरू झाले असतानाच्या काळात वृत्तपत्रांना आपले अस्तित्व टिकवण्यासाठी पावले उचलणे

आवश्यक होते. वृत्तपत्रांच्या क्षेत्रातही *टेलिग्राफ*सारखे दैनिक आधुनिक स्वरूपाची मांडणी आणि बातम्यांचे एकत्र पॅकेजिंग घेऊन स्पर्धेत उतरले होते. त्यामुळे या बदलांना प्रारंभी विरोध झाला, तरी पारंपरिक वृत्तपत्रांनी कात टाकून आधुनिकतेच्या दिशेने वाटचाल सुरू केली.

समीर जैन यांच्या प्रस्तावातील अनेक सूचना या पत्रकारांची भरती आणि प्रशिक्षणासंबंधी होत्या, ही अतिशय महत्त्वाची गोष्ट होती. परंतु, वृत्तपत्र व्यवसायाने त्याकडे आवश्यक तितके लक्ष दिले नाही. वृत्तपत्रांची प्रतिष्ठा त्यातील पत्रकारांमुळे निर्माण होत असली, तरी असे पत्रकार घडविण्याचा कोणताही कालबद्ध कार्यक्रम किंवा प्रशिक्षणाच्या योजनेचा त्यांनी विचार केला नव्हता. बहुतांश पत्रकार काम करता करताच त्यातील कौशल्ये शिकत असत. समीर जैन यांनी त्यांच्या समूहातील पत्रकारांचे प्रशिक्षण आणि उजळणी वर्गांसाठी विशेष सुविधा निर्माण करण्याचा प्रस्ताव मांडला. त्यानुसार टाइम्स रिसर्च फाउंडेशन अंतर्गत त्यांनी पत्रकारांसाठी प्रशिक्षण संस्था सुरू केली. त्या वेळची वृत्तपत्र व्यवसायाची स्थिती पाहता हे निश्चितच एक प्रागतिक पाऊल होते.

तेव्हा वृत्तपत्रे पत्रकारांना चांगला पगारही देत नसत. तशी त्यांची ख्याती नव्हती. त्यामुळे व्यवस्थापनासारख्या क्षेत्रातून गुणवान उमेदवार मिळविण्यास माध्यम संस्थांना अडचणी येत. त्यामुळे मनुष्यबळ व्यवस्थापनाच्या नव्या पद्धती समीर यांनी सुचवल्या. पदोन्नती वेगाने आणि निश्चित कालावधीने व्हावी, त्यानुसार वेतनमानात सुधारणा व्हावी, त्याची योग्य रचना असावी, असा आग्रह समीर यांनी धरला. गुणवत्ता आकर्षित करण्यासाठी या गोष्टी करायलाच हव्यात, असे त्यांचे मत होते. त्याबरोबरच कामगिरीवर आधारित भत्ते आणि प्रोत्साहनपर इतर गोष्टींची त्यांनी मांडणी केली. या गोष्टी त्यावेळी वृत्तपत्र व्यवसायात अस्तित्वात नव्हत्या.

आपल्या वृत्तपत्रांचा भविष्यात विस्तार आणि विकास होणार हे गृहित धरून त्याचे व्यवस्थापन करण्यासाठी गुणवंत, प्रतिभावंत माणसे लागतील हे समीर यांनी ओळखले. त्यांना अनेक पातळ्यांवरची माणसे हवी होती. प्रत्येक शहराची आवृत्ती सांभाळणारे निवासी संपादकही त्यांना हवे होते. भारतात आणि भारताबाहेरूनही आपल्याला तरुण, उमदे पदवीधर हवे आहेत, असे समीर यांनी ठरवले. त्यासाठी त्यांनी संपादकीय आणि व्यवस्थापन विभागांमध्ये भरतीसाठी आक्रमक प्रयत्न केले.

संपादकीय विभागात नव्या दमाचे तरुण आले पाहिजेत, ही गरज अशोक जैन यांनी आधीच ओळखली होती. परंतु, भारतात अशा प्रकारच्या गुणवत्तेची वानवा असल्याचे त्यांना काही संपादकांनी सांगितले आणि त्यांची योजना सुरू होण्याआधीच बारगळली. समीर जैन यांनी व्यवसायाची सूत्रे हाती घेतल्यानंतर समूहातील तेव्हाच्या पत्रकारांशी त्यांचा संघर्ष झडला. त्यामुळे नव्या भरतीची गरज त्यांना प्रकर्षाने जाणवली.

समीर यांनी १९८५ मध्येच अशोक जैन यांच्यापुढे हा विषय मांडला. टाइम्स समूहाच्या भविष्याच्या दृष्टीने सहायक संपादक पदांवर नवी व तरुण पत्रकार भरती करण्याची योजना त्यांनी व गौतम अधिकारी यांनी तयार केली. अशोक जैन यांच्याशी सल्लामसलतीने त्या वेळी देशातील विविध वृत्तपत्रांमध्ये काम करणाऱ्या तीस जणांची यादीही त्यांनी निश्चित केली. त्याला हिरवा कंदिल मिळाल्यानंतर १९८६ च्या प्रारंभीच त्यांनी आक्रमकपणे भरतीची प्रक्रिया सुरू केली. पुढच्या दोन वर्षांमध्ये या यादीतील बहुतांश नावे टाइम्स समूहात दाखल झाली होती.

टी. एन. निनान, जुग सुरैया, चंदन मित्रा, स्वपन दासगुप्ता, अरविंद दास, सुबिर रॉय, प्रफुल्ल बिडवाई, बाची करकारिया, अजयकुमार अशा नावांचा त्यात समावेश होता. बेनेट, कोलमन आणि कंपनीत पुढच्या पाच वर्षांमध्ये परिवर्तन घडवण्यात या व्यक्तींनी महत्त्वाची भूमिका बजावली.

संपादकीय विभागात नव्याने भरती केलेल्यांमध्ये एक महत्त्वाचे नाव दिलीप पाडगावकर यांचे होते. सप्टेंबर १९८६ मध्ये ते *टाइम्स ऑफ इंडिया* चे सहयोगी संपादक झाले. परंतु, पाडगावकर यांचे टाइम्सशी संबंध १९६८ पासूनच होते. पाडगावकर त्या वेळी चोवीस वर्षांचे असताना त्यांनी *टाइम्स* कडे एक लेख पाठवला होता. श्यामलाल त्या वेळी संपादक होते. त्यांना हा लेख अतिशय आवडला. त्यांनी पाडगावकरांना नोकरी देऊ केली आणि त्यांनी ती स्वीकारली.

पाडगावकर यांनी *टाइम्स* चे पॅरिस येथील विशेष प्रतिनिधी म्हणून पाच वर्षे काम केले. नंतर त्यांना सहायक संपादक करण्यात आले. मात्र, १९७८ मध्ये पाडगावकर *टाइम्स* सोडून संयुक्त राष्ट्रसंघटनेच्या शैक्षणिक, सामाजिक आणि सांस्कृतिक संघटनेत (युनेस्को) दाखल झाले. पाडगावकर यांनी १९८६ मध्ये युनेस्को सोडले, त्याच सुमारास गौतम अधिकारी यांच्याशी त्यांची पॅरिसमध्ये भेट झाली.

अशोक जैन त्या वेळी *टाइम्स ऑफ इंडिया* ची न्यूयॉर्क येथून आंतरराष्ट्रीय आवृत्ती सुरू करण्याच्या खटपटीत होते. त्यांनी मे १९८६ मध्ये गौतम अधिकारी आणि रमेशचंद्र जैन (टाइम्सच्या दूरचित्रवाणी विभागाचे तत्कालीन मुख्य कार्यकारी

अधिकारी) यांना त्या कामासाठी न्यूयॉर्कला जाण्यास सांगितले. वाटेत ते पॅरिसला थांबणार होते. तेथे दिलीप पाडगावकर यांची भेट घेण्याची सूचना त्यांना होती. त्याप्रमाणे ही भेट झाली. दोघांनी पाडगावकरांना *टाइम्स* समूहात येण्याची विनंती केली आणि त्यांनी ती मान्य केली.

गौतम अधिकारी याबाबत म्हणाले, 'आमचे सूर पहिल्यापासूनच जुळले. दिलीप हे उच्च दर्जाचे आणि बुद्धिमान संपादक होते. अनेक देशांमध्ये ते हिंडले होते. एम. एफ. हुसेन यांच्या चित्रांचा त्यांच्याकडील संग्रह विलक्षण होता.' (गौतम अधिकारी हे त्या दिवसांमध्ये समीर जैन यांचे उजवे हात मानले जात. त्यांचे कार्यालय समीर यांच्या शेजारीच होते. समीर यांनी गिरीलाल जैन यांना गौतम अधिकारी आणि दिलीप पाडगावकर यांच्या घेऱ्यात अडकवले. अरुण शौरी यांनाही काही काळ कार्यकारी संपादकपदी नेमण्यात आले. परंतु, त्यांची कारकीर्द अल्पजीवी ठरली. गिरीलाल जैन यांनी तो प्रयत्न हाणून पाडला. तेव्हा शौरी यांच्या जागी गौतम अधिकारी यांच्या नियुक्तीची शक्यताही वर्तवण्यात येत होती, असे टाइम्सच्या एका माजी सहायक संपादकाने सांगितले.)

दिलीप पाडगावकर यांचा वैचारिक कल डाव्या विचारसरणीकडे होता; परंतु ते राजकारणापासून दूर होते. समीर यांनी त्यांना सहयोगी संपादकपदी आणले. दोन वर्षांनंतर पाडगावकर यांना कार्यकारी संपादक करण्यात आले. गिरीलाल जैन संपादक असतानाच या हालचाली झाल्या. त्यातून टाइम्स ऑफ इंडियात नवे पर्व सुरू झाले.

दिलीप पाडगावकर यांची मी भेट घेतली, तेव्हा ते म्हणाले, 'समीर जैन यांच्या विचारांमुळे पारंपरिक पत्रकार भडकले होते. परंतु, त्यांना आपला प्रभाव वाढवण्यात रस नव्हता, तर वृत्तपत्र मोठ्या समूहापर्यंत पोचावे, असे त्यांना वाटत होते.'[२२] 'तुमचे बाजारपेठेत अस्तित्व नसेल, तर तुमचा लोकांच्या मनावरही प्रभाव नसतो आणि नफा कमावण्याची शक्तीही तुमच्याकडे नसते, असे समीर यांचे म्हणणे होते,' असे पाडगावकरांनी सांगितले. हे सूत्र आणखी स्पष्ट करताना ते म्हणाले, 'जे समीर यांच्या या विधानाचा प्रतिवाद करत होते, ते सभोवताली काय चालले होते– विशेषत: अमेरिकेत काय घडत होते, ते पहायला तयार नव्हते. समीर जैन हे *न्यूयॉर्क टाइम्स*चे शुल्झबर्गर यांच्या जवळचे असल्याचा आरोप काही जण करतात. त्यांची जवळीक होती. समीर शुल्झबर्गर पितापुत्रांना– दोघांनाही भेटले होते. त्यांच्याकडून काही गोष्टी समीर यांनी स्वीकारल्याही असतील. पण ते अंधानुकरण करणाऱ्यांतले नव्हते. समीर यांच्या शब्दकोशात मनावरील प्रभाव (माइंड शेअर) आणि नफाक्षमता

(प्रॉफिटेबिलिटी) या शब्दांना महत्त्व होते. *न्यूयॉर्क टाइम्स*चे मॉडेल त्यांच्यासाठी नव्हते, तर ते त्यांच्या संपादक आणि पत्रकारांसाठी होते.'

'माध्यम संस्थेतल्या संपादकीय आणि व्यवस्थापकीय विभागांमध्ये समन्वय नसेल, तर ती संस्था प्रगती करू शकणार नाही, असे समीर यांचे मत होते', असेही पाडगावकरांनी सांगितले. ते म्हणाले, 'त्यामुळेच त्यांनी टाइम्स समूहाचे लक्ष उच्च पदावर बसलेल्या व्यक्तींकडून विपणन विभागाकडे वळवले. दुसऱ्या शब्दांत सांगायचे तर बेनेट, कोलमन आणि कंपनीची वाटचाल संपादकीय नेतृत्वाखाली करण्याऐवजी त्यांनी विपणन आणि जाहिरात विभागाकडे तिचे नेतृत्व सोपवले.'

अशा नव्या योजनेच्या अंमलबजावणीसाठी कंपनीत अनेक पातळ्यांवर नवे व्यवस्थापक आणण्यात आले. संपादकीय विभागापेक्षाही व्यवस्थापन विभागात घडलेले बदल जास्त मूलभूत आणि दूरगामी परिणाम करणारे होते. त्यासाठी समीर जैन यांनी प्रकाशन व्यवसायाबाहेरीलही तज्ज्ञ समूहात आणले. कंपनीमध्ये त्यांना उद्योजकीय संस्कृती (कॉर्पोरेट कल्चर) रुजवायची होती. कंपनीच्या विपणन विभागावर आणि ब्रँड उभारणीवर त्यांना लक्ष केंद्रित करायचे होते. हे घडवून आणण्यासाठी ते योग्य व्यक्तींच्या शोधात होते.

नव्या अधिकाऱ्यांमध्ये इंडियन टोबॅको कंपनीचे (आयटीसी) माजी विपणन संचालक सतीश मेहता यांचाही समावेश होता. जानेवारी १९८७ मध्ये ते टाइम्स समूहात आले. ते आधी तंबाखू मंडळाचे (टोबॅको बोर्ड) अध्यक्ष होते आणि मंडळाला त्यांना मोठा नफा मिळवून दिला होता. आयटीसीतून बाहेर पडल्यानंतर त्यांनी १९८६ मध्ये स्वत:ची कंपनी सुरू करण्याचाही प्रयत्न केला. परंतु, तो यशस्वी होऊ शकला नाही.

सतीश मेहता सकाळच्या विमानाने कोलकात्याहून दिल्लीला चालले होते. त्यांच्या शेजारी एबीसी कन्सल्टंटचे बिश (बी.पी.) आगरवाल होते.[२३] आगरवाल यांनी मेहतांना त्यांच्या आगामी योजनांबद्दल विचारले. या गप्पांमधून मेहतांना योग्य उमेदवाराच्या शोधात असलेल्या दोन कंपन्यांची नावे समजली. बेनेट, कोलमन आणि कंपनी व शॉ वालेस यापैकी बेनेट, कोलमन कंपनीला आपली पसंती राहील, असे मेहतांनी सांगितले. आगरवाल यांच्या सूचनेनुसार मेहतांनी टाइम्स हाऊसमध्ये संपर्क साधला. त्यांची समीर जैन आणि नंतर अशोक जैन यांची भेट झाली. सतीश मेहतांना टाइम्स समूहातील विपणन संचालकाचे पद देऊ करण्यात आले. त्या वेळी 'समीर यांच्याबरोबर तुम्हाला काम करावे लागेल. ते अतिशय बाजारकेंद्री आहेत. सार्वजनिक ठिकाणी त्यांच्याशी विसंगत काही न बोलण्याची दक्षता घ्या', असा सल्ला अशोक जैन यांनी त्यांना दिला.

मेहता यांनी पुन्हा समीर यांची भेट घेतली, तेव्हा तुम्ही वृत्तपत्रं वाचता का, असा प्रश्न त्यांना विचारण्यात आला. मेहतांनी त्याचे नकारार्थी उत्तर दिले. समीर यांच्याशी संवादानंतर मेहता टाइम्स समूहात दाखल झाले. त्यासंबंधी आठवणींना उजाळा देताना सतीश मेहता म्हणाले, 'समीर यांच्या पहिल्या भेटीने मी खूप प्रभावित झालो. त्यांच्या वयाच्या इतर व्यावसायिकांपेक्षा ते अधिक शिकलेले होते. त्यांचा आत्मविश्वास बोलण्यातून व्यक्त होत होता. त्यांचा दृष्टिकोन अतिशय नवा आणि उत्साही वाटला. त्यांच्याकडे खूप चांगल्या कल्पना होत्या. नवनव्या कल्पना सुचण्याची एक अद्‌भुत शक्ती त्यांच्याकडे होती.'[२४]

टाइम्स समूहातील बदलांमध्ये महत्त्वाची भूमिका बजावणारी दुसरी व्यक्ती म्हणजे एन. पी. सिंह. ते साधारण वर्षानंतर कंपनीत दाखल झाले. हिंदुस्थान लीव्हर आणि टॉम्को या कंपन्यांमधील कामाचा त्यांना पंचवीस वर्षांचा अनुभव होता. गॉडफ्रे फिलिप्स कंपनीचे व्यवस्थापनही त्यांनी सांभाळले होते. टाइम्स समूहाचे तत्कालीन व्यवस्थापकीय संचालक राम तर्नेजा यांनी १९८८ मध्ये त्यांच्याशी संपर्क साधला आणि त्यांना कंपनीत येण्याची विनंती केली. त्यात त्यांनी रस दाखवला.

पुढच्या तीन महिन्यांत एन. पी. सिंह यांची समीर जैन यांच्याशी अनेकदा बोलणी झाली. दोनदा तर भोजनाच्या वेळी चर्चेचे निमंत्रण त्यांना मिळाले. अखेर एन. पी. सिंह टाइम्सच्या संचालक मंडळात दाखल झाले. बेनेट, कोलमन आणि कंपनीच्या जाहिरात विभागाचे ते पहिले प्रमुख ठरले. विजय जिंदाल ऐंशीच्या दशकातच *टाइम्स* मध्ये आले होते. ते *इकॉनॉमिक टाइम्स* चे ब्रॅंड व्यवस्थापक होते. नंतर *टाइम्स ऑफ इंडिया* च्या कॉर्पोरेट संचालकपदी त्यांची बढती करण्यात आली. या दोघांबरोबरच बेनेट, कोलमन आणि कंपनीच्या वरिष्ठ पातळीवरच्या व्यवस्थापनात प्रदीप गुहा, पी. आर. कृष्णमूर्ती, अरूण अरोरा, जी. कृष्णन, प्रीतीश नंदी यांचा समावेश होता. टाइम्स समूहातील स्थित्यंतराच्या महत्त्वाच्या काळात १९९४ पर्यंत हा व्यवस्थापकांचा संघ समीर जैन यांच्या पाठीशी उभा होता.

टाइम्समधील बदलांसंबंधी प्रस्ताव तयार करण्यात समीर जैन, गौतम अधिकारी आणि प्रीतीश नंदी या त्रिकुटाचा सहभाग होता. समीर यांच्यावर ते पत्रकारविरोधी असल्याची सातत्याने टीका झाली. परंतु, टाइम्समध्ये परिवर्तन घडत असताना या सर्व काळात एक पत्रकार सतत त्यांच्याबरोबर होता आणि त्याच्याशी चर्चेतून बदलांची योजना पुढे जात होती.

गौतम अधिकारी हे समीर यांच्याप्रमाणेच कोलकात्यात वाढले. सेंट झेवियर

या एकाच शाळेत त्यांचे शिक्षण झाले. मात्र, ते एकाच वेळी शाळेत नव्हते. गौतम यांचे वडील बँकेत अधिकारी होते. अशोक जैन यांच्याशी त्यांचा परिचय होता. कोलकात्यातच जैन हाऊसमध्ये आयोजित एका मेजवानीच्या वेळी गौतम अधिकारी यांची समीर यांच्याशी पहिल्यांदा भेट झाली. त्या वेळी समीर यांचे महाविद्यालयीन शिक्षण नुकतेच पूर्ण झाले होते. मात्र, दोघांचे फारसे बोलणे झाले नाही. त्यानंतर जवळपास पंधरा वर्षांनी त्यांची पुन्हा भेट झाली.

दरम्यानच्या काळात गौतम अधिकारी यांनी भारतीय स्टेट बँकेतून आपल्या कारकिर्दीची सुरुवात केली. नंतर ते पत्रकारितेकडे वळाले. कोलकात्यात *इकॉनॉमिक टाइम्स*पासून त्याची सुरुवात झाली. *द हिंदू*, *टेलिग्राफ* अशा वृत्तपत्रांमध्येही त्यांनी काम केले. *इकॉनॉमिक टाइम्स*च्या मुंबई आवृत्तीत ते १९८२ मध्ये दाखल झाले. त्यानंतर *टाइम्स ऑफ इंडिया*च्या मुंबई आवृत्तीत ते सहायक संपादक झाले. या ठिकाणीच तीन वर्षांनी गौतम यांची समीर जैन यांच्याशी जिन्यात भेट झाली. समीर यांनी गौतम यांना त्यांचे काही लेख आवडल्याचे सांगितले. त्यावर त्यांनी काही टिपणही पाठवल्याचे समीर यांनी सांगितले. त्यापेक्षा वेगळे काही बोलणे झाले नाही. परंतु, दोन-चार महिन्यांनी गौतम अधिकारी यांना बलजित कपूर यांचा दूरध्वनी आला. त्या वेळचे 'जेएमडी' म्हणजे समीर जैन त्यांची दिल्लीत बदली करू इच्छितात, असे त्यांना सांगण्यात आले. 'समीर यांना तुमच्याशी खूप बोलण्याची इच्छा असावी', असे कपूर विनोदाने म्हणाले.

मात्र, आठवड्याभरानेच अधिकारी यांची *टाइम्स*च्या अहमदाबाद आवृत्तीत निवासी संपादक म्हणून बदली करण्यात येत असल्याचे गिरीलाल जैन यांच्या स्वाक्षरीचे पत्र त्यांना मिळाले. समीर यांना आपल्या सहायक संपादकामध्ये रस असल्याची कुणकुण गिरीलाल यांना लागली असावी. त्यांनी तातडीने हालचाल करून अधिकारी यांची बदली केली. परंतु, अधिकारी अहमदाबादला जाण्यास फारसे उत्सुक नव्हते. काय घडते आहे, याची त्यांना कल्पना नव्हती. परंतु, काही दिवसांनी त्यांना थेट दिल्लीहून दूरध्वनी आला. या वेळी स्वत: समीर जैन त्यांच्याशी बोलत होते. ते संतापलेले दिसत होते. गौतम अधिकारी यांची अहमदाबादला बदली करण्याचा निर्णय त्यांच्या अनुपस्थितीत घेण्यात आला होता.

अखेर गिरीलाल जैन यांनी स्वत:च गौतम अधिकारींना दिल्लीतील त्यांच्या कार्यालयात बोलावून घेतले. समीर जैन यांच्या संपादकीय सल्लागारपदी बढती करण्यात आल्याचे त्यांना सांगण्यात आले. तेव्हा कुठे हे प्रकरण मिटले. अधिकारी तातडीने दिल्ली कार्यालयात रूजू झाले. दिल्लीत आल्यानंतर दुसऱ्या दिवशीच समीर

जैन यांनी त्यांना घरी जेवायला बोलावले आणि आपल्या कुटुंबीयांशी त्यांची ओळख करून दिली.

टाइम्स समूहासाठी उपयुक्त प्रतिभावंतांचा शोध फक्त वरिष्ठ पातळीपुरता मर्यादित नव्हता. टाइम्स रिसर्च फाउंडेशनचे व्यवस्थापन पाहणाऱ्या विजय जिंदाल आणि विद्युत सरकार यांनी त्यासाठी देशभर प्रवास केला. पत्रकारिता हा करियरचा उत्तम मार्ग आहे, असे सांगत ते छोट्या शहरांमध्येही फिरले. विशेषत: व्यवस्थापनाच्या विद्यार्थ्यांवर त्यांचे लक्ष होते.

टाइम्स समूहात दाखल होण्यासाठी त्यांच्या विनवण्या करण्यात येत होत्या. अशा प्रयत्नांकडे साशंकतेने पाहिले गेले. जुन्याजाणत्यांनी त्यांना हिणवण्याचाही प्रयत्न केला. ग्राहकोपयोगी उत्पादनांच्या विक्रीतील लोक आता वृत्तपत्रे चालवणार का अशा संशयाच्या नजरेतूनही त्याकडे पाहण्यात आले. एका संपादकाने तर दुकानांमध्ये कपड्यांचे प्रदर्शन करण्यासाठी ठेवलेल्या पुतळ्यांशी त्याची तुलना केली आणि 'समीर यांचे प्रदर्शनीय पुतळे' अशी त्यांची संभावनाही केली.

टाइम्स समूहात स्थित्यंतर घडवून आणण्याचा समीर यांचा दृढनिश्चय झाला होता. परंतु, ऐंशीच्या दशकात त्याकडे कोणी गांभीर्याने पाहत नव्हते, हेच खरे. परंतु, बदल इतक्या मोठ्या प्रमाणावर घडत होते आणि त्याचा झपाटा इतका विलक्षण होता की, पुढच्या दशकात कंपनीचे चित्रच पालटणार होते.

नव्वदीच्या दशकातही एकदा समीर जैन आणि टाइम्सच्या संपादकांमध्ये वितुष्ट निर्माण झाले. या वेळी समीर यांनी स्वत: निवड केलेल्यांपैकीच काही संपादक त्यांच्याविरोधात उभे राहिले होते. परंतु, या वेळी टाइम्स समूहात मोठे बदल सुरू होते आणि देशात सर्वत्र टाइम्स समूहाचा वेगाने विस्तार होत होता. त्यामध्ये काही संपादकांची नाराजी ही किरकोळ बाब ठरली.

खुशवंतसिंग यांनी एका लेखात असा प्रश्न विचारला आहे की, '*टाइम्स ऑफ इंडिया*चे (सध्याचे) संपादक कोण आहेत, हे तुम्हाला माहिती आहे का? ठीक आहे... तुम्हाला हे माहिती नसेल, तर दीडशे वर्षे पूर्ण झालेल्या आणि वास्तवाहून भव्यदिव्य प्रतिमा रेखाटण्यात आलेल्या संपादकाचे काय झाले, हे तुमच्या लक्षात येईल!'[२५]

दिलीप पाडगावकर यांच्या आगमनाने *टाइम्स ऑफ इंडियातील* संपादकीय बदलांचे संकेत मिळाले. गिरीलाल जैन संपादक असतानाच पाडगावकरांना कार्यकारी संपादक नेमण्यात आले. त्या मागील इशारा स्पष्ट होता. मात्र, त्यांची दृष्टी केवळ भारतातील तत्कालीन राजकारण किंवा सामाजिक स्थित्यंतरावर खिळलेली नव्हती. उलट संस्थेला उपयोगी ठरू शकतील, अशा विपणनाच्या काही चांगल्या कल्पना त्यांच्याकडे होत्या. ते लक्षात घेऊन समीर जैन तर असेही म्हणाले की, पाडगावकर हे *टाइम्स* च्या विपणन विभागाचे एक महान संचालक होऊ शकतील.

परंतु, काळ गेला, तशी ही समीकरणे बदलली. पाडगावकर १९९४च्या सुरुवातीला रजेवर असताना *टाइम्स ऑफ इंडिया* च्या प्रिंटलाइनमध्ये संपादकाच्या ठिकाणी त्यांच्याऐवजी (कै.) दिलीप मुखर्जी यांचे नाव छापण्यात आले. मुखर्जी त्या वेळी संपादकीय पानाचे संपादक होते. विजय जिंदाल यांना प्रभारी संपादक करण्यात आले.

मार्च १९९४ मध्ये पाडगावकरांनी *टाइम्स ऑफ इंडिया* चा राजीनामा दिला. त्यासाठी त्यांनी काही कारणे दिली होती. संपादकीय गुणवत्ता आकर्षित करण्याची आणि टिकवून ठेवण्याची क्षमता आता समूहाकडे राहिलेली नाही, असा दावा त्यात करण्यात आला होता. तसेच, 'बाजारपेठ आणि ग्राहक यांच्या पलीकडे जाणाऱ्या मूल्यांशी वृत्तपत्राची घट्ट बांधिलकी असली पाहिजे', असे मतही त्यांनी नोंदवले होते. [२६]

संडे नियतकालिकाच्या त्या महिन्यातील एका अंकात पाडगावकरांची मुलाखतही प्रसिद्ध झाली होती. त्यात ते म्हणतात, '...विपणनाच्या नेतृत्वाखालील संपादकीय विभागापेक्षा संपादकीय विभागाच्या नेतृत्वाखालील विपणन अधिक तार्किक आहे.' आपली पत्रकारिता ही विशिष्ट मूल्यांवर आणि वैचारिक तत्त्वांवर आधारलेली होती आणि *टाइम्स ऑफ इंडियाला* अपेक्षित पत्रकारितेशी जुळवून घेणे त्यांना दिवसेंदिवस अवघड बनत चालले होते, असे प्रतिपादनही त्यांनी केले. [२७]

त्या काळात नेमके काय घडले, या विषयावर मी छेडले असता, पाडगावकर म्हणाले, '१९९४ मध्ये असे घडले की, व्यावसायिक बाजू आणि संपादकीय बाजू यांची देवाणघेवाण सुरू होते, त्या क्षणी संपादकाची अधिसत्ता व महत्त्व कमी होते. ...माध्यमसमूह बळकट झाला पाहिजे, हे तत्त्वज्ञान मला मान्य होते. तुम्ही बाजारपेठेत यशस्वी होऊ शकत नसाल, तर कशालाही अर्थ नसतो. असे असले

तरी बाजारपेठ, सरकार आणि नोकरशाहीच्या दबावाखाली वृत्तपत्र नामशेष होता कामा नये, अशी माझी भूमिका होती. त्यावरून माझे व्यवस्थापनाशी मतभेद झाले. मालकांना कोणती बाजारपेठ हवी आहे, हे त्यांनी ठरवावे. आमचे मतभेद वाढत गेले, तसा मी राजीनाम्याचा निर्णय घेतला.'

दिलीप पाडगावकर १९९८ मध्ये पुन्हा टाइम्स समूहात परत आले. मात्र, या वेळी कॉर्पोरेट संचालक या नव्या भूमिकेत ते होते. त्याविषयी ते म्हणाले, 'जिथे विपणन सर्वोच्च स्थानी आहे, अशा नव्या व्यवस्थेतही आपण यशस्वी होऊन दाखवू अशा निर्धाराने मी पुन्हा *टाइम्स*मध्ये आलो. हा जर उद्योजकतेचा खेळ आहे, तर असू देत. काय होते ते बघू तरी, असे मी मलाच सांगितले. मी भूमिका बदलली कारण *टाइम्स* हे आता मालकाचे–प्रकाशकाचे वृत्तपत्र झाले आहे, हे मी मान्य केले. ते आता संपादकांचे वृत्तपत्र नाही. मला त्यात काही चुकीचे वाटत नाही.'२८

पाडगावकर *टाइम्स ऑफ इंडिया*साठी अजूनही लेखन करतात.

भारनियमन

टाइम्स समूहातील प्रमुख वृत्तपत्रांचे ब्रँड प्रस्थापित करत असताना समीर जैन यांना काही कठोर निर्णय घेणे आवश्यक होते. हे निर्णय बेनेट, कोलमन आणि कंपनीतील काही प्रकाशनांशी संबंधित होते. या निर्णयामुळे टाइम्स समूहाला विशिष्ट गोष्टींवर लक्ष केंद्रित करता आले, व्यवस्थापनाचा अनाठायी वेळ वाचला आणि कंपनीच्या व्यवसायाचा सर्वसाधारण पाया उंचावला. सर्वांत महत्त्वाचे म्हणजे समीर जैन यांच्या लेखी फक्त व्यवसाय महत्त्वाचा आहे, हा संदेश सर्वदूर गेला.

ऐंशीच्या दशकात 'कोअर कॉम्पिटन्स' किंवा गाभ्याच्या क्षमता हा पारिभाषिक शब्द फारसा प्रचलित नव्हता. भारतात तरी तसे चित्र नव्हते. परंतु, इतर काही ठिकाणी त्याची चाचपणी केली जात होती. उदाहरणार्थ, जॅक वेल्श यांनी जनरल इलेक्ट्रिक (जीई) या बहुराष्ट्रीय कंपनीत ते आजमावून पाहिले होते. कोणताही व्यवसाय त्याने निवडलेल्या क्षेत्रात पहिल्या किंवा दुसऱ्या क्रमांकावरच असला पाहिजे, नाही तर ते बंद केले पाहिजेत, असे वेल्श यांचे गाजलेले विधान आहे. त्यानुसार जनरल इलेक्ट्रिक समूहाने ऐंशीच्या दशकात अनेक मागे पडलेल्या कंपन्या विकायला काढल्या. त्यामुळे या वर्षांना 'न्युट्रॉन जॅक इयर्स' असेही म्हटले जाते.२९

जगातील उद्योगविश्वात घडत असलेल्या या घटनांबद्दल समीर जैन कितपत

सजग होते, हे सांगता येत नाही. परंतु, टाइम्स समूहातील विशिष्ट प्रकाशने किंवा उत्पादनांची ब्रँड म्हणून जोपासना करायची असेल, तर त्यांच्यावरच लक्ष केंद्रित केले पाहिजे, त्यांच्यासाठी अधिकाधिक वेळ काढला पाहिजे आणि साधनसामग्रीचा पुरवठाही त्यांना प्राधान्याने केला पाहिजे, असा निश्चय त्यांनी केला होता. त्यामुळे कंपनीतील तोट्यात चाललेल्या प्रकाशनांना अलविदा करण्याचा निर्णय त्यांनी १९८६ मध्ये घेतला. या प्रकाशनांचा पूर्वेतिहास कितीही गौरवशाली असला, तरी त्यांना पुन्हा संजीवनी देण्याचे प्रयत्न व्यर्थ आहेत, याची समीर यांना जाणीव झाली आणि ती बंद करण्याचे त्यांनी ठरवले. हा अतिशय कठीण निर्णय होता. त्यातील अनेक प्रकाशनांमुळे जैन कुटुंबाचे सामाजिक स्थान उंचावले होते. समीर यांच्या आजी रमा यांनी सुरू केलेल्या काही प्रकाशनांचाही त्यात समावेश होता. जैन कुटुंब आणि इतर सहकाऱ्यांची भावनिक नाळ या प्रकाशनांशी जोडली गेली होती.

बेनेट, कोलमन आणि कंपनीच्या प्रतिसाद विभागाचे माजी सरव्यवस्थापक रजनीश रिखी यासंबंधी म्हणाले, 'सर्वसाधारण विषयांच्या नियतकालिकांना भवितव्य नाही, हे समीर जैन यांनी ओळखले होते. नियतकालिकांनीही आता स्वत:चा खास वाचकवर्ग ओळखून आणि जाहिरातदारांचा प्रतिसाद पाहून वाटचाल करणे आवश्यक झाले होते. त्यामुळे विशिष्ट विषयाला वाहिलेली 'निश' नियतकालिके यापुढे तग धरू शकतील, असे त्यांना वाटत होते. कंपनीच्या एकूण जाहिरातींच्या महसुलात नियतकालिकांचा वाटा फक्त १० टक्के होता. धर्मयुगसारखे नियतकालिक मोठ्या संख्येने विकले जात होते, तरी त्याचा आर्थिक पाया डळमळीत होता. त्यामुळे या नियतकालिकांमध्ये पैसा, वेळ आणि शक्ती खर्च करणे फोल आहे, या निष्कर्षावर समीर जैन आले.'[३०]

तोट्यातील प्रकाशने बंद करण्यामागील दुसरे कारण मुख्य उद्दिष्टांवरून लक्ष विचलित होऊ न देणे हे होते. टाइम्स समूहाला विशिष्ट ब्रँड उभे करायचे होते आणि त्याचे निश्चित ब्रँडमूल्य जाहिरातदारांच्या मनावर ठसवायचे होते. त्यावर लक्ष केंद्रित करण्याबरोबरच वेळ आणि साधनसामग्रीचीही गरज होती. अनेक छोट्यामोठ्या प्रकाशनांवर लक्ष विखुरल्याने कंपनीला वैशिष्ट्यपूर्ण, प्रभावी आणि नफा मिळवून देणारे ब्रँड विकसित करता येणार नाहीत, याची स्पष्ट जाणीव समीर यांना झाली. कंपनीचे आणखी एक माजी संचालक त्याविषयी म्हणाले, 'तोट्यात चालणाऱ्या प्रकाशनांकडे लक्ष देण्यासाठी समूहाकडे पुरेसे चांगले मनुष्यबळ नाही, असे समीर यांना वाटले. केवळ इंग्रजी दैनिकांवरच लक्ष केंद्रित करता येईल, इतके प्रतिभावान मनुष्यबळ आपल्याकडे असल्याची त्यांची भावना झाली.'

समीर जैन आणि या नियतकालिकांच्या संपादकांमध्ये एक प्रकारचा दुरावाही निर्माण झाला होता. त्याबद्दल दिलीप पाडगावकर म्हणाले, 'अनेक संपादक जुन्या पठडीतले होते. लोकांना चांगले साहित्य वाचायला मिळावे, त्यांच्या विचारांना व्यासपीठ मिळावे एवढाच त्यांचा दृष्टिकोन होता. नियतकालिकातून काही परतावा मिळाला पाहिजे, असे त्यांना कधी वाटले नाही. जी प्रकाशने कंपनीचा कोणताही आर्थिक फायदा करत नाहीत, त्यांच्यावर मी पन्नास टक्के वेळ का खर्च करायचा, असा समीर यांचा प्रश्न होता.'

'त्यांना स्वत:चे अस्तित्व टिकवता येत नसेल, तर त्यांना जाऊ देणेच बरे', असे उद्गार समीर जैन यांनी या नियतकालिकांबद्दल काढल्याचे म्हटले जाते. *टाइम्स ऑफ इंडिया* आणि *इकॉनॉमिक टाइम्स* ही दोन प्रकाशने स्वत:च्या बळावर टिकण्याची समीर यांना खात्री होती. त्यांनी या प्रकाशनांमध्ये गुंतवणूक केली. *नवभारत टाइम्स* कडे पाहण्याचा त्यांचा दृष्टिकोन काहीसा उदार होता. बलजित कपूर म्हणाले, 'समीर त्यांच्या वडिलांप्रमाणे काटकसरी स्वभावाचे नव्हते. या दोन-तीन प्रकाशनांना पुढे नेण्यासाठी पैसे खर्च करण्याची त्यांची तयारी होती. मात्र, जी प्रकाशने चालू शकणार नाहीत, असे त्यांना वाटत होते, तिथे गुंतवणूक न करण्याबद्दल ते ठाम होते.'

आपल्या कुटुंबाशी भावनिक जवळीक असलेली नियतकालिके बंद करण्याच्या निर्णयामागे समीर जैन यांचे इतरही काही उद्देश होते. त्यांना संपूर्ण टाइम्स समूहाला त्यातून ठोस संदेश द्यायचा होता. कंपनीच्या आग्रा येथील बैठकीत अनेक जुनेनवे व्यवस्थापक उपस्थित होते. या बैठकीतच समीर यांनी काही नियतकालिके बंद करण्याचा निर्णय जाहीर केला.

या घोषणेमुळे अनेकांना धक्का बसला. नियतकालिके बंद केल्याने त्यातील कर्मचाऱ्यांचा प्रश्न निर्माण होणार होता. त्यातून समूहाविरुद्ध निदर्शने होणार होती, निषेधाच्या घोषणाही घुमणार होत्या. प्रकाशन क्षेत्रातही त्याची प्रतिक्रिया उमटणार होती. परंतु, समीर निश्चयापासून ढळले नाहीत. समीर यांनी समूहातील बहुतांश डळमळीत प्रकाशने १९९३ पर्यंत बंद केली.

विजय जिंदाल म्हणाले, 'आपला व्यवसाय कसा वाढला पाहिजे, याबद्दल समीर यांच्या कल्पना स्पष्ट होत्या. खूप मोठा विस्तार आणि विविध क्षेत्रांमध्ये गुंतवणुकीला त्यांचा विरोध होता. त्यांना खूप जास्त ब्रँड्स नको होते. *टाइम्स ऑफ इंडिया* आणि *इकॉनॉमिक टाइम्स* नफा कमवत आहेत आणि इतर प्रकाशने तोट्यात आहेत, हे त्यांच्या लक्षात आले. त्यामुळे तोट्यातील प्रकाशने बंद करण्याचा निर्णय

त्यांनी घेतला. एक्स्प्रेस समूह त्यावेळी देशभरात विस्ताराची पावले उचलत होता, त्याच्या अगदी विरोधी पवित्रा समीर यांनी घेतला होता.'[३१]

मुंबई आणि दिल्ली या समृद्ध आणि प्रभावी बाजारपेठांमध्ये व्यवसाय वाढवण्याकडे समीर यांचे लक्ष होते. तिथून मिळणाऱ्या लाभावर ते खूश होते. जे वाचकांशी नाते जोडणारे आहे, जे नफा देणारे आहे त्यावर ते लक्ष ठेवून होते. विचारवंत आणि धोरण ठरवणाऱ्या वर्गाविषयी त्यांच्या मनात आदरभाव होता. त्यामुळे या क्षेत्रांमध्ये व्यवसाय वाढवण्याची त्यांची इच्छा होती. त्याप्रमाणेच त्यांनी पावले उचलली.

'बेनेट, कोलमन आणि कंपनीत समीर यांनी बदलांना प्रारंभ केला, त्यात तोट्यात चाललेली प्रकाशने गुंडाळण्याचा निर्णय हा सर्वांत महत्त्वाचा निर्णय होता', असे मत कंपनीचे माजी अंतर्गत लेखापरीक्षक व्ही. के. गंभीर यांनी व्यक्त केले.[३२]

गंभीर म्हणाले, 'या प्रकाशनांची विक्रीची किंमत वाढवणे हा पर्याय उपलब्ध नव्हता. त्यांना जायलाच हवे होते. त्यांचा तोटा कंपनी सहन करू शकली असती. परंतु, समीर जैन यांची नजर मुख्य उद्दिष्टांवर होती. दोन वर्षांच्या काळात त्यांनी एकामागोमाग एक तोट्यातील प्रकाशने बंद केली. नुकसानीत असणारी सर्व प्रकाशने बंद झाली. ही तशी कठोर आणि निर्दयी भूमिका होती. परंतु, बेनेट, कोलमन आणि कंपनी नफ्याच्या दिशेने चाललेली आहे, असे त्यामुळे सर्वांना स्पष्टपणे समजले. ही नियतकालिके काही वर्षांपासून नुकसानीतच होती. अशोक जैन यांनाही त्याची जाणीव होती. परंतु, त्यांच्याशी भावनिक बंध जोडलेले असल्याने ती चालू राहिली होती.'

'या निर्णयाचा कंपनीच्या आर्थिक ताळेबंदावर तसा फारसा परिणाम झाला नाही. कारण त्यांचे योगदान तसे मर्यादितच होते. परंतु, टाइम्स समूहाच्या संघटनेवर त्याचा मोठा परिणाम झाला', असे दिलीप पाडगावकर यांनी सांगितले. ते म्हणाले, 'हा अतिशय शक्तिशाली संदेश होता. त्याने समूहातील बदलांसाठी भक्कम पाया रचला आणि कर्मचाऱ्यांच्या मनामध्ये समूहातील परिवर्तनाच्या प्रक्रियेसंबंधी विश्वास निर्माण झाला. हे एकदा साध्य झाले की, कोणताही बदल– मग तो कितीही आव्हानात्मक असू दे, अमलात आणणे कठीण नसते.'

समीर जैन यांच्या व्यक्तिमत्वातील एका अनोख्या पैलूवर त्यामुळे प्रकाश पडला. समूहातील स्थित्यंतराच्या विविध टप्प्यांवर तो आणखी ठळक होत गेला. उत्पादनांच्या नफा कमावण्याच्या क्षमतेबाबत समीर अत्यंत संवेदनशील आहेत. नुकसानीतील उत्पादनांबद्दल त्यांच्या मनात थोडीही सहानुभूती नाही. ती बंद करताना ते भावनिक होत नाहीत आणि ते पक्के व्यावसायिक आहेत, असा संदेश सर्वांपर्यंत गेला. पाडगावकर म्हणाले, 'समीर जैन हे निर्णयांबाबत अतिशय कठोर

आहेत. एकदा निर्णय घेतला की, तो अमलात आलाच पाहिजे, याची ते पूर्ण खबरदारी घेतात. परंतु, निर्णयांचा फेरविचारही ते तितक्याच चटकन करू शकतात. एखादा निर्णय घेऊनही ठरवलेले उद्दिष्ट पूर्ण होत नाही, हे लक्षात आल्यास तो रद्द करायला ते मागेपुढे पहात नाहीत.'

प्रकाशने बंद करण्याच्या निर्णयावर चारी बाजूंनी टीका झाली. परंतु, व्यवसायात पूर्वेतिहास आणि त्याच्याशी निगडित भावनिक गुंतवणुकीला जागा नाही, असा संदेश व्यवस्थापनाने त्यातून दिला. टाइम्स समूहातील वितरण आणि विपणन विभागातील कर्मचाऱ्यांना त्यांच्या उद्दिष्टांची स्पष्ट जाणीव करून देण्यात आली. कर्मचारी कमी केल्यामुळे व कार्यालये बंद केल्याने ओढवलेला रोष, निदर्शने यामुळे प्रश्न उभे राहिले. परंतु, एकदा हा गदारोळ शांत झाल्यानंतर व्यवसायाची दिशा पक्की झाली.

फेमिना आणि *फिल्मफेअर* ही नियतकालिके मात्र बंदीच्या कुऱ्हाडीतून वाचली. त्याबाबतची हकीकतही रंजक आहे. समूहातील अनेक प्रकाशने १९९३ पर्यंत बंद करण्यात आली. ही नियतकालिकेही त्याच दिशेने जात होती. परंतु, त्याच सुमारास फेमिनाने प्रायोजित केलेल्या स्पर्धेतून पुढे आलेल्या दोन भारतीय तरुणींनी आंतरराष्ट्रीय सौंदर्य स्पर्धा जिंकल्या. सुश्मिता सेनने 'मिस युनिव्हर्स' किताब मिळाला, तर ऐश्वर्या रायने 'मिस वर्ल्ड'चा मुकुट माथ्यावर चढवला.

मनोरंजन विश्वातील या नियतकालिकांच्या प्रमुखांनी ही संधी साधली. आपल्या नियतकालिकांना जीवनदान मिळवण्याच्या त्यांच्या प्रयत्नांना यश आले. आपणही पैसा मिळवू शकतो, असे व्यवस्थापनाला पटवण्यासाठी त्यांना अवधी मिळाला. त्यामुळे तरुणतरुणींना फॅशन, चित्रपट आणि ग्लॅमरच्या दुनियेत प्रवेशासाठी मदत करणाऱ्या या नियतकालिकांना संजीवनी मिळाली.

'इलस्ट्रेटेड वीकली'ची दंतकथा

द वीकली, हे साप्ताहिक जानेवारी १८८० मध्ये सुरू झाले. आठवड्याभराच्या बातम्यांचे सार सांगणारे नियतकालिक असे त्याचे स्वरूप होते. १९२९ मध्ये त्याचे *द इलस्ट्रेटेड वीकली ऑफ इंडिया* असे नव्याने नामकरण करण्यात आले. स्वातंत्र्यानंतर एकोणिसशे साठ आणि सत्तरच्या दशकांत हे साप्ताहिक बहराला आले होते. खुशवंतसिंग हे विश्वविख्यात लेखक व संपादक १९६९ ते १९७८ या काळात साप्ताहिकाची धुरा सांभाळत होते. साप्ताहिकाचा हा सुवर्णकाळ होता. त्याच्या आयुष्यातील ही सर्वाधिक यशस्वी नऊ वर्षे होती.

खुशवंतसिंग माजी राजदूत होते. संयुक्त राष्ट्रसंघामध्ये त्यांनी काम केले होते. आपल्या बहारदार शैलीने त्यांनी साप्ताहिक लोकप्रिय केले होते. *इलस्ट्रेटेड वीकली*चा खप १९७७ मध्ये ३.३९ लाखांवर पोचला होता. ते भारतातले सर्वांत महत्त्वाचे इंग्रजी नियतकालिक मानले जात होते. परंतु, काहीशा वादग्रस्त परिस्थितीत खुशवंतसिंग नियतकालिकातून बाहेर पडले. त्यांच्यानंतर एम. व्ही. कामत संपादक झाले. के. सी. खन्ना यांनी त्यांच्यानंतर ही जबाबदारी सांभाळली. परंतु, हे दोघेही या साप्ताहिकाला पूर्वीचे वैभव मिळवून देऊ शकले नाहीत.

इलस्ट्रेटेड वीकली चा खप १९८९ मध्ये ८१ हजारांपर्यंत खाली आला होता. भारतातील माध्यम विश्वातील बदलांचा परिणाम त्यावर झाला होता. *इंडिया टुडे* या साप्ताहिकाचा उदय आणि *इलस्ट्रेटेड वीकली* च्या घसरणीचा काळ एकच होता. *वीकली* हे शैलीदार लेखांवर आधारित साप्ताहिक होते, तर *इंडिया टुडे* वार्ताभिमुख होते. बातम्यांची व त्यांच्या विश्लेषणाची आवड असलेल्या वाचकांना हे साप्ताहिक भावले. राजकीय घडामोडी जाणून घेण्याची त्यांची भूक *इंडिया टुडे* भागवत होते. त्याबरोबरच *वीकली* तंत्रज्ञानाच्या आघाडीवरही मागे होते. ते रोटोग्रॅव्ह्युअर यंत्रावर छापले जात होते. *इंडिया टुडे* तंत्रज्ञानात पुढे होते. त्याची छपाई सुबक आणि मांडणी आकर्षक होती.

इलस्ट्रेटेड वीकली नुकसानीत होते आणि समीर जैन यांच्या योजनेत ते बसत नव्हते. तरीही ते शेवटपर्यंत संघर्ष करत होते. समीर जैन यांनीही स्वत: त्यासाठी प्रयत्न केले होते.

टाइम्स समूहाने सर्व नियतकालिकांच्या व्यवस्थापनासाठी १९८२ मध्ये अतिशय बुद्धिमान आणि लढाऊ संपादक आणला. प्रीतीश नंदी हे उत्तम कवी आणि लेखक होते. वयाच्या पंचविशीतच त्यांना पद्मश्री किताब मिळाला होता. त्यांचे अनेक कवितासंग्रह प्रसिद्ध झाले होते. रायटर्स वर्कशॉपमध्ये त्यांचे गाजलेले *'ऑफ गॉड्स' आणि 'ऑलिव्हज्'* हे संग्रह प्रकाशित झाले होते.

प्रीतीश नंदी यांची मुंबई ते कोलकाता विमान प्रवासादरम्यान अशोक जैन यांच्याशी भेट झाली. ते होमी भाभा पाठ्यवृत्ती मिळविण्याच्या प्रयत्नात होते. नंदी यांच्या व्यक्तिमत्वाने अशोक जैन प्रभावित झाले आणि त्यांनी त्यांना नोकरी देऊ केली. नंदी बेनेट, कोलमन आणि कंपनीच्या प्रकाशन विभागाचे संचालक झाले. कंपनीचे व्यवस्थापकीय संचालक या विभागाचे प्रशासन सांभाळत, तर संचालकांवर सर्व प्रकारच्या प्रकाशनांची जबाबदारी होती.

नंदी हे त्या वेळच्या पत्रकार-संपादकांप्रमाणे शांत, धीरगंभीर, उदास मुद्रेचे नव्हते. नंदींच्याच म्हणण्याप्रमाणे त्यांचे व्यक्तिमत्व चमकदार, भडक आणि

उठावदार होते. ते आपल्या तोऱ्यात असत. त्यांची वेशभूषाही वेगळी होती. कंपनीच्या अम्बॅसिडर मोटारीने ये-जा करण्यापेक्षा स्वत:च्या जीपने कार्यालयात येणे ते पसंत करत. त्या काळातील आपल्या भूमिकेविषयी प्रीतीश नंदी रोखठोक बोलले. त्यांनी कोणतीही भीड बाळगली नाही.[३३]

ते म्हणाले, 'कंपनीत त्या वेळी मी सर्वांत जास्त महिना चार हजार रुपये पगार घेणारा व्यक्ती होतो. *टाइम्स ऑफ इंडियात* मी सर्वाधिक नावडता व्यक्तीही होतो. परंतु, नियतकालिकांच्या नावाखाली मुखपृष्ठावर माझे नाव झळकत असे. बेनेट, कोलमन आणि कंपनीतील नियतकालिकांचा त्यावेळी वर्षाचा एकत्रित तोटा दोन ते अडीच कोटी रुपये इतका होता. *फेमिनाच्या* माजी संपादक विमला पाटील त्यावेळी नियतकालिकांचा कारभार सांभाळत होत्या.'

'नियतकालिकांचा कारभार त्या काळाशी किंवा परिस्थितीशी सुसंगत चालण्यापेक्षा भलत्याच उफराट्या पद्धतीने सुरू होता. स्वत:चे अस्तित्व टिकवण्याची त्यांची ऊर्मीच नष्ट झाली होती. त्यांना वाचवण्याचे तातडीने प्रयत्न केले नाहीत, तर ते निश्चितच लयाला जाणार होते. विशेषत: *फेमिना* ची स्थिती अत्यंत बिकट होती. त्यावेळी इतर नियतकालिके चांगली चालली होती. परंतु, टाइम्स समूहातील नियतकालिके मात्र कालबाह्य झाली होती', असे सांगून नंदी म्हणाले, '*टाइम्स* समूहातील विविध विभाग म्हणजे वैयक्तिक जहागिऱ्या झाल्या होत्या. कोणाचा कोणाला मेळ नव्हता. संवादच नव्हता. १९८३ मध्ये आम्हाला कामगारांच्या प्रश्नांनीही सतावले. आम्ही त्या वेळी *इलस्ट्रेटेड वीकलीच्या* आठवड्याला १३ हजार प्रती विकत होतो. परंतु, हा आकडा फुगवून २५ हजारांपर्यंत सांगण्यात येत होता.'

ही परिस्थिती बदलण्यासाठी कोणते प्रयत्न झाले हे सांगताना नंदी म्हणाले, '*वीकली* चे संपूर्ण रंगरूप पालटण्याची कल्पना मी अशोक जैन यांना सांगितली. मला त्यांची अधिकृत मान्यता हवी होती. त्याच वेळी समीर जैन आत आले आणि 'ही भलतीच चांगली कल्पना आहे', असे सांगून माझ्या पाठीशी उभे राहिले. तीन आठवड्यांतच आम्ही *इलस्ट्रेटेड वीकली* चे रीडिझाइन केले- रंगरूपच बदलले. २ ऑक्टोबर १९८३ च्या अंकाची मुखपृष्ठ कथाच आम्ही 'मोहनदास करमचंद गांधींचा वारसा' अशी केली. आम्हाला अपेक्षेपेक्षाही चांगला प्रतिसाद मिळाला. इलस्ट्रेटेड वीकली आक्रमक झाले होते. आम्हाला २० हजार प्रती छापण्यास सांगण्यात आले. प्रत्यक्षात ५० हजार प्रती खपल्या. चार अंकांनंतर वीकलीचा खप एक लाखावर गेला. आम्ही हवेत तरंगायला लागलो. वीकलीमध्ये आम्ही कोणाची मूर्तिपूजा केली नाही. उलट आम्ही मूर्तिभंजक बनलो. मी ते संपादकाचे नियतकालिक

बनवले. माइंडस्पोर्ट, क्वीझमाउंटेन अशी सदरे आम्ही सुरू केली. सुरुवातीला ६० पानांचा अंक छापत होतो. नंतर ७२ पानी अंक छापू लागलो. खप वाढला, तरीही आम्ही *इंडिया टुडे*च्या मागे होतो. मी *इलस्ट्रेटेड वीकली*च्या व्यवसायाचे गणित बदलले होते. आम्ही प्रस्थापित व्यवस्थांच्या विरोधात भूमिका घेतल्या. आपला देश तरुण होता. तो संतापाने खदखदत होता. लोकांना खूप सारी माहिती हवी होती आणि आम्ही ती पुरवत होतो. ही पत्रकारिता परिणाम घडवणारी होती.'

प्रीतीश नंदी उत्साहाने सांगत राहिले. ते म्हणाले, '*इलस्ट्रेटेड वीकली*त आम्ही देत असलेल्या बातम्या, लेखांचे पडसाद उमटत होते. राजकीय नेत्यांनी आमच्या विरोधात खटले दाखल करण्यास सुरुवात केली. ते लढवण्यासाठी कंपनीला साधारण दहा लाख रुपयांचा खर्च येणार होता. परंतु, हे खटले लढवण्यासाठी मला किंवा इलस्ट्रेटेड वीकलीला कोणतीही मदत करणार नाही, असे समीर जैन यांनी सांगितले. तिथून आमच्यात कुरबुरी सुरू झाल्या.'

*इलस्ट्रेटेड वीकली*चा खप १९९० मध्ये ८५ हजारावर स्थिरावला होता. त्यानुसार दोन लाख वाचकसंख्येचा अंदाज कंपनीच्या वरिष्ठ अधिकाऱ्यांनी बांधला. साप्ताहिकाची स्वत:ची ताकद होती आणि त्याचा ब्रँड वाढवण्यासाठी आणखी प्रयत्नांची गरज होती. उद्योगजगताबरोबरच हॉटेल व्यावसायिक आणि विमान कंपन्यांच्या जाहिरातीही साप्ताहिकाला मिळू शकतील, असे अधिकाऱ्यांना वाटले.

*इलस्ट्रेटेड वीकली*चे १९९० मधले रूप इतरांपेक्षा खूपच वेगळे होते. डिसेंबर १९८९ पासून हा बदल घडला होता. मोठ्या मासिकाच्या आकारातील ६० पाने आणि ब्रॉडशीट वृत्तपत्रासारखी २० पाने एकत्र प्लास्टिकच्या पिशवीत वाचकांना मिळत होती. त्याची किंमत ७ रुपये होती. काही दिवसांनी मासिक ब्रॉडशीटमध्ये घालून मिळायला लागले. तिसऱ्या टप्प्यात संपूर्ण साप्ताहिक ब्रॉडशीट आकारातच छापले जाऊ लागले.

तांत्रिक स्वरुपाच्या अडचणींमुळे *इलस्ट्रेटेड वीकली*वर ही वेळ ओढवली होती. त्याला बाजारपेठेतील घटक कारणीभूत नव्हते. रोटोग्रॅव्ह्युअर यंत्रावरची छपाई आता कालबाह्य झाली होती. त्यावर रंगीत छपाईसाठी ३० दिवस आणि कृष्णधवल छपाईसाठी १५ दिवस आधी मजकूर देणे आवश्यक होते. दरम्यानच्या काळात बाजारपेठेतील स्पर्धाही वाढली होती. *संडे ऑब्झर्व्हर, संडे मेल, सॅटरडे टाइम्स, इकॉनॉमिक टाइम्स*ची रविवारची आवृत्ती असे नवे स्पर्धक आले होते. परिणामी, *इलस्ट्रेटेड वीकली*ची घसरण सुरू झाली आणि अखेर ते बंद करण्यात आले.

त्या दिवसांसंबंधीच्या आठवणींना उजाळा देत नंदी म्हणाले, 'एक दिवस सकाळीच

मला समीर जैन यांचा दूरध्वनी आला. इलस्ट्रेटेड *वीकली* बंद करण्यासंबंधी ते बोलले. त्या दिवशी आमच्यात पहिला मोठा वाद झाला. रोटोग्रॅव्ह्युअर यंत्र विकण्याचा निर्णयही त्यांनी घेतला. त्यामुळे आम्हाला इलस्ट्रेटेड *वीकली* छापता येणार नव्हते. आम्ही तोट्यात चाललो होतो. आम्हाला ऑफसेट छपाईची आणि टॅब्लॉइड आकारात साप्ताहिक छापण्याची गरज होती. परंतु तसे झाले नाही. साप्ताहिकाने आपली स्वतंत्र ओळख गमावली. त्यामुळे मी १९९१ मध्ये राजीनामा देऊन बाहेर पडलो.'

'अशोक जैन यांनी तोपर्यंत व्यवसायातून लक्ष काढून घेतले होते. त्यांना निर्णयप्रक्रियेत फारसे स्थान नव्हते. समीर याने माझ्याविरुद्ध गनिमी युद्ध सुरू केल्याचे मी पाहू शकत होतो', असे त्यांनी खिन्नपणे सांगितले.

बलजित कपूर यांनी वीकली आणि इतर प्रकाशने बंद करण्यासंबंधी सकारात्मक स्पष्टीकरण देण्याचा प्रयत्न केला. ते म्हणाले, 'इलस्ट्रेटेड *वीकली*चा एकूण खप आणि जाहिरातींमधून मिळणाऱ्या उत्पन्नातून कागदाचा खर्च, छपाई, इतर प्रक्रिया, वितरण यांचा खर्च निघत नव्हता. तोट्यात चाललेल्या नियतकालिकांमध्ये पैसा घालणार नाही, हे समीर यांनी आधीच जाहीर केले होते. ती स्वतःच्या ताकदीवर टिकणार नसतील, तर ती गेलेलीच बरी, असे त्यांनी सांगितले होते. त्यामुळे इलस्ट्रेटेड *वीकली* बंद करणे आम्हाला भाग पडले.'

फेमिनाच्या माजी संपादक विमला पाटील यांनी वेगळेच मुद्दे मांडले. त्या म्हणाल्या, 'नंदी यांनी स्वतःची प्रतिमा निर्माण करण्यासाठी पत्रकारितेचा वापर केला. त्यांच्या भोवती चित्रपटातील अभिनेते, कलाकारांचा दरबार जमलेला असे. राजकारणी, अभिनेते, मनोरंजन उद्योगातले काही लोक यांचा एक कंपूच त्यांनी तयार केला होता. उद्योगपती नसली वाडिया, अंबानींशी त्यांनी सूत जुळवले होते. इलस्ट्रेटेड *वीकली*चा वापर ते स्वतःच्या गरजा भागवण्यासाठी करत होते आणि शक्य तितके कमी काम करत होते. *वीकली* म्हणजे त्यांचा सवतासुभा झाला होता आणि या नियतकालिकाच्या माध्यमातून ते राज्य करू इच्छित होते. आम्ही इलस्ट्रेटेड *वीकली*ची आणखी काळजी घ्यायला हवी होती. ते कदाचित टिकू शकले असते.'३४

५

जाहिरातींचे 'मास्टरमाइंड'

'सर्व वृत्तपत्रे नफा मिळवण्यासाठीच चालवली जातात. पूर्णविराम.'

रुपर्ट मर्डोक[१]

बेनेट, कोलमन आणि कंपनीची तोट्यातली आणि उद्दिष्टांच्या दृष्टीने फारशी महत्त्वाची नसलेली प्रकाशने बंद करण्यात येत होती; त्याच वेळी कंपनीतील वृत्तपत्रांमधल्या जागा विक्रीसंबंधी महत्त्वाची पावले उचलली जात होती. वृत्तपत्रातील प्रत्येक कॉलम सेंटिमीटर जागेसाठी जाहिरातीचा जास्त जास्त दर आणि महसूल मिळवणे हे विपणन विभागापुढचे मोठे आव्हान होते. कंपनीचा नफा मोठ्या प्रमाणावर वाढवणे, हा त्या मागचा प्रमुख उद्देश होता. इतर सर्व योजना या मुख्य उद्दिष्टाला पूरक होत्या.

टाइम्स समूहातील वृत्तपत्रे बऱ्यापैकी पैसा मिळवत होती, तरी त्याच्या खऱ्या मूल्यांचा लाभ जाहिरातदारांनाच जास्त मिळत होता, असे समीर जैन यांना वाटत होते. या मूल्यातील काही वाटा बेनेट, कोलमन आणि कंपनीने मिळवला पाहिजे आणि स्वत:कडे राखला पाहिजे, असे त्यांचे म्हणणे होते. या वृत्तपत्रांमध्ये जाहिराती दिल्याने जाहिरातदारांचा मोठा फायदा होत होता; परंतु त्यांच्याकडून त्या प्रमाणात पुरेसा पैसा मिळवण्यास आपण असमर्थ ठरत असल्याची खंत समीर यांच्या मनात होती.

हे सहज समजण्यासारखे होते. तोपर्यंत वृत्तपत्र व्यवसायात जाहिरातींचा दर हा उत्पादन खर्चावर आधारलेला असे. वृत्तपत्रांच्या निर्मितीसाठी आणि इतर

गोष्टींसाठी खर्चाचा हिशेब मांडून त्यावर साधारण दहा टक्के नफा मिळेल, अशा पद्धतीने जाहिरात दरांची आखणी केली जात होती. वृत्तपत्रांमधल्या या जागेतील जाहिरातींमधून जाहिरातदारांना किती फायदा होतो, याच्याशी त्याचा कोणताही संबंध नव्हता. त्याच बरोबर या जागेसाठी जाहिरातदारांची किती पैसे मोजायची तयारी आहे, याकडेही कोणाचे लक्ष नव्हते.

थोडक्यात, जाहिरातींच्या दराची तार्किक पद्धतीने आखणी करणारी यंत्रणा अस्तित्वात नव्हती. कोणत्याही स्पर्धात्मक व्यवसायात किंमत किंवा दर हे व्यवसायाच्या व्यूहनीतीचे एक महत्त्वाचे शस्त्र मानले जाते. विक्री वाढवण्यासाठी, नफ्यात वाढ करण्यासाठी आणि बाजारपेठेच्या विस्तारासाठी त्याचा उपयोग केला जातो. परंतु भारतातील वृत्तपत्र उद्योगात या किमतीचे महत्त्व कोणाच्या फारसे लक्षातच आले नव्हते. जाहिरातींचा दर हा फक्त एक आकडा होता; स्वत:ची कोणतीही गती नसलेला! ठराविक काळाने त्यात ठराविक वाढ होत असे. जाहिरातदारांना त्यातून मिळणाऱ्या लाभाशी त्याची सांगडच नव्हती.

मात्र, समीर जैन यांनी जाहिरातींच्या दराशी खेळायचे ठरवले. त्या आधारे ते वृत्तपत्र व्यवसायातही नवी खेळी खेळणार होते. वृत्तपत्रातल्या जागेला त्याची हक्काची व वाजवी किंमत मिळाली पाहिजे, असे त्यांना वाटत होते. हे दर अचानक वाढवणे हा त्यांच्यापुढचा एक पर्याय होता. जाहिरातदारांना तोवर मिळत असलेल्या लाभाच्या तुलनेत जाहिरातीचे दर खूपच मागे होते, असे त्याचे समर्थन करता आले असते. दोन्हींमधले अंतर कापण्याचा तो केवळ एक मार्ग होता. मात्र, हे स्पष्टीकरण कदाचित फार काळ टिकू शकले नसते. बाजारपेठेत अशी एखादी वाढ कदाचित मान्य केली गेली असती; परंतु त्यानंतर प्रत्येक वेळी दरवाढ करताना त्याचे समर्थन करणे शक्य झाले नसते. त्याचबरोबर जाहिरातीच्या दरात कोणतीही मोठी वाढ करताना जाहिरातदारांनाही त्याचे योग्य मूल्य मिळाले पाहिजे, असे समीर यांना वाटत होते.

मुंबईच्या बाजारपेठेत बेनेट, कोलमन आणि कंपनीचा जवळजवळ एकाधिकार होता. त्याचा फायदा घेता आला असता. परंतु, त्यालाही काही मर्यादा होत्या. त्याचबरोबर समीर जैन यांना याचीही जाणीव झाली की, एखाद-दुसऱ्या आवृत्तीच्या ताकदीच्या बळावर त्यांना फार काही साध्य करता येणार नाही. टाइम्स समूहातील इतर आवृत्त्या आणि प्रकाशनांनीही त्यांच्या कामगिरीत सुधारणा करणे आवश्यक होते. या प्रकाशनांनी प्रगती करावी आणि कंपनीच्या एकूण व्यवसायाचे चित्र सम तोल विकासाचे करावे, असेही त्यांना वाटत होते.

समीर जैन यांचे दिल्लीवरही लक्ष होते. तिथे *हिंदुस्थान टाइम्स*ची खपाच्या बाबतीत *टाइम्स ऑफ इंडिया*वर मोठी आघाडी होती. तिथल्या आघाडीच्या दैनिकापेक्षा जास्त दराने जागा विकणे त्यांना परवडणारे नव्हते. दिल्लीत वृत्तपत्राच्या जागाविक्रीतून मिळणारा महसूल वाढवण्याचे इतर मार्ग शोधण्याची गरज होती.

अमेरिकेतील एक पत्रकार, माध्यमांचे टीकाकार आणि माध्यमशिक्षक बेन हेग बागदिकीयान यांनी एकदा म्हटले होते की, 'बाजारकेंद्री पत्रकारिता मोठा वाचकवर्ग किंवा प्रेक्षकवर्ग गोळा करते, तो त्यांना फक्त माहिती देण्यासाठी नाही, तर जाहिरातदारांना हा वर्ग विकण्याचा तिचा हेतू असतो!'[२] या भूमिकेतून वृत्तपत्रासाठी योग्य प्रकारचा वाचक गोळा करणे आणि त्यासाठी उत्पादनात- म्हणजे वृत्तपत्रात बदल करणे, ही महत्त्वाची पायरी होती. जाहिरातदार कदाचित त्यासाठी जास्त किंमत मोजायला तयार होऊ शकतील. त्या दृष्टीने तरुण वाचक मिळवण्यासाठी व वृत्तपत्रांचे ब्रँड प्रस्थापित करण्याच्या हालचालीही आवश्यक होत्या. पण, त्याला थोडा अवकाश होता. तूर्त टाइम्स समूहातील सर्व आवृत्त्यांची कामगिरी सुधारणे, जाहिरातदारांना आकर्षित करणे आणि वृत्तपत्राच्या दर कॉलम सेंटिमीटर जागेतून मिळणाऱ्या परताव्यात भरीव वाढ करणे याला प्राधान्य होते.

बेनेट, कोलमन आणि कंपनीची काही बलस्थाने होती. पहिली गोष्ट म्हणजे मुंबईसारख्या महत्त्वाच्या बाजारपेठेत *टाइम्स ऑफ इंडिया* हे अग्रणी वृत्तपत्र होते. जाहिरातींच्या दरांच्या खेळात ते महत्त्वाचे ठरणार होते. त्याचबरोबर समूहाचे देशातील अनेक शहरांमध्ये अस्तित्व होते. मुंबईनंतर दिल्लीच्या बाजारपेठेतही टाइम्स एक प्रमुख वृत्तपत्र होते. लखनौ, पाटणा, बेंगळुरू, अहमदाबाद, जयपूर अशा शहरांमध्येही *टाइम्स*च्या आवृत्त्या होत्या. त्या तुलनेत प्रतिस्पर्धी वृत्तपत्रांची ताकद देशातील विशिष्ट भागापुरती सीमित होती.

तिसरे महत्त्वाचे वैशिष्ट्य म्हणजे टाइम्स समूहातील प्रकाशनांमधील विविधता. टाइम्स समूहाने तोट्यातली काही नियतकालिके बंद केली. त्यामुळे आता वृत्तपत्रांवर समूह लक्ष केंद्रित करू शकत होता. अनेक शहरांमध्ये आवृत्त्यांबरोबरच *इकॉनॉमिक टाइम्स*च्या रूपाने एक आर्थिक विषयाचे वृत्तपत्र समूहाकडे होते. हिंदी आणि प्रादेशिक भाषांमधली वृत्तपत्रेही समूहात होती. *नवभारत टाइम्स* हे हिंदी दैनिक उत्तर भारतात प्रसिद्ध होते. विशेषत: दिल्लीमध्ये त्याचा दबदबा होता. पश्चिम भारतात मराठीतील *महाराष्ट्र टाइम्स* होते.

टाइम्स समूहातील प्रकाशनांचे वैविध्य त्याचे बलस्थान होते. परंतु, त्याला एक विरोधी बाजूही होती. या वृत्तपत्रांच्या कामगिरीमध्ये मोठी तफावत होती. काही

शहरांमध्ये खपाच्या दृष्टीने टाइम्सची वृत्तपत्रे आघाडीवर होती किंवा त्यांचे लक्षणीय अस्तित्व होते. मात्र, काही भागात ती खूप पिछाडीवर होती. काही ठिकाणी तर अनेक वर्षे कामगिरीत सुधारणाच झाली नव्हती. खपाचे आकडे एकतर स्थिर होते किंवा उतरणीला लागले होते. या आवृत्त्यांना जाहिरातदारांचा प्रतिसादही नगण्य होता.

उदाहरण सांगायचे, तर *टाइम्स ऑफ इंडिया*चा १९८५ या वर्षातील एकूण खप ५.९५ लाख प्रती इतका होता. परंतु, एकट्या मुंबईतच तीन लाखांवर खप होता. देशातला निम्मा खप या शहरात होता. आर्थिक राजधानीत आघाडी मिळवण्याबरोबरच बाजारपेठेतला हिस्सा ७० टक्के इतका होता.

दिल्लीमध्ये *टाइम्स ऑफ इंडिया*च्या २.१५ लाख प्रती विकल्या जात होत्या. मात्र, इतर ठिकाणची कामगिरी सुमार होती. अहमदाबाद आणि लखनौमध्ये प्रत्येकी २५ हजार खप होता. बेंगळुरूत १८ हजार प्रती विकल्या जात. जयपूरमध्ये हा आकडा १२ हजारांचा होता. लखनौ, पाटणा आणि जयपूर या आवृत्त्या जाहिरातदारांचे लक्ष वेधण्यात अपयशी ठरत होत्या.

*नवभारत टाइम्स*ची कामगिरीही अशीच संमिश्र होती. दिल्लीत रोज तीन लाखाच्या खपामुळे ते राजधानीतील पहिल्या क्रमांकाचे दैनिक होते. *हिंदुस्थान टाइम्स* या इंग्रजी दैनिकाच्या २.७ लाख खपापेक्षाही *नवभारत टाइम्स* पुढे होते. परंतु, मुंबईत *नवभारत टाइम्स*ला फार चांगला प्रतिसाद नव्हता. तिथे फक्त ९८.५ हजार प्रती विकल्या जात. लखनौ, पाटणा आणि जयपूर बाजारपेठेत ते एक प्रमुख दैनिक होते.

*इकॉनॉमिक टाइम्स*चा खप १९८५ मध्ये ८१ हजार प्रती इतका होता. *इंडियन एक्स्प्रेस* समूहातील *फायनान्शियल एक्स्प्रेस* त्याचा जवळचा स्पर्धक होता. परंतु, त्याचा खप ईटीच्या निम्म्यापेक्षाही कमी होता. *महाराष्ट्र टाइम्स*च्या मुंबईत रोज १.९ लाख प्रती विकल्या जात होत्या. परंतु महाराष्ट्रातील इतर शहरांमध्ये त्याचे ठळक अस्तित्व नव्हते.

बेनेट, कोलमन आणि कंपनीने जेव्हा समूहातील प्रकाशनांचा एकत्रित आढावा घेतला, तेव्हा त्याचे संमिश्र स्वरूपच प्रामुख्याने पुढे आले. दोन इंग्रजी वृत्तपत्रे, एक हिंदी व एक मराठी वृत्तपत्र, एक हिंदी सायंदैनिक आणि अनेक साप्ताहिके, पाक्षिके व नियतकालिके समूहाकडे होती. उत्तर आणि पश्चिम भारतात समूहाच्या प्रकाशनांचे जाळे विणलेले होते. परंतु, मुंबई वगळता इतरत्र कोठेही ते आघाडीवर नव्हते.

वृत्तपत्रांच्या बाबतीत देशातील प्रत्येक शहर, प्रत्येक बाजारपेठेची कहाणी वेगळी

होती. दिल्लीमध्ये *हिंदुस्थान टाइम्स* पहिल्या क्रमांकाचे इंग्रजी दैनिक होते. लोक अनेक वर्षे ते वृत्तपत्र वाचत होते. वृत्तपत्र वाचणे ही एक सवय होती. त्यामुळे मोठा वाचकवर्ग त्या त्या वृत्तपत्राशी निष्ठा राखून होता. अशा वाचकांना आपल्याकडे वळवणे सोपे नव्हते. टाइम्स समूह काही विशिष्ट बाजारपेठांवर लक्ष केंद्रित करून असा वाचकवर्ग मिळवण्याच्या प्रयत्नात होता. पण हे नंतरच्या टप्प्यात घडणार होते आणि त्याला काही वर्षे अवकाश होता. दिल्लीत तूर्त तरी आपण दुसऱ्या क्रमांकावर आहोत, ही वस्तुस्थिती स्वीकारणे कंपनीला भाग होते.

अहमदाबाद शहरात टाइम्सशी स्पर्धा करू शकेल, असे दुसरे प्रमुख इंग्रजी दैनिक नव्हते. पण तिथला वाचक गुजराती वृत्तपत्राला अधिक पसंती देत होता. लखनौ, पाटणा आणि जयपूरमध्येही *टाइम्स ऑफ इंडिया* जास्त खपत नव्हता. कारण तिथल्या वाचकांची पसंती हिंदी वृत्तपत्रांना होती. बेंगळुरूमध्ये इंग्रजी वाचकांचा मोठा समूह होता. परंतु तेथे डेक्कन हेरल्डचे वर्चस्व होते.

इकॉनॉमिक टाइम्स अर्थविषयक वृत्तपत्रांमध्ये पहिल्या क्रमांकावर होते; परंतु त्याचा खप फार मोठा नव्हता. देशात इंग्रजी दैनिकांची बाजारपेठ मर्यादित होती. कारण या भाषेला सरावलेल्या व तिचा दैनंदिन वापर करणाऱ्या लोकांची संख्याच मर्यादित होती. तशीच मर्यादा अर्थविषयक, उद्योगव्यवसायविषयक वृत्तपत्रांनाही होती. शेअर बाजारातील घडामोडींमध्ये रस असणारे फार थोडे लोक होते आणि देशातील खासगी उद्योगांचे क्षेत्र अजून विस्तारायचे होते. त्यामुळे बहुसंख्य वाचकांना आर्थिक घडामोडींपेक्षा राजकारण आणि सरकारी योजनांमध्ये जास्त रस होता.

समीर जैन यांच्या नजरेसमोर उद्योगसमूहाचे संपूर्ण चित्र उभे होते. ते वेडेवाकडे आणि विसंगतींनी भरलेले होते. समूहातील सर्व वृत्तपत्रे जवळपास स्वतंत्रपणेच कारभार करत होती. या वृत्तपत्रांमधली जाहिरातीची जागाही अशीच स्वतंत्रपणे त्या त्या टीमकडून विकली जात होती. प्रत्येक वृत्तपत्राचा त्यासाठी आकारणीचा दर वेगवेगळा होता. विविध वृत्तपत्रांसाठी जाहिरातींची संधी देणारा एक संयुक्त दर तेव्हाही अस्तित्वात होता. परंतु, विविध बाजारपेठा आणि प्रकाशनांची सुयोग्य सांगड घालण्याचा कोणताही प्रयत्न त्यात दिसत नव्हता.

यापुढे टाइम्स समूहातील सर्व प्रकाशने एकमेकांसाठी काम करतील, असा निश्चय समीर यांनी केला. एखाद्या वृत्तपत्रातली जागा विकत घेऊ पाहणाऱ्या जाहिरातदाराला सवलतीच्या दरात थोडे जास्त पैसे मोजून समूहातील इतर वृत्तपत्रांतली जागाही मिळू शकणार होती. उदाहरणार्थ, *टाइम्स ऑफ इंडिया*च्या

मुंबई आवृत्तीत जाहिरात देणाऱ्याला आणखी थोडे पैसे देऊन लखनौ आवृत्तीतही ती प्रसिद्ध करता येणार होती. आणखी थोडे पैसे भरले, तर *इकॉनॉमिक टाइम्स*च्या मुंबई आवृत्तीतही त्याला उत्पादनाची जाहिरात करता येणार होती.

जाहिरातदाराकडे एकएकट्या वृत्तपत्रासाठी जाण्याऐवजी सर्व प्रकाशनांमध्ये जाहिरातींच्या संधीचा गुच्छ त्याच्यापुढे ठेवण्याची समीर जैन यांची मनीषा होती. वृत्तपत्रांमधील जागा जाहिरातींसाठी विकण्याचे हे नवे क्रांतिकारक तंत्र होते. या नव्या तंत्राने बेनेट, कोलमन आणि कंपनीचे भाग्य तर बदललेच, पण भारतातील वृत्तपत्रांची व्यवसाय करण्याची रीतच त्याने बदलली. हे तंत्र पहिल्यांदा बाजारपेठेत मांडण्यात आले, तेव्हा त्याला तितकेच भविष्यदर्शी नाव देण्यात आले : मास्टरमाइंड!

विल्यम रँडॉल्फ हर्स्ट (१८६३-१९५१) हे अमेरिकेच्या वृत्तपत्र व्यवसायातले एक प्रसिद्ध व्यक्तित्व होते. त्यांनी अमेरिकेतील वृत्तपत्रांची सर्वांत मोठी साखळी उभी केली. ते तितकेच वादग्रस्त आणि संघर्षशील वृत्तीचे होते. मात्र, त्यामुळे हीन ठरवल्या गेलेल्या 'पीत पत्रकारिते'चा आरोपही त्यांच्यावर झाला. ते एकदा म्हणाले होते, 'तुमचे उत्पादन जर चांगले असेल, तर तुम्ही घनदाट जंगलात रहायला गेलात, तरी लोक तुम्हाला शोधत तेथे येतील, असे तत्त्वज्ञ म्हणतात. पण तुम्हाला जर मोठ्या संख्येने लोक हवे असतील, तर तुम्ही महामार्गच बांधणे योग्य आहे. जाहिरात हा असा महामार्ग आहे.'[३]

बेनेट, कोलमन आणि कंपनीसाठी 'मास्टरमाइंड' हा असाच महामार्ग ठरला.

'मास्टरमाइंड' हे जाहिरातींच्या दरांचे एक नाविन्यपूर्ण कोष्टक आहे. अनेकविध बाजारपेठा व प्रकाशनांमध्ये संधींचे दालन उघडणारा आणि सवलतीच्या दरांची सांगड घालत, त्यासाठी मोजाव्या लागणाऱ्या पैशांच्या आकड्यांची गणिते मांडत जाहिरातदारांपुढे फायदेशीर सौद्यांचे पर्याय मांडणारा तो एक खेळ आहे. उदाहरणार्थ, *टाइम्स ऑफ इंडिया*च्या मुंबई आवृत्तीत डिस्प्ले प्रकारच्या जाहिरातीसाठी प्रति कॉलम सेंटिमीटर १२५ रुपये मोजावे लागतात. मुंबईसह दिल्ली आणि अहमदाबाद आवृत्त्यांमध्येही ती प्रसिद्ध करायची झाल्यास, प्रति कॉलम सेंटिमीटर २३० रुपयांचा आकर्षक दर जाहिरातदारांना दिला जातो. 'मुंबईत ११८ + दिल्ली ८५ + अहमदाबाद २७ रुपये' असे सवलतींच्या दरातील फायद्याचे समीकरण जाहिरातदारांपुढे मांडले जाते. त्यात आणखी जयपूर, पाटणा, बेंगळुरू आवृत्त्यांचा

समावेश केला, तर या तिन्ही आवृत्त्यांसाठी आणखी फक्त ६ रुपये प्रति कॉलम सेंटिमीटर असा दर लावला जातो.

*नवभारत टाइम्स*च्या जाहिरातदारांना दिल्ली, लखनौ, पाटणा आणि जयपूर आवृत्त्यांसाठी एकत्रित १८० रुपये प्रति कॉलम सेंटिमीटर असे पॅकेज देण्यात आले होते. आता 'मास्टरमाइंड'नुसार आणखी फक्त १० रुपये कॉलम सेंटिमीटर दराने पैसे मोजले की, मुंबईतही ही जाहिरात प्रसिद्ध होते.

'मास्टरमाइंड' म्हणजे जाहिरातींचे आणखी एक दरपत्रक म्हणून त्याकडे दुर्लक्ष करणे सोपे आहे. त्या वेळची वृत्तपत्रेही ठरवून दिलेल्या दरपत्रकानुसार जाहिरातींची जागा विकत होती. एकाच जाहिरातीची जास्त वेळा प्रसिद्धी, मोठ्या प्रमाणावरील जाहिराती, अनेक आवृत्त्यांमध्ये प्रसिद्धी यासाठी त्यावेळची वृत्तपत्रेही सवलत देत होती. 'मास्टरमाइंड' हेसुद्धा अशाच प्रकारचे सुधारित दरपत्रक वाटले, तरी ते तसे नाही, याची समीर जैन यांना खात्री होती. दरांची निश्चिती कशी करायची, हा त्यातला कळीचा मुद्दा होता. विविध आवृत्त्या आणि प्रकाशनांचा मेळ घालून सवलतीच्या दरांचे पॅकेज देताना त्याला काही ठोस आधार आणि निश्चित तर्क आहे का, हा खरा प्रश्न होता. इतर दरपत्रकांपेक्षा 'मास्टरमाइंड' त्यामुळे वेगळे ठरणार होते. व्यवसायाच्या मूलभूत तर्कशास्त्रावर ते आधारलेले होते.

'मास्टरमाइंड हे व्यवसाय वाढीसाठी आवश्यक आक्रमकता आणि सावध वृत्ती दोन्हींचा मेळ घालून पुढे आणलेले साधन होते', असे प्रदीप गुहा यांनी सांगितले. त्यामागची संकल्पना स्पष्ट करत ते म्हणाले, 'वरवर पाहता ते विपणनाचे आणखी एक साधन वाटते. परंतु, तो एकप्रकारचा समतोल आहे. पैसा मिळवण्याचा प्रयत्न करताना आम्ही हातात आहे तेही गमावून बसणार नाही, याची दक्षता त्यात घेण्यात आली आहे. त्याच्या रचनेतच सुरक्षेचे एक जाळेही आम्ही विणले आहे.'[४]

सरतेशेवटी 'मास्टरमाइंड'मध्ये घेतलेल्या कोणत्याही पॅकेजमुळे जाहिरातदाराला त्याने मोजलेल्या पैशांचे योग्य मूल्य मिळाले पाहिजे. त्यामुळे प्रत्यक्ष दर ठरवताना अनेक घटक विचारात घेण्यात आले. त्यामागे निश्चित सूत्र ठेवण्यात आले. 'मास्टरमाइंड'मुळे जाहिरातींना अधिक प्रतिसाद मिळणे, उत्पादन किंवा व्यवसायाची जास्त प्रसिद्धी आणि जाहिरातदारांच्या उत्पन्नात वाढ होणे अपेक्षित होते. तसे झाले नाही, तर ते केवळ विविध दरांची सांगड घातलेले आणखी एक कोष्टक ठरले असते आणि जाहिरातदारांच्या दृष्टीने त्याचे मूल्य खालावले असते.

माध्यम नियोजकांना देशभरात विविध उत्पादनांची योग्य जाहिरात व प्रसिद्धी करण्यासाठी 'मास्टरमाइंड'मुळे एक साधनही मिळणार होते. जाहिरातीला अपेक्षित

ग्राहकांचा प्रतिसाद आणि त्यामुळे जास्तीत जास्त परिणाम साधण्याची क्षमता त्यात होती.

या सर्व गोष्टी लक्षात घेतल्या तर 'मास्टरमाइंड'ची रचना करणे हेच एक मोठे आव्हान होते. त्यासाठी अनेक घटकांचा विचार करणे आवश्यक होते. त्यातले काही घटक मोजता न येणाऱ्या प्रकारातलेही होते. प्रत्येक बाजारपेठेसाठी दर ठरवताना त्या त्या बाजारपेठेची वैशिष्ट्ये आणि गरजा विचारात घेणे भाग होते. त्याबरोबरच जाहिरातदारांचे विविध प्रकार, त्यांच्या आवडीनिवडी व प्राधान्यक्रम, त्यांना काय उपयोगी ठरू शकेल, कोणत्या दराने ते जाहिरात देऊ शकतात, अशा असंख्य गोष्टींचाही विचार करणे आवश्यक होते. विविध प्रकाशनांचा त्या त्या शहरातील वाचक कसा आहे, हेसुद्धा महत्त्वाचे ठरणार होते. या आणि इतर निकषांच्या आधारे दर निश्चित करायचे, तसेच त्यांची एकमेकांशी सांगड घालत विविध पर्यायांचे पॅकेज तयार करायचे, त्या किमतीला ते जाहिरातदाराला परवडू शकेल का आणि पॅकेजही प्रभावी होईल का... हे सर्व साधायचे म्हणजे एक कसरतच होती.

जाहिरातदारांचे हितसंबंध विचारात घेताना विविध बाजारपेठांमध्ये आपले स्थान काय आहे, हे पाहणेही कंपनीसाठी आवश्यक होते. जाहिरातदारांच्या अपेक्षांची पूर्तता करताना संबंधित बाजारपेठांमध्ये टाइम्स समूहातील प्रकाशनांना उठाव कसा मिळेल, हा उद्देशही 'मास्टरमाइंड'मागे होता. जी प्रकाशने आणि आवृत्त्या मजबूत स्थितीत आहेत, त्यांच्यावर इतर कमकुवत प्रकाशनांचा भार टाकणे सोपे होते. परंतु, मोठ्या प्रकाशनांना धक्का न लावता कमकुवत प्रकाशनांच्या वाढीला वाव उत्पन्न करण्याचे कंपनीचे ध्येय होते. त्यातून एकूणच समूहाची नफाक्षमता वाढवणे, हा मुख्य उद्देश होता.

भारतातील वृत्तपत्रांच्या व्यवसायात टाइम्स समूह हा एकमेव नव्हता. त्यामुळे विविध ठिकाणचे दर ठरवताना समूहाला मुक्त वाव मिळेल, असे मानणे धोक्याचे होते. असे दर लागू करण्यापूर्वी बेनेट, कोलमन आणि कंपनीला संबंधित बाजारपेठांमधील स्पर्धेचा आढावा घेणे, त्यासाठीच आवश्यक होते. ज्या शहरांमध्ये जाहिरातदारांसाठी आकर्षक पर्याय देणे शक्य आहे, जिथे प्रादेशिक भाषेतील प्रकाशनांचाही समावेश आहे, तिथे स्पर्धात्मक दर ठेवणे परवडण्यासारखे होते. त्यामुळे सर्व बाजारपेठा, जाहिरातदारांची मानसिकता आणि कंपनीची प्रत्येक ठिकाणची स्थिती यांची खोलवर समज अत्यावश्यक होती. खरोखर, विविध श्रेणीतील उत्पादनांना बाजारपेठेतील धोरणानुसार योग्य किमती ठरवणे ही कला आणि शास्त्रही आहे. परंतु, वृत्तपत्र व्यवसायात असे धोरण पहिल्यांदाच राबवले जात होते.

समीर जैन यांनी 'मास्टरमाइंड'ची तपशीलवार आखणी करण्यासाठी आठ ते नऊ सदस्यांची एक कॉर्पोरेट टीमच उभी केली होती. समीर स्वत:ही त्यात सक्रीय होते. विविध ठिकाणांसाठी विभाजित दर ठरवणे, जाहिरातदारांच्या दृष्टिकोनातून त्यांचा अभ्यास करणे आणि दरकोष्टकाशी त्याची सांगड घालणे याचा ते सखोल अभ्यास करत होते. विजय जिंदाल त्या वेळी समीर यांच्या समवेत काम करत होते. 'मास्टरमाइंड' विकसित करताना समीर त्यात उत्साहाने कसे सहभागी झाले होते, याच्या आठवणी त्यांनी सांगितल्या. समीर व्यवस्थापनाच्या एखाद्या विद्यार्थ्याप्रमाणे काम करत होते, अभ्यास करत होते. ही योजना यशस्वी झालीच पाहिजे, असा त्यांचा निर्धार होता. ते स्वत: औषधनिर्मिती कंपन्या, विमानकंपन्या आणि इतर काही व्यवसायांच्या दृष्टीने या योजनेची शक्याशक्यता तपासत होते. 'मास्टरमाइंड'संबंधी जी येईल, ती जबाबदारी ते पार पाडत होते. प्रत्येक गोष्टीचा बारीकसारीक तपशीलही ते विचारात घेत होते. जिंदाल त्यासंबंधी म्हणाले, 'मास्टरमाइंड साकारत असताना समीर जैन अनेकविध गोष्टींमधला चांगला भाग त्यात कसा आणता येईल, याच विचारात गढून गेले होते. त्यांच्या मनात एक वेगळेच काही रसायन शिजत होते.'[५]

'दर दिवशी आम्ही मास्टरमाइंडचे दहाबारा नमुने तयार करत होतो आणि त्यांची चिरफाड करत होतो. आम्ही ते वेगवेगळ्या कसोट्यांवर तपासत होतो आणि त्यांच्यातले दोष हुडकत होतो. त्या वेळी संगणकावर आधारित विश्लेषणासाठी उपयुक्त प्रणाली फारशा विकसित झालेल्या नव्हत्या. आम्ही आमच्या जाहिरातींच्या दरांमध्ये एक प्रकारची पारदर्शकताही आणू पाहात होतो. त्यात काही चुका आढळत होत्या. आम्ही हातानेच त्या दुरूस्त करत होतो. अशा घुसळणीत आणि चुका शोधत त्या सुधारणेच्या प्रयत्नांत दोन महिने गेले. अखेर आम्ही मास्टरमाइंडची अंतिम योजना तयार केली. समीर त्या वेळी अतिशय उत्तेजित झाले होते', असे जिंदाल यांनी सांगितले.

बेनेट, कोलमन आणि कंपनीतील कर्मचारी आणि अधिकाऱ्यांनी त्यासाठी खूप प्रकारची माहिती गोळा केली. त्याचे विविध प्रकारांनी विश्लेषण केले. 'मास्टरमाइंड'च्या विविध पैलूंवर अनेक टीम काम करत होत्या. नफ्यात असलेली प्रकाशने, त्यात प्रसिद्ध होणाऱ्या जाहिरातींचे प्रकार व वर्गवारी, वाचकांचे स्वरूप, मुख्य बाजारपेठांमध्ये टाइम्स समूहाची स्पर्धात्मकता अशा विविध बाबींचा अभ्यास त्यांनी केला. 'मास्टरमाइंड'चा कंपनीच्या आर्थिक पायावर काय परिणाम होईल, याची तपासणी त्यांनी केली. कंपनीची ध्येयउद्दिष्टे साध्य करताना जाहिरातदारांनाही

त्याची भुरळ पडेल, असे आकर्षक पॅकेज तयार करण्याचा प्रयत्न 'मास्टरमाइंड' मध्ये झाला.

अनेक प्रकाशने आणि अनेक भाषांमधली प्रकाशने हाच केवळ गुंतागुंत निर्माण करणारा घटक नव्हता. तर जाहिरातींचीही विविध प्रकारांमध्ये विभागणी आणि वर्गवारी अस्तित्वात होती. त्यामुळे विशिष्ट ग्राहकांशी निगडित क्षेत्रांसाठी त्याला सोयीचे दर ठरवण्याची कसरत करावी लागली. उदाहरणार्थ, कायदेशीर व जाहीर नोटिसा, निविदा सूचना, आर्थिक पत्रके यांच्यासाठी वेगळा दर होता. मोठे उद्योग आणि सरकारी खात्यांसाठी वेगळा आणि चढा दर होता. जास्त पैसे मोजूनही जाहिराती देणे त्यांना परवडणारे होते.

याउलट किरकोळ विक्री क्षेत्रातील व्यावसायिकांसाठी तुलनेने मध्यम दर होते. चित्रपट आणि नाटकांच्या जाहिरातींचे दर त्यापेक्षा कमी होते. अशा प्रकारच्या आकारणीमुळे बेनेट, कोलमन आणि कंपनी बाजारपेठेतील स्पर्धेत जाहिरातींच्या दरांचा प्रभावी उपयोग करू शकणार होती.

वित्तसंस्थांना जास्त दराने जाहिराती द्याव्या लागल्याने प्रारंभी त्यांनी नाराजी व्यक्त केली. जाहिरातदारांनी त्याला विरोध करत त्यामागे काय दृष्टिकोन आहे, अशी विचारणाही केली. जाहीर नोटीस दिली, तर त्यासाठी कमी दर; परंतु त्याच जागी उत्पादनाची जाहिरात दिली, तर मात्र जास्त किंमत का, असा सवाल त्यांनी केला. 'विकत घेतलेल्या जागेत, मला हवे ते मी देऊ शकतो', असे त्यांचे प्रतिपादन होते.

असे विरोधाचे काही स्वर निघाले, तरी अनेक गोष्टींच्या सखोल अभ्यासातून 'मास्टरमाइंड' साकारले. बेनेट, कोलमन आणि कंपनीने तिच्या दोन सर्वाधिक मजबूत आवृत्त्या निश्चित केल्या. *टाइम्स ऑफ इंडिया* ची मुंबई आवृत्ती आणि *नवभारत टाइम्स* ची दिल्ली आवृत्ती. इतर सर्व आवृत्त्यांना बाकीच्या कुठल्या ना कुठल्या आवृत्तीचा किंवा आवृत्त्यांचा आधार लागणार होता. त्यात *इकॉनॉमिक टाइम्स* आणि *नवभारत टाइम्स* च्या चार आवृत्त्यांचाही समावेश होता. त्यामुळे 'मास्टरमाइंड'मध्ये या दोन आवृत्त्या मध्यवर्ती ठेवून त्यांच्या भोवती इतर प्रकाशनांची फौज उभी करण्यात आली.

ढोबळमानाने विचार करता टाइम्स समूहाने वृत्तपत्रांमधील जागेसाठी तीन प्रकारच्या दरपातळ्या निश्चित केल्या होत्या. मूलभूत दर, पुनरावृत्तीसाठीचा दर

आणि सवलतीचा सुपर दर अशा या तीन पातळ्या होत्या. ज्या जाहिरातदारांना एकाच आवृत्तीत जाहिरात द्यायची आहे, त्यांच्यासाठी मूलभूत दराने आकारणी होणार होती. ज्यांना एकापेक्षा अधिक आवृत्त्यांमध्ये जाहिरात द्यायची आहे, त्यांना पुनरावृत्तीसाठीची दरपातळी लागू ठरणार होती. हा दर मूलभूत पातळीपेक्षा अर्थातच कमी होता. शेवटी, ज्या जाहिरातदारांना एकाच प्रकाशनाच्या सर्व आवृत्त्या किंवा एकाच ठिकाणच्या सर्व प्रकाशनांमध्ये जाहिरात द्यायची आहे, त्यांच्यासाठी सवलतींचा सुपर दर होता.

जाहिरातदारांच्या विविध गरजांची पूर्तता करता येईल, अशी ही रचना लवचिक होती. त्याचबरोबर महत्त्वाच्या बाजारपेठांमध्ये स्पर्धकांशी सामना करण्यासाठी स्थानिक पातळीवर व्यूहरचना करणेही त्यामुळे टाइम्स समूहाला शक्य होणार होते. ज्या जाहिरातदारांना एखाद्या विशिष्ट प्रदेशात किंवा बाजारपेठेत लक्ष केंद्रित करायचे आहे, त्यांना टाइम्स समूहाच्या तिथल्या सर्व प्रकाशनांमध्ये सुपर सवलतीच्या दरात प्रसिद्धीची संधी मिळणार होती. त्याचबरोबर ज्यांना देशभर प्रसिद्धी हवी आहे, त्यांनाही सुपर सवलत मिळू शकणार होती. एकाच प्रकाशनाच्या सर्व आवृत्त्यांमध्ये ते जाहिरात देऊ शकणार होते.

मुंबईतल्या जाहिरातदारांचे पश्चिम भारतात काही काम असेल, तर त्याला *टाइम्स ऑफ इंडिया*च्या अहमदाबाद आवृत्तीत जाहिरात देण्यासाठी पटवता येणार होते. जाहिरातदाराचे उत्तर भारतावर लक्ष असेल, तर त्याला दिल्ली आवृत्तीत जाहिरातीसाठी पटवता येणार होते. नंतर कंपनीने मराठी वाचकांपर्यंत पोचण्यासाठी *महाराष्ट्र टाइम्स*मध्ये सवलतीच्या दरात जाहिरातीची संधी देऊ केली. तसेच, आणखी थोडे पेसै घालून हिंदीभाषक पट्ट्यात *नवभारत टाइम्स*मधील जाहिरातींचे प्रलोभन दाखवण्यात आले. त्याला *इकॉनॉमिक टाइम्स*मध्ये जाहिरातीच्या आकर्षणाचीही फोडणी होती. सरकार, प्रशासन आणि उद्योगजगतातील ग्राहकांपर्यंत पोचण्याची संधी त्यातून मिळू शकणार होती.

'मास्टरमाइंड'ची खरी गंमत दिल्लीमध्ये अनुभवाला आली. दिल्लीतल्या जाहिरातदाराला समजा *टाइम्स ऑफ इंडिया*च्या मुंबई आवृत्तीत जाहिरात देण्याची इच्छा आहे. पण त्याने दिल्ली आवृत्तीतही जाहिरात देण्याची तयारी दाखवली, तर त्याला दोन्ही ठिकाणी सुपर सवलतीच्या दरात ते शक्य होणार होते. राष्ट्रीय पातळीवर उत्पादनांच्या प्रसिद्धीचे हे एक भुरळ घालणारे आवाहन होते. अशा ग्राहकाला आणखी थोडेसेच पैसे घालून लखनौ, जयपूर आवृत्त्यांमध्येही प्रसिद्धी मिळू शकत होती. दिल्लीतल्या जाहिरातदाराने समजा त्याऐवजी फक्त दिल्लीलाच

प्राधान्य द्यायचे ठरवले, तरी त्याच्यापुढे आकर्षक पर्याय होते. *टाइम्स*च्या दिल्ली आवृत्तीबरोबरच नवभारत *टाइम्स*च्या हिंदी वाचकांपर्यंतही सवलतीच्या दरात पोचण्याची संधी त्याच्यापुढे ठेवण्यात आली. कोणत्याही बाजूने विचार केला, तरी *टाइम्स*ची दिल्ली आवृत्ती हा एक आकर्षक प्रस्ताव जाहिरातदारांपुढे होता.

तोपर्यंत अनेक माध्यम नियोजक दिल्लीत *हिंदुस्थान टाइम्स*व्यतिरिक्त इतर ठिकाणी जाहिरातीचा विचार करत नसत. त्यांनीही आता *टाइम्स ऑफ इंडिया*कडे एक पर्याय म्हणून पाहण्यास सुरुवात केली. ओ अँड एमच्या कार्यकारी संचालक विभा देसाई यांची मी जुलै २००१ मध्ये भेट घेतली. मुलाखतीत त्या म्हणाल्या, 'मास्टरमाइंडने प्रचंड परिणाम केला. त्यामुळे जाहिरातींच्या दरांमध्ये नवी व्यवस्था आली. थोडे आणखी पैसे घालत तुम्ही टप्प्याटप्प्याने अबक आवृत्त्यांमध्ये प्रसिद्धी मिळवू शकत होता. आर्थिक लढाईत हा कळीचा मुद्दा होता. आता दिल्ली ही युद्धभूमी झाली.'[६]

'मास्टरमाइंड'च्या यशाला अनेक घटक कारणीभूत होते. पहिली गोष्ट म्हणजे ज्यांना मोठ्या समुदायापर्यंत पोचायचे आहे, अशा जाहिरातदारांसाठी ती अतिशय आकर्षक योजना होती. अनेक शहरांमध्ये आपले उत्पादन किंवा सेवेची माहिती पोचली पाहिजे, असे वाटणाऱ्या लोकांची संख्या वाढत होती. उद्योग-व्यवसाय वाढत होते आणि त्यांचे वितरणाचे जाळेही महानगरांच्या पलीकडे छोट्यामोठ्या शहरांपर्यंत पसरत होते. अशा कंपन्यांना ग्राहकांपर्यंत पोचण्यासाठी चांगल्या माध्यमाची आवश्यकता होती. देशात नवे उत्पादन आले की, दिल्ली-मुंबईपलीकडेही त्याची माहिती गेली पाहिजे, बेंगळुरू, लखनौ, जयपूरमध्येही ते पोचले पाहिजे, याची गरज वाढत होती.

नवभारत टाइम्स आणि *महाराष्ट्र टाइम्स* यांच्या माध्यमातून विविध भाषिक वाचकांपर्यंत पोचण्याची संधी हेदेखील टाइम्स समूहाचे वैशिष्ट्य झाले होते. नंतरच्या काळात *इकॉनॉमिक टाइम्स* स्वत:च्या पायावर उभे राहिले आणि त्यातून पुढे आलेल्या आकर्षक पर्यायांमुळे 'मास्टरमाइंड' आणखी मोहक बनले.

विविध कंपन्यांव्यतिरिक्त लहान व्यावसायिक आणि वैयक्तिक जाहिरातदारही एकापेक्षा जास्त ठिकाणांहून प्रसिद्धी मिळवू पाहत होते. उदाहरणार्थ, विवाहविषयक जाहिरातींना अनेक शहरांमध्ये प्रसिद्धी हवी असते. अशा सर्व जाहिरातदारांना 'मास्टरमाइंड'मुळे एकाच ठिकाणाहून अनेक शहरांमधील ग्राहकांपर्यंत पोचण्याची संधी उपलब्ध झाली. त्या त्या शहरांमध्ये जाऊन स्थानिक प्रकाशने, आवृत्त्यांशी वाटाघाटी करण्याची आता आवश्यकता राहिली नाही. देशातील उभरत्या शहरांमध्ये अतिशय सवलतीच्या दरात जाहिरात करण्याची संधी हे निश्चितच मोठे आकर्षण

होते. जाहिरातदार जेवढी जास्त जागा विकत घेतील, तेवढ्या प्रमाणात त्यांना प्रति कॉलम सेंटिमीटर द्यावा लागणारा दर कमी होत होता. अशा आकर्षक दररचनेमुळे बेनेट, कोलमन आणि कंपनीची एकूण उलाढाल वाढली आणि क्षेत्रही विस्तारले. अनेक जाहिरातदारांच्या सुरुवातीच्या योजनांमध्ये जयपूर किंवा लखनौसारख्या शहरांमध्ये प्रसिद्धीचा समावेश नसायचा. परंतु, आता तसे पॅकेज उपलब्ध असल्याने त्यांचाही विचार जाहिरातदार करू लागले.

बेनेट, कोलमन आणि कंपनीसाठी 'मास्टरमाइंड' ही व्यवसायाची गणिते बदलणारी निर्णायक खेळी– मास्टरस्ट्रोक ठरली. टाइम्स समूहातील मजबूत स्थितीतील आवृत्त्यांचा इतर दुबळ्या आवृत्त्यांना भक्कम आधार मिळाला आणि त्यांनाही वाढीची संधी निर्माण झाली. एका अर्थाने *टाइम्स ऑफ इंडिया*ची मुंबई आवृत्ती अहमदाबाद आवृत्तीला 'क्रॉससबसिडी'च्या रूपाने आर्थिक आधारच देत होती. कालांतराने या आवृत्त्याही जाहिरातदारांच्या नियोजनात समाविष्ट झाल्या. कंपनीच्या प्रतिसाद (रिस्पॉन्स) विभागाचे माजी सरव्यवस्थापक रजनीश रिखी त्यासंदर्भात म्हणाले, 'मास्टरमाइंड सुरू करण्यामागे हीही कल्पना होती की, समूहातील दुबळ्या ब्रँड्सना ते स्वतःच्या पायावर उभे राहीपर्यंत आधार मिळावा. त्यानंतर योग्य वेळी या कुबड्या काढून घ्याव्या.'[७]

परंतु, बेनेट, कोलमन आणि कंपनीतील कमजोर बाजारपेठांमध्ये फायदा व्हावा, एवढाच मर्यादित हेतू 'मास्टरमाइंड' सुरू करण्यामागे नव्हता. *टाइम्स ऑफ इंडिया*ला दिल्लीच्या बाजारपेठेत *हिंदुस्थान टाइम्स*विरुद्धच्या लढाईत बळ मिळावे, असाही त्यामागचा उद्देश होता. मुंबई आवृत्तीशी सांगड घातल्याने दिल्लीतील जाहिरातदारांसाठी टाइम्सची दिल्ली आवृत्ती लाभदायक वाटू लागली.

'मास्टरमाइंड' अशाच तऱ्हेने विविध बाजारपेठांमध्ये आपल्या विविध प्रकाशनांना उठाव देण्यासाठी टाइम्स समूहाला एक उपयुक्त साधन ठरले. स्पर्धेत त्याचा मोठा फायदा झाला. प्रतिस्पर्धी वृत्तपत्रे एखाद्या ठराविक प्रदेशात मजबूत होती, परंतु त्यांचा उर्वरित देशात फारसे अस्तित्व आणि प्रभाव नव्हता. टाइम्स समूहाला टक्कर देऊ शकेल, अशी विविधता आणि सर्वदूर पोहोच त्यांच्याकडे नव्हती. त्यामुळे टाइम्स समूहाला मोकळे रान मिळाल्यासारखी स्थिती झाली.

यामुळे टाइम्स समूहाला एक व्यावसायिक संघटना म्हणून निश्चित उद्दिष्टाच्या दिशेने जाण्याची संधी मिळाली. समूहातील विविध प्रकाशनांमधील विक्री अधिकारी त्यांच्या प्रकाशनांमधली जागा विकत राहिले, पण आता त्यांचे ग्राहक आणि जाहिरात संस्थांना 'मास्टरमाइंड'मार्फत इतरही प्रकाशनांशी जोडू लागले.

त्यामुळे देशभरातील अशा कर्मचाऱ्यांच्या आणि त्यांच्या टीमच्या कामात सुसूत्रता व एकसंघता आली.

आणखी एक महत्त्वाची बाब म्हणजे त्यामुळे बाजारात उत्साहाचे नवे वातावरण निर्माण झाले. बाजारात काहीतरी नाविन्यपूर्ण घडत होते आणि तो लवकरच सार्वत्रिक चर्चेचा विषय बनला. जाहिरातदार आणि माध्यम संस्थांनाही त्यांचा दृष्टिकोन बदलावा लागला. या पॅकेजचा व त्यात दिलेल्या विविध पर्यायांचा व्यवसायवाढीसाठी कसा फायदा करून घेता येईल, असा विचार ते करू लागले. अनेक वर्षे ठराविक पद्धतीने काम करत राहिलेल्या बाजारपेठेला त्यामुळे नवी गती मिळाली. अर्थातच या बदलांच्या मध्यभागी टाइम्स समूह होता. स्वत:चा ब्रँड प्रस्थापित करण्यात त्याचा मोठा फायदा झाला आणि माध्यम विश्वातील खेळाचे रूप त्यामुळे पालटले.

'मास्टरमाइंड'चा प्रभाव आणि परिणाम ते सुरू केल्यापासून दोन वर्षांच्या आतच जाणवू लागले. त्यामुळे समूहातील वृत्तपत्रांकडे जाहिरातींचा ओघ वाढला. व्यवसायाला चालना मिळाली. *इकॉनॉमिक टाइम्स*ही आता चांगली कामगिरी करू लागला आणि नव्वदीच्या दशकाच्या प्रारंभी त्याच्या अनेक नव्या आवृत्त्या सुरू झाल्या.

'मास्टरमाइंडचा प्रभाव इतका वाढला की, माध्यम नियोजक आणि विपणन क्षेत्रातील जाहिरातदार *टाइम्स ऑफ इंडिया*च्या प्रतिनिधींपेक्षा त्याचा जास्त प्रसार करू लागले. पैशांचा पुरेपूर मोबदला आणि व्यवसायाच्या भौगालिक विस्ताराचा फायदा हा अतिशय आकर्षक होता आणि इतरांनी ती कल्पना आत्मसात केली', असे 'ओ अँड एम'चे बशाब सरकार यांनी सांगितले.[८]

समीर जैन यांना 'मास्टरमाइंड'ची कल्पना कशी सुचली, याचेही काही गमतीदार किस्से आहेत. समीर त्यांच्या समूहातील कंपन्यांच्या वेगवेगळ्या पातळ्यांवरील कामगिरीचा विचार करत होते. जी प्रकाशने दमदार वाटचाल करत होती, त्यांचा कंपनीच्या एकूण फायद्यासाठी कसा वापर करायचा, याचा मार्ग ते शोधत होते. त्या वेळी त्यांच्यासमोर अगदी विचित्र वाटेल अशा पद्धतीने ही कल्पना आली. विजय जिंदाल यांनी सांगितल्याप्रमाणे कंपनीच्या वरिष्ठ अधिकाऱ्यांच्या आपापसात गप्पाटप्पा सुरू होत्या. त्या वेळी एकाने मजेदार किस्सा सांगितला. एका मित्राबरोबर रात्री बारमध्ये गेले असताना नेहमीचे मद्य विकत घेतल्यानंतर सोबत रॉयल चॅलेंज व्हिस्कीचा एक पेग मोफत मिळाला. हा एकोणिसशे ऐंशीचा काळ होता. त्यावेळी भारतात 'एकावर एक मोफत' किंवा बारमध्ये 'हॅपी आवर्स' असा प्रकार सुरू झाला

नव्हता. त्यामुळे इतरांनी हा किस्सा वरवर ऐकून सोडून दिला. परंतु समीर मात्र त्यावर विचार करू लागले. त्या वेळी त्यांनी असे विचारल्याचे म्हटले जाते की, 'याचा अर्थ असा काढायचा की, जे मोफत मिळतं, त्याच्या मागे लोक जात राहतील!'

टाइम्स समूहातल्या सर्वाधिक प्रभावी व्यूहनीतीचा- 'मास्टरमाइंड'चा जन्म असा झाला, असे विजय जिंदाल म्हणाले. हॅपी आवर्सची कल्पना समीर जैन यांना आवडली. अशाच पद्धतीने एकावर एक काही मोफत किंवा सवलतीत दिल्याने आपल्या समूहातील वृत्तपत्रांची विक्री आणि जाहिरातींचा महसूल वाढू शकेल का, याचे विचारचक्र त्यांच्या मनात सुरू झाले. *टाइम्स ऑफ इंडिया* च्या त्या वेळी उत्तर भारतात नुकत्याच सुरू झालेल्या आवृत्त्या फार चांगली कामगिरी करत नव्हत्या. त्यामुळे ते चिंतेत होते. सहज गप्पांमधून मिळालेल्या एका संकेतातून त्यांना वाटचालीचा पुढचा मार्ग दिसला. त्यामुळे टाइम्स समूहातील प्रकाशने आणि आवृत्त्या व्यवसायवाढीसाठी परस्परांशी जोडण्याचा विचार त्यांच्या मनात रुजला.

कोणतीही नवी कल्पना सुरू करायची म्हटली की, तिला सुरुवातीला विरोध होतोच. समीर जैन यांनाही हा अनुभव होता. 'मास्टरमाइंड' सुरू करताना प्रारंभी अनेक थरांतून त्याला विरोध झाला, त्याबद्दल शंका व्यक्त करण्यात आल्या. तोपर्यंत वृत्तपत्रांना विशिष्ट पद्धतीनेच जाहिरातींची जागा विकण्याची सवय लागली होती. त्यासाठी काही एकत्रित पॅकेजेसही होती. परंतु, ती अगदी साध्या गणितावर आधारलेली होती. उदाहरणार्थ, एखाद्या वृत्तपत्रात एखादी जाहिरात अनेक वेळा दिली, तर त्यावर सवलत मिळत असे. असे सवलतींचे पर्याय मुख्यत: मुंबई आणि दिल्ली आवृत्त्यांपुरते मर्यादित होते. कारण तिथे आधीच जाहिरातदारांचा मोठा वर्ग होता. परंतु, 'मास्टरमाइंड'च्या माध्यमातून टाइम्सच्या विक्री प्रतिनिधींनी जाहिरातदारांच्या मनात इतर बाजारपेठांबद्दल रस निर्माण करणे अपेक्षित होते. त्यामुळे हे नवे पॅकेज जाहिरातदारांपुढे ठेवताना त्यामागचा तर्कशुद्ध विचारही सांगणे आवश्यक होते.

समीर जैन 'मास्टरमाइंड' अतिशय धाडसी पद्धतीने सुरू करू पाहत होते. त्यालाही काहींचा विरोध होता. दिल्लीमध्ये *टाइम्स ऑफ इंडिया* आणि *नवभारत टाइम्स* असे एकत्रित पॅकेज देण्याची त्यांची इच्छा होती. आतापर्यंत असे कधी झाले नव्हते. एका इंग्रजी वृत्तपत्राची हिंदी वृत्तपत्राशी सांगड कशी घालायची, याची चिंता त्यांच्या विक्री प्रतिनिधींना वाटत होती.

ही योजना फसणार, अजिबात चालणार नाही, असा केवळ विक्री प्रतिनिधींचाच नव्हे, तर टाइम्सच्या काही वरिष्ठ अधिकाऱ्यांनाही वाटत होते. त्यांनी आतापर्यंत वेगवेगळ्या वृत्तपत्रांसाठी स्वतंत्रपणे जाहिरातींची जागा विकली होती. परंतु, दोन बाह्यत: परस्परविरोधी वृत्तपत्रांमधली जागा एकत्र कशी विकायची, हा त्यांच्यापुढचा प्रश्न होता. दोन्ही वृत्तपत्रांचा वाचकवर्ग सर्वस्वी वेगळा होता. अशा दोन टोकांवरच्या वाचकवर्गासाठी जाहिराती कोण देईल, असा पेच होता. त्यामुळे समीर यांच्या या कल्पनेच्या पाठीशी कोणी उभे राहू इच्छित नव्हते. *टाइम्स ऑफ इंडिया*चा वाचकवर्ग ज्यांना हवा आहे, असा जाहिरातदार *नवभारत टाइम्स*च्या वाचकाकडे पाठ फिरवेल आणि *नवभारत टाइम्स*चा जाहिरातदारही टाइम्सच्या वाचकाकडे पाठ फिरवेल, असे या अधिकाऱ्यांना वाटत होते. शिवाय, जाहिरातदारांसाठी योग्य प्रकारचा वाचकवर्ग मिळवणे, या टाइम्स समूहाच्या मूळ उद्देशाशीही ते विसंगत होते.

प्रदीप गुहा हे त्या वेळी टाइम्स समूहातील एक उत्साही वरिष्ठ अधिकारी होते. ते तसे स्पष्टवक्ते होते. त्यांनी जाहीरपणे दोन्ही वृत्तपत्रांची तुलना केली. मुंबईत *टाइम्स ऑफ इंडिया* उच्चभ्रू वर्गात वाचला जातो, तर *नवभारत टाइम्स*चा तिथला वाचक हा बाहेरून आलेले मजूर, रिक्षाचालक असा निम्न स्तरातला आहे, याकडे त्यांनी लक्ष वेधले. गुहा यांच्या या स्पष्टोक्तीने उपस्थित इतर अधिकारी धास्तावले. समीर यांनी ते शांतपणे ऐकून घेतले, तरी ते आतून दुखावले असावेत. समीर जैन यांनी बेनेट, कोलमन आणि कंपनीतील प्रकाशनांची क्रमवारी ठरवली होती. त्यात *टाइम्स ऑफ इंडिया* पहिल्या, *नवभारत टाइम्स* दुसऱ्या आणि *इकॉनॉमिक टाइम्स* तिसऱ्या स्थानावर होते. या चर्चेनंतरही समीर आपल्या म्हणण्यावर ठाम राहिले आणि त्यांनी ठरवल्याप्रमाणे दिल्लीत 'मास्टरमाइंड'चे पॅकेज दिले.

समीर जैन यांनी मांडलेला तर्क वेगळा होता. त्यांच्या दिल्ली पॅकेजला विरोध करणारे बहुतांश वरिष्ठ अधिकारी मुंबईतले होते. *नवभारत टाइम्स*चा मुंबईतला बहुतांश वाचकवर्ग हा बिहार, उत्तर प्रदेशातून आलेल्या स्थलांतरितांचा होता. त्यातील अनेक जण किरकोळ व्यापार किंवा फार कौशल्याची गरज नसलेली कामे करत असत. त्यामुळे मुंबईत निश्चितच नवभारत टाइम्सचा वाचकवर्ग *टाइम्स ऑफ इंडिया*च्या वाचकवर्गापेक्षा वेगळा होता.

दिल्लीतली स्थिती मात्र वेगळी होती. *नवभारत टाइम्स* चा दिल्लीतला वाचकवर्ग हा हिंदी उच्चभ्रू वर्गातला आहे. उत्तर भारताच्या 'काउ बेल्ट' आणि 'कोल बेल्ट'मधील संसद सदस्य, श्रीमंत व्यावसायिक व व्यापारी, श्रीमंत शेतकरी

असा *नवभारत टाइम्स*चा वाचक आहे, असा समीर जैन यांचा प्रतिवाद होता. त्यामुळे दिल्लीतील जाहिरातदार अशा वर्गापर्यंत पोचण्यासाठी निश्चितच उत्सुक असणार, अशी त्यांची अटकळ होती.

नटरंजन बोहिदार यासंदर्भात म्हणाले, 'बंगालमधील भद्रलोकांमध्ये जसे बंगभाषी वृत्तपत्रांचे स्थान आहे, तसेच हिंदी भाषकांमध्ये *नवभारत टाइम्स*चे स्थान आहे, असे समीर जैन यांचे म्हणणे होते. आणि तसे समीकरण मांडण्याचा त्यांचा प्रयत्न होता.'[१] *आनंद बझार पत्रिके*ला जे कोलकात्यात स्थान आहे, ते *नवभारत टाइम्स*ला दिल्लीमध्ये आहे, असे सुचवण्याचा समीर यांनी प्रयत्न केला. (बोहिदार १९८८ मध्ये टाइम्स समूहात ब्रँड व्यवस्थापक म्हणून रूजू झाले. या वर्षी टाइम्सच्या दीडशेव्या स्थापना वर्षाचे कार्यक्रम सुरू होते.)

समीर जैन यांनी आपल्याला मनातून काय वाटते, त्यावर आधारित व्यूहरचना केली होती. बाजारपेठेशी संबंधित संशोधनावर ते आधारलेले नव्हते. बोहिदार म्हणाले, 'समीर जैन यांना त्यांच्या उत्पादनांबद्दल टोकाचा वाटेल इतका अभिमान होता. बाजारपेठा आणि टाइम्स समूहातील प्रकाशनांबद्दलची त्यांची मते व्यक्तिगत अनुभवावर आणि आतल्या आवाजावर बेतलेली होती. ती इतकी ठाम होती, की समाजशास्त्रीय संशोधन किंवा व्यवसायाच्या पारंपरिक ठोकताळ्यांनाही ते अशा वेळी जुमानत नसत.'

तरीही हा विरोध मोडून काढणे सोपे नव्हते. *नवभारत टाइम्स*शी सांगड घातल्याने *टाइम्स ऑफ इंडिया*च्या प्रतिमेला धक्का बसेल, असा युक्तिवाद विक्री विभागाचे अधिकारी करत होते. वरिष्ठ अधिकाऱ्यांच्या या सामूहिक शहाणपणाच्या सल्ल्याकडे समीर यांनी दुर्लक्ष केले. त्यांनी पुढे काय घडू शकेल, याचे चित्र स्वतःच्या मनात रेखाटले होते. अगदी अखेरपर्यंत काय घडू शकेल, याची कल्पना त्यांनी रंगवली होती. आणि त्या आधारानेच या कल्पनेला नक्की प्रतिसाद मिळेल, असे त्यांना ठामपणे वाटत होते.

टाइम्स ऑफ इंडिया आणि *नवभारत टाइम्स*चे एकत्रित पॅकेज दिल्लीत यशस्वी झाले. त्यामुळे टाइम्स समूहाला आपली योजना अमलात आणण्यासाठी नवे बळ मिळाले. परंतु, जे 'मास्टरमाइंड'कडे निव्वळ सवलतींचे पॅकेज म्हणून पाहत होते, त्यांना योजनेचे मर्म समजलेच नव्हते. जाहिरातींचे दर हे व्यूहनीतीचे एक साधन-शस्त्र म्हणून वापरण्याचा हा प्रयोग होता. तोपर्यंत आळशीपणाने चालत आलेल्या पद्धतीने दर ठरवण्याला समीर यांनी विरोध केला होता. बाजारपेठेतील बदलते वास्तव, जाहिरातदारांची क्षमता आणि आवश्यक फायद्यासाठी किंमत मोजण्याची

तयारी यांच्या आधारावर जाहिरातींचे दर ठरवण्याचे नवे धोरण समीर यांनी प्रत्यक्षात आणले होते.

अर्थातच, हे करण्यात धोका होता. एकदा उद्योग-व्यवसाय या कल्पनेवर चालू लागला की, जाहिरातींचे दर कोणत्याही दिशेने जाऊ शकत होते. ज्या ज्या वेळी स्पर्धा तीव्र होते किंवा जाहिरातींसाठी जागेची मागणी घटते, त्या प्रत्येक वेळी बाजारपेठेच्या नियमाला अनुसरून दर कमी करणे आवश्यक होते. त्यावेळी उत्पादन खर्च कितीही असला, तरी वृत्तपत्रांनी दर कमी करणे भागच ठरणार होते.

तरीही जाहिरातींचा दर हे व्यवसायातील शस्त्र म्हणून वापरण्याचा समीर जैन यांचा निर्धार पक्का होता. उत्पादन खर्चावर आधारित किंमत ठरवण्यापेक्षा स्पर्धात्मक व्यवसायात प्रगतीचा तोच एक मार्ग होता आणि त्यात धोकेही होते. भारतातील त्या वेळेपर्यंतचे उद्योगव्यवसायांचे चित्र वेगळे होते. समाजवादी विचारसरणी प्रबळ होती. सरकारने दिलेले परवाने आणि नियंत्रणाच्या चौकटीत उद्योग सुरू होते. त्यात फारशी स्पर्धा नव्हती. आणि उत्पादन खर्चावर आधारित किमती ठरवणे हीच रीत प्रचलित होती. भारतातला वृत्तपत्र व्यवसायही अशाच सुरक्षित जगात वावरत होता. तो समव्यावसायिक मित्रांचा एक क्लबच होता. त्यामुळे उत्पादन खर्चावर आधारित जाहिरातींचे दर ठरवण्याची पद्धत आणखी काही काळ तरी चालू शकली असती. परंतु, समीर जैन व्यवसायाचे हे नियम बदलण्यास अधीर झाले होते. त्यांनी माध्यम विश्व ढवळून काढले.

सोप्या पद्धतीने पाहिले, तर 'मास्टरमाइंड' हा वृत्तपत्र व्यवसायातील विविध बाजारपेठा आणि प्रकाशने यांच्या तुलनात्मक बळाच्या आधारे जाहिरातींच्या जागांचा दर ठरवण्याचा एक मूलभूत आराखडा होता. या दरपत्रकातील आकड्यांचा संबंध वृत्तपत्रांच्या उत्पादन खर्चाऐवजी ते जाहिरातदारांना देत असलेल्या मूल्याशी होता. त्यामुळे काही बाजारपेठांमध्ये वृत्तपत्रे जाहिरातदारांना योग्य ग्राहक व त्यांना अपेक्षित मूल्य कमी प्रमाणात देत असतील, तर तिथले दर कमी राहणार होते. त्याउलट ज्या बाजारपेठांमधले वृत्तपत्राचे मूल्य जास्त होते, तेथे जास्त आणि चढे दर राहणे स्वाभाविक होते.

'मास्टरमाइंड'च्या या सूत्रानुसार सुरुवातीच्या काळात *टाइम्स ऑफ इंडिया* च्या जयपूर, बेंगळुरू आणि पाटणा आवृत्त्यांमधली जाहिरातींची जागा प्रति कॉलम सेंटिमीटर ५ रुपये एवढ्या अतिरिक्त दराने मिळू शकत होती. कारण या आवृत्त्यांचे जाहिरातदारांच्या दृष्टीने मूल्य कमी होते. मात्र, त्याच सूत्राने मुंबईतील बाजारपेठेत टाइम्समधील जाहिरातीचा दर जास्त असणे त्याच्या मूल्याशी सुसंगतच होते. त्यामुळे समीर जैन यांनी या आवृत्तीच्या जाहिरात दरात केलेली वाढ लहान राहणार

नव्हती. *टाइम्स*च्या मुंबई आवृत्तीतील जाहिरातीच्या दरात एकाच वेळी ६८ टक्के वाढ झाली. हे दर प्रति कॉलम सेंटिमीटर १२५ रुपयांवरून २१० रुपयांवर गेले. 'मास्टरमाइंड'च्या जाहिराती आता त्या दराने मिळणार होत्या. याच सूत्राने *नवभारत टाइम्स*च्या दिल्ली आवृत्तीतील जाहिरातींचे दर ४० टक्क्यांनी वाढले. *टाइम्स ऑफ इंडिया*च्या दिल्ली आवृत्तीतील जाहिरातींचा दर ३१ टक्क्यांनी वाढून प्रति कॉलम सेंटिमीटर १२५ रुपयांवर पोचला. सप्टेंबर १९८७ मध्ये *इकॉनॉमिक टाइम्स*मधील जाहिरातीचा दर २८ टक्क्यांनी वाढून प्रति कॉलम सेंटिमीटर १५० रुपयांवर गेला.

सतीश मेहता यामागचे तर्कशास्त्र उलगडून सांगतना म्हणाले, 'मास्टरमाइंड हे फक्त एक दरपत्रक नव्हते. कंपनीला वाढीव नफ्याकडे नेणारे ते एक वाहन होते. मास्टरमाइंड एकदा अमलात आणल्यानंतर समीर जैन त्याच्या आधारे जाहिरातींचे दर वाढवू शकत होते.'[१०] समीर जैन केवळ एकदा अशी दरवाढ करून थांबले नाहीत. टाइम्स समूहाने १९८७ पासूनच्या पुढील पाच वर्षांत तीन वेळा जाहिरातींच्या दरांमध्ये वाढ केली. दरवाढीचे नुसते टप्पेच वाढले नाहीत, तर त्या जाहीर करण्याची वारंवारताही वाढली.

डिसेंबर १९८८ मध्ये टाइम्सच्या मुंबई आवृत्तीतील जागा जाहिरातदाराला प्रति कॉलम सेंटिमीटर २९० रुपयांनी मिळत होती. त्यानंतरच्या वर्षांत हा दर प्रति कॉलम सेंटिमीटर ४१० रुपयांवर गेला. आधीच्या तीन वर्षांच्या तुलनेत ही वाढ ३१४ टक्के होती. *टाइम्स ऑफ इंडिया*ची दिल्ली आवृत्ती आणि *नवभारत टाइम्स* यांच्या जाहिरातींचे दरही असेच तीन वर्षांत १६३ टक्क्यांनी वाढले. *इकॉनॉमिक टाइम्स*च्या दिल्ली आवृत्तीतील दर १९८७ ते १९९० या काळात १७८ टक्क्यांनी वाढले. इतकेच नव्हे, तर वृत्तपत्रासाठीच्या कागदाच्या वाढलेल्या किंमतीची भरपाई होण्यासाठी टाइम्स समूहाने १९८८मध्ये जाहिरातींच्या दरावर २० टक्के अधिभार लागू केला. *टाइम्स ऑफ इंडिया*च्या मुंबई आवृत्तीतील जाहिरातींचा दर १९९० मध्ये प्रति कॉलम सेंटिमीटर ५०० रुपये होता, तो १९९२ मध्ये ७०० रुपयांवर गेला आणि १९९५ मध्ये तो ११११ रुपये इतका होता. नंतरच्या काळात जाहिरातींच्या दरांमधली अशी वाढ मंदावली असली, तरी ती वरवरच जात आहे, हे लक्षात घेणे आवश्यक आहे.

टाइम्स समूहाच्या या नव्या धोरणाला जाहिरात उद्योगाने आणि ग्राहकांनी विरोध केला. जाहिरातींच्या दरातील वाढीचा त्यांनी तीव्र निषेध केला. त्याआधी प्रचलित पद्धतीप्रमाणे जाहिरातींच्या दरात फार तर चार-पाच टक्के वाढ होत असे. अशी दरवाढ

करतानाही जाहिरात संस्थांची त्याला आधी मान्यता घेतली जात असे. वृत्तपत्रांना दरवाढीचे समर्थनही करावे लागत असे. वृत्तपत्रासाठीच्या कागदाच्या किमतीतील वाढ, कर्मचाऱ्यांचे वाढलेले वेतनभत्ते किंवा इतर सबबी त्यासाठी द्याव्या लागत. तसेच, जाहिरात संस्थांना दरवाढीची पूर्वकल्पना पुरेशी आधी द्यावी लागत असे. त्यानुसार ते व्यवसायाची पूर्वतयारी व आखणी करत. परंतु, *टाइम्स* समूहाने 'मास्टरमाइंड' लागू करताना असे काही केले नाही. त्यांनी एके सकाळी एकदम जाहिरातींच्या दरातील वाढ जाहीर केली. आपली उत्पादने जाहिरातदारांना खूपच जास्त मूल्य देत आहेत, परंतु त्याच्या मोबदल्यात कंपनीला फारच कमी पैसे मिळत होते. ही तफावत दूर करण्यासाठी दरवाढ करण्यात आल्याचे स्पष्टीकरण देण्यात आले.

त्याआधी अशी कोणतीही दरवाढ करताना समीर जैन यांना टाइम्स समूहातील संबंधित विभाग व अधिकाऱ्यांना त्याची कारणमीमांसा द्यावी लागे. समीर यांनी नव्या रचनेत अशी पहिली दरवाढ केली, त्या वेळी कंपनीतील कर्मचाऱ्यांनीच त्याबद्दल शंका घेतल्या आणि त्याला विरोधही झाला. वृत्तपत्रांतील जागांची विक्री करणाऱ्या मुंबईतील विभागाशी दरवाढीसंबंधी संपर्क साधण्यात आला. अचानक एवढी मोठी दरवाढ जाहीर करण्याच्या निर्णयाने हे कर्मचारीही अस्वस्थ झाले होते. त्यामुळे टाइम्समधल्या जाहिरातींची मागणी एकदम खाली येईल, अशी भीती त्यांना वाटत होती. अखेर ते नाईलाजानेच त्यासाठी तयार झाले. डॉ. राम तर्नेजा यांची समजूत काढण्यातही वेळ गेला. 'तुम्ही खूपच जास्त दरवाढ करत आहात', असे ते तेव्हा म्हणाल्याचे सांगितले जाते. त्यामुळे जाहिरातदार टाइम्स समूहापासून दूर जाण्याची भीतीही त्यांनी व्यक्त केली.

समीर जैन या सर्व काळात प्रत्यक्ष काम करणाऱ्या विक्री प्रतिनिधींशी थेट संपर्क साधून होते. त्यांच्याशी संवादाच्या एका सत्रात ते म्हणाले की, 'जाहिरातींच्या दराचा उत्पादन खर्चाशी काहीही संबंध नाही. कंपनीचे उत्पादन आणि ती देत असलेल्या सेवेच्या मूल्याशी त्याचा संबंध आहे. या जागेतून जाहिरातदारांना जो लाभ, जे मूल्य मिळते, त्याच्या समप्रमाणात हा दर आहे.'

'माझे वृत्तपत्र मुंबईतील ७५ टक्के वाचकांपर्यंत पोचण्याची संधी उत्पादकांना देत असेल, तर त्याचे मूल्य तसेच असले पाहिजे. हे मूल्य खूपच जास्त आहे. त्यासाठी मी अस्वस्थ का व्हावे आणि सबबी का शोधाव्यात? मी जे लोकांना देतो आणि बाजारपेठ द्यायला तयार आहे, असे रास्त मूल्य मी आकारले पाहिजे', असे समीर त्या वेळी म्हणाले.[११]

समीर यांच्या बोलण्यातील तथ्य आणि त्यांचा दृष्टिकोन हळूहळू टाइम्स

समूहातील विक्री प्रतिनिधींना लक्षात येऊ लागला. *टाइम्स ऑफ इंडिया*च्या दीडशेव्या स्थापना वर्षानिमित्त मुंबईत साउथबी या जगविख्यात संस्थेतर्फे कलावस्तूंचा लिलाव आयोजित करण्यात आला होता. नौदलाच्या आयएनएस *जवाहर* या जहाजावर हा कार्यक्रम झाला. प्रसिद्ध चित्रकार एम. एफ. हुसेन यांच्या चित्राला त्या वेळी तब्बल दहा लाख रुपयांची किंमत मिळाली. एखाद्या भारतीय चित्राला पहिल्यांदाच एवढी किंमत मिळाली.

समीर जैन यांना त्यांचा दृष्टिकोन सर्वांपर्यंत पोचवण्यासाठी एक चांगले उदाहरण मिळाले. समीर यांच्या टीमचे डोळेही या वास्तवातील उदाहरणाने उघडले. प्रारंभीचा एक अडथळा दूर झाला. वृत्तपत्रातील जागेसाठी आपण योग्य आणि अधिक चांगली किंमत मागत आहोत, नियम मोडून काही करत नाही, याची खात्री त्यांना पटली. दुसऱ्या दिवशीच जाहिरातींच्या दरांमधली वाढ जाहीर करण्यात आली. दरवाढीच्या पहिल्या फेरीनंतर समीर जैन त्यांच्या व्यवस्थापकांना म्हणाले, 'ग्राहकोपयोगी वस्तूंच्या किमती सातत्याने वाढत असतील, तर वृत्तपत्रांतील जागेसाठी जास्त दर मागण्याचाही आपल्याला हक्क आहे.' जाहिरातीच्या दरांमधली वाढ ही वाढ नसून, ते योग्य आकारणीसाठी उचललेले पाऊल (रॅशनलायझेशन) असल्याचा युक्तिवादही समीर यांनी केला.[१२]

दरवाढीचे समीर जैन यांनी केलेले समर्थन तूर्त बाजूला ठेवले, तरी बाजारपेठेची क्षमता त्यांनी अचूक ओळखली होती, असे म्हणता येते. इतरांना त्याचा अंदाज आला नव्हता. भारतीय अर्थव्यवस्था आता पाच ते साडेपाच टक्के वार्षिक दराने वाढायला लागली होती. सरकार तुटीचा अर्थसंकल्प सादर करूनही ग्राहकांची क्रयशक्ती व पर्यायाने बाजारातली मागणी वाढवण्याच्या प्रयत्नात होते. ग्राहकोपयोगी वस्तूंच्या बाजारात नव्या कंपन्या आल्या होत्या. नवी उत्पादने भारतीय बाजारपेठेत येत होती. त्यामुळे देशभरात विस्तार असलेल्या इंग्रजी वृत्तपत्रांमध्ये जाहिरातींची मागणी वाढत राहणार होती. परंतु, वृत्तपत्रांना मात्र या बदलांचे अद्याप भान आलेले नव्हते.

समीर यांच्या अंदाजाप्रमाणे जाहिरात संस्थांनी टाइम्स समूहाच्या जाहिरातींच्या नव्या दरांशी जुळवून घेतले. त्यांच्या नजरेतून पाहता, या दरवाढीमुळे ग्राहकांचे जाहिरातींचे बजेट वाढणार होते आणि पर्यायाने त्यांना मिळणारे कमिशनही वाढू शकणार होते. परंतु, त्यांच्या ग्राहक असलेल्या उद्योगसंस्था, व्यावसायिक ही दरवाढ मान्य करतील का, हा खरा प्रश्न होता. हे ग्राहक वाढीव दरानेही जाहिराती देत होते, याचा अर्थ ते जास्त दरांचे ओझे पेलायला तयार होते. त्यांच्या उत्पादनांच्या जाहिरातींचा त्यांच्या व्यवसायावर निश्चितच सकारात्मक परिणाम होत असावा.

त्यामुळे दर वाढले, तरीही वृत्तपत्रांमधली जाहिरातींची जागा विकत घेण्याची त्यांची तयारी होती. हे व्यवसायाशी निगडित गणित होते.

त्याचबरोबर अशा जाहिरातींच्या दरवाढीला तार्किक आधार देण्यात आला होता. ही मनात आली तशी केलेली वेडीवाकडी दरवाढ नव्हती. ही दरवाढ सरधोपट पद्धतीने एकसारखी किंवा सर्व प्रकाशनांमध्येही करण्यात आलेली नव्हती. त्यामागे टाइम्स समूहापुरता का होईना, परंतु निश्चित विचार आणि निश्चित सूत्र होते. कोणत्या ठिकाणी, जाहिरातींच्या कोणत्या वर्गवारीत दरवाढ करायची, याचा विचार त्यात केलेला दिसत होता.

एन. पी. सिंह यासंदर्भात म्हणाले, 'एके वर्षी मागील वर्षीच्या दरात सरसकट दहा टक्के वाढ करण्याचे अधिकाऱ्यांनी सुचवले, तेव्हा समीर जैन भडकले होते. ते मौज म्हणून दरवाढ करत नव्हते. त्यांनी सुचवलेल्या प्रत्येक दरवाढीमागे त्यांची अशी कारणमीमांसा होती. आपल्या प्रकाशनातील जागेसाठी जाहिरातदार किती पैसे देऊ शकतील, याचा अंदाज त्यामागे असायचा.'[१३] उदाहरण द्यायचे तर मुंबईतील जाहिरातींच्या दरांमध्ये मोठी वाढ करण्यात आली होती, परंतु, दिल्लीतील दर तुलनेने कमीच ठेवण्यात आले होते. मुंबईतल्या जाहिरातदारांकडून पैसे मिळवायचे, पण दिल्लीत *हिंदुस्थान टाइम्स* आघाडीवर असल्याने तिथली समीकरणे बिघडू द्यायची नाहीत, असा पवित्रा *टाइम्स* समूहाचा होता.

टाइम्स ऑफ इंडिया ची मुंबई आवृत्ती आणि *हिंदुस्थान टाइम्स* ची दिल्ली आवृत्ती यांच्या जाहिरातींचे दर १९८५ पर्यंत सारखेच होते. कदाचित दोन्ही वृत्तपत्रे आपापल्या बाजारपेठांमध्ये आघाडीवर आहेत; त्यामुळे दोघांच्याही जाहिरातीचे दर सारखेच असले पाहिजेत, असा विचार त्यामागे असावा. परंतु, समीर जैन यांना ते अन्यायकारक वाटत होते. *टाइम्स ऑफ इंडिया* हा मुंबईसारख्या बाजारपेठेत आघाडीवर असल्याने तो जाहिरातदारांना देत असलेले मूल्य दिल्लीतल्या आघाडीच्या वृत्तपत्रापेक्षा कितीतरी जास्त आहे, असे त्यांचे म्हणणे होते.

टाइम्स समूहाने नवे धोरण स्वीकारून जाहिरातींचे दर वाढवत नेले, त्यानंतर १९९० मध्ये *टाइम्स ऑफ इंडिया*च्या मुंबई आवृत्तीतील जाहिरातींचे दर *हिंदुस्थान टाइम्स*च्या दिल्ली आवृत्तीपेक्षा बरेच जास्त होते. उलट, त्या वेळी दिल्लीत *नवभारत टाइम्स* हे *हिंदुस्थान टाइम्स*शी स्पर्धा करू लागले होते. त्यांच्या जाहिरातींच्या दरांची तुलना केली जात होती. *नवभारत टाइम्स*च्या तेव्हाच्या कार्यकारी संपादकांनी तर दिल्लीच्या बाजारपेठेत आम्हीच आघाडीवर आहोत, *हिंदुस्थान टाइम्स* नाही, असे जाहीर प्रतिपादन केले होते. इंग्रजी वृत्तपत्राच्या समोर हिंदी वृत्तपत्र शड्डू ठोकून उभे

राहिले होते. जाहिरातदारांना देत असलेल्या मूल्यांच्या आधारे हा दावा करण्यात आला होता.

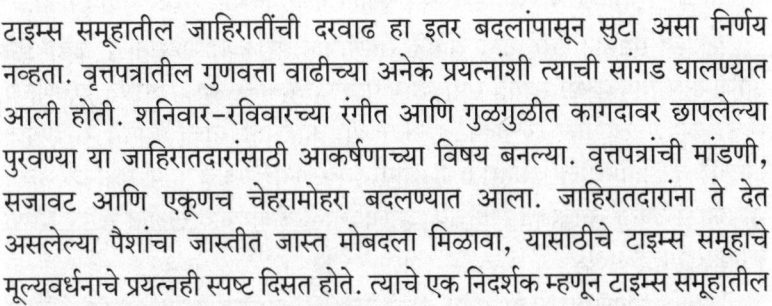

टाइम्स समूहातील जाहिरातींची दरवाढ हा इतर बदलांपासून सुटा असा निर्णय नव्हता. वृत्तपत्रातील गुणवत्ता वाढीच्या अनेक प्रयत्नांशी त्याची सांगड घालण्यात आली होती. शनिवार–रविवारच्या रंगीत आणि गुळगुळीत कागदावर छापलेल्या पुरवण्या या जाहिरातदारांसाठी आकर्षणाच्या विषय बनल्या. वृत्तपत्रांची मांडणी, सजावट आणि एकूणच चेहरामोहरा बदलण्यात आला. जाहिरातदारांना ते देत असलेल्या पैशांचा जास्तीत जास्त मोबदला मिळावा, यासाठीचे टाइम्स समूहाचे मूल्यवर्धनाचे प्रयत्नही स्पष्ट दिसत होते. त्याचे एक निदर्शक म्हणून टाइम्स समूहातील जाहिरात किंवा वृत्तपत्रांमधील जागा विक्री करणाऱ्या विभागाचे नाव आता 'रिस्पॉन्स डिपार्टमेंट' (प्रतिसाद विभाग) असे करण्यात आले. वृत्तपत्रांमधली जाहिरातींची जागा विकणे हा या विभागाचा फक्त उद्देश नाही, तर जाहिरातदारांसाठी प्रतिसाद निर्माण करणे हे त्याचे मुख्य काम असल्याचे या लहान बदलातून सूचित करण्यात आले.

जाहिरातदारांना आणखी चांगली सेवा देण्याच्या दृष्टीने प्रतिसाद विभागात नवी भरती करण्यात आली. एका वरिष्ठ अधिकाऱ्याला प्रतिसाद विभागाचा संचालक असे पद देण्यात आले. त्यामुळे वृत्तपत्र व्यवसायाच्या परिघावर राहिलेला, संपादकीय विभाग आणि पत्रकारांकडून कनिष्ठ मानला गेलेला हा विभाग संघटनेत महत्त्वाचा बनला. 'प्रतिसाद' या नावाने त्याचा अभिमानही वाढला. या विभागाची कार्यालये चकचकीत करण्यात आली. या बदलांमुळे जाहिरातदारांचाही प्रतिसाद वाढला.

या विभागाला प्रयोग करण्याची मुभा होती. जाहिरातदारांशी संवाद साधून त्यांच्या जाहिरातींना चांगला उठाव मिळावा यासाठी विशेष प्रयत्न करण्यात आले. काही प्रतिस्पर्धी दैनिके जाहिरातींचा वृत्तपत्रांमधील बातम्यांच्या मांडणीवर परिणाम होणार नाही, याची दक्षता घेत होते. वृत्तपत्राचे पहिले पान पवित्र मानले जात होते. परंतु, *टाइम्स ऑफ इंडिया*ने त्याबाबत खुले धोरण ठेवले. जाहिरातदारांना प्राधान्य देण्याचे वृत्तपत्राचे प्रयत्न राहिले.

त्याचबरोबर टाइम्स समूहाने बाजारपेठ आणि जाहिरातींसाठी उपलब्ध जागा यांची सोयीच्या पद्धतीने विभागणी केली. जाहिरातदारांची क्षमता आणि पैसे मोजण्याची तयारी यानुसार ही वर्गवारी करण्यात आली. वर्गवारीनुसार जाहिरातींचा

दर वेगवेगळा ठेवण्यात आला. उदाहरणार्थ, नोकरी-रोजगारसंधींबाबतच्या जाहिराती या पैसे देणाऱ्या होत्या. त्यामुळे टाइम्सने त्यासंबंधीची पाने उठावदार केली आणि या पानांवर अतिरिक्त अधिभारही लावला. आंतरराष्ट्रीय जाहिरातींचे दर सर्वाधिक ठेवण्यात आले. आखाती देशांमधल्या जाहिरातींसाठी विशेष दर ठेवण्यात आला. छोट्या जाहिराती आणि विवाहविषयक जाहिरातींचा विभाग सुधारण्यात आला.

टाइम्स समूहाने नंतर काही वर्षांनी राहणीमान, शिक्षण, शहरातल्या घडामोडी आणि इतर विषयांच्या स्वतंत्र संपादकीय पुरवण्या सुरू केल्या. संबंधित पुरवणीची रचना आणि त्यातील उत्पादने व सेवांच्या जाहिराती यांची सांगड राखण्यात आली. वृत्तपत्रांमधील जाहिरातींची जागा विकताना 'एकच माप सर्वांना' अशी भूमिका न ठेवता त्याबाबत लवचिक आणि त्यातील बारकावे लक्षात घेणारे धोरण स्वीकारण्यात आले.

त्यामुळे टाइम्स समूह हा अनेक अर्थांनी जाहिरातदारांसाठी एक आकर्षक पॅकेज बनला. विभा देसाई त्याबाबत म्हणाल्या, '१९८६-८७ मध्ये जाहिरातदाराला काय हवे असायचे? त्याला रंगीत पाने, उत्तम निर्मिती आणि व्यावसायिकता हवी होती. टाइम्स समूहाने बाजारपेठेचा अचूक अंदाज बांधला. तसेच, *हिंदुस्थान टाइम्स* याची नक्कल करू शकणार नाही, हेसुद्धा टाइम्सने ओळखले.'[१४]

टाइम्स समूहाने जाहिरातींच्या दरात वाढ करूनही त्याच्या वृत्तपत्रांमधली जाहिरातींची पाने व जागा वाढतच गेली; ती कमी झाली नाही. *टाइम्स ऑफ इंडिया* तील जाहिरातींची जागा १९८८ मध्ये दहा टक्क्यांनी वाढली. *नवभारत टाइम्स* मध्येही असेच चित्र होते. दरवाढीसंबंधीची समीर जैन यांची भूमिका योग्य ठरली होती.

या निर्णयांचा टाइम्स समूहाच्या आर्थिक कामगिरीवर अतिशय चांगला परिणाम झाला. समूहाची एकूण उलाढाल वर्षात ३२ टक्क्यांनी वाढली. १९८७-८८ मध्ये समूहाची उलाढाल १४०.३३ कोटी रुपये होती, ती पुढच्या वर्षी १८५.८४ कोटी रुपये झाली. समूहाचा करानंतरचा नफा १.६६ कोटी रुपयांवरून ८.५५ कोटी रुपयांवर गेला. म्हणजे एका वर्षात नफ्यात सुमारे ४१५ टक्के वाढ झाली. त्याच्या पुढच्या वर्षी निव्वळ नफा १७.४८ कोटी रुपयांवर गेला, तर वार्षिक उलाढाल २२८.२६ कोटी रुपये झाली.

टाइम्स समूहाच्या प्रतिस्पर्धी दैनिकांचा या नव्या धोरणाला मिळालेला प्रतिसाद अतिशय संथ आणि थंड होता. *हिंदुस्थान टाइम्स*ने जाहिरातदारांसाठी रंगीत पानांचा पर्याय १९८९-९० मध्ये दिला. तोपर्यंत खूप उशीर झाला होता. 'स्वतःला कसे

सादर करायचे हे माहिती नसलेल्या एखाद्या लठ्ठ शाळकरी मुलासारखी ही प्रतिक्रिया होती', असे मत एका जाहिरात संस्थेच्या अधिकाऱ्याने यासंदर्भात व्यक्त केले. जाहिरातदारांना देत असलेल्या सेवांचा दर्जा आणि व्यावसायिकता या गोष्टींमध्येही टाइम्सचे प्रतिस्पर्धी कमी पडले. उदाहरणार्थ, *हिंदुस्थान टाइम्स*ने दिल्ली बाजारपेठेत असलेल्या त्याच्या वर्चस्वामुळे काहीशी गर्विष्ठ भूमिका घेतली.

रजनीश रिखी स्पर्धकांच्या प्रतिक्रियांबाबत म्हणाले, 'पहिल्यांदा प्रतिस्पर्धी दैनिकांनी काहीच केले नाही. १९९१-९२ मध्ये त्यांनी प्रतिक्रिया द्यायला सुरुवात केली. *हिंदुस्थान टाइम्स* दरवर्षी एप्रिलमध्ये दरवाढ जाहीर करत असे, तर *द हिंदू* सप्टेंबर-ऑक्टोबर महिन्यात जाहिरातींचा दर वाढवत असे. परंतु, नव्वदीच्या दशकात *हिंदुस्थान टाइम्स*ने आमच्या पाठोपाठ दर वाढवायला सुरुवात केली.' त्यामुळे एका अर्थाने टाइम्स समूहाने जाहिरातींच्या दरात केलेल्या वाढीचा वृत्तपत्र व्यवसायाला फायदा झाला, असे म्हणता येईल. जाहिरातदारांना वृत्तपत्रे देत असलेल्या मूल्याचा काही भाग मिळवण्यात टाइम्स समूह आणि वृत्तपत्र व्यवसाय यशस्वी झाला, असे म्हणता येईल.

परंतु, हा फक्त जाहिरातदारांच्या वाट्यातील काही लाभ मिळवण्यापुरता प्रयत्न नव्हता. समीर जैन यांना त्यांच्या वृत्तपत्रांची स्वतंत्र ओळख आणि सातत्यपूर्ण अनुभवाच्या आधारे ब्रँड प्रस्थापित करायचे होते. केवळ उत्पादन खर्चांवर आधारित नफ्याच्या गणितापेक्षा बाजारपेठेतील दर ठरविण्याचे सामर्थ्य असलेले ब्रँड त्यांना उभे करायचे होते.

समीर जैन यांचे वृत्तपत्र व्यवसायातील जाहिरातींच्या दरात वाढ करण्याचे धाडसी निर्णय यशस्वी ठरले होते. टाइम्स समूहातील बदलांना टिकाऊ रूप येण्यासाठी विविध प्रकारे त्यातील वृत्तपत्रांचे ब्रँड प्रस्थापित करणे आवश्यक होते. वृत्तपत्रांमधील आशय आणि निर्मितीशी हे प्रयत्न संबंधित होते. परंतु, बातम्यांच्या पानांच्याही पलीकडे जाऊन विविध महोत्सवांचे आयोजन आणि उपक्रमांची जोडही ब्रँड उभारणीसाठी उपयुक्त ठरणार होती. भारतात एखादे वृत्तपत्र पहिल्यांदाच अशा प्रकारचे प्रयत्न करत होते आणि शहरी भागातील तरुणांपर्यंत आपले वृत्तपत्र पोचवत होते.

६

लाइट्स! कॅमेरा! ॲक्शन!

'कोणीही मूर्ख एखादा सौदा घडवून आणू शकतो, परंतु ब्रँड प्रस्थापित करण्यासाठी बुद्धिमत्ता, विश्वास आणि चिकाटी आवश्यक असते.'

डेव्हिड ऑगिल्व्ही, जाहिरातविश्वाचे जनक[१]

'वाचकांशी व काळाशी सतत जोडलेले राहणे आणि वाचकांच्या मनावर अधिराज्य गाजवणे', हे उद्दिष्ट टाइम्स समूहाने निश्चित केले होते. त्यादृष्टीने एकविसाव्या शतकातील व्यवसायाच्या वाटचालीचा मार्गही त्याने ठरवला होता. टाइम्स समूहाला स्वतःची वैशिष्ट्यपूर्ण ओळख ब्रँडच्या स्वरुपात प्रस्थापित करायची होती. त्यासाठी सातत्यपूर्ण प्रयत्न आवश्यक होते. समूहाच्या भावी यशाची बीजे त्यातच दडलेली होती. नव्या व्यावसायिक वातावरणात वृत्तपत्र हे आता एक उत्पादन बनले होते आणि या उत्पादनाचे मोठ्या ब्रँडमध्ये रूपांतर करावयाचे होते.

भारतात तोवर प्रादेशिक वृत्तपत्रांचे वर्चस्व होते. त्यामुळे इथल्या वृत्तपत्र व्यवसायात उठून दिसण्यासाठी आणि संपूर्ण देशभर ओळख निर्माण करण्यासाठी वेगळ्या प्रयत्नांची गरज होती. टाइम्स ऑफ इंडियाच्या स्थापनेला दीडशे वर्षे पूर्ण होत असल्याचे निमित्त साधून या महत्त्वाकांक्षी मोहिमेची सुरुवात होणार होती. या शतकोत्तर सुवर्णमहोत्सवाच्या पूर्वतयारीत अनेक हात सहभागी झाले. त्यांची शक्ती, बुद्धी आणि ऊर्जा त्यात पणाला लागली आणि प्रचंड साधनसामग्रीची जमवाजमवही सुरू झाली. वर्षभरात अनेक उपक्रमांचे आयोजन करण्यात येणार होते.

त्यासाठी परवानग्या मिळवणे, मोठ्या प्रमाणावर व्यवस्था उभ्या करणे याबरोबरच मोठी गुंतवणूकही करावी लागणार होती. हे कार्यक्रम भव्यदिव्य स्वरूपात होण्यासाठी केवळ पैशांची नव्हे; तर मनुष्यतासांचीही मोठी गुंतवणूक आवश्यक होती.

टाइम्स ऑफ इंडिया चे शतकोत्तर सुवर्णमहोत्सवी वर्ष नोव्हेंबर १९८८ मध्ये सुरू होऊन नोव्हेंबर १९८९ पर्यंत चालणार होते. ते मोठ्या गाजावाजात साजरे करण्याचे ठरले होते. देशातील प्रत्येकापर्यंत हा उत्सव पोचला पाहिजे, प्रत्येकाच्या मनात तो झिरपला पाहिजे आणि सर्व ग्राहक व हितचिंतकांना तो अभूतपूर्व अनुभव देणारा ठरला पाहिजे, एवढ्या भव्य प्रमाणात त्याचे आयोजन करण्याचे ठरले.

शतकोत्तर सुवर्णमहोत्सवी वर्षाच्या या कार्यक्रमांना 'सेस्क्विसेंटेनियल' असे संबोधण्यात आले. टाइम्स समूहाची ओळख त्यातून लोकांच्या मनावर ठसण्यासाठी 'गुड टाइम्स, सॅड टाइम्स, चेंजिंग टाइम्स' (चांगला काळ, दुःखी काळ आणि बदलता काळ) असे त्याचे घोषवाक्य ठरवण्यात आले. प्रामुख्याने दिल्ली आणि मुंबईत त्याचे मोठे कार्यक्रम होणार होते. देशातील थोडीशी मरगळ आलेल्या वृत्तपत्र व्यवसायात त्याने नवी जान आली. नव्या विचारांबरोबर नव्या ऊर्जेचा संचारही वृत्तपत्र व्यवसायात झाला. तोपर्यंत देशातल्या कोणत्याही प्रकाशनाने किंवा वृत्तपत्राने एवढ्या भव्य प्रमाणावर कार्यक्रमांचे आयोजन केले नव्हते. त्यामुळे सर्वांचे लक्ष त्याकडे वेधले गेले. टाइम्स समूहाला ते हवेच होते.

समीर जैन यांच्या अतिशय उत्साही भगिनी नंदिता या आयोजनात समरसून सहभागी झाल्या. त्या कला आणि सौंदर्याच्या भोक्त्या होत्या. त्यांची सौंदर्याभिरुची उच्च दर्जाची होती. त्यांच्या प्रसन्न वावरामुळे या महोत्सवाच्या पूर्वतयारीला नवा उत्साह आला. *टाइम्स* समूहातील अनेकजण अजूनही जिव्हाळ्याने त्या आठवणी जागवतात. त्या मित्रत्वाने वागणाऱ्या, सर्वांना समजून घेणाऱ्या आणि उत्साहाचा झराच होत्या. सर्व कार्यक्रमांचे- विशेषतः कला आणि संस्कृतीशी निगडित कार्यक्रमांचे आयोजन नेटके व्हावे, त्याची अंमलबजावणीही नीट व्हावी यावर त्यांची बारीक नजर होती.

शतकोत्तर सुवर्णमहोत्सवाच्या निमित्ताने टाइम्स समूहाने पाहिलेली स्वप्ने प्रत्यक्षात उतरावी, यासाठी काही व्यक्ती त्यात सर्वस्व ओतत होत्या. नंदिता जैन यांच्या जोडीने प्रदीप गुहा आणि प्रीतीश नंदी हे त्याची धुरा सांभाळत होते. ब्रँड उभारणीसाठीच्या या भव्य कार्यक्रमांच्या नियोजनाच्या बैठका घेणे, त्याचे तपशील ठरवणे आणि ते सुरळीत पार पडतील, याची दक्षता घेणे याची जबाबदारी त्यांच्यावर होती. प्रदीप गुहा त्या वेळी जाहिरात विभागाचे (नंतर या विभागाचे नाव रिस्पॉन्स- प्रतिसाद असे

बदलण्यात आले.) प्रमुख होते. प्रीतीश नंदी टाइम्स समूहातील सर्व नियतकालिकांचे समूह संपादक आणि प्रकाशन संचालक होते. द *इलस्ट्रेटेड वीकली ऑफ इंडिया, इव्हिनिंग न्यूज,* द *इंडिपेंडट* अशा नियतकालिकांचा त्यात समावेश होता.

'सेस्क्विसेंटेनियल वर्षातील कार्यक्रम ही नंदिता जैन यांच्या उत्साही पुढाकारातून टाइम्स समूहाने साधलेली एक अपूर्व संधी होती. *टाइम्स ऑफ इंडिया*ची ब्रँड प्रतिमा कशी उंचावता येईल, याच्या त्यांच्याकडे अफाट कल्पना होत्या. बोरीबंदरच्या या वृद्धेला मिनी स्कर्ट घालण्यासारखा हा अद्भूत प्रयत्न होता', असे प्रदीप गुहा यांनी आठवणींना उजाळा देत सांगितले. ते म्हणाले, 'बेनेट, कोलमन आणि कंपनीतील जुने नेतृत्व नव्या आणि तरुण नेतृत्वाला पुढे करत होते. 'सेस्क्वि' कार्यक्रमांचे आयोजन हा त्याचाच एक भाग होता.'[२] (टाइम्स समूहात 'सेस्क्विसेंटेनियल'ला काही वेळा गमतीने 'सेक्सीसेंटेनियल' असे म्हटले जायचे.)

'शतकोत्तर सुवर्णमहोत्सवी कार्यक्रमांची तयारी ते वर्ष सुरू होण्याच्या एक वर्ष आधीच सुरू झाली. कार्यक्रम आणि त्यांच्या नियोजनाचे तपशील ठरवण्यासाठी अनेक बैठका मुंबई आणि दिल्लीत झाल्या. महोत्सवातील विशेष विभागांची जबाबदारी संबंधित क्षेत्रातील तज्ज्ञ व्यक्तींवर सोपवण्यात आली होती. सबिना सेहगल सैकिया यांच्याकडे शास्त्रीय संगीताच्या कार्यक्रमांचे आयोजन सोपवण्यात आले. त्याप्रमाणे त्यांनी आखणी केली आणि आम्ही प्रायोजक मिळवण्याचे प्रयत्न केले', असे गुहा यांनी सांगितले.

महोत्सवाच्या दिल्लीत झालेल्या सर्व कार्यक्रमांच्या समन्वयाची जबाबदारी नटरंजन बोहिदार यांच्याकडे होती. तर प्रदीप गुहा यांच्यावर दिल्लीबाहेरील सर्व कार्यक्रमांची जबाबदारी होती. प्रत्येक गोष्टीचा पाठपुरावा आणि देखरेख करण्यात येत होती. त्या वेळी ब्रुस स्प्रिंगस्टीन यांच्या ह्युमन राइट्स कन्सर्टस जगभरात सुरू होत्या. टाइम्सच्या प्रतिनिधींनी त्यांच्या संयोजकांशी संपर्क साधून दिल्लीत असा कार्यक्रम करता येईल का, अशी विचारणा केली. त्यानुसार दिल्लीत हा एक वेगळा कार्यक्रम झाला.

शतकोत्तर सुवर्णमहोत्सवाचे कार्यक्रम हे टाइम्समध्ये नवा विचार आणण्याशी, त्याचे भविष्य घडवण्याशी संबंधित होते. कला, संस्कृती, क्रीडा, इतिहास अशा विषयांना त्यात प्राधान्य देण्यात आले. गुहा त्याविषयी म्हणाले, '*टाइम्स ऑफ इंडिया* त्याचा समृद्ध वारसा समाजापुढे ठेवू शकेल आणि त्या त्या शहरांमधील वाचकवर्गावर आपला प्रभाव पाडू शकेल, अशा प्रकारचे उपक्रम आम्ही शोधत होतो आणि त्यांचे आयोजन करत होतो.'

नंदिता जैन यांना कलेची उत्तम पारख होती. *टाइम्स ऑफ इंडिया* च्या दिल्ली आणि मुंबई कार्यालयांमधील चित्रे आणि प्रदर्शनीय कलावस्तूंची निवड प्रामुख्याने त्यांनी केली आहे. मुंबईतील 'प्रतिसाद' विभागाच्या कार्यालयाची सजावट करावयाची होती. त्यासाठी कलावस्तू आणि शिल्पांची निवड करण्यासाठी त्या स्वत: राजस्थानातील शेखावती परिसरात हिंडल्या. दिल्ली कार्यालयाच्या रचनेमागेही त्यांच्या कल्पना होत्या.

टाइम्सच्या 'सेस्क्विसेंटेनियल' महोत्सवाचा शुभारंभ ३ नोव्हेंबर १९८८ रोजी मुंबईत झाला. तत्कालीन पंतप्रधान राजीव गांधी यांच्या हस्ते टाइम्स समूहाच्या स्मृती जागवणाऱ्या टपाल तिकिटाचे प्रकाशन करण्यात आले. यानिमित्त टाइम्सने काही विशेष ग्रंथही प्रसिद्ध केले. हे सर्वच ग्रंथ अतिशय संग्राह्य आणि उच्च संदर्भमूल्य असलेले होते. प्रसिद्ध व्यंग्यचित्रकार आर. के. लक्ष्मण यांच्या *'द इलोकंट ब्रश'* या पुस्तकाचा त्यात समावेश होता. लक्ष्मण यांनी रेखाटलेला 'कॉमन मॅन'ही टाइम्सच्या स्मृतीटपालतिकिटावर होता.

*टाइम्स ऑफ इंडिया*तील दर्जेदार लिखाणाला उजाळा देणाऱ्या या पुस्तकांमध्ये *फोरफ्रंट, व्ह्यूपॉइंट, सेंटरपीस, फीडबॅक, पास्ट टाइम्स, फ्लॅशबॅक* आणि *ब्रँड न्यू* यांचा समावेश होता. क्रीडा, संस्कृती, समाज आणि आर्थिक या विषयांवरील विशेषांकही त्या वेळी प्रकाशित करण्यात आले.

*टाइम्स*ने या कार्यक्रमापाठोपाठ दोन्ही महानगरांमध्ये संगीत जलसे आयोजित केले. दिल्लीत ब्रुस स्प्रिंगस्टीन, ट्रेसी चॅपमन, पीटर गॅब्रियल आणि स्टिंगचे कार्यक्रम झाले. मुंबईत 'युरोप' हा रॉक संगीतावर आधारित कार्यक्रम झाला. अमेरिकेतील प्रसिद्ध गिटारवादक चार्ली ली बायर्ड यांचा जाझ संगीताचा कार्यक्रमही आर्थिक राजधानीत झाला.

दिल्लीतील ह्युमन राइट्स कन्सर्टमध्ये सेनेगलचे प्रसिद्ध गायक आणि तालवादक योशू नडोर यांचाही कार्यक्रम झाला. पॉप संगीतातील म्बॅलॅक्स हा सेनेगली मूळ असलेला लोकप्रिय प्रकार त्यांनी विकसित केला होता. बॉब मार्ले यांचा वारसदार म्हणून त्यांच्याकडे पाहिले जात होते. सांगायचा मुद्दा हा की, भारतात तोवर ज्यांचे जलसे किंवा कार्यक्रम झाले नव्हते, अशा जगप्रसिद्ध संगीतकार, गायकांना बोलावण्याचा जाणीवपूर्वक प्रयत्न या महोत्सवानिमित्त झाला.

प्रसिद्ध नर्तक अस्ताद देबू यांनाही पाचारण करण्यात आले होते. पारंपरिक आणि आधुनिक नृत्यांचा संगम असलेला कलाविष्कार त्यांनी सादर केला. मुंबईत गेट वे ऑफ इंडियाच्या परिसरात 'वेस सेंट लॉरेंट फॅशन शो'चे आयोजन करण्यात

आले. 'अनयुज्वल रागाज्' (संगीतातील अप्रचलित राग) या सूत्रानुसार भारतीय शास्त्रीय संगीताचे एकूण वीस महोत्सव देशभरात घेण्यात आले. काही स्थानिक स्वरूपाचे कार्यक्रमही महोत्सवांतर्गत झाले.

अहमदाबादमध्ये गायकांच्या एकापाठोपाठ एक अखंड मैफलीचा सलग चोवीस तास चाललेला 'संपूर्ण रात्री' असा कार्यक्रम झाला. लखनौमध्येही एक संगीत मैफिल आयोजित करण्यात आली. कोलकात्यात प्रसिद्ध हुगळी नदीच्या काठावर अनेक वेगळे कार्यक्रम झाले. त्यामागची भूमिका स्पष्ट करताना प्रदीप गुहा म्हणाले, '*टाइम्स ऑफ इंडिया काळानुसार नवे रूप धारण करत होते आणि वाचकांना नवनवा अनुभव देत होते. त्याप्रमाणेच या कार्यक्रमांमधूनही प्रयोगशीलता व्यक्त व्हावी आणि त्यात सहभागी होणाऱ्यांना नाविन्यपूर्ण, अनोखे आणि अविस्मरणीय अनुभव मिळावेत, अशी आमची इच्छा होती.*'

टाइम्स समूहाने कला विषय केंद्रस्थानी ठेवून आखलेले कार्यक्रमही असेच अभूतपूर्व होते. मुंबईतील छत्रपती शिवाजी टर्मिनस आधी व्हिक्टोरिया टर्मिनस म्हणून ओळखले जात होते. त्याची गॉथिक शैलीतील वास्तूरचना अप्रतिम अशी आहे. इंग्लिश वास्तूरचनाकार फ्रेडरिक विल्यम स्टीव्हन्स यांनी १८८७-८८ मध्ये त्याचे बांधकाम सुरू केले आणि पुढच्या दहा वर्षांत ते पूर्ण झाले. टाइम्स समूहाने या अतिशय गजबजलेल्या व सुंदर वास्तूरचनेच्या रेल्वेस्थानकातच 'टाइमलेस आर्ट' नावाचे कलाप्रदर्शन आयोजित करण्याचे ठरवले. हे रेल्वेस्थानक पूर्वी 'ग्रेट इंडियन पेनिनशुलर रेल्वे' या भारतीय रेल्वेच्या पूर्वज असलेल्या कंपनीचे मुख्यालय होते. प्रदर्शनाच्या निमित्ताने तिच्या अनोख्या इमारतीची भव्य सजावट करण्यात आली. त्यातील वास्तूरचनेच्या कमानी, घुमटाकार छत, नक्षीदार खांब यांची वैशिष्ट्ये व कलाकुसर नजरेत भरेल अशी प्रकाशयोजना करण्यात आली.

जगातील सर्वाधिक गर्दीच्या एका रेल्वेस्थानकावर कलाप्रदर्शन भरवणे ही कल्पनाच अद्भुत होती. ती साकारण्यात अनेक अडचणी आणि आव्हानेही होती. मोठ्या आकारातली चित्रे, सुंदर शिल्पे प्रवाशांना अडथळा येणार नाही व त्यांच्या नजरेतही भरतील अशा पद्धतीने कोठे उभी करायची हा पेच होता. त्याबरोबरच स्थानकाच्या वास्तूरचनेलाही उठाव आणायचा होता. या स्थानकात दररोज सुमारे २८ लाख प्रवाशांची ये-जा असते. त्यांना एक अविस्मरणीय अनुभव देण्याचे टाइम्स समूहाने ठरवले.

प्रत्यक्षात हे कसे साकारण्यात आले, याविषयी गुहा म्हणाले, 'प्रसिद्ध चित्रकार मनजित बावा यांनी सीएसटीसमोरचा एक बसथांबा संपूर्ण रंगवला. त्याचे सुंदर

छायाचित्र माझ्या संग्रहात अजूनही आहे. परंतु, प्रत्यक्ष स्थानकातले दृश्य भारावून टाकणारे होते. आम्ही शेवटची गाडी स्थानकातून गेल्यानंतर रात्री १२ वाजून ४० मिनिटांनी प्रदर्शनाचे उद्‌घाटन केले. पुन्हा सकाळी पहिली गाडी सुरू होण्याच्या आधी पहाटे ४ वाजून ४० मिनिटांपर्यंत ते खुले होते. हे मध्यरात्री रंगलेले अनोखे नाट्य होते. प्रदर्शनात मांडलेली मोठी चित्रे आठवडाभर स्थानकातच झळकत होती आणि येणारे-जाणारे प्रवासी त्याकडे अचंब्याने पाहत होते. त्याची चर्चा संपूर्ण शहरभर होती. असे नेत्रसुखद प्रदर्शन पाहिल्यानंतर सुखावलेल्या निमंत्रितांसाठी समोरच जे. जे. स्कूल ऑफ आर्ट्सच्या हिरवळीवर मेजवानीचे आयोजन करण्यात आले होते.'

टाइम्स समूहाने अशा भव्य प्रमाणात केलेल्या महोत्सवाच्या आयोजनातून भारतात पुढे 'उत्सवांचे आयोजन' (इव्हेंट मॅनेजमेंट) या व्यवसायाला चालना मिळाली. गुहा त्यासंदर्भात म्हणाले, 'त्या वेळी भारतात इव्हेंट मॅनेजमेंट ही संकल्पनाच अस्तित्वात नव्हती. नंतर आमच्या लक्षात आले की, कदाचित टाइम्सच्या शतकोत्तर सुवर्णमहोत्सवी कार्यक्रमाचे आयोजन हा एवढ्या मोठ्या प्रमाणावर आणि व्यावसायिक दृष्ट्या आयोजित करण्यात आलेला भारतातला पहिला महोत्सव असावा.' देशातील अनेक भागांमध्ये आणि शहरांमध्ये या कार्यक्रमांचे आयोजन झाले. त्यातून यशस्वी बँडची उभारणी कशी करायची, याचे एक आदर्श उदाहरणही सर्वांसमोर उभे राहिले. टाइम्सच्या या 'सेस्क्विसेंटेनियल' महोत्सवानंतर दीड वर्षांतच देशात इव्हेंट मॅनेजमेंटचे प्रशिक्षण देणारी पहिली संस्था सुरू झाली आणि देशात एका नव्या व्यवसायाचा शुभारंभ झाला.

*टाइम्स*ने कला विषयासंबंधी केलेल्या कार्यक्रमांमध्ये लंडनमधील 'साउथबी' या प्रसिद्ध संस्थेचाही सहभाग होता. भारतीय नौदलाच्या *जवाहर* या प्रशिक्षण नौकेवर संस्थेतर्फे भारतातील दुर्मिळ चित्रे व कलावस्तूंच्या लिलावाचे आयोजन करण्यात आले. तीस भारतीय कलाकारांची चित्रे व इतर कलावस्तूंचा त्यात समावेश होता. नलिनी मालानी, मनजित बावा, मनु पारेख, तय्यब मेहता, एन. एस. बेंद्रे, भुपेन खख्खर, विव्हियन सुंदरम, के. जी. सुब्रमणियम, निलिमा शेख, डी. एल. एन. रेड्डी, हिम्मत शॉ, रविंदर रेड्डी, मृणालिनी मुखर्जी, पुष्पमाला एन. गिव्ह पटेल, अलेक्स मॅथ्यू, माधवी पारेख अशा दिग्गजांचा त्यात समावेश होता. आंतरराष्ट्रीय पातळीवर त्यांच्या कलेची कदर झाली, अशी टिपणणी यासंदर्भात बेनेट, कोलमन आणि कंपनीच्या एका प्रकाशनात करण्यात आली आहे.[३] या भव्य आणि नेटके संयोजन असलेल्या कार्यक्रमात विविध क्षेत्रातील मान्यवरांची लक्षणीय

उपस्थिती होती. महाराष्ट्राचे तत्कालीन मुख्यमंत्री शरद पवार कार्यक्रमाला प्रमुख पाहुणे होते. त्यांनी त्या वेळी मुंबई आर्ट्स सोसायटीसाठी सरकारी भूखंड देण्याची घोषणा केली.

महोत्सवानिमित्त आयोजित अशा भरगच्च कार्यक्रमांच्या यादीत नाट्यक्षेत्राचाही समावेश होता. प्रसिद्ध नाटककार पं. सत्यदेव दुबे यांच्या नाटकांचे अनेक ठिकाणी आयोजन करण्यात आले. प्रसिद्ध ओबेरॉय हॉटेल्समध्ये 'कॅफे थिएटर' नावाने नाट्याभिनयाचे सादरीकरण करण्यात आले. मेजवानीबरोबरच सुंदर नाटकांचा आस्वाद रसिकांना घेता आला. क्रीडा क्षेत्रातही क्रिकेट, गोल्फ, पोलो, स्नूकर आदींच्या स्पर्धा घेण्यात आल्या.

शतकोत्तर सुवर्णमहोत्सवी वर्षात अशा सार्वजनिक कार्यक्रमांबरोबरच विविध विषयांवरील परिसंवाद आणि चर्चासत्रेही आयोजित करण्यात आली. द ग्रँड डिबेट, संपादकांच्या राष्ट्रीय आणि आंतरराष्ट्रीय पातळीवरील परिषदा, अमेरिकन न्यूजपेपर पब्लिशर्स असोसिएशनच्या सहकार्याने माध्यमांमधील विपणन आणि तंत्रज्ञान विषयावर झालेले चर्चासत्र अशांचा त्यात समावेश होता.

'सेस्क्विसेंटेनियल'च्या निमित्ताने टाइम्स समूहाची ताकद देशासमोर आली आणि *टाइम्स ऑफ इंडिया*च्या मूलभूत संकल्पनेलाही त्यामुळे नवे बळ मिळाले. 'आयडिया दॅट वॉज *टाइम्स ऑफ इंडिया*' हे सर्वांच्या मनावर पुन्हा एकदा ठसले. टाइम्सचा वाचक असलेल्या ग्राहकांच्या मानसिकतेवरही त्याचा सकारात्मक परिणाम झाला. टाइम्स समूहातील वृत्तपत्रांची वैशिष्ट्यपूर्ण ओळख भारतीय जनमानसात रुजवण्याचा हेतू त्यातून साध्य झाला आणि बेनेट, कोलमन आणि कंपनीला पुढे अनेक वर्षे त्याचा फायदा झाला.

या कार्यक्रमांच्या निमित्ताने *टाइम्स* समूहाची दृष्टी वृत्त व्यवसायापलीकडेही विस्तारली. महोत्सवातील प्रत्येक कार्यक्रमातून *टाइम्स*चा ब्रँड लोकांच्या मनावर ठसला पाहिजे, अशी जाणीव आयोजनामागे होतीच. ती आणखी दृढ झाली. त्याच भूमिकेतून फेमिना मिस इंडिया सौंदर्यस्पर्धा आणि फिल्मफेअर ॲवॉर्ड्स नाइट या कार्यक्रमांचे सातत्याने देखणे आयोजन करण्याचे आणि त्यातून प्रेक्षकांना वेगळा, विशेष अनुभव देण्याचे प्रयत्न सुरू झाले. आता टाइम्स समूहाच्या या दोन वार्षिक कार्यक्रमांची ब्रँड म्हणून यशस्वी स्थापना झाली आहे.

प्रदीप गुहा ही भूमिका स्पष्ट करताना म्हणाले, 'टाइम्स समूहात आम्ही बदलांना सुरुवात केली, तेव्हा अंतिम उद्दिष्ट कायम आमच्या नजरेसमोर होते. आमचा दृष्टिकोन काय आणि आम्हाला काय साध्य करायचे आहे, याची स्पष्टता

आमच्याकडे होती. फेमिना मिस इंडिया स्पर्धेचे उदाहरण घेतले, तरी फक्त मिस इंडियापुरती आमची नजर मर्यादित नव्हती. मिस वर्ल्ड, मिस युनिव्हर्स हे चित्रही आम्ही पाहू शकत होतो. त्याची व्याप्ती मोठी होती आणि ते दीर्घ काळ परिणाम करणारे होते. आणि आम्ही तिथपर्यंत पोचलोच.'

बेनेट, कोलमन आणि कंपनीचा प्रत्येक उपक्रम कंपनीची स्थिती मजबूत करण्याच्या आणि विकासाच्या उद्देशाने सुरू केलेला असतो, हे भान कायम राखले जाते. शतकोत्तर सुवर्णमहोत्सवानंतरही अशा प्रकारचे उपक्रम हाती घेण्यात आले. कोणताही ब्रँड एका रात्रीत उभा राहात नाही. त्यासाठी दीर्घकालीन प्रयत्नांची गरज असते आणि कंपनी तसे प्रयत्न करत राहिली. आपण सतत लोकांच्या नजरेत असले पाहिजे आणि कायम लोकांच्या स्मृतीतही असले पाहिजे, असे कंपनीचे प्रयत्न आहेत. त्यामुळे कंपनीने आतापर्यंत अनेक प्रकारचे वैशिष्ट्यपूर्ण उपक्रम मोठ्या संख्येने केले.

वेगाने वाढणाऱ्या ग्राहकोपयोगी वस्तूंच्या (फास्ट मूव्हिंग कन्झ्युमर गुडस्) क्षेत्रात अनेकदा नव्या उत्पादनांची चाचणी घेणे आवश्यक असते. त्यासाठी संबंधित बाजारपेठेत अशा वस्तूंचे नमुने पाठवणे आणि ग्राहकांच्या त्यासंबंधीच्या प्रतिक्रिया समजून घेणे, त्यानुसार वस्तू किंवा सेवांमध्ये सुधारणा करणे, हा व्यवसायाचा एक भाग आहे. ही गरज ओळखून टाइम्स समूहातील नियतकालिकांचा त्यासाठी माध्यम म्हणून उपयोग करण्यात आला. त्यातून या क्षेत्रातील कंपन्यांना एक खात्रीचे व्यासपीठ उपलब्ध झाले आणि नियतकालिकांनाही त्याचा फायदा झाला. ही एका अर्थाने 'विन-विन' स्थिती होती. *फिल्मफेअर* नियतकालिकाने या संधीचा लाभ घेतला. त्यामुळे वाचकांना मोफत भेटवस्तू मिळाल्या आणि संबंधित कंपन्यांना कमी खर्चामध्ये लक्ष्य ग्राहकांपर्यंत पोचण्याची सोय झाली.

जगप्रसिद्ध उद्योगपती वॉरेन बफे एकदा असे म्हणाले की, 'तुमच्या मूल्यवान ब्रँडने लोकांना काहीतरी विशेष देत राहिले पाहिजे, अन्यथा तुम्हाला चांगला व्यवसाय करता येणार नाही.'४ *टाइम्स ऑफ इंडिया*ने १८ मार्च २००३ या दिवसापासून सर्व पाने रंगीत असलेले वृत्तपत्र वाचकांना देण्यास सुरुवात केली. त्या मागे आपला ब्रँड वाचकांच्या मनात आणखी ठसवण्याचा प्रयत्न होता. आपल्या जगण्यात रंगांना आणि विविधतेला मोठे महत्त्व आहे. ते ओळखून टाइम्सने उचललेल्या या

पावलाला जोरदार प्रतिसाद मिळाला. *टाइम्स ऑफ इंडिया*ची वाचकसंख्या त्यामुळे ३३ टक्क्यांनी वाढली आणि समूहाच्या विकासाला नवी चालना मिळाली.

संपूर्ण रंगीत आवृत्ती सुरू करण्याच्या आदल्या दिवशी १७ मार्च रोजी टाइम्सने आणखी एक प्रयोग केला. दिल्लीतील बहादूरशहा जफर मार्ग या वर्दळीच्या रस्त्यावर टाइम्स समूहाचे कार्यालय असलेली इमारत आहे. या इमारतीच्या भिंतीवर कृष्ण आणि गोपी होळी खेळतानाचे सुंदर, भव्य आणि विविध रंगी चित्र म्युरलसारखे रेखाटण्यात आले. त्यातून देण्यात आलेला संदेश स्पष्ट होता. भारतीय वृत्तपत्र व्यवसायात हे त्या वेळी १६५ वर्षे टिकलेले वृत्तपत्र अजूनही मनाने तरुण आणि उमदे आहे. ते भविष्याभिमुख आहे, याचे ते प्रतीक होते.

तोपर्यंत ही भिंत पांढऱ्या रंगानेच रंगवलेली होती. येणाऱ्याजाणाऱ्यांना हे चित्र पाहून आश्चर्याचा धक्का बसला. काहींना ते थोडे भडकही वाटले. पण ही टाइम्सने खेळलेली एक खेळी होती. बऱ्यावाईट कशाही प्रतिक्रिया त्यावर उमटल्या, तरी त्यातून टाइम्सची चर्चा होणार होती. आम्ही रंगीत होणार आहोत, वृत्तपत्राची सर्व पाने रंगीत असणार आहेत, हे लोकांपर्यंत पोचवण्याचा हा धाडसी प्रयत्न होता. तो यशस्वी झाला. अनेक वाचकांना अजूनही भिंतीवरच्या त्या भव्य रंगीत चित्राची आठवण आहे आणि ते कशासाठी करण्यात आले, हेही त्यांच्या लक्षात आहे.

'तुम्ही सतत काही नवीन करत रहा, ही या मागची कल्पना आहे. काही झाले तरी चालेल, पण नवे मार्ग चोखाळा, प्रयत्न करा, शिका आणि पुढे जात रहा', असे *टाइम्स ऑफ इंडिया*तील एका तरुण ब्रँड व्यवस्थापकाने सांगितले. *टाइम्स* च्या ब्रँड उभारणीच्या प्रयत्नांविषयी आमची चर्चा चालली होती. तो म्हणाला, 'आमचे काही प्रयत्न फसले, हे आम्हाला माहिती आहे. पण त्यामुळे आम्ही नवे प्रयोग करायला बिचकलो नाही आणि यापुढेही घाबरणार नाही.' (टाइम्स समूह सतत मंथन करत असतो, असे तुला म्हणायचे आहे का, असा प्रश्न मी त्याला विचारल्याचे आठवते. त्यावर तो उत्तरला, 'हो, अगदी बरोबर आहे. आम्ही सतत मंथनच करत असतो.')

*नवभारत टाइम्स*चे उदाहरण हा मुद्दा स्पष्ट करण्यासाठी घेता येईल. *नवभारत टाइम्स* ने वृत्तपत्रातील भाषेच्या बाबत प्रयोग केला. अगदी शुद्ध हिंदी समजणे सामान्य लोकांना जड जाते. रोजच्या बोलण्यातही तसा वापर नसतो. हे लक्षात घेऊन *नवभारत टाइम्स* ने लोकांच्या नेहमीच्या बोलण्यातील इंग्रजीमिश्रित अशा हिंग्लिश भाषेचा वापर अंकात सुरू केला. त्याला काही जणांनी नाके मुरडली. परंतु, मोठ्या वाचकवर्गाने त्याचे स्वागतच केले. इलेक्ट्रॉनिक माध्यमेही आता अशीच

भाषा वापरतात. ती समजायलाही सोपी आहे आणि त्याच्यात कोणतीही क्लिष्टता नाही.

शहरी राहणीमानाशी संबंधित बॉम्बे टाइम्स, दिल्ली टाइम्स अशा पुरवण्या टाइम्स समूहाने सुरू केल्या. त्यातूनही *टाइम्स ऑफ इंडिया* च्या ब्रँडची कल्पना आपल्याला येते. या पुरवण्या १९९४मध्ये सुरू झाल्या. नव्या फॅशन, खाण्याची चांगली ठिकाणे, कला, उच्च राहणीमान अशा गोष्टी त्यात मुख्यत: असतात. झगमगत्या दुनियेची झलक त्यात दिसते. मात्र, त्यातून अशा राहणीमानाची आकांक्षाही इतर कनिष्ठ आर्थिक स्तरांतील वाचकांमध्ये निर्माण होते. या पुरवण्या आता प्रस्थापित झाल्या आहेत आणि अनेकदा वाचक मुख्य अंकापेक्षा या पुरवण्यांकडेच प्राधान्याने वळतात. त्यांना स्वतंत्र आवृत्तीचेच स्थान मिळाल्यासारखी स्थिती आहे.

अशा प्रकारचे ब्रँड निर्माण करण्यामागेही टाइम्स समूहाची वेगळी व्यूहनीती आहे. अशा पुरवण्यांची ब्रँड प्रतिमा पद्धतशीरपणे उभी करण्यात आली आहे. सर्व मनुष्यमात्रांमध्ये काही सुप्त इच्छा असतात आणि त्याला आणखी जास्त काही हवे असते. ही आकांक्षा काही बनण्याची असते, काही तरी आपल्याकडे असण्याची किंवा मिळवण्याची असते, काही गोष्टी करण्याची असते, काही गोष्टी मित्रांमध्ये वाटून घेण्याचीही असते. वाचकांच्या मनातल्या अशा सुप्त आकांक्षांना या पुरवण्या साद घालतात. या पुरवण्यांना जाहिरातदारांचा प्रतिसाद मिळवण्यासाठी सुरुवातीला अनेक प्रयत्न करावे लागले. बड्या, नेहमीच्या जाहिरातदारांना त्यातील जाहिरातींसाठी सवलती आणि पॅकेजेस देऊ करण्यात आली. त्यातून या पुरवण्यांना जाहिरातदारांचा प्रतिसाद वाढत गेला आणि इतर जाहिरातदारही त्याकडे वळले.

सतत नवीन काही करण्याचा ध्यास *टाइम्स* समूहात प्रत्ययाला येतो. नेहमीचे प्रयत्न सुरू असतानाच ते अचानक तुम्हाला चकित करतात. केंद्र सरकार दरवर्षी अर्थसंकल्प जाहीर करतो आणि वृत्तपत्रे त्याचे ठराविक पद्धतीने वार्तांकन करतात. ही चाकोरी मोडून टाइम्स समूहाने अर्थसंकल्पाचे सादरीकरण ज्या वेगळ्या पद्धतीने सुरू केले, ते लक्ष वेधून घेणारे आहे. त्यातही प्रसन्नता, विनोदाचा शिडकावा आणण्याचा प्रयत्न टाइम्सने केला. *इकॉनॉमिक टाइम्स*ने २००२ आणि २००३च्या अर्थसंकल्पाच्या वार्तांकनात अर्थमंत्र्यांची छायाचित्रे संगणकावर प्रक्रिया करून खूप वेगळ्या पद्धतीने वापरली. त्याकडे वाचकांचे लक्ष वेधले गेले. हा एक धाडसी प्रयत्न होता आणि काहीसा उद्धट वाटणाराही होता. (त्या वेळच्या अर्थमंत्र्यांनाही हे चित्र आवडले आणि त्याचे मूळ आर्टवर्क आपल्या संग्रही ठेवण्याची इच्छा

त्यांनी व्यक्त केली.) अर्थसंकल्पाचे वार्तांकन करणाऱ्या अंकांच्या पहिल्या पानांवर दिवाळीतल्या फटाक्यांसारखी रचना पाहिल्यावर अनेक वाचकांनी तोंडात बोटेही घातली असतील. अर्थसंकल्पासारख्या गंभीर विषयाचीही अशी हलकीफुलकी आणि चित्तवेधक मांडणी *टाइम्स* समूहातल्या वृत्तपत्रांनी चालू ठेवली. स्पर्धक वृत्तपत्रांनीही आता *टाइम्स*ची नक्कल करत त्यापद्धतीचे वार्तांकन करण्याचा प्रयत्न चालवला आहे.

टाइम्स ऑफ इंडिया आणि *इकॉनॉमिक टाइम्स* या वृत्तपत्रांनी केंद्रीय अर्थसंकल्पाभोवतीचे गूढ वलय दूर करण्याचा प्रयत्न केला आहे. त्यातील आकडेवारीबरोबरच अर्थतज्ज्ञांची मते आणि विश्लेषण करणाऱ्या लेखांमध्ये त्याचा अर्थ समजावून सांगण्याचा प्रयत्न केला जातो. वाचकांच्या दृष्टीने त्यात महत्त्वाचे काय आहे, हे सोपेपणाने मांडण्याचा प्रयत्न केला जातो. सामान्यांच्या रोजच्या जगण्यावर त्याचा काय परिणाम होऊ शकेल, हे उलगडून सांगण्याचा प्रयत्न त्यात असतो. त्यामुळे या विषयातली गुंतागुंत नाहीशी होते.

परंतु, टाइम्स समूह फक्त अर्थसंकल्पाच्या सादरीकरणातच असे प्रयोग करत नाही. एरवी चाकोरीच्या झालेल्या पण महत्त्वाच्या विषयांचे वार्तांकनही वेगळ्या पद्धतीने करण्याचा त्यांचा प्रयत्न उठून दिसतो. उदाहरणार्थ, लोकसभेच्या निवडणुका, त्यांचा प्रचार, त्याचा निकाल, राजकारणातले धागेदोरे यात वाचकांना रस असतो. परंतु विविध वृत्तपत्रे त्यासंबंधीची माहिती ठराविक पद्धतीनेच देत असल्याने वाचकाला त्यात वेगळे काही दिसत नाही. या वार्तांकनाचे स्वरूप बदलण्याचा प्रयत्न टाइम्स समूहाने केला. लोकसभेच्या २००४ च्या निवडणुकांच्या वेगळ्या प्रकारे वार्तांकनासाठी *इकॉनॉमिक टाइम्स*मधल्या संपादकांची एक टीम *टाइम्स ऑफ इंडिया*च्या दिमतीला देण्यात आली. निवडणुकीसंबंधीची पाने त्यांना जिवंत, रसरशीत करायची होती. जयदीप बोस, अरिंदम सेनगुप्ता, शंकर रघुरामन आणि अभीक बर्मन यांचा त्यात समावेश होता. निवडणुका जाहीर झाल्याच्या दिवसापासून निकालांच्या विश्लेषणापर्यंत वेगळ्या पद्धतीने वार्तांकन करण्याचे त्यांनी ठरवले.

निवडणूक आयोगाने लोकसभा निवडणुकीच्या तारखा एका रविवारी दुपारी जाहीर केल्या. दुसऱ्या दिवशी कोणत्या प्रकारच्या बातम्या द्यायच्या, कशा द्यायच्या यासंबंधीचे नियोजन आधीच झाले होते. निवडणुकांच्या पानाला 'नॉइज, व्हॉइस, चॉइस' असे किंवा त्या अर्थाचे शीर्षक देण्याचे ठरले होते. या पानांवर संपादकांची टीम काम करत होती. रात्रीचे पावणेबारा वाजत आले, तरी त्यांचे काम पूर्ण झाले नव्हते. तिकडून छपाई विभागातून पाने देण्यासाठी आरडाओरडा सुरू झाला होता.

त्याच वेळी जयदीप बोस 'पानाचे शीर्षक बदला' असे त्यांच्या सहकाऱ्यांच्या नावाने ओरडत बाहेर आले. 'डान्स ऑफ डेमॉक्रसी' असे शीर्षक पानांना देण्यात आले. या शीर्षकाविषयी सुरुवातीला लोकांच्या मनात शंका होत्या. परंतु, निवडणुकीचे वार्तांकन पुढे सरकत गेले, तसे वाचकांना ते अधिकाधिक आवडत गेले. हे शीर्षक कोणी सुचवले असेल, याचा अंदाज बांधण्यासाठी कोणतेही बक्षीस मिळणार नाही. (टाइम्स समूहातल्या सर्वांना ठाऊक आहे की, वृत्तपत्रांच्या पुरवण्या, विशेष पानांना समीर जैन नावे सुचवतात.) 'डान्स ऑफ डेमॉक्रसी'- 'लोकशाहीचे नृत्य' या पानांवरचे विषय, त्यांची हाताळणी, मांडणी वाचकांना आवडली. निवडणुकीच्या राजकारणातला तमाशा त्यात तिरकस भाषेत मांडण्यात आला. देशातील राजकीय सर्कशीवरची मर्मभेदी शेरेबाजी लोकांना भावली. तोवर सामान्य वाचक अशा बातम्यांपासून दूर राहणेच पसंत करत होता. त्याबद्दलची एक नावड त्याच्या मनात होती. परंतु, नाविन्यपूर्ण आणि धाडसी पद्धतीने विषय मांडण्याची शैली वाचकांना रुचली. विशेषतः तरुण आणि मध्यम व उच्च मध्यम वर्गातून त्याला चांगला प्रतिसाद मिळाला. त्यातून टाइम्सचे ब्रँडमूल्यही वाढले.

सहज लक्षात येणार नाहीत, अशा वेगळ्या गोष्टी शोधून त्या वाचकांपर्यंत नेण्यात टाइम्स समूह पारंगत आहे. टाइम्सच्या स्वतःच्या परिभाषेत सांगायचे, तर 'सृजनशील आणि वैचारिक हस्तक्षेप करण्याच्या टाइम्स समूहाच्या तत्त्वज्ञानाच्याच अशा कल्पना एक भाग आहेत.'[५] ते काही असले, तरी अशा रोचक आणि नाविन्यपूर्ण कल्पनांमुळे टाइम्स समूहाच्या ब्रँडचे संवर्धन आणि जतन होते. त्याची विश्वासार्हता वाढतच राहते.

'स्पीकिंग ट्री' या टाइम्स ऑफ इंडियातील सदराचे उदाहरण त्यासाठी घ्या. ही एक प्रामाणिक, शुद्ध हेतूंनी मांडलेली कल्पना आहे. सर्व दिशांची माहिती घेऊन येणाऱ्या बातम्यांचा- 'न्यूज'चा अग्रदूत म्हणून अध्यात्माकडे का पाहण्यात येऊ नये, असा एक छुपा सवाल त्यात आहे. *टाइम्स*मध्ये पहिल्यांदा हे सदर सुरू झाले, तेव्हा लोकांनी त्याची खिल्ली उडवली. बाहेरच्या जगात तत्त्वज्ञान, अध्यात्म, मनाची शांती यासाठी बरेच साहित्य उपलब्ध असताना हा भलता उद्योग कशासाठी असा प्रश्न विचारण्यात आला. तरीही *टाइम्स*ने अध्यात्मावरचे हे सदर संपादकीय पानावर सुरू केले. अशा प्रकारचा अध्यात्मिक उपदेश हव्या असलेल्या वाचकांची गरज त्यातून भागली, तसेच या सदराच्या निमित्ताने अंकाची मागणीही वाढली, असा दुहेरी फायदा टाइम्स समूहाला झाला. अशा प्रकारच्या अध्यात्मिक सदराची कल्पना नंतर स्पर्धक आणि इतर दैनिकांनीही उचलली. स्पीकिंग ट्री हे टाइम्सचे सदर

इतके यशस्वी झाले की, त्यातून एका स्वतंत्र पुरवणीचा जन्म झाला. (*टाइम्स ऑफ इंडिया*तील 'द स्पीकिंग ट्री' आणि *इकॉनॉमिक टाइम्स*मधील 'कॉस्मिक अपलिंक' या समीर जैन यांच्या कल्पना आहेत.)

*टाइम्स ऑफ इंडिया*चे एकमेवाद्वितीय वैशिष्ट्य (युनिक सेलिंग प्रपोझिशन) कोणते असेल, तर सतत नाविन्य शोधत राहण्याची त्याची क्षमता. हे कदाचित या वृत्तपत्राच्या जनुकातच असावे. वाचकांशी व त्यांच्या गरजांशी सतत जोडलेले राहणे, या भूमिकेतून टाइम्स समूहाने 'स्पीडन्यूज' ही मोहीम सुरू केली. ज्या धावपळीतल्या वाचकाकडे वेळ अगदी थोडा आहे, अशांसाठी हा नवा प्रयोग आहे. ज्या वाचकांना बातम्या थोडक्यात– औषधाच्या कॅप्सूलसारख्या हव्या असतात, त्यांना चुरचुरीत भाषेत बातम्यांचे सार सांगण्याचा हा प्रकार आहे.

एखाद्या प्रदेशात वृत्तपत्र यशस्वी होण्यासाठी स्थानिक नाडी ओळखली पाहिजे आणि त्या भागातल्या, शहरांमधल्या नागरिकांचे प्राधान्य कशाला आहे, हे समजले पाहिजे. *टाइम्स* समूहाने हे ओळखून आपल्या वृत्तपत्रांमध्या स्थानिक घडामोडींच्या वार्तांकनावर लक्ष केंद्रित केले. त्यासाठी वृत्तपत्रांची पाने वाढवली. स्थानिक बातम्यांना प्राधान्य दिले व त्यांची उठावदार मांडणी केली. देशभर पसरलेल्या या समूहातील वृत्तपत्र एखादा मुंबईकर, दिल्लीकर, कोलकातावासी यांना आपले वाटण्याचा दुसरा मार्ग नव्हता.

दिल्ली, कोलकाता, हैदराबाद, मुंबई, पुणे, बेंगळुरू, लखनौ आदी शहरांमध्ये तशी मोहीम सुरू झाली. यातील काही शहरांमध्ये स्थानिक वृत्तपत्रांची *टाइम्स*ला स्पर्धा होती. मात्र, स्थानिक घडामोडींचे वार्तांकन त्यांच्या इतकेच किंवा जास्त चांगल्या पद्धतीने करण्यामागे तुमच्याइतकीच आम्हालाही या शहराची, भागाची नाडी माहिती आहे, हे दाखवून देणे हा त्या मागचा हेतू होता. इतर शहरांमध्ये त्याची वेगळी ओळख लक्षात घेऊन त्याला अधिक उठाव देण्याचा प्रयत्न टाइम्सच्या वृत्तपत्रांनी केला. त्या त्या भागातील उत्साही उद्योजक, व्यावसायिकांमध्ये पाय रोवण्याचा व त्यांच्याशी संबंध प्रस्थापित करण्याचा प्रयत्नही टाइम्स समूहाने केला. नव्या वाचकांशी नाळ जोडण्याचा, त्यांना कवेत घेण्याचा हा प्रयत्न होता.

हाच धागा पकडून 'हायपर लोकल' होण्याचा प्रयत्नही *टाइम्स* समूहाने केला. प्रत्येक रहिवाशाला त्याच्या लगतचा परिसर, समुदाय व तिथल्या घडामोडींमध्ये रस असतो. तो लक्षात घेऊन प्लस नावाने तीन–चार किलोमीटरच्या परिघातील वाचकांसाठी वेगळ्या पुलआउटसारख्या पुरवण्या *टाइम्स ऑफ इंडिया*ने सुरू केल्या. अशा पुरवण्यांमध्ये संबंधित समुदायाच्या आवडीनिवडी, अभिरूची, काही

तक्रारी यावर भर असतो. स्थानिक समुदायांमध्ये संवादाचे आणि कल्याणकारी उपक्रमांचे माध्यम म्हणून या पुरवण्या उपयोगी ठरतात.

*टाइम्स ऑफ इंडिया*ने राबवलेला असाच एक सर्वस्वी वेगळा उपक्रम म्हणजे 'अ डे इन द लाइफ ऑफ इंडिया'. त्याची अंमलबजावणीही अतिशय हुशारीने करण्यात आली. भारताची आणि भारतीयांची रोजच्याच जगण्यातली वेगळी दुर्लक्षित राहिलेली बाजू सर्वांसमोर आणण्याचा हा प्रयत्न होता. या जगण्यातल्या अनेक विसंगती, विरोधाभासही त्यातून पुढे आले. राजकारण्यांचा उथळपणा, ढोंगबाजी याची खिल्ली त्यात उडवण्यात आली. एक शंभर रुपयांची नोट लाच देणाऱ्याकडून लाच घेणाऱ्याकडे कशी पोचते, याचा रंजक प्रवासही त्यात दाखवण्यात आला. अशा मोहिमांमुळे *टाइम्स ऑफ इंडिया* हे एक वृत्तपत्र म्हणून देशाच्या आणि जनतेच्या नाडीवर बोट कसे ठेवते, हे सर्वांसमोर आले. त्याचबरोबर त्याचा धाडसी स्वभावही वाचकांच्या मनात भरला.

आपला ब्रँड सतत प्रकाशझोतात ठेवण्यासाठी *टाइम्स*ने जाहिरातदारांसाठी आणि जाहिरातदारांचे कार्यक्रमही आयोजित केले. जाहिरात क्षेत्रातील उच्च गुणवत्तेचा सन्मान करणाऱ्या 'ॲबी' ॲवॉर्ड्स, माध्यमांमध्ये भरीव योगदान देणाऱ्यांचा गौरव करणारे 'एमवीज' पुरस्कार, उच्च कार्यक्षमतेचा गौरव करणारा 'एफीज' अशा सोहळ्यांमध्येही टाइम्स समूह सहभागी झाला. प्रसिद्ध कान जाहिरात पुरस्कारांसाठी भारतातील अधिकृत प्रतिनिधित्वाचा मान टाइम्स समूहाने मिळवला. इंडियन ॲडव्हर्टायझिंग फेस्टिव्हलमध्ये टाइम्सचा मोठा सहभाग असतो. अशा उपक्रमांमुळे टाइम्सच्या ब्रँडभोवतीचे वलय वाढले आहे. त्यातून आंतरराष्ट्रीय स्तरावरही तो प्रस्थापित झाला आहे.

त्याचबरोबर बाँबे टाइम्ससारख्या शहरकेंद्री पुरवण्यांच्या वार्षिक पार्ट्याही *टाइम्स* समूहातर्फे आयोजित केल्या जातात. चित्रपट, फॅशन क्षेत्रातील कलाकारांबरोबरच उच्चपदस्थ व बड्या व्यावसायिकांची त्याला हजेरी असते. झगमगत्या दुनियेतले तारेतारका त्यात सहभागी असतात. त्यांचे वार्तांकनही विस्ताराने केले जाते. अशा प्रकारच्या कार्यक्रमांमुळे *टाइम्स* हा स्वतःच एक उच्च अभिरूचीचा, शैलीदार आणि झगमगता समूह आहे, अशी त्याची ब्रँड ओळख घट्ट होते. त्यामुळे अशा आकांक्षांना खतपाणी मिळण्याबरोबरच त्यातून अशा वर्गात *टाइम्स*विषयी बंधुत्वाची भावनाही तयार होते.

अशा विविधांगी प्रयत्नांमुळे टाइम्स समूहाची स्वतंत्र ब्रँड प्रतिमा तयार झाली आहे. अशा कार्यक्रमांमुळे ती आणखी ठळक होते आणि भारताच्या माध्यम

विश्वावरील त्याचे वर्चस्व आणखी वृद्धिंगत होते. स्पर्धक दैनिकांनी किंवा माध्यम संस्थांनी *टाइम्स*च्या अशा प्रयत्नांची नक्कल किंवा अनुकरण करण्याचा प्रयत्न केला, तरी पहिल्यांदा असे प्रयोग करण्याचा आणि आघाडीवर राहण्याचा फायदा टाइम्स समूहाकडेच राहतो.

*टाइम्स*च्या ब्रँड उभारणींच्या प्रयत्नांमध्ये अशीच एक यशस्वी कथा आहे, ती 'न्यूजपेपर इन एज्युकेशन' (एनआयई) या उपक्रमाची. हे कदाचित व्यापार आणि कला, वाणिज्य व्यवहार आणि समाजाविषयी वाटणारी चिंता, तसेच विपणनाचा उपक्रम आणि सामाजिक हस्तक्षेप यांचे उत्तम उदाहरण असावे.

टाइम्स समूहाने 'एनआयई'ची सुरुवात १९८५ मध्ये केली. तो समूहाच्या ब्रँड उभारणीच्या प्रयत्नांचा एक भाग होता. त्याच बरोबर समाजातील किशोरवयीन मुले आणि तरुणांमध्ये भोवतालची परिस्थिती, जागतिक घटना-घडामोडी आदींचे भान असले पाहिजे, यासाठी जागृतीचा तो प्रयत्नही होता. या उपक्रमाची जडणघडण हा वयोगट नजरेसमोर ठेवून आणि त्याच्या सवयी, आवडीनिवडी लक्षात घेऊन नव्या पद्धतीने राबवण्याची गरज होती.

नंदिता जैन यांच्या मार्गदर्शनाखाली 'एनआयई'चा उपक्रम सुरू करण्यात आला. अमेरिकेतील दौऱ्यावर असताना तिथल्या काही वृत्तपत्रांमध्ये त्यांनी हा उपक्रम राबवला जात असताना पाहिला होता. त्यापासून प्रेरणा घेऊन असा उपक्रम भारतात सुरू करण्यासंबंधी त्यांनी टाइम्स समूहातील वरिष्ठ अधिकाऱ्यांशी चर्चा केली. त्याला सर्वांची मान्यता मिळाली.

'एनआयई'ची सुरुवात जरी दिल्लीतून झाली, तरी पुढे देशभरातील सुमारे दोन हजार शाळांमधील चार लाख विद्यार्थ्यांपर्यंत तो पोचला. शालेय विद्यार्थ्यांना उपयुक्त आणि शाळांच्या धोरणांमध्ये बसेल असा आशय असलेले सोळा पानांचे खास वृत्तपत्र त्याअंतर्गत प्रसिद्ध करण्यात येऊ लागले. विद्यार्थ्यांच्या करिअरसंबंधीच्या बातम्या त्यात होत्या. शालेय विद्यार्थीच बातमीदार म्हणून या आवृत्तीसाठी लिहू लागले.

*टाइम्स ऑफ इंडिया*चा या उपक्रमातून आणखी एक फायदा झाला. शालेय वयातच विद्यार्थ्यांपर्यंत पोचण्याची आणि त्यांच्यासाठी आपल्या वृत्तपत्राची खास आवृत्ती काढता आल्याने भविष्यातील वाचकांचा नवा वर्ग *टाइम्स* समूहाच्या टप्प्यात आला. उपक्रमाचा भाग झालेल्या शाळांमधील विद्यार्थ्यांना 'एनआयई'चा अंक मिळतो. त्यात त्यांच्या आवडीचे विषय आणि लेख असतात. हा उपक्रम घडवून आणण्यासाठी शिस्तबद्ध रचनाही *टाइम्स*ने उभी केली आहे. शालेय वयातच

वृत्तपत्र वाचनाची गोडी लागली, तर ती दीर्घ काळपर्यंत टिकते. त्यामुळे आपल्या वृत्तपत्राशी जोडलेला राहू शकेल, असा विद्यार्थी वर्ग टाइम्सला मिळाला.

'एनआयई'च्या उपक्रमात समन्वयक म्हणून काम केलेल्या माया मेनन यांच्याशी माझी दूरध्वनीवरून चर्चा झाली. फेब्रुवारी २०१३ मध्ये हा संवाद घडला. या उपक्रमाचा प्रवास आणि त्यासंबंधी भूमिकांचाही उलगडा त्यातून झाला.

माया मेनन दिल्लीतील एका शाळेत शिक्षिका होत्या. त्यांनी १९८५ मध्ये *टाइम्स ऑफ इंडिया*ची या उपक्रमासंबंधीची जाहिरात वाचली. *टाइम्स* ला प्रकल्पासाठी समन्वयक हवे होते. शिक्षण क्षेत्रातील नवे प्रयोग करण्याची संधी म्हणून त्यांनी याकडे पाहिले आणि तसा अर्ज केला. नंदिता जैन यांनी त्यांची मुलाखत घेतली. या उपक्रमाच्या प्रमुख रुमा सिंग आणि सबिना सेहगल सैकिया त्या वेळी उपस्थित होत्या. (सबिना यांचा २६ नोव्हेंबरच्या मुंबईतील दहशतवादी हल्ल्यात ताज हॉटेलमध्ये मृत्यू झाला. त्या *टाइम्स ऑफ इंडिया*च्या खाद्यपदार्थ, पाककृती आणि संबंधित विषयांशी संबंधित प्रसिद्ध लेखिका होत्या.)

मेनन यांनी 'एनआयई'साठी दिल्लीत दोन वर्षे काम केले. ती अंशकालीन नोकरी होती. सुरुवातीला दिल्लीतील ५० शाळांमध्ये त्यांचा संपर्क झाला आणि दहा हजारांपेक्षा जास्त विद्यार्थी उपक्रमाचे सदस्य झाले. नंतर हे उद्दिष्ट दोन वर्षांत दोनशे शाळांपर्यंत पोचण्याचे झाले. त्यानुसार उपक्रमाचा विस्तार होत गेला.

मेनन १९८८ मध्ये बेंगळुरूत स्थलांतरित झाल्या. तोपर्यंत त्यांनी *टाइम्स ऑफ इंडिया*त कायमस्वरूपी नोकरी स्वीकारली होती. या शहरात 'एनआयई'च्या विस्ताराची जबाबदारी त्यांच्यावर सोपवण्यात आली. त्या म्हणाल्या, 'तेव्हा *टाइम्स ऑफ इंडिया* बेंगळुरूत चौथ्या क्रमांकावर होता. त्याचा खप साधारण चौदा हजार होता. 'एनआयई'ची सुरुवात केली, तेव्हा त्याला किती प्रतिसाद मिळेल, याचा अंदाज नव्हता. १९९५ मध्ये मी हे काम सोडेपर्यंत शहरातल्या ६० शाळा उपक्रमात सहभागी झाल्या होत्या. शिक्षणाचे एक उत्तम साधन म्हणून या शाळा त्याकडे पाहत होत्या. *टाइम्स ऑफ इंडिया*च्या या शहरातील एकूण खपातील एक पंचमांश भाग हा 'एनआयई'च्या माध्यमातून मिळालेला होता.'

मेनन पुढे म्हणाल्या, 'वृत्तपत्रांकडे बघण्याचा हा विधायक दृष्टिकोन होता. शिकण्याच्या प्रक्रियेशी वृत्तपत्रांना जोडण्याचा हा एक प्रयत्न होता. वृत्तपत्रे ही शालेय अभ्यासातील केवळ चांगले विषयांतर नाही, तर ते अध्यापनाचे उत्तम साधन बनले पाहिजे. हा उद्देश लक्षात घेऊन आम्ही अनेक गोष्टी केल्या. आम्ही मुलांसाठी माध्यम शिक्षणाची हस्तपुस्तिका तयार केली. त्यांच्यासाठी मासिक नियोजनपत्रके

आणि कार्यपत्रके बनवली. प्रश्नमंजुषा, खेळांच्या स्पर्धा आणि इतर अनेक उपक्रम केले. आमची चार जणांची टीम होती. खर्चाला मर्यादा होती. परंतु, आमच्यावर उद्दिष्टे पूर्ण करण्याची कोणतीही बळजबरी नव्हती. वृत्तपत्राच्या व्यवसायाशी संबंधित इतर बाजूंपासून आम्ही वेगळे होतो. आम्ही 'एनआयई'च्या विभागप्रमुखांना कामाचा अहवाल देत असू. पण नवनव्या गोष्टी करण्याची भरपूर संधी या उपक्रमात होती.'

त्या वेळी 'एनआयई'चा उपक्रम बेनेट, कोलमन आणि कंपनीशी संलग्न न करता टाइम्स पब्लिशिंग हाऊसशी जोडण्यात आला होता. 'एनआयई' उपक्रम राबवताना संपादकीय बाजूपेक्षा विपणनाची बाजू वरचढ होती का, असा प्रश्न मी माया मेनन यांना विचारला. त्या म्हणाल्या, 'आम्ही एका अर्थाने विपणनाची भूमिका बजावत आहोत, याची आम्हाला स्पष्ट जाणीव होती. या वृत्तपत्राशी निष्ठावान राहू शकणारा असा तरुण वाचक आम्ही तयार करत होतो, हे खरे आहे. परंतु, आम्ही शैक्षणिक सेवाही तितकीच उत्तम देण्याचा प्रयत्न करत होतो. शालेय वयातच मुलांमध्ये वाचनाची सवय रुजवणे, भोवतालच्या समुदायाबद्दल त्यांच्यामध्ये जागृती घडवणे आणि उद्याचे नागरिक म्हणून त्यांना तयार करणे, अशी कामे आम्ही करत होतो.'

शालेय वयोगटासाठी *टाइम्स ऑफ इंडिया*ने काही प्रसिद्धीच्या योजनाही आखल्या होत्या. *टाइम्स*ने सुमारे दोन वर्षे अंकात दोन आणि पाच रुपयांची कुपन्स छापली. विद्यार्थ्यांनी ही कुपन्स जमा करायची. त्यांच्या मोबदल्यात शिक्षक दिनाच्या अंकात छोट्या जाहिरातींमध्ये आपल्या शिक्षकांसंबंधीच्या भावना मुलांना व्यक्त करता येणार होत्या. एका शिक्षक दिनाला तर *टाइम्स*ने त्याची स्वतंत्र पुरवणीच प्रसिद्ध केली.

*टाइम्स*पाठोपाठ काही वर्षांतच *द हिंदू, डेक्कन हेरल्ड, इंडियन एक्स्प्रेस* अशा इतर वृत्तपत्रांनीही 'एनआयई' उपक्रम सुरू केला. त्याबद्दल मेनन म्हणाल्या, 'या वृत्तपत्रांनी फक्त नक्कल केली. *टाइम्स*ने 'एनआयई'ची भारतात सुरुवात केली. अतिशय रंजकपणे आणि नाविन्य राखून त्याची अंमलबजावणी करण्यात आली. काही वृत्तपत्रांच्या प्रतिनिधींनी माझ्याशी संपर्क साधून उपक्रम कसा राबवायचा याची विचारणाही केली. मी त्यांना कोणाचीही नक्कल करू नका, स्वत:च्या विचारांनी तो राबवा, असे सांगितले.'

'एनआयई'चा उपक्रम नंतर मुंबई, पुणे, हैदराबाद, अहमदाबाद अशा शहरांमध्येही राबवण्यात आला. मुंबईत त्याची सुरुवात फार उत्साहाने झाली नाही. त्यामुळे तो चांगल्या पद्धतीने चालू शकला नाही. तो एकदा बंद करून नंतर पुन्हा

सुरू करण्यात आला. कदाचित मुंबईत *टाइम्स ऑफ इंडिया* आधीच आघाडीवर असल्यामुळे तिथे त्याची फारशी निकड वाटली नसावी. तसेच, *टाइम्स* समूहातही काहीजण या उपक्रमाकडे दुय्यम म्हणून, जाता जाता करायचा उपक्रम म्हणून पाहतात. मोठ्या व्यावसायिक उद्दिष्टांमध्ये ते फार महत्त्वाचे नाही, म्हणूनही त्याकडे पाहण्याचा असा दृष्टिकोन असावा.

मात्र, माया मेनन 'एनआयई'चे महत्त्व अधोरेखित करताना म्हणाल्या, 'गेल्या पंचवीस वर्षांत या उपक्रमाने टाइम्स समूहासाठी केवढा मोठा वाचकवर्ग जोडला असेल, याची कल्पना करा. त्यावेळी शाळांमध्ये शिकणारी ही मुले मुख्य कार्यकारी अधिकारी, वरिष्ठ व्यवस्थापक, उच्चपदस्थ म्हणून समाजात वावरत असतील. आणि ते नक्कीच आता *टाइम्स ऑफ इंडिया* वाचत असतील.' बेंजामिन फ्रँकलिन यांचे एक वचन या भावनेला पुष्टी देते. ते म्हणाले होते, 'ज्ञानातील गुंतवणूक ही सर्वांत चांगले व्याज देते!'६

७

माध्यम विश्वातील 'पिंक पँथर'

भारताच्या माध्यम विश्वात *टाइम्स ऑफ इंडिया* ने वादळ निर्माण केले होते, त्या वेळी *इकॉनॉमिक टाइम्स* पडद्याआड आपले रंगरूप पालटत होता. हे बदल अगदी शांतपणे सुरू होते. *टाइम्स ऑफ इंडिया*मुळे जसे वाद उभे राहिले, बाजारपेठेत गहजब माजला, तसे *इकॉनॉमिक टाइम्स* बाबत झाले नाही. परंतु, टाइम्स समूहात त्या वेळी घडत असत असलेल्या बदलांमधील ही तितकीच महत्त्वाची घडामोड होती.

इकॉनॉमिक टाइम्स ने आपला आशय आश्चर्यकारकरीत्या बदलला. त्याची मांडणी, सजावट; इतकेच नव्हे तर त्याचा रंगही बदलला. हा पूर्वीचाच *इकॉनॉमिक टाइम्स* आहे, हे ओळखता येऊ नये, असे हे बदल होते. त्याच्या अंकाची किंमत वाढत वाढत एका टोकाला गेली आणि तितक्याच वेगाने ती खालीही आणण्यात आली. त्याने नवा वाचकवर्ग मिळवला, त्याची निष्ठाही संपादन केली आणि अर्थउद्योगविषयक वृत्तपत्रांसाठी एक मजबूत बाजारपेठही तयार केली. हे सगळे केवळ पाच वर्षांमध्ये घडले.

इकॉनॉमिक टाइम्स ने घडवलेले हे बदल फारसे वादात सापडले नाहीत. त्याचे कारण कदाचित ते *टाइम्स ऑफ इंडिया* किंवा *हिंदुस्थान टाइम्स* सारखे मुख्य प्रवाहातले सर्वसाधारण वृत्तपत्र नव्हते, हेही असू शकेल. सुरुवातीपासूनच या वृत्तपत्राने वाचक आणि जाहिरातदारांचा एक विशिष्ट वर्ग नजरेसमोर ठेवला होता. त्यातील बदलांच्या बाबतीत संपादकीय स्वातंत्र्य, सार्वजनिक हित असे मुद्देही फारसे उपस्थित झाले नाहीत.

एका अर्थाने *इकॉनॉमिक टाइम्स* मधील बदलांना विरोध कमी प्रमाणात होता आणि हे बदल घडवणाऱ्या टीमला बऱ्यापैकी स्वातंत्र्य होते. *इकॉनॉमिक टाइम्स*मधील स्थित्यंतर हे विरोधावर मात करण्यापेक्षा सर्जनशीलता, कल्पकता आणि नाविन्य यांची कहाणी आहे. मात्र, त्याच वेळी हे बदल अधिक नाट्यपूर्ण होते आणि ते वेगानेही घडले.

टाइम्स समूहाच्या स्थित्यंतराच्या कहाणीत *इकॉनॉमिक टाइम्स* मधील बदल हे विपणनाच्या दृष्टीने अभ्यासाचा एक रोचक विषय आहे. आर्थिक आणि उद्योग विषयाला वाहिलेल्या या दैनिकाचे मूळ स्वरूप तसेच राहिले, तरी त्याच्या आशयात खूप मोठा बदल झाला. त्याने वाचकांमधल्या अधिक वरच्या स्तराला आपले लक्ष्य बनवले, पण त्याच्या वाचकवर्गाचा– ग्राहकांचा पायाही वेगाने विस्तारला. *इकॉनॉमिक टाइम्स* हे सर्वांना हवेहवेसे वाटणारे आणि आशाआकांक्षांना खतपाणी घालणारे दैनिक बनवण्यात आले. त्या आधारावर अंकांच्या दर्शनी किमतीचा चातुर्याने वापर करून बाजारपेठही विस्तारण्यात आली. *इकॉनॉमिक टाइम्स*चा ब्रँड प्रस्थापित करण्यासाठी जाहिरातदारांनाही योजनाबद्ध रीतीने त्याच्याकडे वळवण्यात आले. मात्र, हे सर्व स्थित्यंतर घडवून आणण्यासाठी एक अतिशय उच्च दर्जाची संपादकीय टीम तयार करून तिच्याकडे या बदलांचे नेतृत्व सोपवण्यात आले.

इकॉनॉमिक टाइम्स मुंबईत १९६१ मध्ये सुरू करण्यात आले. त्या वेळी शांतिप्रसाद जैन हे बेनेट, कोलमन आणि कंपनीचा अनेक दिशांनी विस्तार करत होते. भारत स्वतंत्र झाल्यानंतर शासननियंत्रित अर्थव्यवस्थेच्या साह्याने विकासाची पावले उचलण्यात आली. त्याला एक दशक उलटून गेले होते. देशाच्या त्या वेळच्या अर्थव्यवस्थेत खासगी उद्योगक्षेत्राचा वाटा नगण्य म्हणावा असा होता. त्यावरही काही मोजक्या औद्योगिक घराण्यांचा वरचष्मा हाता. या नियंत्रित अर्थव्यवस्थेत सरकारची मध्यवर्ती भूमिका होती. सार्वजनिक क्षेत्रातील उद्योग आणि पंचवार्षिक योजनांच्या आधाराने हा गाडा चालवला जात होता.

अशा वातावरणात त्या वेळची आर्थिक विषयांवरची चर्चा ही बहुतांशी पायाभूत सुविधांची उभारणी, प्रादेशिक विकास, दारिद्र्य निर्मूलन आदी गोष्टी आणि त्यात सार्वजनिक क्षेत्राचा सहभाग व सरकारची त्या संबंधीची धोरणे एवढ्यापुरतीच मर्यादित होती. ग्राहकोपयोगी उत्पादनांची बाजारपेठ बरीचशी दुर्लक्षित होती. किंबहुना तिला नाउमेद करण्याचेच प्रयत्न अधिक होते. देशाच्या दीर्घकालीन विकासासाठी जलसिंचनासारख्या सुविधा, धातू आणि खनिजे, भांडवली उत्पादन

यासारख्या क्षेत्रांना अधिक साधनसामग्री पुरवण्याची गरज आहे. तेच देशाच्या भल्यासाठी योग्य आहे, अशा भावनेतून तसे घडत होते.

त्यामुळे भारतीय अर्थव्यवस्था ही एक प्रकारची बंदिस्त अर्थव्यवस्था होती. आयातपर्यायी उत्पादनांवर तिचा भर होता. निर्यातीला फारसे प्रोत्साहन दिले जात नव्हते आणि काही बाबतींमध्ये संपूर्ण बंदी होती. जगातील अन्य अर्थव्यवस्थांशी देवाणघेवाण किंवा संपर्क हा देशी अर्थव्यवस्थेला मारक समजला जात होता. हे केवळ भारतातच घडत होते, असे नाही. वसाहतवादाच्या जोखडातून मुक्त झालेल्या अनेक नवस्वतंत्र देशांची धोरणे साधारण अशीच होती.

तत्कालीन परिस्थितीच्या या संदर्भात एखाद्या अर्थविषयक दैनिकाला अनेक मर्यादा होत्या. तरीही *इकॉनॉमिक टाइम्स*सारखे दैनिक सुरू करणे हे तसे धाडसाचेच होते. कदाचित असे दैनिक सुरू करणे हा बेनेट, कोलमन आणि कंपनी व तिच्या मालकांच्या दृष्टीने एक अभिमानाचा विषय होता. त्यावेळी कंपनीही विस्ताराच्या अवस्थेत होती आणि कोणीही न चोखाळलेली वाट म्हणून अर्थविषयक बातमीदारीमध्ये मोठी संधी लपलेली असू शकते, असा उद्देशही *इकॉनॉमिक टाइम्स* सुरू करण्यामागे असावा.

मुंबईत १९६१ मध्ये एका नव्हे, तर दोन अर्थविषयक दैनिकांचा उदय झाला. *इंडियन एक्स्प्रेस* समूहाने *फायनान्शियल एक्स्प्रेस* नावाने दुसरे दैनिक सुरू केले. त्यामागे समूहाचे मालक रामनाथ गोएंका यांचा उत्साह आणि सर्वप्रकारचा पाठिंबा होता.

*इकॉनॉमिक टाइम्स*चे पहिले संपादक पी. एस. हरिहरन होते. वृत्तपत्र सुरू झाले, तेव्हा त्याचा खप साधारण ११ हजार प्रती इतका होता. हरिहरन यांच्यानंतर डॉ. डी. के. रांगणेकर १९६४ मध्ये *इकॉनॉमिक टाइम्स*चे संपादक झाले. त्यांनी दशकाहून अधिक काळ वृत्तपत्राची धुरा सांभाळली. या काळात वृत्तपत्राचा खप ६० हजार प्रतींपर्यंत पोचला. त्यात आर्थिक विषयांबरोबरच काही हलक्याफुलक्या बातम्या आणि राजकीय घडामोडींचे वार्तांकन करण्यासही सुरुवात झाली. वृत्तपत्र अधिक वाचनीय करण्याचा हा प्रयत्न होता.

*इकॉनॉमिक टाइम्स*ने निष्ठावंत वाचकांचा एक वर्ग निर्माण केला होता. परंतु तरीही त्याच्या आशयाला मूलभूत मर्यादा होत्या. वृत्तपत्राची भाषा आणि रोख सौम्य होता. अर्थउद्योगविषयक नोंदी किंवा संदर्भासाठी म्हणून हे वृत्तपत्र असल्याची भावना होती. त्यामुळे सरकारी योजनांची माहिती त्यात विस्ताराने आणि बहुतेक वेळा जशीच्या तशी दिली जात असे. गरीबी, उत्पन्नाचे वितरण, चलनवाढ व

महागाई, अन्न सुरक्षा यासारख्या गंभीर विषयांवर चर्चेसाठी अर्थतज्ज्ञ आणि धोरणकर्त्यांना *इकॉनॉमिक टाइम्स*चा मोठा आधार होता.

देशातील अर्थव्यवस्था आणि उद्योग हे सरकार आणि त्याच्या धोरणांशी बांधलेले होते. सरकारचे नियंत्रण आणि धोरण दिवसेंदिवस आणखी गुंतागुंतीचे बनत चालले होते. अशा निर्बंधांमध्ये उद्योगव्यवसायांना त्यांच्या व्यवहारात पारदर्शकता पाळणेही कठीण झाले होते. या घडामोडींचा वेध घेणे आणि त्याचे वाचकांच्या दृष्टीने विश्लेषण करणे, याला महत्त्व होते. काही मर्यादा असल्या, तरी *इकॉनॉमिक टाइम्स* ही भूमिका नेकीने निभावत होता.

*इकॉनॉमिक टाइम्स*चा वाचकवर्गही मर्यादित होता. आर्थिक विषयातले तज्ज्ञ आणि त्याचा अभ्यास करणाऱ्यांपुरते त्याचे विश्व सीमित होते. देशाचे एकूण राष्ट्रीय उत्पन्न (जीएनपी) आणि त्या संबंधित विषयांवर वृत्तपत्राने आपले लक्ष केंद्रित केले होते. त्या पलीकडील घटनांमध्ये त्याला फारसा रस नव्हता. अर्थविषयक साक्षरता हीदेखील देशातील अतिशय लहान वर्गापुरती मर्यादित होती. राजकारणाला प्राधान्याचे स्थान होते आणि देशाची अर्थव्यवस्थाही प्रामुख्याने राजकीय व्यवस्था घडवत होती.

अशा अनेक मर्यादा असतानाही *इकॉनॉमिक टाइम्स*ने विस्तारासाठी पावले उचलली. जवळपास तेरा वर्षे *इकॉनॉमिक टाइम्स*ची फक्त एकच मुंबईची आवृत्ती होती. १९७४ मध्ये त्याची दिल्ली आवृत्ती सुरू करण्यात आली. दोन वर्षांनी कोलकाता आवृत्ती सुरू झाली.

संपादक रांगणेकर १९७९ मध्ये *इकॉनॉमिक टाइम्स*मधून बाहेर पडले. ते आनंद बझार पत्रिकेने १९७४ मध्ये सुरू केलेल्या बिझनेस स्टँडर्ड या दुसऱ्या अर्थविषयक दैनिकाचे संपादक झाले. डॉ. हॅनान इझीकेल यांनी त्यांच्याकडून *इकॉनॉमिक टाइम्स*ची सूत्रे हाती घेतली. त्यांच्यानंतर मन श्रॉफ संपादक झाले.

एन. पी. सिंह त्या वेळच्या आठवणी जागवत म्हणाले, '*इकॉनॉमिक टाइम्स* हे अतिशय धडाडीचे, गतिशील वृत्तपत्र मानले जात नव्हते. ते शांत, गंभीर आणि शब्दबंबाळ होते. आर्थिक गोष्टी आणि त्यासंबंधीचे धोरणे यांनाच ते चिकटून होते. सरकार, नोकरशाहीभोवती ते फिरत होते. आर्थिक विषयातील तज्ज्ञांपुरतेच मर्यादित असे ते दीक्षापत्र होते.' त्यामुळे भारतीय रिझर्व्ह बँक पतधोरण जाहीर करत असे, त्याचा साद्यंत वृत्तांत *इकॉनॉमिक टाइम्स* देत असे. सरकारने संमत केलेल्या सर्व अर्थउद्योगविषयक विधेयकांची माहिती त्यात असे. आर्थिक बाबींशी संबंधित सर्व अधिकृत माहिती आणि संख्याशास्त्रीय आकडेवारी देण्याचा त्याचा प्रयत्न असे.

रांगणेकर *इकॉनॉमिक टाइम्स* मधून बाहेर पडल्यानंतरही जवळपास दहा वर्षे वृत्तपत्राचे धोरण आणि बातम्यांमध्ये फार फरक पडला नाही. *टाइम्स ऑफ इंडिया* चे माजी कार्यकारी संपादक गौतम अधिकारी त्यावर भाष्य करताना म्हणाले, '*इकॉनॉमिक टाइम्स* चा तोंडवळा साधारण पंचवार्षिक योजनेसारखाच होता.' आशय, मांडणी, सजावट सगळ्याचीच त्यात गर्दी झाल्यासारखी होती. या वृत्तपत्राला प्रभावी, परिणामकारक बनवण्यासाठी इतर अर्थविषयक दैनिकांपासून त्याची वेगळी ओळख निर्माण करणे आवश्यक झाले होते.

दरम्यानच्या काळात काही इतर घटकांच्या प्रभावामुळे *इकॉनॉमिक टाइम्स* ची बाजारातली पत वधारत होती. ऐंशीच्या दशकात त्याचा खप धीम्या गतीने का होईना वाढायला सुरुवात झाली. १९८० मध्ये त्याच्या ६१ हजार प्रती खपत होत्या. तीन वर्षांनंतर हा आकडा ६५ हजारांवर पोचला. मात्र, १९८५ पर्यंत तो ८१ हजारांवर गेला. त्याच वर्षी *इकॉनॉमिक टाइम्स* ची बेंगळुरू आवृत्तीही सुरू झाली. १९८७ मध्ये खपाचा आकडा ८७ हजार ६८८ प्रतींवर पोचला.

इकॉनॉमिक टाइम्स च्या वाढीच्या या आकडेवारीबद्दल फारसे लिहिण्यासारखे काही नसले, तरी पुढच्या वाढीच्या दिशेने त्याचा खप महत्त्वाच्या टप्प्यांवर येऊन ठेपला होता. दरम्यानच्या काळात १९८६ मध्ये बेनेट, कोलमन आणि कंपनीने *इकॉनॉमिक टाइम्स* च्या रौप्यमहोत्सवानिमित्त त्याचा थोडा गाजावाजाही केला होता. या प्रयत्नांमुळे ते एक परिणामकारक वृत्तपत्र बनण्याच्या मार्गावर होते. आणखी एक महत्त्वाचा मुद्दा म्हणजे *इकॉनॉमिक टाइम्स* ची वाचकसंख्या त्याच्या खपाच्या आकड्यापेक्षा बरीच मोठी मानली जात होती. हे वृत्तपत्र प्रामुख्याने कार्यालयांमध्ये आणि शैक्षणिक संस्थांमध्ये ठळकपणे दिसत होते. त्यामुळे जाहिरातदारांच्या दृष्टीने ही महत्त्वाची बाब ठरणार होती.

बेनेट, कोलमन आणि कंपनीने फायद्यात नसलेली आणि कंपनीच्या व्यवसायाचा गाभा नसलेली प्रकाशने बंद केली होती. परंतु, *इकॉनॉमिक टाइम्स* हे स्वत:च्या पायावर टिकू शकेल, असे व्यवस्थापनाला वाटले आणि त्यावर त्यांनी लक्ष केंद्रित केले. टाइम्स समूहातील इतर प्रकाशनांशी त्याची प्रभावी सांगड घालणे शक्य होणार होते. तसेच, जाहिरात क्षेत्रात धूम करणाऱ्या मास्टरमाइंड पॅकेजमध्येही त्याचा समावेश होता. उद्योगक्षेत्र आणि सरकार-प्रशासनातील उच्चपदस्थांपर्यंत उत्पादनांची माहिती पोचवण्याचा तो एक आकर्षक पर्याय जाहिरातदारांना दिसत होता.

इकॉनॉमिक टाइम्स चा खप ९० हजारांच्या आसपास पोचल्याने व्यवस्थापनालाही त्याची दखल घेणे भाग होते. एन. पी. सिंह त्यासंबंधी म्हणाले, 'या वृत्तपत्रासाठी

वाचक आणि जाहिरातदारांचा नवा वर्ग प्रस्थापित करण्याची गरज आम्हाला वाटू लागली होती.' त्या दृष्टीने *इकॉनॉमिक टाइम्स*च्या विकासाची पायाभरणी करण्यास सुरुवात झाली. प्रदीप गुहा म्हणाले, '*इकॉनॉमिक टाइम्स* ने उद्योगजगतावर लक्ष केंद्रित करावे, असे समीर जैन यांना वाटत होते. या क्षेत्रातील महत्त्वाच्या कंपन्या, ब्रँड्स यांची माहिती घेऊन वृत्तपत्राने त्यासंबंधी लिहावे. तसेच, उद्योग-व्यवसायांचे मोठे क्षेत्र डोळ्यासमोर ठेवून त्याच्या गरजा आणि आवश्यकतांवर वृत्तपत्राने भर द्यावा, अशीही त्यांची इच्छा होती. *इकॉनॉमिक टाइम्स* ला आणखी बळ द्यावे आणि त्याने नवा दृष्टिकोन व नवा चेहरा धारण करावा, असे त्यांना मनापासून वाटत होते.'

समीर जैन यांनी हे घडवून आणण्यासाठी पहिले पाऊल उचलले, ते *इकॉनॉमिक टाइम्स*साठी नवा व धडाडीचा संपादक शोधण्याचे. *इकॉनॉमिक टाइम्स* या ब्रँडचा सर्व बाजूंनी– ३६० अंशांतून विचार करू शकेल, अशी व्यक्ती त्यांना हवी होती आणि ती त्यांना सापडली. संपादकीय विभागाची धुरा सांभाळताना वितरण आणि विपणन या बाजूंनाही तितकेच महत्त्व देणारा संपादक त्यांना हवा होता. संपादकीय दृष्टीनेही जुन्या पठडीने काम करणाऱ्यापेक्षा नवे मार्ग चोखाळणारा कोणी तरी त्यांना हवा होता. अशा संपादकाशिवाय या वृत्तपत्राचे रंगरूप पालटणे शक्य झाले नसते.

टी. एन. निनान यांची या कामासाठी निवड करण्यात आली. निनान यांनी *इंडिया टुडे* साप्ताहिकात अर्थउद्योगविषयक संपादकाचे काम केले होते आणि नंतर त्यांना कार्यकारी संपादकपदी बढती मिळाली. *इंडिया टुडे*मधली त्यांची कारकीर्द यशस्वी; पण काहीशी वादळी होती. त्याही आधी निनान यांनी अमृत बझार पत्रिका समूहाच्या '*नवी दिल्ली*' या नियतकालिकात काम केले होते. तेव्हा खुशवंतसिंग त्याचे संपादक होते. हे पाक्षिक अमेरिकेतल्या '*न्यूयॉर्कर*' या प्रसिद्ध नियतकालिकाच्या धर्तीवर चालवण्याचा समूहाचा विचार होता. १९७८ मध्ये त्याची किंमत ५ रुपये होती. हे नियतकालिक फार काळ चालले नाही. परंतु निनान यांच्या त्यातल्या लिखाणाची दखल घेतली गेली. त्यांचे लेखन बारकाईने वाचणाऱ्यांमध्ये त्यांचे भावी मालक *इंडिया टुडे*चे अरुण पुरी हे एक होते.

'अरुण पुरी यांना विचारांमध्ये स्पष्टता असलेली, लिखाणाची स्वतंत्र शैली असलेली आणि प्रामाणिकपणे व झोकून देऊन काम करणारी माणसे आवडत. गंभीरपणे आपल्या कामात मग्न राहणाऱ्या माणसांबद्दल त्यांना आपुलकी होती. कार्यालयातले राजकारण आणि इतर गोष्टींच्या नादी न लागता आपले काम उत्तम होण्यासाठी धडपडणारी माणसे त्यांना पसंत होती. त्यामुळे टी. एन. निनान यांना

*इंडिया टुडे*त आणण्याचे त्यांनी ठरवले आणि त्यांना उद्योगव्यवसाय संपादकाचे पद देण्यात आले', अशी माहिती व्यंग्यचित्रकार अजित निनान यांनी दिली.[१] अजित हे टी. एन. निनान यांचे *इंडिया टुडे*मधील सहकारी होते. ते सध्या टाइम्स समूहात काम करतात.

ते म्हणाले, 'टी. एन. निनान यांनी उद्योगव्यवसाय संपादक म्हणून अतिशय सुंदर काम केले. अरुण पुरी त्यांच्या कामाने प्रभावित झाले आणि त्यांना त्यांच्या कामाबाबतचे संपूर्ण अधिकार दिले. इतर संपादकांना त्याचा राग आला आणि निषेध व्यक्त करण्यासाठी ते सामूहिक रजेवर गेले. अशा काळातही निनान यांनी अतिशय हुशारीने काम केले. त्यांनी राजकीय बातम्या लिहिल्या. शैलीदार अग्रलेख लिहिले. त्या वेळी पंजाबमध्ये दहशतवाद पसरला असताना तिथे जाऊनही त्यासंबंधीचे वार्तांकन केले.'

टी. एन. निनान यांचे हे परिश्रम वाया गेले नाहीत. अरुण पुरी यांनी इतर वरिष्ठ संपादकांना डावलून निनान यांना कार्यकारी संपादक केले. त्यापूर्वी असे कधी घडले नव्हते. एक उद्योगव्यवसाय विषयाचा संपादक रात्रीतल्या रात्रीत *इंडिया टुडे*सारख्या साप्ताहिकाचा कार्यकारी संपादक झाला. साप्ताहिकात व्यवस्थापकीय संपादकांखालोखाल निनान यांचे स्थान होते. इतर संपादकांनी पुन्हा त्या विरोधात आरडाओरडा केला.

नेमके याच काळात बेनेट, कोलमन आणि कंपनीने टी. एन. निनान यांना *इकॉनॉमिक टाइम्स*चे कार्यकारी संपादकपद स्वीकारण्याची विनंती केली. देशातल्या त्या वेळच्या प्रथम क्रमांकाच्या अर्थविषयक दैनिकाचे कार्यकारी संपादकपद मिळणे, ही मोठी संधी होती. त्या जोडीला त्यांना सोपवलेली जबाबदारी पूर्ण करण्यासाठी आवश्यक सर्व स्वातंत्र्य मिळणार होते.

निनान १९८७ मध्ये *इकॉनॉमिक टाइम्स* मध्ये दाखल झाले. पहिल्या दिवसापासून त्यांनी अधिकार गाजवायला सुरुवात केली. देशभरातील वृत्तपत्रांमधून आपल्या पसंतीची माणसे शोधण्याचे आणि आपली स्वत:ची टीम उभी करण्याचे अधिकार त्यांना देण्यात आले. अशा माणसांना आकर्षक वेतनभत्ते ठरवण्याचेही अधिकार निनान यांना होते. *इकॉनॉमिक टाइम्स*ने कात टाकली. त्याची कार्यालये झकपक करण्यात आली. काम करणाऱ्यांमध्ये नवा उत्साह संचारला आणि वृत्तपत्रात नवी कार्यसंस्कृती रुजवण्यात आली. *इकॉनॉमिक टाइम्स*मधील संभाव्य बदलांचा आराखडा तयार करण्यात आला. त्यासाठी आवश्यक सर्व साधनसामग्री पुरवण्याचे आश्वासन निनान यांना देण्यात आले. वृत्तपत्राचा आशय कसा असावा,

हे ठरवण्याचे अधिकारही त्यांच्याकडेच होते. समीर जैन यांनी त्यांना दिलेला शब्द पाळला होता.

*फायनान्शियल क्रॉनिकल*चे प्रियरंजन दास त्या वेळी *इकॉनॉमिक टाइम्स*मध्ये होते. 'टी. एन. निनान यांच्याकडे प्रचंड मोठी जबाबदारी देण्यात आली होती आणि त्यासाठीचे सर्वाधिकारही त्यांना देण्यात आले. समीर जैन आणि त्यांच्या अनेकदा चर्चा होत. काही वेळा निनान समीर यांच्या सूचनांनाही विरोध दर्शवत. 'हे पुरेसे चांगले नाही', 'हे होऊ शकणार नाही', 'त्यापेक्षा आपण करून बघितले, तर काय हरकत आहे' असे निनान बिनदिक्कतपणे सांगत', अशी आठवण दास यांनी सांगितली.[२]

परन बालकृष्णन हेसुद्धा त्या वेळी *इकॉनॉमिक टाइम्स*मध्ये होते. ते म्हणाले, 'त्या वेळी बेनेट, कोलमन आणि कंपनीची आर्थिक स्थिती मजबूत होती. आम्हाला ते माहिती होते. कंपनीची तोट्यातली प्रकाशने बंद करण्यात आली होती. त्यामुळे समीर जैन काही निवडक ब्रँडच्या उभारणीवरच लक्ष केंद्रित करू शकत होते. त्यामुळे पुढे काय करायचे आहे, याबद्दल स्पष्टता होती आणि त्या उद्देशाशी आमची बांधिलकीही होती. ते साध्य करण्यासाठी आणि नवनव्या कल्पना राबवण्यासाठी आम्हाला मुक्त अवकाश होता.'[३]

*इकॉनॉमिक टाइम्स*चे वार्षिक उत्पन्न त्या वेळी दहा कोटी रुपये होते. रोज दहा पानी अंक प्रसिद्ध केला जात असे. निनान यांनी वृत्तपत्रामध्ये एक नवी आणि व्यापक दृष्टी आणली. वाचकांना विश्लेषण करणारा, रसरशीत आणि विचारांना चालना देणारा आशय हवा असल्याचे त्यांनी ओळखले. व्यक्तिगत आणि व्यावसायिक पातळीवर नवनव्या क्षेत्रांची माहिती करून घेण्याची त्यांची उत्सुकताही निनान यांच्या लक्षात आली.

निनान यांच्या नेतृत्वाखालील टीमने *इकॉनॉमिक टाइम्स*चा आशय संपूर्ण बदलला. त्यात अनेक नाविन्यपूर्ण गोष्टी आणल्या. पहिली गोष्ट म्हणजे व्यवसाय आणि वित्तीय व्यवहार यांचे अर्थच त्यांनी व्यापक केले. सरकारी परिपत्रके आणि योजनांची माहिती यांचा त्याआधी वृत्तपत्रात भरणा होता. त्याऐवजी आता व्यवस्थापन, विपणन आणि जाहिरात, ग्राहकांचे प्रश्न, व्यक्तिगत गुंतवणूक, बांधकाम क्षेत्रांतील गुंतवणूक अशा अनेक विषयांवरचे लेखन त्यात येऊ लागले. नंतरच्या काळात तर हे विषयच *इकॉनॉमिक टाइम्स* चे मध्यवर्ती विषय बनले. परंतु, त्या वेळच्या अर्थउद्योगविषयक वृत्तपत्रांमध्ये त्यांचा पत्ताच नव्हता. मात्र, ज्यांचा अर्थ आणि उद्योगाशी थेट संबंध नाही, असे विषय वृत्तपत्रात आणणे ही एक मोठीच वैचारिक उडी ठरली.

*इकॉनॉमिक टाइम्स*मध्ये वाचकांसाठी विज्ञान आणि तंत्रज्ञान क्षेत्रातील घडामोडी देण्यास सुरुवात केली. प्रकाशन व्यवसायाची माहिती आणि पुस्तक परीक्षणांचे स्वतंत्र पान साप्ताहिक स्वरूपात सुरू केले. कला आणि संस्कृतीसाठी 'आर्ट्सस्केप' नावाचे पान सुरू केले. नाट्यक्षेत्राविषयी नियमित लेखन वृत्तपत्रात येऊ लागले. *इकॉनॉमिक टाइम्स*च्या आधीच्या अवतारांपासून ही पूर्ण फारकत होती.

वाचकांविषयीच्या खोल समजातून हे बदल साकारले होते. *इकॉनॉमिक टाइम्स* आता वाचकांचा संपूर्ण आणि सर्व बाजूंनी विचार करत होते. प्रत्येक वाचकाच्या व्यक्तिमत्त्वाचे अनेक पैलू असतात. तो फक्त आर्थिक अहवाल आणि धोरणांवर जगणारा प्राणी नसतो. त्याचे व्यक्तिमत्व लक्षात घेऊन केलेल्या बदलांमुळे अर्थातच *इकॉनॉमिक टाइम्स*ला स्पर्धकांवर मात करता आली.

टाइम्स समूहातील एकाने त्यासंबंधी अतिशय मार्मिक टिपण्णी केली. तो म्हणाला, '*इकॉनॉमिक टाइम्स* हे आता *व्यवसाया*संबंधी वृत्तपत्र न राहता, *व्यावसायिकां*चे वृत्तपत्र झाले.' आपल्या वाचकाला आर्थिक आणि औद्योगिक घडामोडींइतकाच व्यवस्थापन, औद्योगिक संबंध अशा विषयांमध्येही रस आहे. कला, नाट्य असे विषय त्याच्या जगण्यातील एक भाग आहेत. घरखरेदी, मोटारीसाठी पतपुरवठा कोठून होतो, याची माहितीही त्याला हवी आहे. विज्ञान-तंत्रज्ञानातही त्याला रस असू शकतो. व्यावसायिक जीवनातील ताणतणावांना सामोरे जाण्यासाठीचे मार्गदर्शन त्याला हवे असते, आदी गोष्टी विचारात घेण्यात आल्या. त्यानुसार बौद्धिक संपदा हक्क, आंतरराष्ट्रीय राजकारण व राजनीती अशा विषयांवरच्या चर्चाही *इकॉनॉमिक टाइम्स*च्या लेखांमध्ये डोकावू लागल्या. असा विविधांगी मजकूर सामावून घेण्यासाठी पानांची संख्याही वाढवण्यात आली.

नव्वदीच्या दशकाच्या सुरुवातीला *इकॉनॉमिक टाइम्स*चे रूप बदलले होते. आता अंकात कोणत्याही दिवशी अनेक जणांच्या मुलाखतींवर आधारित जाहिरात किंवा अन्य क्षेत्रासंबंधीचा लेख वाचायला मिळू शकत होता. फुरसतीच्या वेळात काय करायचे, क्रीडा क्षेत्रात काय घडत आहे, कोणत्याही परिस्थितीत जिंकायचे कसे अशा पद्धतीचे लेखनही त्यात दिसू लागले. 'मिडवीक रिव्ह्यू' नावाने ताज्या घटनाघडामोडींवर भाष्य करणारे स्वतंत्र पानही वृत्तपत्रात प्रसिद्ध होऊ लागले.

मात्र, अशा नव्या विषयांना स्थान देताना *इकॉनॉमिक टाइम्स*ने त्याच्या मूळ विषयांना दूर सारले नाही. उदाहरणार्थ, त्यात बँकिंग क्षेत्रावरचे एक पान होते. त्यात सार्वजनिक क्षेत्रातील बँका, जागतिक बँका आदींसंबंधी विस्तृत माहिती असे. कर आणि वित्तीय व्यवस्थांवर चर्चेचे स्वतंत्र पान होते. वायदेबाजार आणि

विविध मालांच्या विक्रीव्यवहारासंबंधी विशेष पाने होती. एका विभागात फक्त धातूबाजारासंबंधी माहिती होती. शेअरबाजारातील लोकांचा वाढता रस लक्षात घेऊन अनेक पानांवर 'इन्व्हेस्टर्स गाइड' नावाने माहितीवजा सल्ला असे. त्यावर वाचकांच्या उड्या पडत होत्या.

त्याचबरोबर अनेक वाचकांना राजकीय घडामोडींचा थोडक्यात वृत्तांत समजण्याचीही गरज असू शकते, याची वृत्तपत्राने दखल घेतली. त्यामुळे एक अर्थउद्योगविषयक वृत्तपत्र असूनही राजकीय घटनाघडामोडींचे विश्लेषण करणारा, त्यावर चर्चा घडवून आणणारा विभाग देण्यात *इकॉनॉमिक टाइम्स*ने मागेपुढे पाहिले नाही. मात्र, इतर सर्वसाधारण वृत्तपत्रांसारखे त्याचे वार्तांकन असणार नाही, याची खबरदारीही घेण्यात आली. एक व्यावसायिक वाचक अशा घडामोडींकडे कसा बघेल या दृष्टिकोनातून राजकारणातील धागेदोरे उलगडणारे, विश्लेषण करणारे, तरीही सुटसुटीत असे लेखन त्यात असे. त्या वेळी *नवभारत टाइम्स*चे संपादक असलेले सुरेंद्र प्रताप सिंग हे उत्तम राजकीय भाष्यकार होते. त्यांचे 'पॉलिटॉक' हे सदर *इकॉनॉमिक टाइम्स*मध्ये सुरू करण्यात आले. राजकीय विषयांवर भाष्य करणाऱ्या तवलीन सिंग, *द हिंदू*चे संपादक एन. राम अशांचेही लेखन या वृत्तपत्रातून सुरू झाले.

*इकॉनॉमिक टाइम्स*ने आणखी एक धूर्त खेळी खेळली. ती म्हणजे शेअर बाजारातील लोकांची वाढती रुची पाहून, त्यातील व्यवहारांची माहिती देणाऱ्या पानांची संख्या वाढवली. त्या वेळी भारतातील शेअर बाजार आजच्यासारखा आधुनिक झाला नव्हता. सरकारची त्यावरची नियंत्रणे कायम होती. एखादा पब्लिक इश्यू जाहीर होताना, त्याच्या किंमतीलाही भांडवली बाजार नियंत्रकाची परवानगी घ्यावी लागत असे.

शेअर बाजारातील सुधारणांना अद्याप काही वर्षे अवकाश होता. परंतु, त्यात रस असणारा एक वर्ग समाजात उदयाला येत होता. ऐंशीच्या दशकाच्या उत्तरार्धात देशात छोट्या गुंतवणूकदारांचा एक वर्ग पुढे आला. काही निवडक क्षेत्रांमध्ये आर्थिक सुधारणांना मान्यता मिळाल्याने शेअर बाजारात तेजी निर्माण झाली होती. रिलायन्स उद्योगसमूह देशाच्या आर्थिक क्षितिजावर वेगाने पुढे येत होता. हा उद्योगसमूह त्या वेळी छोट्या गुंतवणूकदारांवर अवलंबून होता.

या बदलांची चाहूल *इकॉनॉमिक टाइम्स*ला लागली आणि त्याने शेअर बाजारासंबंधी पानांची फेरमांडणी केली. चोवीस तास चालणाऱ्या अर्थउद्योगविषयक वृत्तवाहिन्या, इंटरनेट आदी गोष्टींचा प्रसार होण्यापूर्वी गुंतवणूकदार प्रामुख्याने

वृत्तपत्रांवरच अवलंबून होते. सकाळच्या वृत्तपत्रांमध्ये त्यांना शेअर बाजारातील किंमतींची ताजी माहिती मिळत असे. त्यावर त्यांची पुढची गणिते अवलंबून असत. शेअर बाजारात अशा छोट्या घटकांचा सहभाग वाढत गेला, तसतसा अशा शेअर बाजारातील व्यवहारांची माहिती देणाऱ्या पानांमधला वाचकांचा रसही वाढत गेला. केवळ तेवढ्यासाठी *इकॉनॉमिक टाइम्स* विकत घेणाऱ्या वाचकांची संख्याही त्यामुळे वाढली.

शेअर बाजारासंबंधीची पाने वाढवण्याची आणि त्यांची रचना सुधारण्याची सूचना बेनेट, कोलमन आणि कंपनीचे तेव्हाचे विपणन संचालक सतीश मेहता यांनी केली होती. त्यानुसार हे वार्तांकन अधिक सर्वसमावेशक करण्यात आले. छोट्या प्रमाणात गुंतवणूक करू इच्छिणाऱ्या वाचकाची गरज लक्षात घेऊन अनेक कंपन्यांच्या समभागांच्या किमतीची यादी देण्यात येऊ लागली.

त्याचबरोबर अशा पानांमध्ये एकच सरसकट यादी देण्यापेक्षा त्याचे भाग पाडण्यात आले. उदाहरणार्थ, सर्वाधिक उलाढाल असलेल्या कंपन्या किंवा आदल्या दिवशीच्या व्यवहारात सर्वाधिक वाढ किंवा घसरण झालेल्या कंपन्या अशी वर्गवारी करून माहिती देण्यात येऊ लागली. सामान्य वाचकाला एका दृष्टिक्षेपात माहिती मिळाली पाहिजे, याकडे लक्ष देण्यात आले. शेअर दलाल आणि छोट्या गुंतवणूकदारांनाही शेअर बाजाराशी संबंधित निर्णय घेताना संदर्भ म्हणून त्याचा उपयोग होऊ लागला.

इकॉनॉमिक टाइम्स मध्ये बदल करताना तो सर्वंकष असला पाहिजे, अशी भूमिका होती. त्यानुसार आशयातील बदलांना इतर गोष्टींचीही जोड देण्यात आली. वृत्तपत्राची मांडणी, सजावट आदी बदलांमधून त्याचा चेहरामोहराच बदलण्यास सुरुवात झाली. मजकूर आणि शीर्षकासाठी नवे टंक (फाँट) निवडण्यात आले. वाचकांच्या सवयींशी सुसंगत अशी विषयांची मांडणी करण्यात येऊ लागली.

रोजच्या अंकाची विभागणी विषयांनुसार करण्यात आली. प्रत्येक पानाचे स्वतंत्र वैशिष्ट्य आणि ओळख निश्चित करण्यात आली. छायाचित्रे आणि मोठ्या टंकातील ब्लर्ब (सुरुवातीचे परिच्छेद) यांच्या मदतीने वृत्तपत्राचा दृश्य परिणाम वाढवण्याचे प्रयत्न करण्यात आले. बातम्या आणि लेखांची शैली अधिक संवादी करण्यात आली. माहितीपूर्ण, सविस्तर; तरीही नेटक्या लिखाणाला महत्त्व देण्यात आले.

अनेक वृत्तपत्रे त्या वेळी महत्त्वाच्या बातम्यांमधली मोकळी जागा भरण्यासाठी कमी महत्त्वाच्या बातम्या 'फिलर' म्हणून वापरत असत. त्याचे कुठलेही नियम, प्रमाणीकरण नव्हते. त्यामुळे पानांची रचनाही बेंगरुळ, ठिगळे लावल्यासारखी दिसे. बातम्यांची

उपलब्धता दरदिवशी बदलत असे. त्यामुळे बातमीच्या महत्त्वापेक्षाही उपलब्धतेनुसार त्या पानात कशाही रचल्या जात. त्यामागे कोणताही विचार किंवा समतोल नसे.

*इकॉनॉमिक टाइम्स*ने अशा मांडणीला अटकाव केला. कोणतीही बिनमहत्त्वाची बातमी केवळ जागा भरण्यासाठी अंकात जाणार नाही, असे बजावण्यात आले. पानांच्या मांडणीचे नियम ठरवण्यात आले. पत्रकार आणि वृत्तदालनातील संबंधित विभागांनी त्यासाठी शिस्त पाळणे आवश्यक होते. बातम्या आणि लेखांना शब्दमर्यादा घालून देण्यात आल्या. त्यामुळे *इकॉनॉमिक टाइम्स* मधील पानांची रचना एकसंघ, एकजीव आणि त्यामुळे प्रभावी होऊ लागली. अर्थविषयक वृत्तपत्र असले, तरी वेगळी आणि आकर्षक शीर्षके सुचवण्यासाठी प्रोत्साहन देण्यात आले. त्यातून शब्दांचा व वाक्प्रचारांचा खुबीदार वापर सुरू झाला. *इकॉनॉमिक टाइम्स* हे आधी एक शांत व धीरगंभीर वृत्तपत्र होते. आकड्यांची त्यात नुसती जंत्री असायची. त्यामुळे त्याचे वाचन कंटाळवाणेही व्हायचे. हे चित्र बदलून पानांची प्रसन्न मांडणी सुरू झाल्याने वृत्तपत्रातही नवे चैतन्य आले.

वृत्तपत्रातील आशय आणि मांडणींमधील बदलांना वेगळी उंची देण्यासाठी कागदाचा रंगच बदलण्याची अभिनव कल्पना पुढे आली. त्यामुळे १९८९-९० मध्ये नेहमीच्या पांढऱ्या रंगापेक्षा मोहक गुलाबी (सालमन पिंक- सालमन माशाच्या रंगासारखा) कागदावर *इकॉनॉमिक टाइम्स*ची छपाई सुरू झाली. ही कल्पना कदाचित लंडनमधल्या *फायनान्शियल टाइम्स* या वृत्तपत्रावरून सुचली असावी. युरोपमधून प्रसिद्ध होणाऱ्या या वृत्तपत्राला जागतिक आर्थिक मंदीच्या काळात सामान्य वाचकाला दिलासा द्यायचा होता; मंदीचे सावट दूर होऊन व्यवसाय पुन्हा गुलाबी होतील- उर्जितावस्थेला येतील, असा संदेश त्याला द्यायचा होता. तेव्हापासून अर्थउद्योगविषयक वृत्तपत्रांशी हा रंग जोडलेला होता. भारतात पहिल्यांदाच अशा गुलाबी कागदावर प्रसिद्ध होणाऱ्या वृत्तपत्राचा मान *इकॉनॉमिक टाइम्स*ने मिळवला.

या नाविन्यपूर्ण प्रयोगाने *इकॉनॉमिक टाइम्स* हे भारतातील आगळेवेगळे वृत्तपत्र ठरले. बाजारात ते उठून दिसू लागले. यापूर्वी असे कधी घडले नव्हते. वाचकांचा त्याला उत्साही प्रतिसाद मिळाला. एन. पी. सिंह त्यासंबंधी म्हणाले, 'रंगीत कागदावर छपाई ही *इकॉनॉमिक टाइम्स*ची मोठी चाल ठरली. हा प्रकार नवीन होता. भारतातील वाचक आणि जाहिरातदार गुलाबी कागदावर छापलेले वृत्तपत्र प्रथमच पाहत होते. त्यामुळे त्याची मागणी मोठ्या प्रमाणात वाढली. गुलाबी रंगाचे हे वृत्तपत्र काखेत मारून लोक बाजारात फेरफटका मारू लागले. *इकॉनॉमिक टाइम्स* चा वाचक ही गोष्ट त्यांना अभिमानाची वाटू लागली.'

हा प्रयोग थोडासा घाईने आणि धाडसाने करण्यात आला. अंबानी कुटुंबाचा भारताच्या उद्योगविश्वावरचा ठसा वाढत होता. त्या वेळी १९९० च्या सुमारास रिलायन्स समूह माध्यम व्यवसायातही उतरणार अशी चर्चा सुरू झाली होती. *'बिझनेस अँड पोलिटिकल ऑब्झर्व्हर'* (बीपीओ) या नावाने अर्थउद्योगविषयक दैनिक सुरू करण्याच्या त्यांच्या प्रयत्नांची कुणकुण टाइम्स समूहाला लागली.[४] हे वृत्तपत्र गुलाबी कागदावर छापले जाण्याची शक्यता व्यक्त होत होती. त्याच सुमारास लंडनमधले *फायनान्शियल टाइम्स* हे वृत्तपत्रही भारतात येण्याची शक्यता वर्तवण्यात येत होती. ते अर्थातच गुलाबी कागदावर असणार होते. या संभाव्य हालचाली लक्षात घेऊन १९९३ मध्ये टाइम्स पब्लिशिंग हाऊसने *फायनान्शियल टाइम्स* हे शीर्षक भारतातील वृत्तपत्र निबंधकांकडे (आरएनआय) आधीच नोंदवून ठेवले. या शीर्षकाची मालकी टाइम्स समूहाकडे आली. त्यामुळे इंग्लंडमधील हे अर्थविषयक दैनिक भारतात येण्याची शक्यता दुरावली.

वृत्तपत्रांसाठीचा गुलाबी कागद महाग होता. त्या वेळी या कागदासाठी प्रतिटन २५ डॉलर जास्त मोजावे लागत. तरीही *इकॉनॉमिक टाइम्स* गुलाबी कागदावर छापण्याचा आणि इतर स्पर्धकांपुढे गुलाबी आघाडी मिळवण्याचा निर्णय टाइम्स समूहाने घेतला. अंबानींच्या महत्त्वाकांक्षी वृत्तपत्राच्या संभाव्य आगमनाच्या पार्श्वभूमीवर बेनेट, कोलमन आणि कंपनीने हा निर्णय अमलात आणला. सुरुवातीला *टाइम्स ऑफ इंडिया*च्या मुंबई आवृत्तीत *इकॉनॉमिक टाइम्स*चा गुलाबी कागदातला चार पानी अंकही वितरित करण्यात आला. *इकॉनॉमिक टाइम्स*मध्ये करण्यात आलेले अनेक बदल लंडनच्या *फायनान्शियल टाइम्स*चा आदर्श डोळ्यासमोर ठेवून करण्यात आले होते. परंतु, भारतातील स्थिती आणि भारतीयांची मानसिकता लक्षात घेऊन ते साकारण्यात आले होते. तो एका अर्थाने *इकॉनॉमिक टाइम्स*चा पुनर्जन्मच होता. योगायोगाने अंबानींच्या *'बीपीओ'* वृत्तपत्राचा प्रयत्नही सारख्याच पद्धतीचा होता. विविध विषयांचे स्वतंत्र विभाग असलेले ते चाळीस पानी वृत्तपत्र असणार होते आणि ते गुलाबी कागदावरच छापण्यात येणार होते. परंतु काही कारणांनी त्यांचा हा प्रयत्न बारगळला.

*इकॉनॉमिक टाइम्स*च्या आशयातील बदल तेव्हा भारतीय अर्थव्यवस्था आणि समाजात घडणाऱ्या बदलांशी सुसंगत असेच होते. भारतात नवा मध्यम वर्ग उदयाला येत होता. कदाचित त्यासंबंधीचे दावे कोणाला चुकीचेही वाटू शकतील. परंतु, एकोणिसशे ऐंशीच्या दशकातच भारतात या प्रकारचा नवा वर्ग वेगाने पुढे येत होता. ग्राहकवादाची एक लाट भारतीय अर्थव्यवस्थेत येऊ पाहत होती. खासगी उद्योग उभे राहत होते. ग्राहकोपयोगी वस्तूंच्या बाजारपेठेकडे आता

खालच्या नजरेने किंवा बहिष्कृत असल्यासारखे पाहिले जात नव्हते. आयातीवरील निर्बंध कमी करण्याच्या हालचाली सुरू झाल्या होत्या. ऐंशीच्या दशकाचा उत्तरार्ध आणि नव्वदीच्या दशकाचा प्रारंभ या काळात भारत आणि भारतीय समाज नव्या स्थित्यंतराच्या उंबरठ्यावर उभे होते.

भारतात १९८६ नंतर ग्राहकांची संख्या वाढली. बाजारपेठेला उठाव आला. अनेक बहुराष्ट्रीय कंपन्या त्यांचे परदेशी ब्रँड घेऊन भारतीय बाजारपेठेत उतरण्यास सुरुवात झाली होती. तोवर न पाहिलेली उत्पादने, गॅजेट्स, नव्या सेवा भारतीयांपुढे सादर होत होत्या. अशा वातावरणात नफा कमावणे हे आता पाप राहिले नव्हते. उपग्रह प्रक्षेपण आणि दूरचित्रवाणी वाहिन्या भारतात येण्यास उत्सुक होत्या. संगणक आणि इतर नवे तंत्रज्ञान देशात येत होते. त्या वेळचे भारतातील राजकीय पक्ष व नेते जरी जातीपातीच्या आणि धर्मांध राजकारणात गुंतले होते, तरी आधुनिक प्रागतिक विचारांचा आणि भविष्याकडे आशेने पाहणारा नवा वर्ग भारतीय समाजात निर्माण होत होता. एकविसाव्या शतकाची पहाट त्याच्या दृष्टिपटलावर होती.

अशा वातावरणात अर्थ-उद्योगविषयक प्रकाशनांना वाढीची संधी होती. *बिझनेस इंडिया* हे या क्षेत्रातले पहिले प्रकाशन होते आणि त्याचे भारतीय बाजारपेठेवर अजून वर्चस्व होते. *बिझनेस टुडे* या नव्या नियतकालिकाने त्याला आव्हान द्यायला सुरुवात केली होती. वृत्तपत्रांच्या संदर्भात विचार करता अंबानींच्या 'बीपीओ' या अर्थउद्योगविषयक वृत्तपत्राच्या चर्चेने वातावरणात तेवढ्यापुरती फडफड झाली. त्यासाठी वरिष्ठ पदावरच्या संपादकांना लठ्ठ पगारांचे आमिष दाखवून त्यांनी थोडा गाजावाजाही केला. परंतु, बेनेट, कोलमन आणि कंपनीने आक्रमक धोरण स्वीकारून आणि वेगाने पावले उचलून *इकॉनॉमिक टाइम्स*चे रंगरूप पाटलचे. 'बीपीओ'च्या संभाव्य स्पर्धेला तोंड देण्यासाठी ते सिद्ध झाले. परंतु, अखेर अंबानींचे वृत्तपत्र म्हणजे फुसका बारच ठरला.

देशात मध्यमवर्गीय ग्राहकांची संख्या वाढत असताना *इकॉनॉमिक टाइम्स* ने बाजारपेठेत आपले बऱ्यापैकी अस्तित्व निर्माण केले होते. तरीही त्याचा वाचक हा विशेष प्रकारचा आणि फक्त अर्थउद्योग विषयाशी संबंधित असल्याने जाहिरातदारांना त्याचे फार महत्त्व वाटत नव्हते. भारतात १९८२ च्या आशियाई क्रीडा स्पर्धेनंतर दूरचित्रवाणीचे रंगीत प्रसारण सुरू झाले. परंतु, उपग्रह वाहिन्यांना अद्याप बराच

अवकाश होता. त्या काळात मुद्रित माध्यमे हीच जाहिरातींची प्रथम पसंती होती. ऐंशीच्या दशकाच्या उत्तरार्धात जाहिरातींच्या एकूण खर्चापैकी ७५ टक्के खर्च मुद्रित माध्यमांमधील जाहिरातींवर होत होता. रेडिओ आणि चित्रपटांसाठी एकूण दहा टक्के, जाहिरात फलक अशा बाहेरील माध्यमांसाठी दहा टक्के आणि उरलेला फक्त पाच टक्के वाटा दूरचित्रवाणीसाठी असे हे गणित होते.

वेगाने वाढणाऱ्या ग्राहकोपयोगी वस्तूंच्या उत्पादकांची (एफएमसीजी) कोणतेही नवे उत्पादन बाजारात आणताना रंगीत नियतकालिकांना प्रथम पसंती होती. दृकश्राव्य आकर्षणामुळे दूरचित्रवाणीवर जाहिराती दिल्या जात. परंतु अशा जाहिरातीही मुद्रित माध्यमातील जाहिरातींकडे लक्ष वेधले जावे, एवढ्या मर्यादित हेतूनेच असत. देशातील पहिल्या दहा जाहिरात संस्था प्रभावी प्रसिद्धी मोहिमेसाठी नियतकालिके, वृत्तपत्रे आणि दूरचित्रवाणी अशा माध्यमांचा एकत्रित वापर करत. परंतु, त्यातही प्राधान्य मुद्रित माध्यमांनाच होते.

तरीही *इकॉनॉमिक टाइम्स* हे जाहिरातदारांच्या प्राधान्ययादीवर नव्हते. उदाहरणार्थ, त्या वेळी दिल्लीतील बाजारपेठेत जाहिरातींसाठी जाहिरातदार *हिंदुस्थान टाइम्स, टाइम्स ऑफ इंडिया, इंडिया टुडे* आणि *बिझनेस इंडिया* यांचा समावेश करत. एखाद्या हिंदी वृत्तपत्राचाही ते जाहिरातीसाठी विचार करत. परंतु, *इकॉनॉमिक टाइम्स*कडे ते पाहतही नव्हते. जाहिरातींसाठी वृत्तपत्रांमधील जागेची मागणी वाढत होती आणि जाहिरातदार त्यासाठी जास्त पैसे मोजायलाही तयार होते. परंतु, तरीही *इकॉनॉमिक टाइम्स*ला त्यातला फारसा वाटा मिळत नव्हता. हे चित्र बदलण्यासाठी आणि जाहिरातदारांचे लक्ष वेधून घेण्यासाठी *इकॉनॉमिक टाइम्स*ने सुरू केलेल्या विशेष पुरवण्या महत्त्वाच्या ठरल्या.

*इकॉनॉमिक टाइम्स*ने विशेष पुरवण्या सादर करताना आशयामध्ये क्रांतिकारक बदल केले. पुरवण्यांचे वाचन हा उपक्रम त्यांनी यशस्वी केला आणि वाचकांसाठी त्या खरोखरच आनंदाचा ठेवा बनल्या. आपल्या वाचकवर्गातील विशिष्ट गट समोर ठेवून या पुरवण्यांचे विषय ठरवण्यात आले. त्यासाठी उच्च दर्जाचा कागद वापरण्यात आला. त्याच्या गुळगुळीत कागदावरचे पुलआउटसही आकर्षक होते. त्याचा आशय नवे विषय मांडणारा, शैलीदार असा होता. भाषाही प्रवाही, मनाचा ठाव घेणारी आणि वाचनात गुंतवून ठेवणारी होती.

'कॉर्पोरेट डॉसियर' नावाने वृत्तलेखांचा पहिला विशेष विभाग *इकॉनॉमिक टाइम्स*ने सुरू केला. तो शुक्रवारी प्रसिद्ध होत असे. एक पानी पुलआउटमध्ये उद्योगविश्वातले डावपेच, व्यवस्थापनाची यशस्वी उदाहरणे आदी विषयांवरील लेख

सादर करण्यात येत होते. परंतु, खरा परिणाम पहिल्यांदा कोणी घडवला असेल, तर तो 'ईटी एस्क्वायर' या पुरवणीने. ही पुरवणी *इकॉनॉमिक टाइम्स*च्या शनिवारच्या अंकात प्रसिद्ध होत असे.

*इकॉनॉमिक टाइम्स*ला जाहिरातदारांना त्याच्याकडे आकर्षित करायचे होते. परंतु, कंपनीच्या मते त्यात दोन मुख्य अडथळे होते. पहिला म्हणजे हे वृत्तपत्र बहुतांशी कार्यालयांमध्ये वाचले जात होते, त्याचा घरगुती वाचक अल्प होता. दुसरी बाब म्हणजे ते प्रामुख्याने पुरुष वाचकच वाचतात, असा समज निर्माण झाला होता. ईटी एस्क्वायर आणि इतर पुरवण्यांच्या मदतीने हे अडथळे दूर करण्याचे प्रयत्न झाले.

समीर जैन यांनी वृत्तपत्रे आणि पुरवण्या अधिक रंगीत करण्याचे ठरवले. जर परदेशांतली वृत्तपत्रे रंगीत निघू शकतात, तर *इकॉनॉमिक टाइम्स* का नाही, असा त्यांचा सवाल होता. रंगीत जाहिराती नियतकालिके आणि दूरचित्रवाणीकडे जात होत्या. त्या वृत्तपत्राकडे वळवणे, हाही त्या मागचा हेतू होता.

ईटी एस्क्वायरचे पहिले संपादक परन बालकृष्णन त्याविषयी म्हणाले, '*इकॉनॉमिक टाइम्स*मधली ही शनिवारची पुरवणी वृत्तपत्राचा सर्वदूर प्रसार व्हावा, यासाठी होती. त्यापूर्वी *इकॉनॉमिक टाइम्स* मुख्यत: कार्यालयांमध्ये जात असे. सत्तर ते ऐंशी टक्के अंक सरकारी कचेऱ्या आणि इतर कार्यालयांमध्ये जात असे. लोक विकत घेऊन तो वाचत नसत. वृत्तपत्राचा शनिवारचा अंक आणखी आकर्षक केला पाहिजे, हा विचारही त्या मागे होता. *इकॉनॉमिक टाइम्स* हा प्राधान्याने पुरुष वाचक वाचत होता. हे चित्र बदलून आम्हाला महिलांनीही तो वाचायला हवा होता.'५

प्रारंभी ईटी एस्क्वायर पुरवणी चार पानांची होती. समीर जैन यांनी ही पुरवणी उच्च प्रतीच्या कागदावर– आर्ट पेपरवर छापण्याची सूचना केली. संपादकीय टीमला अर्थातच ही सूचना आवडली. परंतु, हा कागद महाग असल्याने व्यवस्थापन या निर्णयावर ठाम राहील का, अशी भीती त्यांना वाटत होती. पहिल्यांदा आर्ट पेपरवर छापायला सुरुवात करून, नंतर वृत्तपत्राच्या साध्या कागदावर छपाई सुरू झाली, तर त्याचा नकारात्मक परिणाम होण्याची शक्यता होती. काही वर्षांनंतर महागाई वाढल्याने तसे घडले. परंतु, तोवर पुरवणी संस्कृती जनमानसात चांगलीच रुजली होती.

ईटी एस्क्वायर पुरवणी ऑगस्ट १९८९ मध्ये सुरू करण्यात आली. *इकॉनॉमिक टाइम्स*च्या वाचकांना तो सुखद धक्का होता. व्यावसायिक, उद्योगपती, वरिष्ठ मध्यम वर्गाला लक्ष्य करून ही पुरवणी सुरू झाली होती. बदलत्या आणि उच्च

राहणीमानासंबंधी लेख प्रामुख्याने त्यात होते. शनिवार-रविवार सुटीच्या दिवशी निवांतपणे वाचता येईल, असा मजकूर त्यात होता. कुटुंबामध्येही तो वाचला जावा, अशी त्याची रचना होती.

ही पुरवणी सुरू करतानाच त्यातील जाहिरात आणि संपादकीय मजकुराचे प्रमाण ५०-५० टक्के ठरवण्यात आले होते. त्याचा अर्थ जाहिराती आणि संपादकीय लेखांना समान जागा मिळणार होती. तोवर वृत्तपत्रे संपादकीय मजकुराला अधिक जागा देणे पसंत करत. ईटी एस्क्वायरचा पहिला वृत्तलेख दिल्लीतील क्लब संस्कृतीवर होता. नंतरच्या अंकात शहरात बाहेरून आलेल्यांच्या राहणीमानावर प्रकाश टाकण्यात आला होता. खूप रंजक आणि वेगळ्या पद्धतीने विषयांची हाताळणी त्यात करण्यात आली होती.

संपादकीय मजकुरासंबंधी ज्या प्रकारचा नाविन्यपूर्ण आणि वेगळा दृष्टिकोन *इकॉनॉमिक टाइम्स*ने अंगिकारला होता, त्याचेच हे एक द्योतक होते. त्यात क्रीडा विषयावरील स्तंभांचाही समावेश होता. अर्थउद्योगविषयक वृत्तपत्रासाठी ते नवीन होते. इथेही पारंपरिक विषयांची मांडणी *इकॉनॉमिक टाइम्स*च्या वाचकाला साजेशी करण्यात आली होती.

बालकृष्णन म्हणाले, 'गोल्फसंबंधी आम्ही ऋषी नरेन यांना लिहायला सांगितले. मायकेल फरेरा यांनी बिलियर्डस विषयी लिहिले. त्याचबरोबर नव्या रचना, पर्यटन यासंबंधी एकाआड एक आठवड्याने विशेष स्तंभ होते. पुरवणीचे चौथे पान पुस्तक परीक्षण आणि त्यातल्या चांगल्या उताऱ्यांसंबंधी होते.'

ईटी एस्क्वायरला चांगला प्रतिसाद मिळाला. जाहिरातींच्या दृष्टीनेही ही पुरवणी पहिल्या दिवसापासून यशस्वी ठरली. पुरवणीसाठी गुळगुळीत कागद, रंगीत छपाई, चांगला आशय, तितकीच चांगली मांडणी त्यामुळे वाचकांना ही पुरवणी हातात धरावीशी वाटत असे. हे भलतेच आकर्षक मिश्रण होते. नियतकालिकांना पर्याय म्हणून ते जाहिरातदारांपुढे मांडण्यात आले. काही महिन्यांतच ही पुरवणी वृत्तपत्राला चांगला पैसा मिळवून देऊ लागली.

बालकृष्णन यांच्या आठवणीप्रमाणे पहिल्या वर्षातच या पुरवणीने मोठा धंदा केला. संपादकीय आणि विपणन विभागातील प्रतिनिधी त्यासाठी एकजुटीने काम करत होते. ठरवून दिलेले उद्दिष्ट काम करण्यासाठी ते न भांडता एकत्र काम करत होते. संपादकीय विभागाचे काम मोठ्या वाचकवर्गाला आवडेल असा आशय देण्याचे आणि वाचकसंख्या वाढवण्याचे होते. तर विपणन आणि जाहिरात विभागाचे प्रतिनिधी विक्री वाढण्यासाठी प्रयत्न करत होते.

'विपणन विभागाच्या लोकांनी पहिल्यांदा ही पुरवणी शनिवारी सुरू करण्याला आक्षेप घेतला होता. ओआरजी संशोधन कंपनीने जयपूरमध्ये केलेल्या पाहणीत शनिवारचा *इकॉनॉमिक टाइम्स*चा अंक लोक वाचत नाहीत; कारण त्या दिवशी शेअर बाजाराची पाने नसतात, असा निष्कर्ष काढला होता. काही वर्षांनी हेच प्रतिनिधी पुन्हा भेटायला आले आणि शनिवारी लोकांना वाचण्यासाठी जास्त वेळ मिळतो, म्हणून त्या दिवशीच पुरवणी सुरू केली हे बरे केले, असे सांगायला आले', असे बालकृष्णन यांनी स्मितहास्य करत सांगितले.

ईटी एस्क्वायरच्या यशामुळे अशा पद्धतीच्या आणखी पुरवण्या बाजारात उतरवण्याला *इकॉनॉमिक टाइम्स*च्या टीमला हुरूप आला. त्यानंतर बाजारात आणण्यात आलेली 'ब्रँड इक्विटी' ही पुरवणी अतिशय यशस्वी झाली. जाहिरात आणि विपणन विभागातील घडामोडींवर भाष्य करणारी ती पुरवणी होती. ही पुरवणी सुरू करताना जाहिरातदारांचा वर्ग हेच *इकॉनॉमिक टाइम्स*चे मुख्य लक्ष्य होते. श्रीकांत खांडेकर यांनी त्याआधी सुरू केलेले *'ए अँड एम'* हे नियतकालिक चांगले चालले होते. या नियतकालिकाचा ग्राहक प्रामुख्याने जाहिरात आणि विपणन क्षेत्रातील होता.

देशात ग्राहकांची संख्या वाढत असताना जाहिरात आणि विपणनाचे क्षेत्रही विस्तारत होते. त्यामुळे अशा गटासाठी स्वतंत्र पुरवणी हा निश्चितच स्वागतार्ह उपक्रम होता. परंतु, टाइम्स समूहाने ती सुरू करण्यामागे दुसरेही एक कारण होते. जाहिरातदार संस्था या प्रभावी मध्यस्थ असतात. विविध उत्पादक आणि कंपन्यांना त्यांच्या जाहिराती कोणत्या माध्यमांमधून करा, असा सल्ला त्या देतात. त्याचबरोबर कोणत्या माध्यमातल्या जाहिरातीसाठी किती पैसे खर्च करायचे हेदेखील बहुतेक वेळा त्यांच्या सल्ल्यावर ठरते. त्यामुळे अशा जाहिरात संस्थांना राजी राखणे, हे खचितच योग्य धोरण होते. बेनेट, कोलमन आणि कंपनीने जाहिरात संस्थांना डावलून जाहिरातींचे दर एकतर्फी वाढवायला सुरुवात केली होती. त्यामुळे या गटात काही नाराजी असणे शक्य होते. ती दूर करण्यासाठी आणि या वर्गाला आकर्षित करण्यासाठी ब्रँड इक्विटीचा मोठाच फायदा होणार होता. जाहिरातदारांच्या मुलाखती, यशस्वी जाहिरात मोहिमांच्या कहाण्या असाच प्रामुख्याने या पुरवणीचा विषय होता.

*टाइम्स ऑफ इंडिया*ची पुरवणी म्हणून सुरू करण्यात आलेल्या सॅटरडे टाइम्सला वाचकांनी मोठा प्रतिसाद दिला होता. त्यामुळे पुरवण्या हे व्यवसाय वाढवण्याचे महत्त्वाचे साधन आहे, याची समीर जैन यांना खात्री पटली होती. ब्रँड इक्विटी सुरू करण्यामागे हेही एक प्रमुख कारण होते.

ब्रँड इक्विटी पुरवणीची सुरुवातीला फक्त दोनच पाने होती. नंतर आणखी दोन पाने वाढवण्यात आली. जाहिरात, विपणन, माध्यमे आणि या तिन्हींविषयीचे संशोधन हा पुरवणीचा मुख्य विषय होता. त्यामुळेच सुरुवातीला या पुरवणीचे नाव 'मार्केट पल्स' असे ठरवण्यात आले होते. त्यात संपादकीय मजकुराला प्राधान्य राहणार होते. *इकॉनॉमिक टाइम्स*मधील पत्रकारांना ही कल्पना आवडली आणि त्यांनी त्यासाठी जोरदार तयारी सुरू केली.

संजोय नारायण हे ब्रँड इक्विटीचे पहिले संपादक होते. ते नंतर *बिझनेस टुडे* नियतकालिकात गेले आणि नंतर *हिंदुस्थान टाइम्स*चे मुख्य संपादक झाले. ब्रँड इक्विटीची सूत्रे हाती घेण्यापूर्वी ते *बिझनेस वर्ल्ड*मध्ये काम करत होते. तेथे त्यांना एकच वर्ष पूर्ण झाले होते. त्याआधी कोलकात्यात त्यांनी *इकॉनॉमिक टाइम्स*मध्ये सहा वर्षे काम केले होते. परंतु, टी. एन. निनान यांनी त्यांच्याशी संपर्क साधला आणि त्यांच्या टीमचा सदस्य होण्याची विनंती केली, तेव्हा त्यांनी ती लगेच मान्य केली.

ब्रँड इक्विटीचे आणखी एक माजी सदस्य म्हणाले, 'निनान यांच्या व्यक्तिमत्वाभोवती एक प्रकारचे वलय आहे. जेव्हा ते तुम्हाला टीममध्ये सामील होण्याचे निमंत्रण देतात, तेव्हा तुम्ही ते नाकारू शकत नाही. त्यांनी *इकॉनॉमिक टाइम्स*साठी खूप चांगली माणसे जमवली होती. त्यामुळे खूप काही चांगले घडणार आहे, याची खात्री वाटू लागली होती.' आनंद पी. रामन हे ब्रँड इक्विटीच्या वृत्तलेख विभागाचे संपादक होते. पी. जी. मथाई हे *इकॉनॉमिक टाइम्स*चे दिल्लीतील निवासी संपादक होते. टी. सी. ए. श्रीनिवास राघवन आणि ए. के. भट्टाचार्य हेदेखील निनान यांच्या टीममध्ये दाखल झाले होते. सदानंद मेनन हे आर्ट्सस्केप आणि डिझाईन पानांचे संपादक होते.

नारायण यांच्याबरोबर ब्रँड इक्विटीसाठी अदिती चटर्जी आणि एम. शंकर काम करत होते. मुंबईत नंदिनी लक्ष्मण त्याचे काम पाहत होत्या. आधी त्यांनी रीडिफ्युजन आणि *बिझनेस स्टँडर्ड*साठी काम केले होते. ज्योती मणी थापा या पुरवणीच्या मांडणी व सजावटीचे काम पाहणार होत्या.

या नव्या पुरवणीच्या डमी तयार करण्यात आल्या. सर्व गोष्टींची जुळवाजुळव झाली होती. मास्टहेडही तयार होते. सप्टेंबर १९९० च्या पहिल्या बुधवारी ही पुरवणी सुरू होणार होती. त्यासाठी वरिष्ठांच्या आदेशाची ही टीम वाट पाहत होती. तेवढ्यात मुंबईहून दूरध्वनी आला. *इकॉनॉमिक टाइम्स*चे संपादक निनान पलीकडून बोलत होते. पुरवणीचे सर्व काम झाले आहे, फक्त पान एकवर अखेरचा हात फिरवायचा आहे, असे त्यांना सांगण्यात आले. परंतु, निनान यांनी सर्व गोष्टी

आहेत तिथे थांबवायला सांगितल्या. मुंबईत समीर जैन यांच्याशी त्यांची बैठक सुरू होती. समीर यांना पुरवणीच्या नावात बदल हवा होता. 'मार्केट प्लस'ऐवजी 'ब्रँड इक्विटी' असे नाव देण्याची सूचना त्यांनी केली.

समीर जैन यांच्या सूचनेनुसार लगोलग नवे मास्टहेड तयार करणे आवश्यक होते. त्यासाठी कलाकारांची टीम कामाला लागली. अशा पुरवण्यांच्या कामावर व्यवस्थापन किती बारकाईने लक्ष ठेवून आहे, याची जाणीव संपादकीय विभागातील सदस्यांना झाली. नव्या मास्टहेडच्या रचनेसाठी ब्रँड, ब्रँड वर्थ, ब्रँड इक्विटी अशा शब्दांच्या अर्थांची पुन्हा उजळणी झाली.

आठवड्याभरातच काम पूर्ण झाले आणि सप्टेंबरच्या पहिल्या बुधवारपासून ब्रँड इक्विटी ही पुरवणी सुरू करण्यात आली. त्यासाठी मलईसारखा दुधाळ रंगाचा कागद वापरण्यात आला. या रंगाच्या वापरासाठी समीर जैन आग्रही होते. जास्त भडक रंग वापरण्यास त्यांचा विरोध होता. ब्रँड इक्विटीला इतर पुरवण्यांपेक्षा वेगळा आणि नेत्रसुखद असा बाज त्यांना हवा होता.

ब्रँड इक्विटी सुरू करताना त्याचाही मोठा गाजावाजा करण्यात आला. *इकॉनॉमिक टाइम्स* अशा प्रकारची वेगळी पुरवणी सुरू करत असल्याचे फलकही शहरामध्ये लावण्यात आले होते. पुरवणीचा पहिला मुख्य लेख पेप्सी फूड्स आणि चीटोज् या विषयावर होता. लहानातल्या लहान तपशीलाचाही अभ्यास करून तो छिद्रान्वेषी प्रकाराने लिहिण्यात आला होता. पेप्सीने योग्य धोरण स्वीकारले आहे का, असा सवाल त्यात विचारण्यात आला होता. आता या प्रकाराने प्रश्न उपस्थित करणे सरावाचे झाले आहे. परंतु, त्या काळात अशी थेट आणि धाडसी भूमिका कोणी घेत नसे.

या पुरवणीचा भर जाहिरात क्षेत्रावर असला, तरी त्यात संपादकीय मजकुराला प्राधान्य होते. हा प्रयत्न वेगळा आणि नवा होता. खूप सारी माहिती आणि गुणवत्तापूर्ण अचूक विश्लेषण असे लेखांचे स्वरूप होते. अमुकच एका विषयावर लिहिण्याचे पत्रकारांवर बंधन नव्हते. टी. एन. निनान लेखनाबद्दल काही सूचना करत असत. परंतु, व्यवस्थापनाकडून कोणतेही थेट आदेश येत नसत. निनान सर्व गोष्टींची काळजी घेत होते. ते मालकांशी संपर्कात होते आणि त्यांच्या टीमच्याही.

मात्र, खूप गाजावाजा करून सुरू झालेल्या ब्रँड इक्विटीला प्रारंभी अपेक्षित यश मिळाले नाही. याची कारणे शोधण्यात आली, तेव्हा जाहिरातींचे त्यासाठी आकारलेले दर खूपच जास्त होते आणि जाहिरातदारांची त्यासाठी तयारी नव्हती,

हे लक्षात आले. नंतर हे दर कमी करण्यात आले आणि पुरवणीचा प्रतिसाद वाढत गेला. यात एक मजेची गोष्ट अशी घडली की, ईटी एस्क्वायरच्या जाहिराती कमी होत गेल्या आणि तो ओघ ब्रँड इक्विटीकडे वळला. त्यामुळे ईटी एस्क्वायर काही काळ बंद ठेवण्यात आली आणि पुन्हा नव्या स्वरूपात सुरू करण्यात आली.

टाइम्स समूहाचे हे आणखी एक वैशिष्ट्य आहे. ते एखादी नवी कल्पना घेऊन गाजावाजात प्रकाशन सुरू करतात आणि त्याचा आक्रमक प्रचार करतात. परंतु, कालांतराने त्या प्रकाशनातून पैसे मिळणे बंद झाले, तर ते बिनदिक्कतपणे मागे घेतले जाते. द इंडिपेंडंट आणि सॅटरडे टाइम्स या प्रकाशनांबद्दल हाच प्रकार घडला. प्रकाशनांच्या नफा मिळवण्याच्या क्षमतेचा प्रश्न निर्माण होतो, तेव्हा टाइम्स समूहात त्याचा निर्णय व्यावसायिक कसोट्यांवरच घेतला जातो, त्यात भावनेला यत्किंचितही थारा नसतो.

ब्रँड इक्विटीचा विचार करता या पुरवणीला प्रारंभी यश मिळू शकले नाही, याचे एक कारण बिझनेस इंडियाच्या वाचकांची त्याच्याशी असलेल्या बांधिलकीबाबत *टाइम्स* समूहाचा अंदाज चुकला, हे असावे. विभा देसाई त्याबाबत म्हणाल्या, '*बिझनेस इंडिया आणि बिझनेस टुडे* यांच्यात आधीपासूनच स्पर्धा सुरू होती. ब्रँड इक्विटी बाजारपेठेत उतरवण्यात आले, तेव्हा या स्पर्धेचा फटका त्यालाही बसू शकेल, हे लक्षात आले नाही. त्यामुळे या पुरवणीला प्रारंभी अपेक्षेइतके यश मिळाले नाही. बेनेट, कोलमन आणि कंपनीने जाहिरातींचे दर खाली आणले. त्यामुळे ब्रँड इक्विटीचा प्रतिसाद पुन्हा वाढला.'

ब्रँड इक्विटी नंतर यशाच्या दिशेने वाटचाल करू लागली. या पुरवणीने जाहिरातदारांचे लक्ष वेधून घेतले. त्याचबरोबर बेनेट, कोलमन आणि कंपनीने वृत्तपत्राच्या किमतीबाबत केलेल्या एका धाडसी प्रयोगात त्याचा एक महत्त्वाचे साधन म्हणून उपयोग करण्यात आला.

❦

*इकॉनॉमिक टाइम्स*मधील बदल जसजसे वाचकांच्या मनात ठसत गेले, तशी त्याची स्थिती सुधारत गेली. वृत्तपत्राचा १९९० मध्ये रोजचा सरासरी खप एक लाखाच्या वर गेला होता. *इकॉनॉमिक टाइम्स*च्या आता पाच आवृत्त्या होत्या. पाचवी आवृत्ती त्याच वर्षी अहमदाबादला सुरू करण्यात आली होती. मुंबई हे अर्थातच वृत्तपत्राचे बलस्थान होते. तिथला खप ४० हजार प्रतींवर होता. दिल्लीतही चांगला प्रतिसाद

मिळत होता. तिथला खप ३३ हजारांवर पोचला. कोलकात्याला १४ हजार आणि बेंगळुरूला साधारण १२ हजार अशी खपाची स्थिती होती.

इकॉनॉमिक टाइम्स चा ब्रँड आणखी मजबूत करण्याचे प्रयत्नही सुरू राहिले. या वृत्तपत्राचा रौप्यमहोत्सव १९८६ मध्ये साजरा झाला होता. १९९१ मध्येही त्रिदशकपूर्ती दणक्यात साजरी करण्यात आली. *इकॉनॉमिक टाइम्स* मधील आशयात केलेल्या बदलांबरोबरच टाइम्स समूहाच्या जाहिरातींच्या 'मास्टरमाइंड' पॅकेजमध्ये त्याचा समावेश केल्याने समूहाच्याही उत्पन्नात वाढ झाली होती. तरीही *इकॉनॉमिक टाइम्स* च्या व्यवसायवाढीच्या क्षमता अद्याप पूर्णपणाने वापरल्या जात नव्हत्या. समीर जैन आता या वृत्तपत्राच्या दर्शनी किमतीच्या साह्याने नवा खेळ खेळणार होते.

भारताच्या वृत्तपत्र व्यवसायातील हे पहिलेच धाडसी पाऊल होते. बेनेट, कोलमन आणि कंपनीने तोपर्यंत आर्थिक पाया सुधारण्यासाठी वृत्तपत्रांच्या किमतीचा कधी उपयोग केलेला नव्हता. या वेळेपर्यंतचे प्रयत्न बहुतांशी जाहिरातींशी आणि वृत्तपत्रातल्या जागेचे योग्य मूल्य मिळवण्याशी संबंधित होते. वृत्तपत्रांच्या आशयातील सुधारणा आणि मास्टरमाइंडसारख्या जाहिरात दरांच्या पॅकेजमागे हाच दृष्टिकोन होता. त्यात कोठेही वृत्तपत्राच्या रोजच्या अंकाची किंमत हा घटक विचारात घेण्यात आलेला नव्हता.

अर्थउद्योगविषयक बातम्यांची भूक भारतीयांमध्ये वाढत होती. विशेषत: इंग्रजी वृत्तपत्रांच्या वाचकांमधल्या एका गटात तसा लक्षणीय बदल होताना दिसत होता. या वाचकांना आर्थिक घडामोडींविषयीची ताजी माहिती हवी होती. त्यात त्यांचा रस वाढत होता. एकूणच आर्थिक आणि उद्योगविषयक घडामोडींसंबंधीची त्यांची उत्सुकता वाढली होती. देशातील शेअर बाजारांमध्ये उत्साहाचे वातावरण होते. त्याचबरोबर वाढत्या मध्यम आणि उच्च मध्यम वर्गाच्या खिशात खरेदीसाठी पैसा खुळखुळत होता.

बेनेट, कोलमन आणि कंपनी जशी या बदलांवर लक्ष ठेवून होती, तसेच इतरांचीही त्यावर नजर होती. परिणामी, देशभरातील मोठे प्रकाशक अर्थव्यवसायविषयक पुरवण्या किंवा नियतकालिके सुरू करण्याच्या खटपटीत होते. काही समूहांनी अशी प्रकाशने आधीच बाजारात आणली होती. उद्योगविषयक बातम्या आणि शेअर बाजारातील घडामोडींवर आधारित वित्तीय बाजाराचे विश्लेषण यांची भूक वाढतच चालली होती.

संपादक टी. एन. निनान यांच्या नेतृत्वाखाली *इकॉनॉमिक टाइम्स* मध्ये लक्षणीय सुधारणा झाली होती. त्याचे बातम्यांचे क्षेत्र विस्तारले होते. शेअर बाजारातील माहितीचे सादरीकरण अधिक प्रभावी झाले होते. त्यातील अर्थविषयक लेखांची गुणवत्ता सुधारली होती आणि त्यातले विश्लेषण लोकांच्या पसंतीस उतरत होते.

विविध वाचकगटांना लक्ष्य करून सादर केलेल्या पुरवण्यांनाही चांगला प्रतिसाद होता. त्यामुळे १९९१ मध्ये *इकॉनॉमिक टाइम्स*चा खप वेगाने वाढत होता आणि आणखी काही काळ तो तसाच वाढत राहील, याची खात्री कंपनीला वाटत होती.

अशा स्थितीत वाचकांकडून थोडे अधिक उत्पन्न मिळवले पाहिजे, असे समीर जैन यांना वाटले. त्याबाबतची प्रत्यक्ष योजना ठरवण्यात बेनेट, कोलमन आणि कंपनीचे विपणन संचालक सतीश मेहता यांनी महत्त्वाची भूमिका बजावली. *इकॉनॉमिक टाइम्स*च्या अंकाची दर्शनी किंमत १.८० रुपयांवरून २.५० रुपयांवर वाढवून कंपनीने पहिली चाल खेळली. त्यानंतर कंपनीने जाहिरातींच्या दराबाबत जशा खेळी रचल्या, त्याच पद्धतीने दर सहा महिन्याला अंकाची किंमत वाढवत नेली. ही वाढ एका वेळी साधारण पन्नास पैसे ते एक रुपया अशा मर्यादेत ठेवण्यात आली.

*इकॉनॉमिक टाइम्स*ची किंमत अशा वाढीमुळे १९९१ मध्ये मुंबईत ५.५० रुपयांवर पोचली. या किंमतवाढीमागचा उद्देश केवळ वृत्तपत्राचा उत्पादन खर्च वसूल करण्यापुरता मर्यादित नव्हता, तर स्पर्धकांच्या तुलनेत आपले उत्पादन उच्च दर्जाचे व मागणी असलेले आहे, हे ठसवण्याचा होता. *इकॉनॉमिक टाइम्स*ला एक मागणी असलेला किमती ब्रँड म्हणून बाजारपेठेत प्रस्थापित करण्याचा हा प्रयत्न होता. आश्चर्याची बाब म्हणजे, अंकाची किंमत वाढत असतानाही *इकॉनॉमिक टाइम्स*चा खप वाढत राहिला. या वृत्तपत्राच्या १९९० मध्ये एक लाख प्रती विकल्या जात होत्या, १९९१ च्या उत्तरार्धात तो १ लाख २० हजारांवर गेला. जानेवारी ते जून १९९२ या कालावधीत हा खप १ लाख ६० हजारांवर पोचला.

*इकॉनॉमिक टाइम्स*ची किंमत अशीच वाढत १० रुपयांपर्यंत नेता येईल, असे समीर जैन यांना वाटत होते. त्यांच्या दृष्टीने या वृत्तपत्राची ही रास्त किंमत होती. परंतु, अंतिमत: *इकॉनॉमिक टाइम्स*ची किंमत पाच रुपयांवर स्थिरावली.

एन. पी. सिंह म्हणाले, 'आम्ही *इकॉनॉमिक टाइम्स*ची ही किंमत जाहीर केली, तेव्हा बाजारात त्याबद्दल उत्सुकता आणि आकर्षण निर्माण झाले होते. भारतात त्या वेळी कोणतेच वृत्तपत्र या किमतीला विकले जात नव्हते. आणि *इकॉनॉमिक टाइम्स* आठवड्याला रोजच ही किंमत आकारत होते. त्यामुळे महिना चाळीस-पन्नास रुपयांमध्ये मिळणाऱ्या वृत्तपत्रासाठी आता दीडशे रुपये खर्ची पडू लागले. ही मोठी वाढ होती. परंतु, त्यामुळे या वृत्तपत्राविषयीची अभिलाषाही लोकांच्या मनात वाढली होती. हे वृत्तपत्र या किमतीला विकले जाते, म्हणजे ते चांगलेच असले पाहिजे, अशी वाचकांची भावना होती.'

*इकॉनॉमिक टाइम्स*च्या बाबतीत अशी मोठी दर्शनी किंमत टिकून राहिली,

याचे एक कारण लोक त्यासाठी स्वत:च्या खिशातला पैसा खर्च करत नव्हते, असेही बेनेट, कोलमन आणि कंपनीच्या ध्यानात आले. एन. पी. सिंह म्हणाले, 'अनेक वाचक अजूनही *इकॉनॉमिक टाइम्स* वाचत होते, याचे कारण त्यांच्या कंपन्या त्यासाठी पैसे खर्च करत होत्या. काही जण तो विकत घेते, तर काही जण इतरांचा अंक पळवून तो वाचत होते.' हे वस्तुस्थिती दर्शवणारे होते. *इकॉनॉमिक टाइम्स*च्या खपातला मोठा वाटा सरकारी कचेऱ्या, नोकरशहा आणि उद्योग क्षेत्रातल्या उच्चपदस्थांचा होता. कंपनीच्या किंवा कचेरीच्या खात्यातून जास्त पैसे द्यायला त्यांची खळखळ नव्हती.

वृत्तपत्राच्या रोजच्या अंकाच्या किमतीचा वरचा टप्पा गाठल्यानंतर कंपनीने आता हे गणित उलटे करायचे ठरवले. आठवड्याला एक दिवस का होईना, *इकॉनॉमिक टाइम्स*च्या अंकाची किंमत खाली आणण्याची खूणगाठ टाइम्स समूहाने बांधली. ही कल्पना कशी सुचली, याचीही एक सुरस कथा आहे. तेव्हा कोलकात्यातील एका प्राणिसंग्रहालयात दर सोमवारी सर्वांना मोफत प्रवेश असे. त्यासाठी लोक रांगा लावून उभे असल्याचे समीर जैन यांनी पाहिले. त्यांना त्याचे मोठे आश्चर्य वाटले. नंतर समीर यांनी कंपनीचे विपणन संचालक सतीश मेहतांशी त्या विषयावर चर्चा केली. अशाच पद्धतीने ग्राहकांना वाटणारा मोठा रस आणि शून्य किंमत असा प्रयोग वृत्तपत्रांच्या व्यवसायातही राबवता येईल का, अशी विचारणा त्यांनी केली. मेहता यांनी त्यावर विचार केला आणि त्यातून 'उच्च दर्जा, कमी किंमत' अशी योजना साकारली.

मुंबईतील वरिष्ठ व्यवस्थापकांच्या त्यावर प्रतिक्रिया चाचपण्यात आल्या. बहुतांश जणांना तसे करणे अतिशय धोक्याचे आणि अव्यवहार्य वाटले. त्यामुळे आधी दिल्ली बाजारपेठेत त्याची चाचणी घेण्याचे ठरले. 'अर्थ आणि उद्योगविषयक बातम्यांमध्ये रस असणाऱ्यांचे प्रमाण दिवसेंदिवस वाढत आहे. आशयातील बदल, आकर्षक मांडणी अशा बदलांमधून *इकॉनॉमिक टाइम्स* आणि त्याची नक्कल करणाऱ्या इतर स्पर्धक दैनिकांनी वाचकांमधली या विषयांसंबंधांमधली उत्सुकता चाळवली आहे. त्यातून अशा घडामोडींमध्ये रस असलेला, परंतु अद्याप अर्थउद्योगविषयक दैनिकांपासून दूर राहिलेला एक मोठा वर्ग निर्माण झाला आहे', असे गृहितक त्या मागे होते.

*इकॉनॉमिक टाइम्स*ची किंमत ५ रुपये अशी जास्त असल्याने त्याबद्दलची सुप्त अभिलाषा किंवा आकर्षण वाचकांमध्ये वाढले होते. तो घेण्याची इच्छा तर आहे, पण तो खिशाला परवडत नाही, असा मोठा वर्ग समाजात असल्याचे टाइम्स समूहाला वाटत होते. राष्ट्रीय वाचक सर्वेक्षणातही त्याचे प्रतिबिंब उमटले होते. सर्वसाधारण वृत्तपत्रांच्या वाचकांचे प्रमाण दर प्रतीमागे ३.३ होते, तर *इकॉनॉमिक*

*टाइम्स*साठी हेच प्रमाण दर प्रतीमागे ५ असे होते. याचा अर्थ कामाच्या ठिकाणी *इकॉनॉमिक टाइम्स* वाचणारा, परंतु त्यासाठी ५ रुपये खर्च करण्याची तयारी नसलेला एक वर्ग होता. बेनेट, कोलमन आणि कंपनीला या वर्गाला लक्ष्य बनवायचे होते.

*इकॉनॉमिक टाइम्स*समोर वाचकांच्या मानसिकतेचाही एक पेच होता. अनेक वाचक घरी कुटुंबासाठी एक सर्वसाधारण दैनिक विकत घेत होते आणि कार्यालयात *इकॉनॉमिक टाइम्स* सारखे अर्थउद्योगविषयक दैनिक वाचत होते. ही मानसिकता बदलण्याची गरज होती. त्यासाठी या संभाव्य वाचकांना आठवड्यातून एक दिवस का होईना *इकॉनॉमिक टाइम्स* विकत घेण्याची इच्छा होईल, इतकी त्याची किंमत खाली आणण्याचा हा प्रयोग होता.

मात्र, आठवड्यातल्या एका दिवसासाठी ही किंमत कोणती असावी हे ठरवता येत नव्हते. दोन रुपये, २.५० रुपये आणि तीन रुपये असे पर्याय समोर होते. अखेर आठवड्याच्या दर बुधवारी *इकॉनॉमिक टाइम्स*चे स्वागत मूल्य दोन रुपये करण्याचा निर्णय टाइम्स समूहाने घेतला. 'इनव्हिटेशन प्राइस – स्वागत मूल्य' हा शब्द सतीश मेहता यांनी वापरात आणला.

निर्णय झाला, तरी त्याची अंमलबजावणी सोपी नव्हती. पहिली गोष्ट म्हणजे दोन रुपयांच्या स्वागतमूल्यात *इकॉनॉमिक टाइम्स* विकत घेऊ इच्छिणाऱ्या वाचकांची संख्या पुरेशी मोठी असणे गरजेचे होते. अन्यथा दर बुधवारी कंपनीला त्याचा आर्थिक भुर्दंड सहन करावा लागला असता. त्याचबरोबर त्यामुळे आठवड्यातील वेगवेगळ्या दिवशी मागणीत पडू शकणाऱ्या फरकाशी जुळवून घेऊ शकणारी यंत्रणा समूहाकडे आहे का, असाही प्रश्न होता. त्यामुळे निर्मिती आणि वित्त विभागाच्या सहकाऱ्यांनाही या प्रयोगात सोबतीला घेणे आवश्यक होते.

वृत्तपत्र विक्रेते आणि वितरण व्यवस्था हादेखील या प्रयोगातला एक महत्त्वाचा घटक ठरणार होता. विक्रेत्यांना त्यासाठी तयार करणे आवश्यक होते. बदलत्या मागणीबरोबरच त्यांच्या वाटणावळीचा किंवा कमिशनचा पेचही सोडवावा लागणार होता. सामान्यपणे वृत्तपत्राच्या दर्शनी किमतीशी वाटणावळ जोडलेली असते. त्यामुळे एक दिवस किंमत खाली आणल्याने ढोबळमानाने पाहता त्यांचे नुकसान होण्याची शक्यता होती. स्वागत मूल्याच्या या प्रयोगाबाबत सतीश मेहता म्हणाले, 'ही संपूर्ण संकल्पनाच अतिशय किचकट आणि गुंतागुंतीची होती. त्यामुळे कोणालाही ती तपशीलवार समजून सांगण्याची गरज होती.'

बेनेट, कोलमन आणि कंपनीने आठवड्यातल्या इतर दिवशी अंकाची किंमत वाढवून हा पेच निकालात काढला. त्या वेळी दिल्लीत *इकॉनॉमिक टाइम्स*च्या

रोजच्या अंकाची किंमत ४.५० रुपये होती. ती ४.९० रुपये करण्यात आली. सरकारी कचेऱ्या आणि उद्योग क्षेत्रातले बडे ग्राहक अंकाच्या किमतीतली ही किरकोळ वाढ मनावर घेणार नाहीत, असे गृहितक त्या मागे होते. त्यामुळे या खपावर परिणाम होण्याची शक्यता नव्हती. त्याचबरोबर वृत्तपत्र विक्रेत्यांची बुधवारच्या कमी किमतीमुळे होऊ शकणारे नुकसान भरून देण्याची तयारी कंपनीने दाखवली.

अशा तऱ्हेने अंकाची बुधवार आणि इतर दिवसांची दर्शनी किंमत ठरवताना इतर गोष्टींचाही समतोल साधायचा होता. पहिली गोष्ट म्हणजे किंमतींमध्ये असे बदल केल्यानंतरही नियमित ग्राहकाचा वृत्तपत्रासाठीचा मासिक खर्च त्याच पातळीवर राहिला पाहिजे. सरकारी कचेऱ्या आणि उद्योग क्षेत्रातील ग्राहकांना त्यामुळे कोणतीही अडचण येणार नव्हती.

दुसरी गोष्ट म्हणजे अंकाच्या इतर दिवशीच्या किमतीपेक्षा स्वागतमूल्य निम्म्यापेक्षा तरी कमी असायला हवे होते. असे केले तरच संभाव्य नव्या ग्राहकांसाठी त्याचे आकर्षण राहणार होते. इतर स्पर्धक वृत्तपत्रांच्या नेहमीच्या किमतीपेक्षाही ते निम्म्याने कमी असायला हवे होते. स्वतःचे पैसे खर्च करून वृत्तपत्र विकत घेणाऱ्यालाही *इकॉनॉमिक टाइम्स*चे आकर्षण वाटावे, असा हेतू त्यामागे होता.

त्याचबरोबर वृत्तपत्राची किंमत रद्दीच्या किमतीपेक्षा किमान २० पैसे तरी जास्त राहील, याची दक्षता कंपनीला घ्यायची होती. किंमत त्यापेक्षाही कमी ठेवली, तर वृत्तपत्र विक्रेते ते विकण्यापेक्षा रद्दीतच घालण्याची शक्यता वाढते. त्यातून कंपनीला आर्थिक नुकसानीबरोबरच खपाचे खोटे आकडे उभे राहण्याचा धोका होता. त्यातून योजनेचा मूळ उद्देशही साध्य होऊ शकला नसता.

आठवड्यातून कोणत्या दिवशी हा कमी किंमत ठेवण्याचा प्रयोग करायचा, हे ठरवणेही अवघड होते. ज्या दिवशीचा अंक सर्वोत्तम असेल, त्या दिवशी वाचकांना तो कमी किमतीत सादर करणे तर्काला धरून होते. कंपनीचा तोच विचार होता. त्या दृष्टीने सोमवार, शनिवार आणि बुधवार या दिवसांमधून कंपनीला निवड करायची होती. सोमवारी 'इन्व्हेस्टर्स गाइड', शनिवारी 'ईटी एस्क्वायर' आणि बुधवारी 'ब्रँड इक्विटी' अशा पुरवण्या मुख्य अंकासोबत होत्या. त्यांची तुलना करून टाइम्स समूहाने बुधवारचा दिवस प्रयोगासाठी निश्चित केला. नव्या वाचकांना आकर्षित करण्याची सर्वाधिक शक्ती या दिवशीच्या अंकात असू शकेल आणि आठवड्याच्या इतर दिवशीही *इकॉनॉमिक टाइम्स* घेण्याची इच्छा त्यांच्या मनात निर्माण होऊ शकेल, असा विचार त्या मागे होता.

त्याचबरोबर जाहिरात आणि विपणन क्षेत्रातल्या अधिकाधिक लोकांनी *इकॉनॉमिक टाइम्स* चा या दिवशीचा अंक वाचावा, अशी समीर जैन यांची इच्छा होती. कारण त्यादिवशी खास या क्षेत्राला नजरेसमोर ठेवून ब्रँड इक्विटी पुरवणीची रचना करण्यात आली होती. त्यात व्यवसाय वाढीचीही संधी दडलेली होती. त्यामुळे बुधवार हा दिवस मुक्रर करण्यात आला. मात्र, या दिवशी खप जास्त राहण्याची शक्यता लक्षात घेऊन बुधवारच्या अंकातील जाहिरातींचा दर १५ टक्क्यांनी जास्त ठेवण्यात आला.

*इकॉनॉमिक टाइम्स*चा दोन रुपये स्वागतमूल्य असलेला अंक १ मार्च १९९२ रोजी दिल्लीच्या बाजारपेठेत उतरवण्यात आला. त्या आधी दोन वर्षांपासून बेनेट, कोलमन आणि कंपनीने या अंकाच्या किमती वाढवत नेल्या होत्या. वाचकांनी त्याला उदंड प्रतिसाद दिला. एन. पी. सिंह त्याविषयी म्हणाले, 'प्रचंड मोठ्या गर्दीसाठी दार किलकिले करण्याचा किंवा दिंडी दरवाजा उघडण्यासारखा हा प्रकार होता. ही कल्पनाच फार चमकदार आणि अक्कलहुशारी दाखवणारी होती. त्यामुळे बाजारपेठेची आणि ग्राहकांच्या वर्तनासंबंधी मांडलेली गणिते उलटसुलट झाली. इतके किमती वृत्तपत्र तुम्ही कसे खरेदी करू शकता?... आठवड्याला फक्त एकदाच अशी संधी! हे खिशाला परवडणारे नाही, तरीही भलतेच आकर्षक आहे, अशा प्रतिक्रिया वाचकांमध्ये उमटल्या.'

अशा पद्धतीने नव्या वाचकांना आकर्षित करणे ही फार अवघड गोष्ट नव्हती. पण त्या मागे वृत्तपत्राच्या गुणवत्तेबरोबरच, तशा जाणिवा घडवण्याचा हा खेळ होता. एन. पी. सिंह पुढे म्हणाले, '*इकॉनॉमिक टाइम्स* च्या कोणत्याही नव्या वाचकाने अशी तक्रार केली नाही की, आमच्या पैशाचे मूल्य वृत्तपत्रातून मिळत नव्हती. कारण हे वृत्तपत्र प्रत्यक्षात पाच रुपयांचे आहे आणि आपल्याला फक्त दोनच रुपयांत ते मिळत असल्याबद्दल वाचक खूश होते.'

वितरक आणि वृत्तपत्र विक्रेत्यांनी सुरुवातीला या प्रयोगासाठी नापसंती दर्शवली होती. परंतु, नंतर या नव्या व्यवस्थेशी त्यांनी जुळवून घेतले. इतर दिवशी त्यांना ४.९० रुपये किमतीवर जास्त वाटणावळ मिळत होती. (नंतर साप्ताहिक सुटीच्या दिवशी अंकाची किंमत १० रुपये झाल्यावर तर जास्त मोबदला मिळायला लागला.) या विक्रेत्यांना २५ ते ३० टक्के वाटणावळ मिळत होती. त्यामुळे हा पुढे दोन्ही बाजूंसाठी फायद्याचा सौदा ठरला.

अशा प्रकारचा आठवड्यात वेगवेगळ्या किमतीचा किंवा दर्शनी किमतीतील चढउताराचा प्रयोग सुरुवातीला *इकॉनॉमिक टाइम्स*च्या दिल्ली आवृत्तीसाठी करण्यात आला. तो यशस्वी ठरल्यानंतर इतर शहरांमध्येही तो राबवण्यात आला. या धाडसी

प्रयोगाचे परिणाम लक्षणीय होते. दिल्लीत या प्रयोगानंतर सहा आठवड्यांतच *इकॉनॉमिक टाइम्स*चा बुधवारचा खप ५१ हजारांहून ८७ हजार प्रतींवर गेला. त्या वर्षात २२ एप्रिलच्या बुधवारी ९३ हजार ७०० प्रती अशी विक्रमी विक्री झाली. त्याचबरोबर बेनेट, कोलमन आणि कंपनीच्या अपेक्षेप्रमाणे *इकॉनॉमिक टाइम्स*च्या रोजच्या वाचकसंख्येतही भर पडली. दिल्लीत इतर दिवसांचा खप ५० हजारांहून ६० हजारांवर गेला.

स्वागत मूल्याच्या प्रयोगाने अपेक्षित परिणाम साधला होता. दिल्लीत त्याला प्रचंड प्रतिसाद मिळाला होता. *इकॉनॉमिक टाइम्स*च्या कोलकाता आवृत्तीने त्याच्याही पुढे एक पाऊल टाकून आठवड्यात दोन दिवशी- सोमवार आणि मंगळवारी हा प्रयोग केला. त्यालाही चांगला प्रतिसाद मिळाला.

*इकॉनॉमिक टाइम्स*च्या सर्वच आवृत्त्यांमध्ये त्याचे सकारात्मक पडसाद उमटले. *इकॉनॉमिक टाइम्स*चा मुंबई आवृत्तीतील खप मे १९९२ मधील ५८ हजार २०० प्रतींच्या खपावरून १० जून १९९२ रोजी ७६ हजार प्रतींवर गेला. अहमदाबादमध्ये सहा आठवड्यांतच ही वाढ ९ हजार ५०० प्रतींवरून १३ हजार प्रतींपर्यंत झाली. २४ जून रोजी तो १३ हजार ५०० प्रतींवर पोचला. बेंगळुरूत *इकॉनॉमिक टाइम्स*ची बुधवारची सरासरी विक्री १९ हजार ५०० प्रती होती. महिन्यानंतर ती २२ जून रोजी २७ हजार प्रतींवर पोचली. कोलकात्यात बुधवारच्या अंकाची सरासरी विक्री १ मेपूर्वी ३१ हजार ८०० प्रती होती. या प्रयोगानंतर ३ जूनच्या सोमवारी ती ३६ हजार ७०० प्रतींवर गेली आणि २२ जूनच्या बुधवारी ४० हजार ५०० प्रतींवर गेली. स्वागत मूल्यांच्या या यशस्वी प्रयोगानंतर सतीश मेहता म्हणाले, 'आम्ही कोंडी फोडण्यात यशस्वी झालो.'

कोणत्याही दृष्टीने विचार केला, तरी *इकॉनॉमिक टाइम्स* ने केलेला हा प्रयोग भारतातील वृत्तपत्रांच्या विश्वात अनोखा होता. त्यातले नाविन्य, त्याची प्रभावी अंमलबजावणी आणि त्याचा परिणाम याला तोड नव्हती. टाइम्स समूहाने पहिल्यांदा *इकॉनॉमिक टाइम्स* या आपल्या उत्पादनाचे मूल्य वाढवण्याचा प्रयत्न केला आणि वाचकांशी त्याची नाळ जोडली. त्यानंतर हे उत्पादन कोणालाही हवेहवेसे वाटेल, असे ब्रँड मूल्य त्यातून निर्माण करण्याचा प्रयत्न करण्यात आला. सरतेशेवटी आठवड्यातून एक दिवस त्याची किंमत आणखी खाली आणून मोठ्या ग्राहकवर्गाला त्याची चव पाहण्याची संधी दिली.

टाइम्स समूहाने स्वागत मूल्याचा हा प्रयोग केला, तेव्हा त्या विशिष्ट दिवशी *इकॉनॉमिक टाइम्स*च्या नेहमीपेक्षा लाखभर प्रती जास्त विकल्या गेल्या. हे लक्षात आल्यानंतर वृत्तपत्राने इतर दिवसांमध्येही त्याचा हुशारीने वापर केला. नोव्हेंबर

१९९३ पासून तर *इकॉनॉमिक टाइम्स*ने एकाआड एक दिवस म्हणजे- सोमवार, बुधवार आणि शुक्रवारी हा स्वागतमूल्याचा प्रयोग केला. त्या मागे कल्पना अशी होती की, कोणत्या दिवशी *इकॉनॉमिक टाइम्स* स्वस्त किमतीत मिळतो, हे वाचकांनी विसरायला व्हावे आणि कालांतराने त्यांनी आठवड्यातले सर्व दिवस तो विकत घ्यायला सुरुवात करावी.

मार्च १९९४ पासून पुढचे पाऊल म्हणून *इकॉनॉमिक टाइम्स* ची किंमत सोमवार ते शुक्रवार दोन रुपये ठेवण्यात आली. मात्र, शनिवार-रविवार अशा सुटीच्या दिवशी ही किंमत १० रुपये करण्यात आली. खरे तर *इकॉनॉमिक टाइम्स*ची हीच खरी योग्य किंमत आहे, असे समीर जैन यांना केव्हापासून वाटत होते.

अशा सुनियोजित धोरणामुळे *इकॉनॉमिक टाइम्स* चा खप मोठ्या प्रमाणात वाढला. सहा महिन्यांतच त्याचा खप १ लाख ९० हजार प्रतींवरून २ लाख ९० हजार प्रतींवर पोचला. ही वाढ तब्बल ५३ टक्के होती. *इकॉनॉमिक टाइम्स*च्या इतिहासात तोवर नोंदवली गेलेली ही सर्वाधिक वाढ होती. १९९४ च्या अखेरीपर्यंत *इकॉनॉमिक टाइम्स* चा खप ३ लाख ६० हजारांपर्यंत पोचला. या वृत्तपत्राच्या वाढलेल्या खपामुळे त्याकडील जाहिरातींचा ओघही वाढला. त्यामुळे महसूल वाढला. त्याचबरोबर उद्योगजगतात हे वृत्तपत्र प्रस्थापित झाल्यामुळे टाइम्स समूहाला नवे बळ मिळाले.

❦

देशात त्या वेळी घडलेल्या काही घटनांमुळेही *इकॉनॉमिक टाइम्स*च्या वाढीला पोषक वातावरण तयार झाले. या घटना आर्थिक, सामाजिक वातावरण ढवळून काढणाऱ्या होत्या. १९९१ च्या मध्यावर भारत सरकार दिवाळखोरीच्या उंबरठ्यावर येऊन ठेपले होते. त्यातून बाहेर पडण्यासाठी मोठ्या आर्थिक सुधारणांचे पाऊल उचलण्यात आले. देशातील खुल्या आर्थिक धोरणाचा आणि जागतिकीकरणाच्या दिशेने वाटचालीचा तो प्रारंभ ठरला. या सुधारणांमुळे भारतीय अर्थव्यवस्थेत सरकारची भूमिका मर्यादित झाली, खासगी क्षेत्राच्या विकासाला चालना मिळाली आणि परकीय गुंतवणुकीचे देशात स्वागत होऊ लागले. याचे परिणाम अर्थव्यवस्थेच्या पलीकडे जाणारे होते. देशात राजकारणाला प्राधान्य कायम राहिले, तरी सार्वजनिक जीवनामध्ये अर्थकारणाला अधिकाधिक महत्त्व येऊ लागले. विशेषतः महानगरे आणि छोट्यामोठ्या शहरांमध्ये हा बदल ठळकपणे जाणवू लागला.

कदाचित देशातील इतर अर्थउद्योगविषयक दैनिकांपेक्षा *इकॉनॉमिक टाइम्स*ला या संधीचा जास्त लाभ मिळाला. त्याने आर्थिक आणि व्यावसायिक प्रश्नांविषयी लोकांच्या मनात उत्सुकता निर्माण केली. पारिभाषिक आणि क्लिष्ट शब्द टाळून सोप्या भाषेत लोकांपुढे त्यासंबंधीची आकडेवारी आणि भूमिका मांडल्या. देशातील मोठ्या समूहाला आर्थिक विषयांच्या बातम्या त्याने सहज उपलब्ध केल्या. देशातील अर्थउद्योगविषयक प्रश्नांविषयी उभरत्या मध्यम वर्गात कुतूहल वाढत असतानाच स्वागत मूल्याचा अभिनव प्रयोग *इकॉनॉमिक टाइम्स*ने केला.

त्या वेळी शेअर बाजारात तेजी आली. पण त्यापाठोपाठ त्यातले काही घोटाळे, गैरव्यवहारही बाहेर आले. देशात आर्थिक सुधारणांबद्दल एक मोकळे व पारदर्शक वातावरण तयार झाले. अशा संधीकालातच स्वागत मूल्याचा प्रयोग झाल्याने त्याला मोठे यश मिळाले असावे. त्याचबरोबर देशातील वृत्तपत्र व्यवसायाची नाडी टाइम्स समूहाने ओळखली होती, हेही त्यातून स्पष्ट झाले.

*इकॉनॉमिक टाइम्स*मधील स्वागत मूल्याच्या यशस्वी प्रयोगानंतर या वृत्तपत्रात मोठे बदल घडवून आणणारे संपादक टी. एन. निनान त्यातून बाहेर पडले. मे १९९२ मध्ये स्वामीनाथन एस. अंकलेश्वरैया अय्यर हे वृत्तपत्राचे संपादक झाले.

निनान यांचे सहकारी आणि *इकॉनॉमिक टाइम्स*मधील इतर सदस्यांनी अभूतपूर्व कामगिरी बजावलेल्या या थोर संपादकाला मानाचा मुजरा केला. *इकॉनॉमिक टाइम्स*मधल्या परिवर्तनाचे सर्वाधिक श्रेय निनान यांना दिले जाते. परन बालकृष्णन म्हणाले, '*इकॉनॉमिक टाइम्स*मध्ये निनान यांनी घडवून आणलेले स्थित्यंतर प्रचंड होते. हे फक्त आधुनिकीकरण आणि तंत्रज्ञानातील बदलापुरते मर्यादित नव्हते. कर्मचारीवर्गाचे स्वरूप आणि मानसिकताच त्यांनी बदलली. *इकॉनॉमिक टाइम्स*चे जाळे त्यांनी विस्तारले आणि त्याच्या भविष्यातील विस्ताराचा मजबूत पाया निनान यांनीच रचला.'

निनान यांच्या कामगिरीचे महत्त्व अधोरेखित करताना ते म्हणाले, 'निनान १९८७ मध्ये *इकॉनॉमिक टाइम्स* मध्ये दाखल झाले आणि साडेचार वर्षांनी ते वृत्तपत्रातून बाहेर पडले. ते *इकॉनॉमिक टाइम्स* मध्ये आले, तेव्हा त्याची एकूण उलाढाल १५ कोटी रुपये होती आणि ते बाहेर पडताना हा आकडा १०० कोटी रुपयांवर पोचला होता.'

८

चलो दिल्ली!

मुंबईसारख्या शहरात व्यवसायाचा बालेकिल्ला असणे ही एक गोष्ट आहे आणि दुसऱ्या एखाद्या शहरात प्रतिस्पर्धी तुल्यबळ असताना तिथल्या बाजारपेठेत स्थान निर्माण करणे, ही दुसरी गोष्ट आहे! समीर जैन यांच्या समोर दिल्लीची बाजारपेठ सर करण्याचे आव्हान काहीसे तसेच होते. दिल्ली देशातल्या सत्तेचे केंद्र होती आणि राजकारण हाच तिचा श्वास होता. तिची भाषाही वेगळी होती. *चाय पानी, चलता है, जुगाड* अशा शब्दांचा तिथे मुक्त वापर होता. ही नोकरशहांची आणि प्रशासकांची नगरी होती. फाळणीनंतर पाकिस्तानातून मोठ्या प्रमाणावर विस्थापित झालेल्यांनी आपले घर मानलेलीही ती नगरी होती. किरकोळ व्यापारी आणि स्थलांतरित मजूर इथे नाक्यानाक्यावर उभे राहून उपजीविकेसाठी असंख्य प्रकारचा व्यवसाय करताना दिसत होते. *हिंदुस्थान टाइम्स*ची या शहरावर मजबूत पकड होती.

दिल्लीत *हिंदुस्थान टाइम्स*च्या साम्राज्याशी टक्कर घेणे, हे समीर जैन यांच्यापुढचे सर्वात मोठे आव्हान होते. एकोणिसशे ऐंशीच्या दशकात *टाइम्स ऑफ इंडिया* हे दिल्लीत *हिंदुस्थान टाइम्स*च्या तुलनेत अतिशय किरकोळ वृत्तपत्र होते. या वृत्तपत्राचा त्या वेळी दिल्लीत सुमारे अडीच लाखांवर खप होता आणि त्या तुलनेत *टाइम्स* कसाबसा एक लाख खपावर पोचला होता.

*हिंदुस्थान टाइम्स*चे दिल्लीच्या बाजारपेठेवर संपूर्ण वर्चस्व होते. दिल्लीकरांच्या दृष्टीने *टाइम्स ऑफ इंडिया* हे मुंबईचे वृत्तपत्र– 'बंबईवाला पेपर' होते. मात्र, *हिंदुस्थान टाइम्स* तिथल्या मध्यमवर्गीय जगण्याचा एक अविभाज्य भाग बनले होते. त्याचा कल थोडा काँग्रेसच्या बाजूने होता. मोठ्या संख्येने असलेले स्थानिक व्यापारी आणि

दुकानदार त्याचे वाचक होते. आपल्या वाचकांची नाडी या वृत्तपत्राने ओळखली होती आणि त्याला साजेशी त्याची पत्रकारिता होती. त्याची भाषाही दिल्लीतल्या वाचकाला समजेल आणि त्याला आपलीशी वाटेल अशी होती. ते दिल्लीतीलच वर्तमानपत्र असल्याने तिथल्या स्थानिक बातम्या आणि दिल्लीकरांच्या जिव्हाळ्याचे प्रश्न ते नेमकेपणाने मांडत होते. त्याची मांडणी, सादरीकरणाची पद्धत बरीचशी सौम्य, मवाळ आणि फार कल्पकता नसलेली होती. पण त्याचे दिल्लीकरांना फारसे काही वाटत नव्हते. अनेक वर्षे ते त्यांच्या आयुष्याचाच भाग बनलेले असल्याने *हिंदुस्थान टाइम्स* ही दिल्लीकरांना जडलेली एक सवय बनली होती.

टाइम्स ऑफ इंडियाला अशा बाजारपेठेत स्वतःचे स्थान निर्माण करायचे होते. समीर जैन यांनी त्या दिशेने पाऊल टाकण्यापूर्वी त्याची स्थिती कशी होती, याविषयी बलजित कपूर म्हणाले, 'दिल्ली कार्यालयात सर्वांना दिलेले उद्दिष्ट एकच होते, *हिंदुस्थान टाइम्स*ला मागे कसे टाकायचे?' *टाइम्स*ने तिथे खप वाढवण्याचे अनेक प्रयत्न केले होते. काही प्रमाणात त्यांना नवा वाचक मिळाला. परंतु जुन्या वाचकांचा मोठा वर्ग अद्यापही *हिंदुस्थान टाइम्स*कडेच होता. *टाइम्स*ने त्यासाठी घराघरांमध्ये वैयक्तिक संपर्काची मोहीमही आखली होती आणि आमचे वृत्तपत्र एकदा पडताळून पाहा, असे आवाहनही केले होते. *टाइम्स*चे अंक एका आठवड्यासाठी मोफत देण्यात आले. त्यानंतर जे *टाइम्स ऑफ इंडिया* घेऊ इच्छित होते, त्यांना तीस दिवस त्याचे अंक सप्रेम भेट स्वरूपात देण्यात आले. असे अनेक प्रयोग करण्यात आले होते.

वाचकांना नवा, आधुनिक प्रकारचा आशय देत असल्याचा कोणताही दावा तेव्हा *हिंदुस्थान टाइम्स* करत नव्हते. दिल्लीच्या बाजारपेठेवरचे त्याचे वर्चस्व मुख्यत: जाहिरातदारांमुळे निर्माण झालेले होते. त्याच्या वाचकांमधला मोठा वर्ग व्यापारी आणि दुकानदारांचा होता. ते प्रामुख्याने जाहिरातींसाठीच *हिंदुस्थान टाइम्स* घेत असत. त्या वेळी दिल्लीतील इतर कोणत्याही वृत्तपत्रांपेक्षा खूप जास्त जाहिराती या वृत्तपत्रामध्ये असत. विविध वर्गवारींमधल्या त्यातील जाहिरातींशी कोणी स्पर्धा करू शकत नसे. सरकारच्या निविदा, मोठ्या उद्योगांच्या पानभर पसरलेल्या जाहिराती याबरोबरच किरकोळ आणि व्यक्तिगत जाहिरातींचाही त्यात मोठा भरणा होता. *हिंदुस्थान टाइम्स*ने स्वतःचे असे लाभाचे वर्तुळ तयार केले होते. मोठ्या प्रमाणातील जाहिरातींमुळे वाचकांना तितक्याच प्रमाणात संधी उपलब्ध होई. त्यामुळे त्याप्रमाणात वाचकांची संख्याही वाढे आणि पुन्हा जास्त वाचकसंख्येमुळे जाहिरातदारांचा ओढाही *हिंदुस्थान टाइम्स*कडेच राही.

*हिंदुस्थान टाइम्स*चे दिल्लीवर सलग तीन दशके एकमुखी साम्राज्य होते. त्यातून त्याच्या संपादकीय आणि जाहिरात विभागांमध्ये एक प्रकारचे शैथिल्य आले होते आणि एक प्रकारची आत्मसंतुष्टतेची भावनाही त्यांच्यात रुजली होती. किंबहुना जाहिरातींचा ओघच इतका होता की, त्या छापण्यासाठी वृत्तपत्राला जागा कमी पडत होती. अशा स्थितीत या वृत्तपत्रामध्ये थोडासा उद्धटपणा आला, तर तो साहजिकच म्हटला पाहिजे. दिल्लीमध्ये *हिंदुस्थान टाइम्स* व्यतिरिक्त इतरही वृत्तपत्रे होती. परंतु, त्यातील कोणीही त्याच्याशी स्पर्धा करू शकेल, अशा स्थितीत नव्हते.

हिंदुस्थान टाइम्स हे प्रसिद्ध बिर्ला कुटुंबाच्या मालकीचे होते. *टाइम्स ऑफ इंडिया* प्रमाणेच त्याचाही समावेश 'ज्युट प्रेस'मध्ये होत असे. भारतातील वृत्तपत्र व्यवसायात त्या वेळी प्रचलित वातावरणाचा भाग सर्व वृत्तपत्रे एखाद्या मित्रमंडळासारखीच परस्परांशी वागत असत. ती एकमेकांची प्रतिस्पर्धी होती, पण एकमेकांना शत्रू समजत नव्हती. त्यामुळे ती एकमेकांच्या स्थानाला धक्काही लावत नव्हती. त्यामुळे दिल्लीतली *हिंदुस्थान टाइम्स*ची स्थिती प्रस्थापितासारखी होती. वृत्तपत्रातील जागेच्या मोबदल्यात जाहिरातदारांकडून जास्त किंमत वसूल करण्याच्या स्थितीत हे वृत्तपत्र होते.

समीर जैन यांचे प्रयत्न प्रारंभापासूनच बेनेट, कोलमन आणि कंपनीला जास्तीत जास्त नफा मिळवून देणारी कंपनी बनविण्याचे होते. त्यामुळे *टाइम्स ऑफ इंडिया*च्या मुंबईतील आघाडीवर असलेल्या आवृत्तीतून जास्तीत जास्त परतावा मिळवण्याचे त्यांचे प्रयत्न होते. जाहिरातींच्या दरांमध्ये वाढ करून ते त्या दिशेने यशस्वी वाटचाल करत होते. *टाइम्स ऑफ इंडिया*च्या देशातील इतर आवृत्त्यांना बळ देण्यासाठीही मुंबई आवृत्तीचा उपयोग करण्यात येत होता. त्यासाठी जाहिरातींचे मास्टरमाइंड पॅकेज टाइम्स समूहाला उपयोगी ठरले होते. परंतु, तरीही या समूहाला दिल्लीतील लढाई कधी तरी लढणे भागच होते.

समीर जैन यांच्या मनात दिल्ली आवृत्तीचा विचार अनेक वर्षांपासून होता. त्यामुळेच *हिंदुस्थान टाइम्स*चा जाहिरातदार आपल्याकडे वळवण्यासाठी *टाइम्स ऑफ इंडिया* आणि *नवभारत टाइम्स* अशी इंग्रजी व हिंदी दैनिकाची मोट बांधण्याचा प्रयत्नही त्यांनी केला. या प्रयत्नांमध्ये मास्टरमाइंडचीही साथ मिळाली. या पॅकेजमध्ये टाइम्सच्या मुंबई-दिल्ली आवृत्त्यांची घालण्यात आलेली सांगड ही दिल्लीतल्या जाहिरातदारांचे आकर्षण ठरली होती. तरीही *हिंदुस्थान टाइम्स*पेक्षा *टाइम्स ऑफ इंडिया*च्या जाहिरातींचे दर कमीच होते.

या पार्श्वभूमीवर समीर जैन यांनी वृत्तपत्राच्या खपापेक्षा ते जाहिरातदारांना जागेच्या मोबदल्यात देत असलेल्या मूल्याचा युक्तिवाद पुढे केला. त्यामुळे *हिंदुस्थान*

*टाइम्स*पेक्षा आपल्या वृत्तपत्रासाठी जाहिरातदारांनी जास्त दर दिला पाहिजे, यावरून त्यांनी मानसिक युद्ध छेडले. वाचकांच्या निव्वळ संख्येपेक्षा बाजारपेठेतला योग्य प्रकारचा वाचक हा महत्त्वाचे असल्याचे प्रतिपादन त्यांनी केले. त्यानुसार वृत्तपत्राच्या निव्वळ खपाचे गणित फारसे महत्त्वाचे ठरत नव्हते. *हिंदुस्थान टाइम्स* दिल्लीमध्ये खपाच्या बाबतीत सर्वांत आघाडीवरचे दैनिक आहे, या वस्तुस्थितीच्या विरोधात हा युक्तिवाद होता. हे काही असले तरी, आता दिल्लीत *हिंदुस्थान टाइम्स* शी खपाच्या आघाडीवरही दोन हात करण्याची वेळ समीर जैन यांच्यावर आली होती.

ही लढाई सोपी नव्हती. समीर जैन यांच्याआधीही *टाइम्स ऑफ इंडिया* ने *हिंदुस्थान टाइम्स* शी त्यासाठी झगडा केला होता. छोट्या जाहिराती आणि विवाहविषयक जाहिरातींचे पाने त्याने वाढवली होती. काही नव्या पुरवण्या आणूनही स्पर्धेत पुढे जाण्याचा प्रयत्न झाला होता. मात्र, त्यांचा फारसा उपयोग झाला नव्हता.

दिल्लीतील इंग्रजी वृत्तपत्रांच्या वाचकांच्या मनावर *हिंदुस्थान टाइम्स* चेच अधिराज्य होते. त्याला धक्का लावायचा, तर आधी *टाइम्स ऑफ इंडिया* हा ब्रँड प्रस्थापित करणे आवश्यक होते. त्यासाठी समीर यांनी अनेक उपक्रम सुरू केले. त्याआधारे बाजारात सनसनाटी निर्माण करण्याचा आणि वाचकांना आपल्याकडे लक्ष देणे भाग पाडण्याचा हा प्रयत्न होता. दिल्लीतील वाचकांचे लक्ष वेधण्यासाठी आपल्या वृत्तपत्राची वेगळी व ठसठशीत प्रतिमा निर्माण करणे भाग होते. ती *हिंदुस्थान टाइम्स* सारखीच असून चालणार नव्हते. अन्यथा बाजारपेठेतील जैसे थे स्थिती आणि जडत्व तसेच राहिले असते.

त्या दृष्टीने *टाइम्स ऑफ इंडिया* च्या स्वरूपात कोणतेही बदल करण्यापूर्वी आणि जाहिरातींच्या दरांवरून लढाई छेडण्यापूर्वी *हिंदुस्थान टाइम्स*शी आकलनाच्या पातळीवर सामना करायचा होता. आपले वृत्तपत्र *हिंदुस्थान टाइम्स*पेक्षा जास्त उच्च दर्जाचे आणि किंमती असल्याचे त्यांना जाहिरातदार व वाचकांच्या मनावर ठसवायचे होते. हे वृत्तपत्र मुख्यत: व्यापारी आणि छोट्या दुकानदारांमध्ये लोकप्रिय होते. या पार्श्वभूमीवर *टाइम्स* हे शहरी मध्यम वर्गातील प्रगतीच्या आकांक्षेने झपाटलेल्या तरुणांचे आणि व्यावसायिकांचे असल्याचे हे समीर यांना सांगायचे होते. वृत्तपत्रात त्या दिशेने प्रयत्न करण्यास त्यांनी सुरुवात केली होती. परंतु, त्याही आधी मानसिक पातळीवरची लढाई सुरू झाली.

*टाइम्स ऑफ इंडिया*ला ऐंशीच्या दशकात आणखीही एका गोष्टीचा फायदा मिळाला. दिल्लीत विपणन आणि जाहिरात क्षेत्रात काम करणारे अनेक व्यावसायिक

मुंबईहून तेथे आले होते. त्यांना मुंबईत *टाइम्स* वाचायची सवय होती. दिल्लीतही त्यांची या वृत्तपत्रालाच पसंती होती. समाजातल्या उच्च वर्गात त्यांची गणती होत होती. परंतु, त्याचबरोबर अनेक उद्योग, व्यवसायांच्या माध्यमांमधील प्रसिद्धीचे काम ते सांभाळत होते. आपण जे वृत्तपत्र वाचतो, तेच वृत्तपत्र दिल्लीतील इतर समव्यावसायिक किंवा आपल्या दर्जाचे लोक वाचत असणार, अशी त्यांची कल्पना होती. कंपन्यांसाठी माध्यम नियोजन करताना ते दिल्लीतील उच्चभ्रू वर्ग नजरेसमोर आणत आणि त्याच्यापर्यंत पोचण्यासाठी त्यांचा स्वाभाविक कल *हिंदुस्थान टाइम्स*पेक्षाही *टाइम्स ऑफ इंडिया*कडे होता. *टाइम्स* हे उच्च दर्जाचे आणि किमती वृत्तपत्र असल्याचा दावा समीर जैन यांनी केला आणि स्वीकारण्यात आला.

ओ अँड एमचे तत्कालीन अधिकारी बशाब सरकार म्हणाले, 'आपल्या वृत्तपत्राचा उच्च दर्जा ठसवताना समीर जैन यांनी जाहिरातींच्या क्षेत्रातले कच्चे दुवे अचूक हेरले होते. *हिंदुस्थान टाइम्स*ची त्याबाबतची कमतरताही त्यांच्या लक्षात आली होती.' दिल्लीत आपले उत्पादन हे उच्च दर्जाचे व किमती आहे, असा दावा *हिंदुस्थान टाइम्स* करू शकत नव्हते. कारण सर्वसामान्य दिल्लीकरांमध्ये असलेला प्रसार हे त्याचे सामर्थ्य होते. हा वर्ग लक्षात ठेवूनच त्याची आशयाची रचना करण्यात आली होती. शिवाय *हिंदुस्थान टाइम्स*ने आपले वृत्तपत्र उच्च दर्जाचे व किंमती बनवण्याचा प्रयत्न केला असता, तरी त्यासाठी आवश्यक वेग व लवचिकपणा त्या वृत्तपत्राच्या संघटनेत नव्हता.

जाहिरात क्षेत्राबद्दल समीर जैन यांचे आकलनही योग्य होते. बशाब सरकार म्हणाले, 'जाहिरात क्षेत्रातील या माध्यम नियोजकांची भूमिका कूपमंडूक वृत्तीची–विहिरीतल्या बेडकासारखी होती.' दिल्लीतल्या वृत्तपत्रांकडून त्यांना नेमके काय हवे आहे, याची समीर जैन यांना जाणीव होती. त्यादृष्टीनेच त्यांनी *टाइम्स ऑफ इंडिया*त बदल घडवण्याचे प्रयत्न केले. त्यामुळे 'विपणनाच्या आणि जाहिरातींच्या दृष्टीने *टाइम्स*चा दर्जा वाढवण्यावर समीर यांनी भर दिला. त्याने या वृत्तपत्राला दिल्लीच्या बाजारपेठेत स्वत:चे स्थान निर्माण करता आले', अशी टिपण्णी सरकार यांनी केली.

समीर जैन यांनी *टाइम्स ऑफ इंडिया*च्या दिल्ली आवृत्तीत गुळगुळीत कागदावर रंगीत छपाई आणली. विविध क्षेत्रांतील उच्चपदस्थांच्या वार्तांकनावर वृत्तपत्रात भर देण्यात आला. त्याच्या पानांमध्ये झळकणाऱ्या लोकांमध्ये जाहिरात आणि विपणन क्षेत्रातलेही लोक होते. त्याचे महत्त्व समीर जाणून होते. त्याचबरोबर दिल्लीत तोवर प्रसिद्ध होणाऱ्या इतर वृत्तपत्रांपासून *टाइम्स* खरोखरच वेगळे दिसायला लागले. त्याने

स्वत:भोवती एक आभा आणि सोनेरी चमक निर्माण केली. माध्यमांचे नियोजन आणि विपणनात या गोष्टी महत्त्वाच्या होत्या. त्याचा *टाइम्स*ला नक्कीच फायदा झाला.

सुरुवातीच्या खडाखडीत टाइम्सला या प्रयत्नांमुळे नवी गती मिळाली. त्यानंतर *हिंदुस्थान टाइम्स*वर अनेक दिशांनी चढाई करण्याचे धोरण *टाइम्स*ने आखले. *हिंदुस्थान टाइम्स*शी बांधिलकी असलेला मोठा वाचकवर्ग दिल्लीत होता. त्याला धक्का लावणे आणि असा निष्ठावान वाचक आपल्याकडे वळवणे *टाइम्स*ला तूर्त तरी शक्य नव्हते. त्यामुळे उत्तर भारतातील दिल्लीभोवतीच्या बाजारपेठा *टाइम्स ऑफ इंडिया*ने लक्ष्य बनविल्या. त्यासाठी वितरणाचे मजबूत जाळे आवश्यक होते. त्याला मोठी गुंतवणूकही लागणार होती आणि वृत्तपत्राच्या संबंधित आवृत्त्यांच्या छपाईची कालमर्यादाही (डेडलाइन) अलीकडे आणावी लागणार होती. मात्र, त्यामुळे दिल्लीभोवतीच्या परिसरात पाय रोवायला टाइम्सला संधी मिळाली.

*हिंदुस्थान टाइम्स*कडे मोठ्या प्रमाणावर जाहिरातींचा ओघ होता आणि त्यामुळे त्याचा वाचकवर्गही जास्त होता. हे चक्र भेदण्यासाठी *टाइम्स*लाही जास्तीत जास्त जाहिराती मिळवण्याचे प्रयत्न करायला हवे होते. या जाहिरातींमधून मिळू शकणाऱ्या महसुलापेक्षाही वाढू शकणाऱ्या वाचकसंख्येकडे टाइम्सचे लक्ष होते. त्यामुळे जाहिरातदारांना आपल्याकडे आकर्षित करण्याचे प्रयत्न टाइम्सने सर्वशक्तिनिशी सुरू केले.

समीर यांनी त्यासाठी दिल्लीत नव्या पुरवण्या सुरू केल्या. त्यामुळे जाहिरातदार आणि वाचकवर्गातही *टाइम्स*चे आकर्षण वाढले. त्यातल्या बातम्या आणि लेख पारंपरिक ढाच्यापेक्षा वेगळे व नव्या पद्धतीचे होते. त्याचाही काही परिणाम झाला. जाहिरातींच्या दराचा *टाइम्स*ने शस्त्रासारखा उपयोग केला. सुरुवातीला जाहिरातदारांना आपल्याकडे वळवण्यासाठी कमी दर ठेवण्यात आले आणि एकदा पुरेशा संख्येने जाहिराती मिळू लागल्यावर ते दर वाढवण्यात आले. त्यामुळे इतर वृत्तपत्रांचे जाहिरातदार टाइम्सकडे वळले आणि नवे जाहिरातदारही त्याच्याकडे आले.

*टाइम्स ऑफ इंडिया*ने खूप वेगवेगळ्या प्रकारच्या आणि विविध विषयांना वाहिलेल्या पुरवण्या सुरू केल्या. जाहिराती मिळवण्याचा तो एक प्रभावी मार्ग होता. नोकरी व रोजगाराच्या संधी, शिक्षण, राहणीमान, फुरसतीच्या वेळातील छंद अशा विशिष्ट विषयांभोवती पुरवण्यांची बांधणी करण्यात आली. त्यांचा आशय वेगळा व वाचकांना समृद्ध करणारा होता. त्यामुळे त्या त्या क्षेत्रातले जाहिरातदार *टाइम्स*कडे वळू लागले. विशिष्ट विषयाची आवड असलेल्या वाचकाला ते आता

अशा पुरवण्यांमधील जाहिरातींतून लक्ष्य बनवू शकत होते. बहुतांश वेळा अशा
पुरवण्यांमधील जाहिरातींचे दर मुख्य अंकापेक्षा कमी होते. त्यामुळे दिल्लीतील
जाहिरातदारांना *टाइम्स ऑफ इंडिया* हे अधिक आकर्षक वाटू लागले.

हिंदुस्थान टाइम्स ला आणखी दणका देण्यासाठी *टाइम्स ऑफ इंडिया* ने
वृत्तपत्राची दर्शनी किंमतही एकदम खाली आणली. दिल्लीच्या लोकवस्तीचे स्वरूप
त्या वेळी बदलत होते. छोट्या कुटुंबांची संख्या वाढत होती. अशा वेळी या कमी
किमतीतील वृत्तपत्राचे आकर्षण दिल्लीतल्या नव्या वर्गाला वाटले. *टाइम्स
ऑफ इंडिया*ची बाजारपेठ विस्तारली. खपाच्या बाबतीतही *हिंदुस्थान टाइम्स* या
आघाडीच्या वृत्तपत्राशी स्पर्धा करू शकेल, इतके ते त्याच्या जवळ येऊन ठेपले.

या संघर्षाचा आणखी एक दुर्लक्षित; पण मूलभूत पैलू होता. तो म्हणजे एका
प्रस्थापित, सुस्तावलेल्या आणि पारंपरिक वृत्तपत्राची यशासाठी भुकेल्या, उत्साही
आणि नवनवीन प्रयोगांचा धडाका घेऊन आलेल्या वृत्तपत्राशी रंगलेली ही झुंज
होती. *हिंदुस्थान टाइम्स* ची खपात असलेली मोठी आघाडी *टाइम्स ऑफ इंडिया* ने
केवळ कमी केली नाही, तर *हिंदुस्थान टाइम्स* लाही त्याच्यात बदल करण्यास भाग
पाडले. त्यामुळे या दोन बड्या वृत्तपत्रांमध्ये रंगलेल्या स्पर्धेतून दिल्लीतील माध्यम
विश्वाचे रंगरूप पालटले.

❦

समीर जैन यांनी दिल्लीत *हिंदुस्थान टाइम्स*ला आव्हान देण्याची भूमिका पूर्णपणाने
निभावली. ते *टाइम्स ऑफ इंडिया* कडे सर्वांचे लक्ष वेधण्यासाठी सतत काही तरी
वेगळे आणि उत्सुकता निर्माण करणारे डावपेच शोधून काढत होते व बाजारपेठेला
हादरा देण्याचा प्रयत्न करत होते. या दोन वृत्तपत्रांमध्ये १९८८च्या पूर्वार्धात 'हम्प्टी
टम्प्टी'वरून निर्माण झालेला वाद हे त्याचे चपखल उदाहरण होते.

हिंदुस्थान टाइम्स ने ३१ जानेवारी १९८८ च्या अंकात सर्व वाचक आणि
जाहिरातदारांसाठी एक जाहीर निवेदन प्रसिद्ध केले. वृत्तपत्रासाठीच्या कागदाची
किंमत वाढल्यामुळे येत्या एप्रिलपासून जाहिरातींच्या दरात वाढ करण्याची घोषणा
त्यात करण्यात आली होती. कागदाच्या तुटवड्यामुळे पुरवण्यांची काही पाने कमी
करत असल्याचे त्याने जाहीर केले. मात्र, मुख्य अंकाच्या पानांची संख्या वीस राहील
आणि प्रसंगी ती चोवीससुद्धा असू शकेल, असे या निवेदनात लिहिले होते.

परंतु, *हिंदुस्थान टाइम्स*ने ७ आणि ८ एप्रिल १९८८ या दिवशी काही कारणांमुळे

वीस पानांऐवजी सोळा पानांचाच अंक छापला. हे चिंतेचे कारण होते का? समीर जैन यांना तसे वाटले. *हिंदुस्थान टाइम्स*ने प्रसिद्ध केलेले निवेदन आणि त्यात जाहीर केल्याप्रमाणे किमान वीस पानांचा अंक त्याला सलग दोन दिवस प्रसिद्ध न करता येणे, याची चर्चा टाइम्स समूहाच्या वरिष्ठ अधिकाऱ्यांमध्ये झाली. त्याबद्दल अतिशय तीव्र मते व्यक्त करण्यात आली. परंतु, बलजित कपूर यांनी या प्रकरणात *हिंदुस्थान टाइम्स*वर थेट हल्ला न चढवण्याचा सबुरीचा सल्ला दिला. व्यवसाय करताना त्यात टोकाची भूमिका घेतली जाऊ नये आणि व्यवस्थापनाचे धोरण संयमाचे असावे, असे वाटणाऱ्या काही लोकांपैकी ते एक होते. परंतु, बेनेट, कोलमन आणि कंपनीचे विपणन संचालक सतीश मेहता आणि इतर काही अधिकाऱ्यांना *हिंदुस्थान टाइम्स*वर कठोर वार करण्याची हीच योग्य वेळ आहे, असे वाटले. समीर जैन यांच्या आक्रमक भूमिकेशी ते सहमत होते. व्यवस्थापनात यासंबंधी उलटसुलट चर्चेनंतर *हिंदुस्थान टाइम्स*वर या प्रकरणात थेट शरसंधान करण्याचा निर्णय *टाइम्स ऑफ इंडिया*ने घेतला.

*टाइम्स ऑफ इंडिया*ने त्यानुसार एक व्यंग्यचित्र तयार करवून घेतले आणि ८ व ९ एप्रिलच्या दिल्ली आवृत्तीमध्ये ते पान तीनवर छापले. 'हम्प्टी डम्प्टी' या प्रसिद्ध बालगीतातील वर्णनाप्रमाणे अंड्याच्या आकाराचे पात्र- व्यक्तिरेखा मोठ्या भिंतीवरून खाली पडताना त्यात दाखवली होती. हम्प्टीचे हे पडणे मोठे असल्याचे सूचित करण्यासाठी त्यात खाली खाली जाणारी आलेखाची रेषा दाखवण्यात आली होती. या व्यंग्यचित्राला 'हम्प्टी टम्प्टी हॅड अ ग्रेट फॉल' असे मोठ्या टंकातील शीर्षक देण्यात आले होते आणि त्याखाली '*टाइम्स ऑफ इंडिया*ची जाहिरातपर बातमी' असे लहान अक्षरांमध्ये सूचित करण्यात आले होते. या व्यंग्यचित्राचा रोख 'हम्प्टी टम्प्टी' म्हणजे '*एचटी- हिंदुस्थान टाइम्स*'कडे थेट निर्देश करणारा होता. ही शाब्दिक कोटी सहज लक्षात येणारी होती.

*टाइम्स*ने हे व्यंग्यचित्र प्रसिद्ध केल्यावर त्याची तीव्र प्रतिक्रिया *हिंदुस्थान टाइम्स* मध्ये उमटली. त्याचे व्यवस्थापन अतिशय संतापले. प्रतिस्पर्ध्याची खिल्ली उडवणाऱ्या जाहिराती सध्याच्या काळात सर्रास प्रसिद्ध होताना आपण पाहतो. शीतपेये, दूरसंचार, विमान वाहतूक आणि ग्राहकोपयोगी उत्पादनांच्या क्षेत्रात उघडउघड असे जाहिरातयुद्ध चालते. परंतु, ऐंशीच्या दशकात भारतीय माध्यमांमधले वातावरण वेगळे होते. त्या काळाच्या पार्श्वभूमीवर *टाइम्स ऑफ इंडिया*चे हे वर्तन धक्कादायक होते. त्या वेळचे प्रतिस्पर्धी एकमेकांविरोधात अशी टोकाची भूमिका घेत नसत. स्पर्धा करतानाही त्यात सभ्यतेची एक अदृश्य

लक्ष्मणरेषा आखून दिलेली असे. त्यामुळे 'हम्प्टी टम्प्टी'वरून मोठ्या संघर्षाला तोंड फुटणे साहजिक होते.

समीर जैन यांनी तोवर *टाइम्स ऑफ इंडिया* आणि *हिंदुस्थान टाइम्स* या दोन वृत्तपत्रांमधल्या छुप्या लढाईचा आता जाहीर पुकारा केला होता. *हिंदुस्थान टाइम्स*ची त्यांनी उघड खिल्ली उडवली होती आणि त्याची चर्चा आता माध्यमांमध्ये व माध्यमांबाहेरील जगातही रंगली. *हिंदुस्थान टाइम्स*ने हे प्रकरण गांभीर्याने घेतले. '*टाइम्स ऑफ इंडिया*ने या प्रकरणात एक आठवड्याच्या आत विनाशर्त माफी मागितली पाहिजे', असे त्यांनी पान एकवर छापले. तसे केले नाही, तर याबद्दल भारतीय पत्र परिषदेकडे (प्रेस कौन्सिल) यासंबंधी तक्रार दाखल करण्याचा इशारा देण्यात आला. *टाइम्स*ने या इशाऱ्यावर कोणतीच प्रतिक्रिया व्यक्त केली नाही. अशा धमक्यांकडे आपण लक्ष देत नाही, असा *टाइम्स*चा पवित्रा होता. कदाचित *टाइम्स*ला ते हवेच होते. *टाइम्स ऑफ इंडिया*ने दिल्लीच्या बाजारपेठेत संघर्षाचा बिगुल फुंकला आणि दोन वृत्तपत्रांमधल्या लढाईला उघड तोंड फुटले.

*हिंदुस्थान टाइम्स*ने प्रेस कौन्सिलकडे *टाइम्स* विरोधात तक्रार दाखल केली. दोन्ही वृत्तपत्रांची खडाखडी आता सुरू झाली. *हिंदुस्थान टाइम्स*च्या वतीने अशोक सेन आणि *टाइम्स ऑफ इंडिया*च्या वतीने डॉ. एल. एम. सिंघवी आपापल्या अशीलांची बाजू लढवत होते. ही वैचारिक लढाई मोठी रंजक होती. दोन्ही वृत्तपत्रांसाठी या वादात जिंकणे महत्त्वाचे झाले होते. दोघांचेही अहंकार फुगलेले होते. या प्रकरणात त्यांच्या प्रतिमेबरोबरच, वाचकांचाही त्यांच्याकडे पाहण्याचा दृष्टिकोन हा कळीचा मुद्दा होता. जाहिरात आणि विपणन क्षेत्रातली मंडळीही हे भांडण औत्सुक्याने पाहत होती.

दिल्लीतील ही दोन्ही बडी वृत्तपत्रे आपापल्या भूमिकांवर ठाम होती. *हिंदुस्थान टाइम्स*ची बाजू तशी सरळ होती. '*टाइम्स ऑफ इंडिया*तील व्यंग्यचित्राने पत्रकारितेच्या आचारसंहितेचा भंग केला आहे, नीतीमूल्ये पायदळी तुडवली आहेत आणि सार्वजनिक मर्यादांचाही त्याने भंग केला आहे', असा आरोप त्यांच्या वकीलांनी केला. 'हे व्यंग्यचित्र *हिंदुस्थान टाइम्स*ची उघड खिल्ली उडवणारे आहे. सर्वसामान्य जनतेच्या मनातील आणि माध्यमविश्वातील इतर घटकांमधील त्याच्या प्रतिमेला धक्का लावण्याचा व त्याची विश्वासार्हता कमी करण्याचा प्रच्छन्न हेतू त्यामागे आहे. हे व्यंग्यचित्र बदनामी करणारे आहे. असे विखारी व्यंग्यचित्र प्रसिद्ध करण्यापूर्वी, *हिंदुस्थान टाइम्स*ने वीस पानांचा अंक का छापला नाही, याचा प्रामाणिकपणे शोध घेण्याचाही प्रयत्न प्रतिस्पर्ध्यांनी केला नाही', अशी टीकाही त्यांनी केली.

*टाइम्स ऑफ इंडिया*साठी मात्र या प्रकरणात बाजू मांडणे सोपे नव्हते. त्यांनी प्रतिस्पर्ध्यावर उघडपणे कमरेच्या खाली वार केला होता. मात्र, 'हम्प्टी टम्प्टीचा रोख *हिंदुस्थान टाइम्स*कडे नव्हता किंवा त्याची बदनामी करण्याचा नव्हता', असा बचावाचा पवित्रा *टाइम्स*च्या वकिलांनी घेतला. या व्यंग्यचित्रामुळे *हिंदुस्थान टाइम्स*ची प्रतिष्ठा, खप आणि महसुलावर कोणताही परिणाम झाला नसल्याचा दावाही त्यांनी केला. मात्र, त्याच वेळी *हिंदुस्थान टाइम्स*ने जी कारणे दाखवून आणि आश्वासने देऊन जाहिरातींचे दर वाढवले, त्यांचे पालन करणे हे या वृत्तपत्राचे कर्तव्य होते, असा युक्तिवाद मांडून *टाइम्स*ने जाहिरात स्वरूपातील व्यंग्यचित्राचे अप्रत्यक्ष समर्थन करण्याचाही प्रयत्न केला.

'व्यंग्यचित्रांची स्वत:ची अशी भाषा आणि परिभाषा असते. त्यातील विनोदाकडे खेळकर वृत्तीने पाहता आले पाहिजे. *टाइम्स*ने याआधी अशा प्रकारची टीका सहन केली आहे', असे मत व्यक्त करून डॉ. सिंघवी यांनी *टाइम्स*ला 'बोरीबंदरची म्हातारी' म्हणून कसे खिजवले जात होते, याचा दाखला दिला. मात्र, *टाइम्स*ने त्यावर चिडून न जाता हे बिरुद उलट मानाने मिरवले, असे प्रतिपादन त्यांनी केले. वृत्तपत्रांना विनोद छापण्याचा आणि विविध प्रसंगांमधील व्यंग्य शोधून ते विनोदाने मांडण्याचा हक्क आहे, असेही त्यांनी ठासून सांगितले.

*हिंदुस्थान टाइम्स*ने या प्रकरणात प्रेस कौन्सिलकडे धाव घेणे चुकीचे आहे, त्यासाठी हे योग्य व्यासपीठ नाही, असा दावा डॉ. सिंघवी यांनी केला. पत्रकारितेच्या नीतीमूल्यांचे पालन आणि वृत्तपत्रांच्या स्वातंत्र्याच्या रक्षणापुरतीच प्रेस कौन्सिलची भूमिका मर्यादित आहे, असे सुचवण्याचा प्रयत्न त्यांनी केला.

आपल्या अधिकारांवर डॉ. सिंघवी यांनी घेतलेला कायदेशीर आक्षेप प्रेस कौन्सिलने फेटाळून लावला. हे प्रकरण निश्चितपणे आपल्या अधिकार क्षेत्रात आहे आणि *हिंदुस्थान टाइम्स*ची तक्रार ग्राह्य आहे, असे कौन्सिलने बजावले. '*टाइम्स ऑफ इंडिया*ने या प्रकरणात योग्य दक्षता घेतली नाही आणि त्याचा विनोद खालच्या पातळीवरचा, अभिरुची सोडून होता', असा निर्णय प्रेस कौन्सिलने दिला. जून १९८९ मध्ये या प्रकरणात निर्णय देण्यात आला. '*टाइम्स ऑफ इंडिया* ने दुष्ट हेतूंनी प्रेरित व्यंग्यचित्र छापण्याची चूक केली. वृत्तपत्रांचा व्यवसाय हा फक्त मालकांच्या फायद्यासाठी चालवला जाणारा उद्योग नाही. वृत्तपत्रांनी टोकाची धंदेवाईक स्पर्धा टाळून, या व्यवसायाच्या मूलभूत उद्देशांचे पालन केले पाहिजे', असे मत निकालपत्रात नोंदवण्यात आले. भारतातील वृत्तपत्रांच्या मालकांमध्ये पैसे मिळवण्यासाठी रंगलेल्या स्पर्धेचा कौन्सिलने निषेध केला. 'अशा दुर्दैवी प्रवृत्तींना

वेळीच आवर घातला पाहिजे आणि वृत्तपत्रांना त्यापासून परावृत्त केले पाहिजे', असे प्रतिपादन कौन्सिलने केले.[१]

प्रेस कौन्सिलने *टाइम्स ऑफ इंडिया*चे तत्कालीन संपादक दिलीप पाडगावकर यांचीही कानउघाडणी केली. या व्यंग्यचित्राला संपादक या नात्याने परवानगी कशी देण्यात आली, असा सवाल कौन्सिलने केला. आपल्याला या व्यंग्यचित्रात काही आक्षेपार्ह वाटले नाही, अशा शब्दांत पाडगावकर यांनी त्यांच्या निर्णयाचे समर्थन केले. परंतु, 'संपादकांनी चूक केली. वृत्तपत्रात अशा प्रकारचे व्यंग्यचित्र प्रसिद्ध करण्याची परवानगी संपादकांनी त्यांच्या अधिकारात नाकारायला हवी होती', असे प्रेस कौन्सिलने निवेदनात नमूद केले. कौन्सिलने या चुकीबद्दल *टाइम्स ऑफ इंडिया*वर कडक शब्दांत ताशेरे ओढले.

टाइम्स ऑफ इंडिया आणि *हिंदुस्थान टाइम्स* मधल्या खुल्या संघर्षाची ही नांदी होती. या प्रकरणात प्रेस कौन्सिलचा निर्णय जरी *टाइम्स ऑफ इंडिया* च्या विरोधात गेला, तरी आपला ब्रँड प्रस्थापित करण्यात वृत्तपत्राला त्याची मदतच झाली. जाहिरात आणि विपणन क्षेत्रात *टाइम्स* ची नवी प्रतिमा निर्माण झाली, ती एक तरुण, बंडखोर आणि धाडसी वृत्तपत्र म्हणून. *टाइम्स* ने त्याच्यावर चिकटवली गेलेली म्हातारीची प्रतिमा फेकून देऊन जास्त आक्रमक आणि तरुण चेहरा धारण केला.

दिल्लीच्या बाजारपेठेत आघाडीवर असलेल्या वृत्तपत्राला शिंगावर घेताना *टाइम्स ऑफ इंडिया* ने स्वत:ची तरुण आणि बंडखोर प्रतिमा निर्माण करण्याचा प्रयत्न केला, त्याच वेळी आपले रंगरूप बदलण्याचे प्रयत्नही त्याने चालवले होते. *हिंदुस्तान टाइम्स* ला शह देण्यासाठी आणि आपली नफाक्षमता वाढवण्यासाठी विविध विषयांच्या नियमित पुरवण्या काढण्यास *टाइम्स* ने सुरुवात केली. त्यामुळे सामान्यपणे वृत्तपत्राच्या कक्षेबाहेरील विषयांना त्याला हात घालता आला. वृत्तपत्राच्या मुख्य अंकापेक्षा वेगळी उठून दिसणारी लेखनशैली आणि मांडणीचे नवनवे प्रयोगही त्याला करता आले.

परंतु, या पुरवण्यांमागचा मुख्य उद्देश अधिकाधिक जाहिरातदारांना आकर्षित करणे हाच होता. विशिष्ट वाचकवर्ग नजरेसमोर ठेवून विशिष्ट विषयाला वाहिलेल्या पुरवण्यांमुळे जाहिरातदारांना मुख्य अंकातील गर्दीत शिरण्यापेक्षा आपल्या

उत्पादनाची प्रभावी जाहिरात करणे सोयीस्कर वाटले. जाहिरातदारांना आता त्यांच्या लक्ष्य ग्राहकगटाशी संवाद साधणे सोपे झाले.

'सॅटरडे टाइम्स' ही *टाइम्स ऑफ इंडिया*ने सुरू केलेली अशी पहिली पुरवणी होती. मे १९८६ मध्ये ही पुरवणी सुरू करण्यात आली. त्यासाठी टाइम्स स्कूल ऑफ जर्नालिझममधून नुकत्याच बाहेर पडलेल्या नव्या दमाच्या पत्रकारांची फौज दिमतीला होती. या पत्रकारांनी पुरवणीचे संपादकीय काम सांभाळतानाच विपणन आणि जाहिरात विभागाशी योग्य समन्वय राखण्याची खबरदारी घेतली.

मुख्य अंकातल्या 'हार्ड न्यूज'च्या कोरड्या आणि घटनेशी संबंधित लिखाणाच्या पार्श्वभूमीवर ताज्या, रसरशीत वृत्तलेखांचा (सॉफ्ट फीचर्स) शिडकावा वाचकांना दिलासा देणारा वाटला. त्याशिवाय संपूर्ण रंगीत छपाई हे त्याचे आगळेवेगळे वैशिष्ट्य होते. भारतीय वृत्तपत्रांच्या दुनियेत एखादे वृत्तपत्र प्रथमच संपूर्ण रंगीत छापले जात होते. उच्च प्रतीच्या गुळगुळीत कागदावर त्याची छपाई होत होती. त्या वेळी रंगीत नियतकालिकांकडे ओढा असलेल्या जाहिरातदारांना आपल्याकडे खेचण्याचा सॅटरडे टाइम्सचा प्रयत्न होता.

मात्र, त्या वेळी गुळगुळीत कागदावर व संपूर्ण रंगीत छापल्या जाणाऱ्या या पुरवणीमुळे संपादकीय विभागातल्या धुरीणाचार्यांच्या कपाळावर आठ्या चढल्या. त्यांना हा प्रयत्न सामान्य प्रतीचा आणि विवेकहीनतेकडे झुकणारा वाटला. या पुरवणीतले विषय नेहमीपेक्षा वेगळे होते. फॅशन, खाद्यपदार्थ व पाककृती, राहणीमान आणि समाजातील नवे प्रवाह यांवर तिचा भर होता. मात्र, काही प्रसंगी भोपाळमधल्या विषारी वायुगळतीतील पीडितांच्या स्थितीसारख्या विषयांवरही पुरवणीतून प्रकाश टाकण्यात आला होता. परंतु, विषय मांडण्याची पद्धत आणि भूमिका निराळी होती. नेहमीच्या वार्तांकनापेक्षा वृत्तलेखांवर त्यात भर होता. तरीही वृत्तपत्रांमधील प्रस्थापित व मुख्य प्रवाहातील पत्रकार ती गंभीर प्रकारची पत्रकारिता मानत नव्हते. त्यांच्या दृष्टीने सॅटरडे टाइम्स हे 'व्यवस्थापनाचे वृत्तपत्र' होते.

समीर जैन यांच्या भगिनी नंदिता यांनी सॅटरडे टाइम्स सुरू करण्याआधीपासून त्यात लक्ष घातले होते. त्या अतिशय हुशार आणि पुढाकार घेऊन काम करणाऱ्या होत्या. या पुरवणीसाठी टाइम्स स्कूल ऑफ जर्नालिझममधल्या तरुण, प्रतिभावान पत्रकारांची निवड त्यांनीच केली होती.

सॅटरडे टाइम्स कशासाठी यासंबंधी व्यवस्थापनाची भूमिका स्पष्ट होती. विनिता डावरा नांगिया यांची टाइम्स स्कूल ऑफ जर्नालिझममधून या पुरवणीसाठी निवड झाली होती. नंतर त्या या पुरवणीच्या संपादकही झाल्या. त्या म्हणाल्या, 'आम्हाला

हे स्पष्ट बजावण्यात आले होते की, सॅटरडे टाइम्स हे छान छान आनंदी गोष्टींसाठी आहे. वाचकांच्या चेहऱ्यावर हास्य फुलले पाहिजे, असे आम्हाला सांगण्यात आले होते.'[२]

व्यवस्थापन या पुरवणीविषयी किती संवेदनशील होते, याची एक आठवण नांगिया यांनी सांगितली. त्या म्हणाल्या, 'एकदा एका महिलेच्या आत्महत्येबद्दलची बातमी तिच्या हातातून रक्त वाहत असल्याच्या छायाचित्रासह सॅटरडे टाइम्सच्या पहिल्या पानावर छापण्यात आली. त्यामुळे मोठा गहजब झाला. सॅटरडे टाइम्समध्ये अशी छायाचित्रे कधीही छापायची नाहीत, असे आम्हाला बजावण्यात आले. कोणत्याही प्रकारे पुरवणीवर रक्तरंजित छायाचित्रे खपवून घेतली जाणार नाहीत, असा इशारा देण्यात आला.' हे आणखी स्पष्ट करताना त्या म्हणाल्या, 'पाककृतींशी संबंधित मांसाहारासंबंधी छायाचित्रे छापतानाही कच्चे मांस त्यात दिसणार नाही, याची दक्षता घेण्यास सांगण्यात आले. व्यवस्थापनाला काय चालेल आणि काय चालणार नाही, याच्या स्पष्ट मर्यादा आखून देण्यात आल्या.'

सॅटरडे टाइम्सचे रंगरूप अभिजात, रुबाबदार आणि चमकदार असायलाच हवे होते. ती फक्त वाचण्यासाठी नव्हती, तर त्याची मांडणी एखाद्या 'कॉफी टेबलबुक'सारखी अपेक्षित होती. इतकी आकर्षक की, कोणीही उचलून हातात धरावी. त्यामुळे या पुरवणीचे नियोजन करताना मांडणी आणि सजावट हा त्यातला एक अपरिहार्य घटक होता. नांगिया म्हणाल्या, 'सतत राजकारणाच्या बातम्या वाचून लोकांना कंटाळा आला होता. त्यांना इतर काही वाचायला हवे होते. त्यामुळे वृत्तपत्रांनी आता नियतकालिकांच्या विश्वावर आक्रमण करावे आणि त्यांना कालबाह्य करावे, अशी समीर जैन यांची इच्छा होती.'

सॅटरडे टाइम्स ही पुरवणी पहिल्यांदा बाजारात उतरवण्यात आली, त्या वेळी त्याचे तसे थंडे स्वागत झाले. बाजारपेठेने आणि स्पर्धक वृत्तपत्रांनी त्याची फारशी दखल घेतली नाही. धंदा वाढवण्याची आणखी एक चलाखी म्हणून त्याची खिल्ली उडवण्यात आली. परंतु, लवकरच त्याचा परिणाम बाजारात दिसू लागला. नव्या आणि तरुण वाचकवर्गाला ही पुरवणी आवडली. तसेच जाहिरातदारांचेही तिने लक्ष वेधून घेतले. या पुरवणीच्या पहिल्या संपादक मन्निका चोप्रा म्हणाल्या, 'वृत्तपत्रांच्या विश्वात नवा प्रवाह सुरू करणारी ही पुरवणी होती. तिने वाचकांचे चित्त वेधून घेतले. आरोग्य, फिटनेस, क्रीडा, विज्ञान, तंत्रज्ञान, सौंदर्य आणि फॅशन अशा तोवर बाजूला ठेवण्यात आलेल्या विषयांची मेजवानीच तिने वाचकांना दिली.'[३]

ही गुळगुळीत कागदावरची रंगीत पुरवणी तरुण वाचकांच्या पसंतीला पडली.

नेहमीच्या वृत्तपत्रांप्रमाणे त्यामध्ये रकान्यांमागून रकाने गद्य मजकुराची भरताड नव्हती. वाचकाला सुरुवातीपासून शेवटापर्यंत खिळवून ठेवणारी प्रभावी लेखनशैली त्यात होती. ही शैली वेगळी होती, मुक्त होती आणि माध्यम विश्वात त्या वेळी प्रचलित लेखनापेक्षा अधिक धीट होती. तरुणांना तिची भाषा, त्यातील लेखन, विषयांमागची भूमिका त्यांच्यासारखीच वाटली.

मात्र, सॅटरडे टाइम्सने टाइम्स हाऊसमध्ये बसणाऱ्या संपादकांवर काही वेळा अनावस्था प्रसंगही आणले. विनिता नांगिया त्यासंबंधी म्हणाल्या, 'मला संपादक दिलीप पाडगावकर यांच्याशी झालेला संवाद आठवतो. सॅटरडे टाइम्स आम्ही मुलांपासून लपवून ठेवतो, असे लोक सांगतात, तेव्हा माझी पंचाईत होते, असे पाडगावकरांनी एकदा सांगितले. एकदा आम्ही अंतर्वस्त्रांसंबंधी एक लेख छापला. त्यात एका स्त्रीचे अर्धनग्न असे छायाचित्र होते आणि त्यावर 'बुबी ट्रॅप्स' असे शीर्षक होते. पाडगावकर म्हणाले की, शीर्षक चांगले आहे, पण अशा गोष्टी शक्यतो टाळा.'

बेनेट, कोलमन आणि कंपनीसाठी ही पुरवणी दुसऱ्या एका दृष्टीनेही फायदेशीर ठरली. संपादकीय आणि विपणन विभागातली दरी त्या निमित्ताने कमी झाली. तोपर्यंत वृत्तपत्रांमधले हे विभाग एकमेकांपासून एखादी अदृश्य भिंत मध्ये उभे केल्यासारखे अलिप्त होते. ते एकमेकांकडे शत्रू म्हणूनच पाहत होते. सॅटरडे टाइम्सने हे चित्र बदलले आणि त्यामुळे दोन विभागांमध्ये समन्वयाने काम करण्याची एक पायवाट तयार झाली.

जाहिरातींच्या आघाडीवरही सॅटरडे टाइम्स सुरुवातीपासूनच लाभदायक ठरली. त्या वेळी 'ओ अँड एम'मध्ये असलेल्या विभा देसाई म्हणाल्या, 'ही पुरवणी पाहिल्यानंतर जाहिरातदारांना आश्चर्याचा धक्काच बसला. त्याची रंगीत छपाई आणि निर्मितीचा दर्जा उच्च प्रकारचा होता. त्यासाठी टाइम्सने पहिल्यांदाच आयात केलेला कागद वापरला होता आणि जाहिरातदारांनी तिला सकारात्मक प्रतिसाद दिला.'

सॅटरडे टाइम्समुळे दिल्लीच्या बाजारपेठेत निर्माण झालेले उत्साह आणि आनंदाचे वातावरण वर्षभर तरी कायम राहिले. *टाइम्स ऑफ इंडिया* ने *हिंदुस्थान टाइम्स* विरुद्धच्या लढाईत या शस्त्राचा प्रभावी वापर केला. परंतु, *हिंदुस्थान टाइम्स* कडून त्याला म्हणावे असे उत्तर नव्हते. वर्षाअखेरीस *हिंदुस्थान टाइम्स* ने बाजारात चर्चेचे वेगळेच पिल्लू सोडून त्याला छेद देण्याचा प्रयत्न केला. 'रंगीत पुरवणी वाचतं तरी कोण', असा सवाल या वृत्तपत्राने उपस्थित केला. या पुरवणीत जाहिराती देणाऱ्यांना विचलित करण्याचा

हा उघड प्रयत्न होता. परंतु, '*टाइम्स ऑफ इंडिया* पूर्ण तयारीनिशी बाजारात उतरले होते. *हिंदुस्थान टाइम्स*च्या आरोपाला प्रत्युत्तर देण्यासाठी त्यांच्याकडे सर्वप्रकारची आकडेवारी होती. किंबहुना त्याचा उलटाच परिणाम झाला. *हिंदुस्थान टाइम्स* मधल्या नोकरशाही मानसिकतेशी झगडण्यापेक्षा *टाइम्स ऑफ इंडिया*च्या पक्क्या व्यावसायिक टीमबरोबर व्यवहार करणे सोपे आहे, असे जाहिरातदारांना वाटले. त्याचे त्यांनी स्वागतच केले', असे विभा देसाई यांनी सांगितले.

खरोखरच *टाइम्स ऑफ इंडिया* व्यावसायिक सफाईने काम करत होता. समीर आणि नंदिता जैन दोघांनाही सॅटरडे टाइम्सच्या कामात विशेष रस होता. समीर अधूनमधून पुरवणीच्या संपादकीय विभागात डोकावत आणि कामाची चौकशी करत. मुख्य लेख कोणत्या विषयावर आहेत, याची विचारपूस ते करत आणि त्यासंबंधी काही सूचनाही करत. नांगिया म्हणाल्या, 'समीर जैन यांचे कामासंबंधीचे आणि विषयांचे आकलन अचूक असे. त्यांनी कधीच संदर्भ सोडून एखादे विधान केले नाही.'

सॅटरडे टाइम्सच्या यशाची अखेर *हिंदुस्थान टाइम्स*ला दखल घ्यावी लागली. त्यांनी 'मेट्रोपॉलिटन' ही पुरवणी बाजारात आणली. परंतु, तिला मर्यादित प्रतिसाद मिळाला. बशाब सरकार त्याविषयी म्हणाले, '*टाइम्स ऑफ इंडिया*च्या विरोधात *हिंदुस्थान टाइम्स*ची ही पुरवणी उभीच राहू शकली नाही. समाजातले बदलते राहणीमान आणि त्याच्याशी संबंधित विषयांवर प्रकाश टाकण्याचा प्रयत्न *हिंदुस्थान टाइम्स*ने केला. परंतु, त्याला या पुरवण्यांचे गणित साधले नाही.'

असे गणित साधणे सोपे काम नव्हते. *टाइम्स* समूहात नंदिता जैन सॅटरडे टाइम्सचा संपादकीय विभाग आणि विपणन विभागातील उद्दिष्टे यांच्यात ताळमेळ राखत होत्या. मन्निका चोप्रा म्हणाल्या, 'नंदिता या संपादकीय मजकूर आणि जाहिराती यांच्यात अचूक समतोल साधत होत्या. विपणन विभागाच्या साथीने संपादकीय आशय पुढे आणण्याचे त्यांचे सांगणे होते. त्याच बरोबर संपादकीय आशयालाही त्यांनी जाहिरातींचा आधार दिला. या दोन्ही गोष्टी त्यांना उत्तम जमल्या.'

सॅटरडे टाइम्स ही पुरवणी सतत उत्साही आणि ताजीतवानी राखण्याचा प्रयत्न त्याची संपादकीय टीम करत होती. त्यात विषयांची भर पडत गेली. नव्वदीच्या दशकात या पुरवणीत फॅशन, गृहसजावट, पर्यटन या विषयांचे प्रत्येकी एक पान समाविष्ट झाले. फॅशन क्षेत्रातल्या तज्ज्ञांच्या लेखनाचा समावेश या पुरवणीत होऊ लागला. नव्वदीच्या दशकात नव्या फॅशन, वेशभूषा, सौंदर्य प्रसाधने आदी गोष्टींना भारतात मागणी वाढत गेली. त्याच्या जोडीने सॅटरडे टाइम्सच्या यशाची कमानही उंचावत गेली.

सॅटरडे टाइम्स ही पुरवणी एक दशकापेक्षा जास्त काळ चालली. त्यानंतर 'दिल्ली टाइम्स' ही नवी पुरवणी सुरू करण्यात आली. कदाचित बदललेल्या काळात ही पुरवणी अधिक योग्य ठरेल, असे *टाइम्स* समूहाचे मत झाले असावे. त्यामुळे प्रदीर्घ काळ यशस्वी ठरूनसुद्धा सॅटरडे टाइम्स बंद करण्याचा निर्णय घेण्यात आला. एखादे प्रकाशन बंद करताना भावनाशून्यता आणि भविष्याचा विचार याचे दर्शन पुन्हा एकदा *टाइम्स* समूहाने घडवले.

नांगिया त्या आठवणींना उजाळा देत म्हणाल्या, 'दिल्ली टाइम्स सुरू झाले, तेव्हा मला सांगण्यात आले की, एखाद्या पालकांना जेव्हा दोन मुले असतात, तेव्हा अधिक समर्थ मुलाकडच्या काही गोष्टी काढून दुबळ्या मुलाला दिल्या जातात, तसा हा प्रकार समजा. सॅटरडे टाइम्समधले फॅशन, पाककृती आणि खाद्यसमीक्षा, समाजातील नवे प्रवाह असे विषय दिल्ली टाइम्सकडे सोपवण्यात आले. आमच्याकडे फार काही उरले नव्हते.'

जेव्हा सॅटरडे टाइम्स बंद करण्याचा निर्णय घेण्यात आला, तेव्हा टाइम्स समूहात त्यावरून दोन तट पडले होते. अधिकाऱ्यांच्या एका गटाचे म्हणणे गुळगुळीत कागदाऐवजी वृत्तपत्राच्या नेहमीच्या कागदावर का होईना; पण ही पुरवणी चालू ठेवण्यात यावी. परंतु, प्रदीप गुहा यांची त्या संदर्भातली भूमिका स्पष्ट होती. या पुरवणीचा दर्जा कमी करता येणार नाही, असे त्यांनी सांगितले. त्यानुसार निर्णय झाला आणि ती बंद करण्यात आली. सॅटरडे टाइम्स ही वृत्तपत्रांच्या पुरवण्यांच्या क्षेत्रातली अग्रणी होती. परंतु, तिचा उद्देश सफल झाला होता. आता तिला सन्मानपूर्वक मूठमाती द्यायला हवी होती.

विपणनाच्या आणि जाहिरातींच्या स्पष्ट उद्देशाने सुरू केलेले एखादे प्रकाशन 'हार्ड न्यूज' देणाऱ्या वृत्तपत्रांच्या विश्वात स्वत:ची वेगळी दुनिया निर्माण करू शकते, हे सॅटरडे टाइम्सने सिद्ध केले. त्याचबरोबर वाचकांचा– विशेषत: तरुण वाचकवर्गाचा ओढा पारंपरिक बातम्यांकडून हलक्याफुलक्या ललित वाचनाकडे वळतो आहे, हेही या पुरवणीने दाखवून दिले.

❧

सॅटरडे टाइम्सनंतर बेनेट, कोलमन आणि कंपनीने आणखी एक रंगीत पुरवणी सुरू केली. ट्रॅव्हल टाइम्स असे तिला नाव देण्यात आले. ही पुरवणीही सॅटरडे टाइम्सइतकीच यशस्वी झाली. वृत्तपत्र क्षेत्राबरोबरच जाहिरात आणि पर्यटन क्षेत्रातील मंडळींनीही एक उच्च दर्जाची पुरवणी म्हणून तिचे कौतुक केले.

मधु सुरी या ट्रॅव्हल टाइम्सच्या पहिल्या संपादक होत्या.[४] त्या आधी सीता ट्रॅव्हल्स कंपनीच्या *'इंद्रमा'* नियतकालिकाचे काम करत होत्या. *टाइम्स ऑफ इंडिया* ने त्यांच्याशी संपर्क साधून या पुरवणीची जबाबदारी त्यांच्यावर सोपवली. त्याआधी अनुराग माथूर यांना या पुरवणीचे संयोजन बाहेरूनच करण्यासंबंधी करार करण्यात आला होता. परंतु टाइम्सच्या व्यवस्थापनाने नंतर हा निर्णय बदलून पुरवणीचे काम कंपनीतील तज्ज्ञामार्फत करून घेण्याचे ठरवले. टाइम्स समूहाने अशा पुरवण्या सुरू करण्यासाठी त्यावर बराच विचार केला होता आणि त्यांची पूर्वतयारीही करण्यात आली होती.

मधु सुरी म्हणाल्या, 'मी १९८६ मध्ये टाइम्स समूहात दाखल झाले, त्या वेळी *टाइम्स ऑफ इंडियात* पुरवण्यांची कल्पना चांगलीच रुजली होती. वाहनउद्योगाशी संबंधित विशेष पुरवणी सुरू करण्याचेही प्रयत्न करण्यात आले. त्या वेळी भारतीय अर्थव्यवस्था खुली होत होती आणि देशातले वातावरण बदलत होते. अशा काळात ट्रॅव्हल टाइम्स सुरू करण्यात आली. पर्यटनाची व भटकंतीची आवड असलेल्या वाचकवर्गातील गटाला नजरेसमोर ठेवून ती सुरू करण्यात आली. ती सुरू करण्याची कल्पना नंदिता जैन यांची होती. त्यांच्याकडे पुढचे पाहण्याची दृष्टी होती, उत्साह होता आणि काय चालू शकेल, हे ओळखण्याची हुशारीही होती. ते वातावरणच भारलेले होते.'

'ट्रॅव्हल टाइम्सचे काम करणारी आमची संपादकीय टीम छोटी होती. परंतु, काय करायचे आहे, याबद्दलच्या आमच्या कल्पना स्पष्ट होत्या. आम्ही पुरवणीच्या फक्त विषयांवर काम करत नव्हतो, तर त्याची मांडणी, सजावट, योग्य टंकाची निवड, सादरीकरण, लोगो अशा अनेक गोष्टींवर परिश्रम घेत होतो', असे सुरी यांनी सांगितले. त्या पुढे म्हणाल्या, 'हे काम करताना आम्ही बऱ्याचदा रात्री दोन-तीन वाजेपर्यंतही कार्यालयातच असू. अनेकदा नंदिताही आमच्याबरोबर थांबलेल्या असायच्या. खरे तर त्यांनी उशिरापर्यंत थांबण्याची गरज नव्हती. परंतु, त्या या कामात खूप गुंतल्या होत्या.'

मात्र, *टाइम्स ऑफ इंडिया* तील मुख्य अंकाचे काम पाहणारा संपादकीय विभाग या पुरवण्यांच्या कामापासून अंतर राखून होता. त्यासंदर्भात सुरी म्हणाल्या, 'वेगवेगळ्या पुरवण्यांचे काम करणाऱ्या आम्हा पत्रकारांकडे पाहण्याचा त्यांचा दृष्टिकोन हेटाळणीचा, तुच्छतादर्शक होता. परंतु, कंपनीच्या दृष्टीने पुरवण्यांचे काम महत्त्वाचे होते व ती त्यावर लक्ष ठेवून होती.' ट्रॅव्हल टाइम्स हा एक प्रयोग होता आणि तो यशस्वी ठरला. आता अनेक वृत्तपत्रांच्या स्वतःच्या अशा स्वतंत्र पुलआउटसारख्या पुरवण्या आहेत. त्यांचे विषयही वेगवेगळे, एखादा विशिष्ट

वाचकवर्ग नजरेसमोर ठेवून निवडलेले आहेत आणि तशा त्या स्थानिक स्वरूपाच्याही आहेत.

ट्रॅव्हल टाइम्स ही पुरवणी वृत्तपत्राच्या थोडी चकाकी असलेल्या कागदावर छापली जात होती. १९८७ च्या अखेरीस ती सुरू करण्यात आली. प्रारंभी *टाइम्स ऑफ इंडिया* च्या मुंबई आणि दिल्ली आवृत्त्यांमध्ये ती पुरवणी मोफत वितरित केली जात होती. ही पुरवणी दोन्ही आवृत्त्यांच्या शहरी भागापुरतीच मर्यादित होती. त्या वेळी दिल्लीत १ लाख १० हजार आणि मुंबईत १ लाख ३० हजार प्रती छापल्या जात होत्या. दर महिन्याच्या शेवटच्या शुक्रवारी ही आठ पानी पुरवणी दिली जायची. तिची काही पाने कृष्णधवल व काही पाने रंगीत होती.

कोणतेही नवे प्रकाशन सुरू करण्यापूर्वी बेनेट, कोलमन आणि कंपनी त्याची व्यावसायिकदृष्ट्या व्यवहार्यता तपासून पाहते. त्याचे वाचकवर्गाला जसे आकर्षण वाटले पाहिजे, तसेच जाहिरातदार आणि बाजारपेठेचाही त्याला प्रतिसाद मिळाला पाहिजे, यावर कंपनीचा कटाक्ष असे. सुरी त्यासंबंधी म्हणाल्या, 'ट्रॅव्हल टाइम्स पुरवणी वाचक आणि जाहिरातदार दोघांना नजरेसमोर ठेवून सुरू करण्यात आली होती. मात्र, संपादकीय मजकुरासाठी ७० टक्के जागा राखीव ठेवण्यात आली होती आणि जाहिराती विशिष्ट मर्यादेतच होत्या.'

'ट्रॅव्हल टाइम्स पुरवणीला अनेक ठिकाणांहून जाहिरातींचा प्रतिसाद मिळत होता. प्रवास, पर्यटन, विमानवाहतूक आणि हॉटेल व्यावसायिक अशा क्षेत्रांमधून त्याला मागणी होती. केंद्रीय पर्यटन मंत्रालाय, भारत पर्यटन विकास महामंडळ, इतकेच नव्हे तर सिंगापूर, मॉरिशस इत्यादी ठिकाणची पर्यटन महामंडळेही या पुरवणीला जाहिरातींचा आधार देत होती. उत्तर प्रदेश, हिमाचल प्रदेश, जम्मू-काश्मीर, मध्य प्रदेश अशा राज्यांचे पर्यटन विभागही पुरवणीत जाहिराती देत होते', असे सुरी यांनी सांगितले.

'आयटीसी वेलकम ग्रुप, ओबेरॉय, ताज अशी हॉटेल्स; इंडियन एअरलाइन्सबरोबरच लुफ्तान्सा, ब्रिटिश एअरवेज, जपान एअरलाइन्ससारख्या विमान वाहतूक कंपन्या ट्रॅव्हल टाइम्सला जाहिराती देत होत्या. वाहन उद्योग आणि छायाचित्रणाशी संबंधित कंपन्याही त्यात प्रसिद्धीसाठी प्रयत्न करत होत्या', असेही त्यांनी स्पष्ट केले.

मधु सुरी म्हणाल्या, 'ट्रॅव्हल टाइम्सचे काही प्रसंगी विशेषांक प्रसिद्ध होत असत. उदाहरणार्थ, ट्रॅव्हल एजंट्स असोसिएशन ऑफ इंडियाचे एक अधिवेशन नेपाळमध्ये काठमांडूत झाले. त्या वेळी नेपाळमधील पर्यटनाशी संबंधित विशेषांक प्रसिद्ध करण्यात आला. स्थानिक हॉटेल्स, सहलींचे नियोजक आणि इतर संबंधित

व्यावसायिकांचा त्यात जाहिरातींसाठी मोठा प्रतिसाद होता. या विशेषांकाच्या जादा अडीच हजार प्रती छापून त्या अधिवेशनात सहभागी राष्ट्रीय, आंतरराष्ट्रीय तज्ज्ञांना वाटण्यात आल्या. अशाच तऱ्हेने हिमाचल प्रदेश, गुजरात आदी राज्यांच्या पर्यटन विभागांच्या साह्याने विशेषांक प्रसिद्ध करण्यात आले. या आणि इतर विशेषांकांना जाहिरातदारांचा मोठा प्रतिसाद मिळत असे.'

वाचकांकडून ट्रॅव्हल टाइम्स पुरवणीचे स्वागत कसे झाले, अशी विचारणा मी सुरी यांना केली. त्या वेळी दक्षिण दिल्लीतील फ्रेंड्स कॉलनीतील एका कॉफी शॉपमध्ये आम्ही बसलो होतो. हिवाळ्यातल्या त्या सकाळी सूर्य नुकताच क्षितिजावर उगवत होता. अशा वेळी माझ्या प्रश्नाने त्यांचे डोळे लकाकले. त्या म्हणाल्या, 'वाचकांचा आम्हाला अतिशय चित्तथरारक प्रतिसाद मिळाला. आम्ही पुरवणीत मांडलेले विषय आणि केलेल्या मांडणीला प्रचंड उत्साही असा प्रतिसाद मिळाला. तो आम्हाला प्रोत्साहन देणारा होता.'

त्या म्हणाल्या, 'ट्रॅव्हल टाइम्समध्ये आम्ही देत असलेला आशय अतिशय वेगळा- एकमेवाद्वितीय असा होता. आम्ही पर्यटनासंबंधीचे लेखन वाचकांना काही दाखवण्याच्या भूमिकेपेक्षा अनुभव देण्याच्या पातळीवर नेले. त्यामुळे निव्वळ पर्यटन स्थळांच्या वर्णनापेक्षा तिथली खाद्यसंस्कृती, कलासंस्कृती, तिथला खरेदीचा अनुभव अशा वेगळ्या बाजूंवरही प्रकाश टाकला. आता या गोष्टी नेहमीच्या झाल्या आहेत, त्यात वेगळे काही वाटणार नाही. पण त्या वेळी अशा पद्धतीचे लेखन वेगळे होते. पहिल्यांदाच अशा तऱ्हेचा प्रयत्न होत होता.' बिल अॅटकेन, ह्युज आणि कॉलीन गँत्झर अशा लेखकांना ट्रॅव्हल टाइम्समध्ये निमंत्रित करण्यात आले. पुरवणीची भाषा, लेखनशैली सगळेच वाचकांमध्ये नवा उत्साह भरणारे होते. काही अतिशय सुंदर विषय या पुरवणीतून मांडण्यात आले. त्यामुळे या पुरवणीला एक वेगळा, अभिजात असा सुगंध होता, असेही त्यांनी सांगितले.

एखाद्या विशिष्ट उद्देशाभोवती गुंफलेले पर्यटन ही गोष्ट त्या वेळी नवीन होती. ट्रॅव्हल टाइम्सच्या माध्यमातून ती वाचकांपर्यंत नेण्यात आली. फ्रान्समधील वाइनची सफर, अॅमस्टरडॅममधली चीजची सफर, भारतातील सूर्यमंदिरांचा मागोवा, कांग्रा शैलीतील चित्रांभोवती गुंफलेले पर्यटन असे अनेक विषय या पुरवणीत देण्यात आले. हे करताना संपादकीय टीमचा भर त्याचे प्रभावी सादरीकरण करण्यावर होता. ते अतिशय चुरचुरीत, वाचकाच्या नजरेतून केलेले आणि सर्जनशील सादरीकरण होते, असे प्रतिपादनही सुरी यांनी केले.

ट्रॅव्हल टाइम्सने वेगवेगळ्या रुचीच्या पर्यटकांनाही साद घातली. फावल्या-

फुरसतीच्या वेळेतील पर्यटन, विशिष्ट उद्देशाने केलेली भटकंती, नेहमीचे सरावलेले पर्यटक, पहिल्यांदाच भटकंतीला निघालेले लोक, यात्राजत्रांचे किंवा धार्मिक पर्यटन, कौटुंबिक सहली, एकट्याने भटकणारे प्रवासी अशा असंख्य विषयांना या पुरवणीतील लेखनात स्पर्श करण्यात आला. गटाच्या सहली, व्यावसायिकांचा प्रवास अशा विषयांवरही या पुरवणीत लिहिण्यात आले.

मधु सुरी म्हणाल्या, 'आम्ही प्रत्येक गोष्टीचा अतिशय बारकाईने विचार करत होतो आणि ते यशस्वी ठरत होते.' टाइम्सच्या या पुरवणीने त्या वेळच्या वृत्तपत्रांच्या विश्वात अतिशय आत्मविश्वासाने प्रवेश केला. त्यातले संपादकीय विषय, मांडणी व सजावट, सर्वच पॅकेज हे वाचकावर प्रसन्नतेचा शिडकावा करणारे होते. 'आम्हाला वाचकांचा सर्वच बाबतीत अतिशय सुंदर प्रतिसाद मिळाला. त्यामुळे आम्ही योग्य मार्गावर असल्याची खात्री आम्हाला पटत गेली. ट्रॅव्हल एजंट्स असोसिएशन ऑफ इंडियाचे १९८७ आणि १९८९ अशी दोन वर्षे आम्हाला मानाचे पुरस्कार मिळाले. संघटनेच्या काठमांडू आणि श्रीनगरमध्ये झालेल्या अधिवेशनात हे पुरस्कार देण्यात आले', असे त्यांनी सांगितले.

पुरवणीच्या मांडणीविषयी त्या म्हणाल्या, 'ट्रॅव्हल टाइम्सची मांडणी आम्ही टाइम्समध्येच करत होतो. आमच्यापैकी कोणालाही पुरवण्यांच्या मांडणीचे असे औपचारिक प्रशिक्षण मिळाले नव्हते. तरीही आम्ही अतिशय आकर्षक आणि अभिजात सजावट केली. ती खूप वेगळ्या प्रकारची मांडणी होती आणि पर्यटनाचा आत्माच जणू त्यातून प्रकट होत होता.' प्रतिस्पर्धी दैनिक *हिंदुस्थान टाइम्स* कडूनही त्याची दखल घेण्यात आली. या दैनिकातून ट्रॅव्हल टाइम्सच्या टीमशी संपर्क साधण्यात आला आणि ही मांडणी-सजावट करणाऱ्यांचे संपर्क क्रमांकही त्यांच्याकडून मिळवण्याचे प्रयत्न झाले.

ट्रॅव्हल टाइम्सविषयी देशातील इतर वृत्तपत्रांमधूनही कौतुकाचे शब्द उमटले. द *हिंदू*मधील एका लेखात भारतात पर्यटन पत्रकारिता रुजवण्यात ट्रॅव्हल टाइम्सने केलेल्या योगदानाची दखल घेण्यात आली. त्यासाठी ही पुरवणी करत असलेले प्रयत्न देशात पहिल्यांदाच घडत आहेत, असे त्यात नोंदवण्यात आले. आंतरराष्ट्रीय पातळीवरच्या एका नियतकालिकानेही आपल्या कामाची दखल घेतल्याचे सुरी यांनी सांगितले.

वाचकांचा आणि जाहिरातदारांचा असा उत्तम प्रतिसाद असताना ट्रॅव्हल टाइम्स ही पुरवणी बंद का करण्यात आली, असा प्रश्न मी मधु सुरी यांना विचारला. त्यावर त्या उत्तरल्या, 'काही काळानंतर आम्हाला जाणीव झाली की, या पुरवणीसाठी

येणाऱ्या जाहिराती विशिष्ट क्षेत्रातल्या म्हणजे फक्त पर्यटनाशीच निगडित आहेत. त्यामुळे कालांतराने आम्हाला अपेक्षित होता तितका इतर जाहिरातदारांचा प्रतिसाद त्याला राहिला नाही. सॅटरडे टाइम्सची विषयांची व्याप्ती आणि आकर्षण ट्रॅव्हल टाइम्सपेक्षा जास्त असल्याने हे जाहिरातदार तिकडे वळाले.'

त्यामुळे *ट्रॅव्हल टाइम्स* ही पुरवणी काही काळ *इकॉनॉमिक टाइम्स* मध्ये स्थलांतरित करण्यात आली. नंतर या वृत्तपत्रात दर रविवारच्या अंकातील पर्यटनाचे एक पान म्हणून तिला स्थान मिळाले. १९९७ च्या सुमारास ट्रॅव्हल टाइम्स पुन्हा गुळगुळीत कागदावर स्वतंत्रपणे छापण्यात येऊ लागली. कालांतराने *टाइम्स ऑफ इंडिया* च्या बेंगळुरू आवृत्तीत ट्रॅव्हल टाइम्सचा समावेश झाला. पुरवणीचे मास्टहेडही बदलण्यात आले. त्यासाठी काही प्रायोजकही तयार होते. परंतु, त्या वेळी बहुधा भारतीय वृत्तपत्रांच्या बाजारपेठेत एका वेळी दोन पुरवण्यांना आर्थिक पाठबळ देण्याची स्थिती नव्हती. त्याचे वर्णन करताना सुरी म्हणाल्या, 'एका अर्थाने सॅटरडे टाइम्स आणि ट्रॅव्हल टाइम्स या एकाच वृत्तपत्राच्या पुरवण्या परस्परांशी स्पर्धा करत होत्या. आणि या लढाईत जाहिरातदारांचा कल सॅटरडे टाइम्सकडे होता.'

टाइम्स ऑफ इंडिया च्या प्रतिस्पर्ध्यांकडून मात्र या पुरवणीला अद्याप धोका निर्माण झाला नव्हता. त्यांचा प्रतिसाद फारच संथ होता आणि त्यावर कशी प्रतिक्रिया द्यावी, हे त्यांना उमजत नव्हते, असे निरीक्षण सुरी यांनी यासंदर्भात नोंदवले. मात्र, 'टाइम्स समूहाने अपेक्षा केली होती, तितक्या प्रमाणात जाहिरातींचा महसूल ट्रॅव्हल टाइम्सला मिळत नव्हता. पुरवणीतून तोटा होत नाही, अशा टप्प्यावर ती आली होती. परंतु, तिचे अस्तित्व टिकून राहण्यासाठी ते पुरेसे नव्हते. त्याची पुन्हा फेरजुळणी करायला हवी होती. तसा प्रयत्नही आम्ही केला', असे त्यांनी सांगितले. बेनेट, कोलमन आणि कंपनीचे हे वैशिष्ट्य पुन्हा पुन्हा दिसत राहिले. कंपनीने सदैव नव्या प्रयोगांना उत्तेजन दिले आणि अपेक्षित प्रतिसाद न मिळाल्यास ते भावनिक बाऊ न करता बंदही करण्यात आले.

समीर जैन यांचे ट्रॅव्हल टाइम्स पुरवणीकडे कितपत लक्ष होते, याविषयी मी सुरी यांना छेडले. त्या म्हणाल्या, 'या पुरवणीत समीर जैन फारसे सक्रीय नव्हते. टाइम्स समूहाच्या एकूणच विपणन धोरणांविषयी निर्णयप्रक्रियेत ते गुंतलेले होते. परंतु, त्यांना त्या त्या वेळचा वाचकवर्ग कोणत्या गोष्टी स्वीकारण्यासाठी तयार आहे, याची एक मूलभूत मार्मिक समज होती. त्यांनी पाश्चिमात्य वृत्तपत्रसृष्टीतून काही नव्या प्रयोगांचे बीज उचलले आणि भारतीय बाजारपेठेत इथल्या संदर्भात ते

रुजवण्याचा प्रयत्न केला. त्यांना यश मिळेपर्यंत त्यांनी वाटही पाहिली. त्या अर्थाने त्यांनी भारतातील वृत्तपत्र व्यवसायाला नवी दिशा दिली आणि त्यात नवे प्रवाह सुरू करण्याचा प्रयत्न केला.'

मधु सुरी म्हणाल्या, 'जैन कुटुंबाने भारतातील वृत्तपत्र उद्योगाला व्यवसायाचे परिमाण दिले. पत्रकारांसाठी ही फारशी आनंदाची गोष्ट नव्हती. कारण त्यांच्या दृष्टीने संपादकीय विभाग आणि आशयाला एक प्रकारचे पावित्र्य होते. त्यामुळे या बदलांविषयी थोडा असंतोष होता आणि विरोधाचीही भावना होती. परंतु, काळाच्या ओघात हा संघर्ष मागे पडला आहे, असे आता वाटते.'

बेनेट, कोलमन आणि कंपनीने या वेळेपर्यंत वृत्तपत्रांमधील स्थानिक बातम्या व आशयाला प्राधान्य देण्याचा निर्णय जाणीवपूर्वक घेतला. विविध ठिकाणच्या वाचकवर्गाचे स्वरूप वेगळे असणे, त्याच्या आवडीनिवडी वेगळ्या असणे, हे अगदी स्वाभाविक आहे. अशा वाचकांना देशातील राजकारण, क्रीडा, चित्रपटांमध्ये रस असला, तरीसुद्धा वेगवेगळ्या शहरांमधल्या वाचकांना महत्त्वाच्या वाटणाऱ्या गोष्टी वेगळ्या होत्या. उदाहरणार्थ, दिल्लीतील वाचकांना राजकारणात इतरांपेक्षा जास्त रस होता. देशाची राजधानी असल्याने इथे नोकरशहांची वस्ती आणि प्रस्थही मोठे आहे. त्याचा इथल्या संस्कृतीवर ठसा आहे. तसेच, दिल्लीतल्या इंग्रजीशिक्षित मध्यमवर्गाचा प्राधान्यक्रमही वेगळा आहे. मुंबईतल्या वाचकांना आर्थिक घडामोडी आणि वाणिज्य-व्यापारात अधिक रस आहे. नंतरच्या वर्षांमध्ये बेंगळुरू शहरात जसा सॉफ्टवेअर कंपन्यांचा उदय झाला, तसा तिथल्या वाचकांचा वर्ग आणि त्याच्या आवडीनिवडींमध्येही बदल झाला. हे लक्षात घेता वृत्तपत्रांनीही स्थानिक घडामोडी आणि विषयांना प्राधान्य देणे, निश्चितच आवश्यक होते.

दिल्लीमध्ये *हिंदुस्थान टाइम्स*ची ही ताकद होती. बातम्या देताना स्थानिक घटना-घडामोडींना या वृत्तपत्रात अग्रस्थान होते. आपल्या परिसरातल्या, आपल्या समुदायाच्या प्रश्नांना हे वृत्तपत्र प्राधान्य देते आणि ते सोडवण्यासाठी आवाज उठवते, हे दिल्लीवासीयांना आवडत होते. त्यामुळे *टाइम्स ऑफ इंडिया*ला दिल्लीत यशस्वी होण्यासाठी याच मार्गाने जाणे आवश्यक होते. इथल्या लोकांच्या रोजच्या जगण्यातले प्रश्न, त्यांना वाटणाऱ्या चिंता, त्यांच्यासमोरची आव्हाने ओळखून त्याला प्रतिसाद देणे या वृत्तपत्रासाठी महत्त्वाचे होते. हे लक्षात घेऊन दिल्लीतील

नागरी समस्या, शिक्षण, वाढती गुन्हेगारी अशा विषयांना महत्त्व देऊन स्थानिक बातम्यांचे प्रमाण वाढवण्याचा निर्णय *टाइम्स ऑफ इंडिया*ने घेतला.

मात्र, *टाइम्स ऑफ इंडिय ा*ने स्थानिक विषयांना प्राधान्य देण्याचे ठरवले, तरी इतर वृत्तपत्रांकडे या विषयांकडे मर्यादित दृष्टिकोनातून न पाहता त्यांच्या पलीकडे जाण्याची भूमिका घेतली. शहरातील खरेदीची ठिकाणे, फुरसतीच्या वेळात करण्यासारख्या गोष्टी, खाद्यसंस्कृती, आधुनिक वेशभूषा अशा स्थानिक संस्कृतीशी संबंधित विषयांना त्याने महत्त्व दिले. मुख्य प्रवाहातील इतर वृत्तपत्रांनी या विषयांकडे तसे दुर्लक्षच केले होते. परंतु, वाढता मध्यमवर्ग, खुले आर्थिक धोरण यामुळे बदललेल्या परिस्थितीत नागरी समस्या, स्थानिक कररचना अशा नेहमीच्या विषयांबरोबरच बदलत्या मध्यमवर्गीय राहणीमानात अशा वेगळ्या विषयांना महत्त्व येणार, हे टाइम्स समूहाने अचूक ओळखले.

अशा स्थानिक विषयांना प्राधान्य देण्याचे दुसरे एक महत्त्वाचे कारण म्हणजे त्यामुळे स्थानिक जाहिरातदारांना आकर्षित करणे सोपे होणार होते. दिल्ली टाइम्सचे पहिले संपादक उमेश आनंद यासंदर्भात म्हणाले, 'मालक आणि व्यवस्थापनाचा दृष्टिकोन अगदी स्पष्ट होता– त्यांच्या दृष्टीने या फक्त संपादकीय गोष्टी महत्त्वाच्या नव्हत्या. त्यांचे सर्व लक्ष बाजारपेठेवर होते.'[५]

जाहिरातदारांनाही या गोष्टींचे आकर्षण वाटले. *टाइम्स ऑफ इंडिया*चे दिल्ली आवृत्तीचे माजी निवासी संपादक ए. एन. सेन यांनी त्या मागचे कारण स्पष्ट केले.[६] ते म्हणाले, 'दिल्लीतल्या नथू स्वीट्सने वृत्तपत्राची स्थानिक पुरवणी असताना मुख्य अंकात जाहिरात का द्यावी? स्थानिक पुरवणीतील जाहिरातीचे दर वेगळे आणि कमी असल्याने मुख्य अंकात जाहिरात देण्यापेक्षा यात त्याचा फायदाच होणार होता. वृत्तपत्र जेवढे स्थानिक होईल, तेवढा स्थानिक आणि किरकोळ विक्री क्षेत्रातल्या जाहिरातदारांना त्याचा फायदाच होता.'

*टाइम्स ऑफ इंडिया*ने १९९३ मध्ये स्थानिक पुरवणी प्रसिद्ध करण्याचा निर्णय घेतला. दैनिकाच्या मुख्य अंकात शहराच्या घडामोडींसंबंधीची पाने कायम राहणार होती. त्यात नागरी समस्या, गुन्हेगारी किंवा इतर बातम्यांना प्राधान्य मिळणारच होते. तर स्थानिक पुरवणीत स्थानिकांचे राहणीमान, आवडीनिवडी अशा गोष्टींना प्राधान्य देण्यात येणार होते. टाइम्स समूहाचे व्यवस्थापकीय संचालक विनीत जैन त्या वेळी म्हणाले होते की, 'दैनिकाचा मुख्य अंक खूपच गंभीर आहे. त्यामुळे तरुण वाचकांसाठी काही हलक्याफुलक्या गोष्टी दैनिकात असल्या पाहिजेत.' यातून दिल्ली टाइम्सला वेगळे स्वरूप देण्याची कल्पना पुढे आली.

गौतम अधिकारी तेव्हा *टाइम्स ऑफ इंडिया*चे कार्यकारी संपादक होते. दिल्ली आवृत्तीत काम करणाऱ्या बातमीदारांना त्यांच्या नेहमीच्या विषयांखेरीज या स्थानिक पुरवणीसाठी वेगळ्या बातम्या देण्यास सांगण्यात आले. तरुण वाचकांना भावतील असे विषय व भाषा त्यात अपेक्षित होती. थोडेसे महानगरी पुरवणीसारखे त्याचे स्वरूप होते. *टाइम्स ऑफ इंडिया*त असलेल्या बातमीदारांनीच त्यात योगदान देणे अपेक्षित होते.

नामवंत ब्रिटिश लेखक आणि संपादक मॅथ्यू एंजेल यांची *'टिकल द पब्लिक'* नावाची चारोळी प्रसिद्ध आहे.[७] ती वेगळ्या संदर्भात विचारात घेतली, तर दिल्ली टाइम्स पुरवणीचा उद्देश त्यातून व्यक्त होतो.

गुदगुल्या करा आणि लोकांना हसवा,
जेवढे जास्त हसवाल, तेवढे तुम्ही जिंकाल!
लोकांना शिकवाल, तर श्रीमंतीला विसराल,
भिकाऱ्यासारखे जगाल आणि खड्ड्यातच मराल!!

(मूळ कविता पुढीलप्रमाणे :
टिकल द पब्लिक, मेक देम ग्रिन,
द मोर यू टिकल, द मोर यू विल विन;
टीच द पब्लिक, यू विल नेव्हर गेट रिच,
यू विल लिव्ह लाइक अ बेगर अँड डाय इन अ डिच)

दिल्ली टाइम्स ही एक अतिशय वेगळ्या स्वरूपाची नाविन्य असलेली पुरवणी होती. त्यात हलक्याफुलक्या आणि जरा 'हट के' विषयांना प्राधान्य होते. आरोग्य, शिक्षण अशा नेहमीच्या विषयांचेच वेगळ्या व रंजक पद्धतीने वार्तांकन करण्यास त्यातून सुरुवात झाली. वृत्तपत्रातील इतर बातम्या नेहमीच्या पद्धतीने दिल्या जात होत्या. परंतु दिल्ली टाइम्समधल्या बातम्यांचे लेखन व मांडणी वाचकांच्या, ग्राहकांच्या नजरेतून केली जात होती. ही पुरवणी खरेदीसाठी इच्छुक ग्राहकांना सवलतीच्या दरात कोठे काय मिळते, याची माहिती देत होती. त्यात नव्या प्रकारच्या वेशभूषा व आवडीनिवडीच्या इतर गोष्टींची- फॅशनची माहिती होती. पुरवणीत मोटारींशी संबंधित एक नियमित स्तंभ लिहिला जात होता. त्या वेळी देशात मारुती मोटार हीच एकमेव मोटार उत्पादक कंपनी होती आणि काही परदेशी

कंपन्या भारतीय बाजारपेठेत नव्या मोटारींचे ब्रँड उतरवण्यास इच्छुक होत्या. अशा वेळी असा स्तंभ प्रसिद्ध होणे वेगळे आणि काळाच्या पुढे पाहणारे होते. पुरवणीतील लेखन हलकेफुलके होते. भाषा चुरचुरीत आणि जिवंत होती. त्याची शीर्षकेही रंजक पद्धतीने लोकांचे लक्ष वेधून घेणारी होती.

भारतातील वृत्तपत्रांमध्ये त्या वेळेपर्यंत अशा विषयांकडे बातम्या म्हणून पाहिले जात नव्हते. अशा बातम्यांना काहीच किंमत नाही, याच नजरेतून त्याकडे पाहिले जात होते. परंतु, मध्यमवर्गीय वाचकाला शहरातल्या अशा घडामोडींविषयी जाणून घेण्याची प्रचंड उत्सुकता आहे, असे लक्षात आले. त्यामुळे दिल्ली टाइम्सकडे ते आकर्षित झाले.

दिल्ली टाइम्स ही सुरुवातीला आठवड्यातून दोनदा प्रसिद्ध होणारी चार पानी पुरवणी होती. या पुरवणीचे स्वरूपही काळानुसार बदलत गेले. भारतात पहिल्यांदाच 'पेज थ्री' (तिसरे पान) ही संकल्पना या पुरवणीने आणली. चित्रपट, फॅशन अशा विषयांसंबंधी वाचण्याची उत्सुकता लोकांमध्ये वाढत होती. त्यामुळे या क्षेत्रातील कलाकार आणि नामवंतांविषयीचे आकर्षणही वाढत होते. त्यामुळे अशा 'सेलिब्रिटी' बातम्यांचे विषय बनल्या. दिल्ली टाइम्समध्ये नंतर स्थानिक आणि सांस्कृतिक बातम्यांपेक्षाही त्यांच्याविषयीच्या बातम्यांना अग्रस्थान मिळू लागले. ते काही असले, तरी दिल्ली टाइम्सने आपली स्वत:ची वैशिष्ट्यपूर्ण ओळख निर्माण केली.

दिल्लीतील पत्रकारांचाही दिल्ली टाइम्सला मिळालेला प्रतिसाद उत्साहवर्धक होता, असे उमेश आनंद यांनी आठवणींना उजाळा देत सांगितले. ते म्हणाले, 'वेगळ्या व चमकदार शीर्षकांमुळे वाचकांचे लक्ष त्याकडे वेधले जात होते. त्यात एक प्रकारची गंमत होती आणि त्या भावना चेतवणाऱ्या होत्या. प्रत्येक वृत्तपत्रामध्ये महानगरांसाठीचा वेगळा विभाग, पुरवणी असली पाहिजे, ही टाइम्स ऑफ इंडियाची भूमिका योग्य असल्याचे त्याला मिळालेल्या प्रतिसादातून सिद्ध झाले.'

परंतु, त्यापेक्षाही दिल्ली टाइम्सला मिळालेला जाहिरातदारांचा प्रतिसाद प्रचंड होता. विरोधी वृत्तपत्रांनाही त्याची दखल घ्यावी लागली. हिंदुस्थान टाइम्सच्या विपणन विभागाचे एक वरिष्ठ व्यवस्थापक म्हणाले, 'दिल्ली टाइम्स ही टाइम्स ऑफ इंडियाने रचलेली एक अतिशय बुद्धिमान चाल होती. त्यामुळे दिल्लीतील लहान जाहिरातदारांवर मोठा प्रभाव पडला आणि त्यातला मोठा वर्ग त्याने आमच्यापासून हिसकावून घेतला. या पुरवणीमुळे टाइम्सला स्वतंत्रपणे जाहिराती मिळू लागल्या. त्याने या पुरवणीचे स्वरूप जाहिरातदारांच्या ती आवाक्यात राहील असे ठेवले आणि त्याचा बाजारपेठेतील स्पर्धेवर मोठा परिणाम झाला. दिल्ली

टाइम्सकडे किरकोळ विक्रीच्या व लहान जाहिरातदारांचा ओघ वळल्याने आम्ही अडचणीत आलो. त्याचे दृश्य परिणाम आम्हाला जाणवत होते. त्यानंतर सर्वच प्रमुख वृत्तपत्रांनी लहान जाहिरातदारांकडे विशेष लक्ष द्यायला सुरुवात केली. त्यामुळे आता सर्वच वृत्तपत्रांच्या स्थानिक पुरवण्या प्रसिद्ध होतात.'

दिल्ली टाइम्समुळे प्रतिस्पर्धी वृत्तपत्रांवरचा दबाव वाढला. स्थानिक जाहिरातदारांना आपल्याकडे टिकवून ठेवण्यासाठी त्यांनाही स्थानिक पुरवण्या सुरू करणे भाग पडले. त्यामुळे जास्त पानांची छपाई करणे त्यांना आवश्यक ठरले. त्याचबरोबर या पुरवण्यांमधल्या जाहिरातींचे दर कमी ठेवणेही त्यांना गरजेचे होते. त्याचा दुहेरी परिणाम झाला. *हिंदुस्थान टाइम्स*वर त्याचे दडपण आल्याने त्यालाही शहरासाठी वेगळी पुरवणी प्रसिद्ध करणे भाग पडले. त्यामुळे लहानसहान जाहिरातींवर अवलंबून असलेल्या दिल्लीतल्या इतर छोट्या वृत्तपत्रांवर त्याचा परिणाम झाला. ती बाजारपेठेतून हद्दपार झाली. या सर्वांतून *टाइम्स ऑफ इंडिया*ला दिल्लीत आपले स्थान आणखी मजबूत करायला वाव मिळाला.

उमेश आनंद म्हणाले, 'लोकांनी सुरुवातीला दिल्ली टाइम्सची खिल्ली उडवली. मात्र, ग्लॅमर किंवा झगमगत्या दुनियेबद्दल लिहिणे वाईट नाही, त्यात काही चुकीचे नाही, हेही लोकांच्या लक्षात आले.' मुंबईत बॉंबे टाइम्सला अशाच तऱ्हेचे यश मिळाले. सुरुवातीला ती आठवड्याने प्रसिद्ध होत होती. नंतर मंगळवार आणि शुक्रवार असे आठवड्यातून दोन दिवस ही पुरवणी प्रसिद्ध होऊ लागली. नंतर आठवड्यातून तीन दिवस आणि सरतेशेवटी ती रोज प्रसिद्ध होऊ लागली. त्या वेळी ही पुरवणी स्वतःच्या पायावर उभी राहिली होती आणि तिच्याकडे स्वतःचा असा जाहिरातदारांचा वर्ग निर्माण झाला होता.

दिल्ली टाइम्स आणि बॉंबे टाइम्समध्ये 'पेज थ्री' सुरू होण्यामागचा किस्साही रंजक आहे. प्रदीप गुहा यांनी त्यासंबंधी माहिती दिली. ते म्हणाले, 'या पुरवण्या प्रस्थापित करण्यासाठी आम्ही सर्व प्रकारचे प्रयत्न करत होतो. या पुरवणीत लोकांना आवडेल असा रंजक मजकूर भरपूर प्रमाणात असावा, असे मला वाटत होते. परंतु, पान एक आणि शेवटच्या पान आठवर जाहिरातींचे प्रमाण जास्त असल्याने त्याला मर्यादा होत्या. दोन आणि चार क्रमांकाची पाने कृष्णधवल होती. मला आकर्षक आणि रंजक बातम्या छापण्यासाठी एक पूर्ण पान हवे होते. त्यामुळे उजवीकडचे पहिले पान, ज्याकडे वाचकांचे लक्ष सहजपणे जाते, असे पुरवणीतले तिसरे पान आम्हाला सर्व दृष्टीने योग्य वाटले. पुरवणी उघडल्यानंतर समोर येणारे ते पहिले पान होते. त्यावर आम्ही लक्ष केंद्रित करण्याचे ठरवले.'

त्या दृष्टीने या पानाची वेगळी ओळख निर्माण करण्याचे प्रयत्न झाले. गुहा म्हणाले, 'आम्ही या पानावर 'पेज थ्री' असेच लिहिले, त्या मागे निश्चित विचार होता. सहज लक्ष वेधून घेईल आणि वाचकांना उत्तेजित करेल, असा मजकूर आम्ही त्यावर द्यायला सुरुवात केली. या पानावर आम्ही मनोरंजन क्षेत्रातल्या बातम्या आणल्या. विविध क्षेत्रांतल्या मान्यवर सेलिब्रिटीजना आम्ही त्यावर स्थान दिले. हे पान अतिशय रंगीत आणि सळसळते करण्यात आले. अर्थातच त्यावर पुरेशा जाहिरातीही होत्या. त्यातून 'पेज थ्री' नावाची संकल्पना उदयाला आली. खरे तर ही छपाईसाठीची तांत्रिक सोय म्हणून सुरू करण्यात आले होते. त्याचा नवा ब्रँड तयार झाला.'

सॅटरडे टाइम्स आणि दिल्ली टाइम्सच्या यशातून बेनेट, कोलमन आणि कंपनीला यशाचा एक मंत्र गवसला. विशिष्ट सूत्र निश्चित करून, त्याच्याभोवती आशयाची मांडणी करा आणि त्या विषयाशी संबंधित जाहिरातदारांना त्याच्याकडे आकर्षित करा, असे हे साधे सूत्र होते. सॅटरडे टाइम्सच्या बाबतीत राहणीमानाशी संबंधित आणि उच्च प्रतीच्या उत्पादनांची जाहिरातदारांची बाजारपेठ होती. तर दिल्ली टाइम्समुळे स्थानिक जाहिरातदारांना आपल्याकडे वळवण्यात टाइम्सला यश आले.

टाइम्स समूहाने एज्युकेशन टाइम्सच्या प्रयोगातून हे सूत्र शिक्षण क्षेत्रासाठी यशस्वीरीत्या राबवले. शैक्षणिक संस्था, त्यांचे विविध अभ्यासक्रम व करियरच्या संधी अशा विषयांभोवती ही पुरवणी बांधण्यात आली. त्यातून *टाइम्स ऑफ इंडिया*ला आणखी तरुणांना स्वत:कडे आकर्षित करता आले. या विशिष्ट वाचकवर्गाला राजकारण, सरकारी धोरण यामध्ये फारसा रस नव्हता. परंतु, शिक्षणाशी संबंधित विषयांमुळे नवा वाचकवर्ग टाइम्सशी जोडला गेला. एज्युकेशन टाइम्सने शिक्षण क्षेत्रातील जाहिरातदारांनाही त्यांच्या अपेक्षित लक्ष्य गटापर्यंत पोचण्याची संधी उपलब्ध करून दिली.

*हिंदुस्थान टाइम्स*च्या जास्त खपामागचे एक कारण त्यातील जाहिरातींचे मोठे प्रमाण हे असल्याचे *टाइम्स ऑफ इंडिया*ला ठाऊक झाले होते. अनेक जण हे वृत्तपत्र मुख्यत: जाहिरातींसाठी विकत घेत असत आणि बातम्या व इतर संपादकीय मजकुरावर धावती नजर टाकत असत. त्यामुळे या जाहिरातदारांना आकर्षित करण्यासाठी *टाइम्स ऑफ इंडिया*ने सर्वशक्तिनिशी प्रयत्न सुरू केले. त्यातला एक

प्रयत्न छोट्या आणि वर्गवारी केलेल्या 'क्लासिफाइड' जाहिरातींचा होता. *टाइम्स ऑफ इंडिया*ची दिल्लीतली ताकद कमी होती. त्यामुळे सुरुवातीला टाइम्सच्या देशभरातील सर्व इंग्रजी प्रकाशनांमधील छोट्या जाहिराती दिल्ली आवृत्तीत दर रविवारी मोफत प्रसिद्ध करण्यात येऊ लागल्या. त्याचा या संबंधित जाहिरातदारांना तर फायदा झालाच, पण एवढ्या मोठ्या प्रमाणावरील एकत्रित छोट्या जाहिरातींमुळे स्थानिक छोट्या जाहिरातीही मिळण्यास सुरुवात झाली. तसेच, वाचकांवरही त्याचा सकारात्मक परिणाम होऊन वाचक वाढले. वाढलेल्या वाचकसंख्येमुळे पुन्हा जाहिराती वाढल्या. या प्रयोगामुळे *टाइम्स ऑफ इंडिया*च्या दिल्ली आवृत्तीने छोट्या जाहिरातींच्या बाबतीत तीन महिन्यांतच *हिंदुस्थान टाइम्स*ला मागे टाकले.

माध्यमांचे अभ्यासक सुशील पंडित यांनी जाहिरात क्षेत्रात घडलेल्या या संघर्षाबद्दल माहिती दिली. 'दिल्लीतील जाहिरातींच्या विविध प्रकारांमध्ये *हिंदुस्थान टाइम्स*चे संपूर्ण वर्चस्व आणि दबदबा होता. तो मोडून काढण्यासाठी *टाइम्स ऑफ इंडिया*ला खूप संघर्ष करावा लागल्याचे मत त्यांनी नोंदवले. अगदी श्रद्धांजलीपर संदेशांच्या जाहिरातींमध्येही या दोन वृत्तपत्रांमध्ये चुरस लागली होती, असे त्यांनी सांगितले.

निधनाच्या व संबंधित धार्मिक कार्यक्रमांची माहिती नातलग, मित्रमंडळींना कळावी, यासाठी इंग्रजी वृत्तपत्रांमध्ये 'ओबिच्युरी' नावाने जाहिराती प्रसिद्ध होतात. त्याविषयी पंडित म्हणाले, 'दिल्लीत *हिंदुस्थान टाइम्स*ची जाहिरातींच्या या वर्गवारीत अनेक वर्षांपासून आघाडी होती. या प्रकारच्या जाहिराती आपल्याकडे याव्यात, यासाठी *टाइम्स ऑफ इंडिया*ने मृतांच्या कुटुंबीयांकडे शोकसंदेशही पाठवायला सुरुवात केली. या एका गोष्टीवरूनही टाइम्स अशा जाहिराती मिळवण्यासाठी किती धडपडत होते, हे लक्षात येईल. अर्थात, अशा जाहिराती मिळवण्यात आणि शहरातील नागरिकांच्या जीवनात अशा प्रकाराने सहभागी होणे, यात काही गैर नाही. परंतु, टाइम्सला जाहिराती मिळवण्यासाठी अशा प्रकारचे प्रयत्न करावे लागले, हे लक्षात घेणे आवश्यक आहे.'

*हिंदुस्थान टाइम्स*चे जाहिरातींच्या या वर्गवारीतील वर्चस्व मोडून काढण्यासाठी टाइम्सने श्रद्धांजलीपर संदेशांच्या जाहिराती मोफत छापण्यास सुरुवात केली, याकडेही पंडित यांनी लक्ष वेधले. अशा जाहिरातींकडे लोकांचे लक्ष असते आणि त्यांना वाचकांच्या भावविश्वात महत्त्वाचे स्थान आहे, हे टाइम्सच्या लक्षात आले. त्यामुळे अशा जाहिराती मिळवण्यासाठी टाइम्सने प्रदीर्घ काळ प्रयत्न केले. त्यामुळे नव्वदीच्या दशकाच्या उत्तरार्धात *टाइम्स ऑफ इंडिया*ला प्रतिस्पर्धी दैनिकांच्या

तुलनेत बऱ्या प्रमाणात या जाहिराती मिळू लागल्या. त्यावर टिपण्णी करताना पंडित म्हणाले, '*टाइम्स ऑफ इंडिया* आणि *हिंदुस्थान टाइम्स* या वृत्तपत्रांमध्ये श्रद्धांजलीपर जाहिराती आपल्याकडे खेचण्यासाठी प्रदीर्घ काळ संघर्ष झाला. जाहिरातींच्या सर्वच प्रकारांमध्ये दोन्ही वृत्तपत्रांमध्ये हिरीरीची स्पर्धा जुंपली होती. हा संघर्ष अटीतटीचा होता.'

श्रद्धांजलीपर जाहिरातींच्या स्पर्धेत उतरण्यापूर्वी *टाइम्स ऑफ इंडिया* ने रोजगारविषयक जाहिरातींच्या बाबतीतही स्वतःची वेगळी ओळख प्रस्थापित करण्याचे प्रयत्न केले. रोजगारविषयक जाहिरातींशी अनेक सकारात्मक बाबी जोडलेल्या आहेत. पहिली गोष्ट म्हणजे या जाहिरातींमध्ये वृत्तपत्रांना उत्पन्नाची मोठी संधी आहे. अपेक्षित आणि योग्य लक्ष्य वाचकगट मिळणार असेल, तर त्यासाठी जादा पैसे मोजण्याची अशा जाहिरातदारांची तयारी असते. शिवाय या जाहिरातींचा वाचकांची संख्या वाढण्यासाठीही फायदा होता. नोकरीच्या शोधात असलेले, नोकरी बदलण्याच्या मनःस्थितीत असलेले, आणखी पैसा किंवा पदोन्नतीची संधी असलेले रोजगार मिळवण्यासाठी लोक आसुसलेले असतात. अशा वाचकांचा मोठा वर्ग त्यासाठी वृत्तपत्र विकत घेत असतो. एखादा उद्योग किंवा संस्थेच्या त्या वेळच्या हालचाली, भावी योजना याचा अंदाज येण्यासाठीही अशा जाहिराती उपयुक्त असतात. त्यातून समव्यावसायिकांमध्ये उत्सुकता वाढते. एकंदर विचार करता अशा प्रकारच्या जाहिरातींचा वाचकसंख्या वाढवण्यासाठी वृत्तपत्रांना निश्चितच फायदा होतो.

*टाइम्स ऑफ इंडिया*ने बाजारपेठेतील अशा जाहिरातींवर लक्ष केंद्रित करण्याचे ठरवले. त्यासाठी नोकरी/नियुक्ती आणि रोजगारासंबंधी आठवड्यातून एक पान सुरू करण्यात आले. आठवड्यातून एकदा किंवा दोनदा ते प्रकाशित होत असे. नंतर आठवड्यातून चार पाने छापण्यास सुरुवात झाली. त्यानंतर 'अॅसेंट' नावाने स्वतंत्र पुरवणीच प्रसिद्ध करण्यास टाइम्सने सुरुवात केली. नोकऱ्या व रोजगार संधीविषयीच्या जाहिराती आणि पूरक संपादकीय मजकूर असे त्याचे स्वरूप होते. ही पुरवणी पहिल्यांदा चार पाने, नंतर आठ, सोळा अशी वाढत कधीतरी चोवीस पानांपर्यंतही वाढत गेली.

या पानांवर किंवा पुरवणीत सुरुवातीला जाहिरातींची संख्या वाढावी, या उद्देशाने जाहिरातदारांना मोठ्या प्रमाणावर सवलतीही देण्यात आल्या. या टप्प्यावर अशा जाहिरातींमधून जास्त पैसा मिळवण्याऐवजी वृत्तपत्रांमध्ये अशा जाहिरातींचा ओढा वाढावा, असेच प्रयत्न अधिक होते. नोकरी, रोजगाराच्या शोधात असलेल्यांना

योग्य संधी मिळण्याचे आणि भरती करू इच्छिणाऱ्यांना जाहिरातीला योग्य प्रतिसाद मिळण्याचे व्यासपीठ म्हणून ही पुरवणी एक विश्वासार्ह व्यासपीठ बनली.

सुरुवातीला सवलतीच्या दरांमधील जाहिरातींमुळे ॲसेंट पुरवणीला तोटा सहन करावा लागला. परंतु, *टाइम्स ऑफ इंडिया*ने हा प्रयत्न सुरूच ठेवला. तोटा सहन करूनही विरोधी, प्रतिस्पर्धी वृत्तपत्रांकडून असा जाहिरातदार वर्ग स्वत:कडे वळवणे, असा हेतू होता. तसेच, जाहिरातदारांसाठी एक विश्वासार्ह पर्याय म्हणून आपल्या वृत्तपत्राची प्रतिमा उभी करण्याचा टाइम्सचा प्रयत्न होता. एकदा पुरेशा आणि विशिष्ट प्रमाणात या जाहिराती मिळू लागल्या की, प्रतिस्पर्धी वृत्तपत्राप्रमाणे आपल्यासाठीही लाभाचे चक्र फिरू लागेल, अशी आशा टाइम्सला होती. त्याचबरोबर बेनेट, कोलमन आणि कंपनीकडे अशा प्रयोगासाठी भरपूर पैसा होता आणि धोका पत्करण्याची तिची तयारी होती.

अपेक्षेप्रमाणे लवकरच ॲसेंट पुरवणीकडे जाहिरातींचा ओघ सुरू झाला. देशात सॉफ्टवेअर क्षेत्राची वेगवान घोडदौड सुरू झाली, त्यामुळे रोजगार संधींच्या पानांसाठी मोठी बाजारपेठ उपलब्ध झाली. *टाइम्स ऑफ इंडिया* या संधीचे सोने करण्याच्या स्थितीत होता. कालांतराने ॲसेंट पुरवणी रंगीत छापण्यास सुरुवात झाली. रोजगारविषयक जाहिराती देणारे आणि अशा संधींच्या शोधात असणारे या दोन्ही घटकांमध्ये ॲसेंट पुरवणीची ओळख घट्ट झाल्यानंतर टाइम्सने त्यातील जाहिरातींचे दर वाढवायला सुरुवात केली. इतकेच नव्हे, तर या जाहिरातींसाठी जादा पैसे आकारण्यासही त्याने सुरुवात केली.

टाइम्सच्या ॲसेंट पुरवणीच्या यशाची दखल घेऊन *हिंदुस्थान टाइम्स* नेही 'एचटी होरायझन्स' नावाने रोजगारविषयक पुरवणी सुरू केली. *हिंदुस्थान टाइम्स* च्या एका वरिष्ठ विपणन व्यवस्थापकांनी नाव न सांगण्याच्या अटीवर मला माहिती दिली की, '*टाइम्स ऑफ इंडिया* ने ॲसेंट सुरू करण्याच्याही आधी *हिंदुस्थान टाइम्स* ने एचटी एनहान्स नावाने पुरवणी सुरू केली होती. तिचे स्वरूप या पुरवणीसारखेच होते. परंतु त्याची योग्य प्रसिद्धी करण्यात आली नाही. टाइम्सने मात्र ॲसेंट यशस्वी करण्यासाठी सर्व शक्ती पणाला लावली. त्यामुळे काय परिणाम झाला ते तुम्ही पाहताच आहात.' शेवटचे वाक्य सांगताना त्यांनी विषादाने आपले खांदे उडवले.

दिल्ली टाइम्स काय किंवा ॲसेंट काय या पुरवण्यांच्या यशामागे बेनेट, कोलमन आणि कंपनीच्या विपणन व विक्री विभागातील प्रत्यक्ष काम करणारी आक्रमक आणि उत्साही टीम होती. विशिष्ट ओळख असलेले हे ब्रँड फक्त तयार केले आणि त्याकडे नंतर दुर्लक्ष झाले, असे घडले नाही. टाइम्सचे प्रतिनिधी पुढाकार घेऊन

वाचक, जाहिरातदारांपर्यंत पोचले, कंपनीच्या प्रकाशनांबाबत त्यांना जागृत केले आणि त्यांना खरेदीसाठी किंवा जाहिराती देण्यासाठी त्यांनी प्रवृत्त केले. वाचक आणि जाहिरातदारांमध्ये या ब्रँडचा ठसा उमटवण्यासाठी त्यांनी एकाग्रतेने प्रयत्न केले.

बेनेट, कोलमन आणि कंपनीने पुरवण्यांची एक मालिकाच सुरू केली आणि त्याला विपणन–विक्री विभागाचा भरभक्कम पाठिंबा दिला, असे म्हणता येईल. हे अगदी खरे आहे. त्याचबरोबर टाइम्स समूहातील वृत्तपत्रांमधील संपादकीय आशयात झालेला बदल आणि अशा पुरवण्यांमागे एक निश्चित अशी दिशा आणि एकसंघ विचारप्रक्रिया होती, असेही म्हणता येईल.

वृत्तपत्रांमधील वार्तांकन, मते, विश्लेषण या सर्वांच्या केंद्रस्थानी अनेक वर्षे प्रस्थापित व्यवस्थाच होती. बहुतांश बातम्या आणि लेख सरकारच्या घोषणा आणि योजनांची अंमलबजावणी यासंबंधीच असे. राजकारण आणि त्यातील वादविवादांनीच वृत्तपत्रांचे रकाने भरलेले असत. उद्योगजगताचे वार्तांकन करतानाही त्याचा भर कंपन्यांकडून जाहीर होणारी निवेदने किंवा मुख्य कार्यकारी अधिकाऱ्यांच्या घोषणा आदींना महत्त्व दिले जात असे. याचा अर्थ असा नाही की, वृत्तपत्रे प्रस्थापितांच्या बाजूने उभी होती किंवा ती अधिकाऱ्यांचेच म्हणणे प्रमाण मानत होती. सरकार, प्रस्थापित व्यवस्था आणि अधिकृत सूत्रांकडूनच मिळालेल्या माहितीवर वृत्तपत्रे विसंबून होती, एवढेच इथे म्हणायचे आहे. सर्वच प्रादेशिक, भाषिक आणि विचारसरणीच्या वृत्तपत्रांमध्ये प्रस्थापितांना असे झुकते माप मिळत होते किंवा त्यांना जास्त महत्त्व दिले जात होते. प्रस्थापितविरोधी माध्यमांचे वार्तांकनही विरोधाभासाने का होईना प्रशासन आणि सरकारी यंत्रणांच्या घोषणा व कृतीभोवती फिरत होते.

वृत्तपत्रांमधील वार्तांकन आणि विश्लेषणात प्रस्थापितांना मिळालेले असे अवाजवी महत्त्व समीर जैन यांना कमी करायचे होते. वृत्तपत्रांच्या वार्तांकनात नागरिक आणि ग्राहक केंद्रस्थानी असले पाहिजेत, अशी त्यांची धारणा होती. त्याचा एक अर्थ वृत्तपत्रांतील राजकारण आणि राजकारण्यांना देण्यात येणारी जागा कमी करणे असा होता. सरकारी योजना आणि राजकीय भाषणे द्यायचीच असतील, तर तीसुद्धा सामान्य नागरिक किंवा ग्राहकाच्या दृष्टिकोनातून देण्यात यावीत, असे त्यांचे म्हणणे होते.

विजय जिंदाल त्याविषयी म्हणाले, ‘समीर जैन सार्वजनिक व्यासपीठांना प्रस्थापित व्यवस्थेविरुद्धचा पर्याय मानत होते. ब्रिटिश माध्यमे ज्याचे वर्णन प्रस्थापितविहीन यंत्रणा (डिसएस्टॅब्लिशमेंट) करत होते, तशी यंत्रणा त्यांना अपेक्षित होती.’ त्याचबरोबर सरकारच्या धोरणात एखादा बदल झाल्यास त्याचे वार्तांकन सरकारी परिभाषा टाळून सहज सोप्या भाषेत करण्यात यावे आणि वाचकांना त्याचे संदर्भ उलगडून सांगण्यात यावेत, अशी समीर यांची अपेक्षा होती. तसेच, या धोरणाचा नागरिकांशी असलेला संबंध समजावून सांगण्याची भूमिकाही त्यांना अपेक्षित होती. हे लक्षात घेतले, तर सरकार किंवा प्रशासनाला प्राधान्य देण्याऐवजी वाचकांचे सबलीकरण करण्याचा समीर जैन यांचा दृष्टिकोन ध्यानात येतो.

हा खरोखरच एक क्रांतिकारक बदल होता. वृत्तपत्रे आणि माध्यमे राजकारण, राजकारणी आणि त्यांची भाषणे यांनाच सर्वाधिक जागा देत होते, हे सत्य कोणालाही नाकारता येणारे नव्हते. राजकारणी आणि प्रशासनावर माध्यमांमधून प्रसंगोपात टीका झाली, तरी ती संपादकीय पानांपुरती मर्यादित होती. मात्र, दररोज सकाळी प्रसिद्ध होणाऱ्या वृत्तपत्रांमध्ये नेत्यांची भाषणे आणि विचार जसेच्या तसे देण्याचाच बहुतांशी प्रयत्न होत असे. त्याचबरोबर सरकारची कामगिरी आणि त्याच्या उपक्रमांची माहिती वृत्तपत्रे ठळकपणे प्रसिद्ध करणार, हे सरकारनेही गृहित धरले होते.

समीर जैन यांना हे चित्र बदलायचे होते आणि बातम्यांचा नवा प्राधान्यक्रम त्यांना तयार करायचा होता. त्यासाठी ज्याच्या आधारावर बातम्यांची निवड होते, ती बातमीमूल्येही बदलायला हवी होती. त्यांच्या मते वृत्तदालनात ज्या घडामोडींना सवयीने महत्त्वाच्या बातम्यांचे स्थान दिले जाते, तेवढे स्थान आणि प्रसिद्धी देण्याची त्यांची योग्यता नसते. आपल्या वृत्तपत्रांमध्ये अशा बातम्यांऐवजी वाचकांना अधिक जवळच्या वाटू शकणाऱ्या, त्यांच्याशी नाते जोडणाऱ्या बातम्यांना स्थान मिळाले पाहिजे, असा त्यांचा आग्रह होता.

उदाहरणार्थ, विरोधकांवर टीका करणाऱ्या नेत्याच्या भाषणापेक्षा एखाद्या नागरिकाने सुरू केलेला महत्त्वाचा उपक्रम किंवा क्रीडा क्षेत्रातली राष्ट्रीय पातळीवरची एखादी बातमी पान एकसाठी अधिक योग्य असू शकते. बातम्यांचा प्राधान्यक्रम ठरवण्याची पत्रकारांची आणि त्यामुळे वाचकांचीही एक ठराविक चाकोरी तयार झाली आहे. त्यामुळे काही घटना-घडामोडी आपोआपच बातम्या मानल्या जातात. याच्या उलट काही घटना-घडामोडींकडे बातम्या म्हणून पाहिलेच जात नाही. बातम्यांचा प्राधान्यक्रम ठरवणारा हा त्रिकोण उलटा करण्याची समीर जैन यांची इच्छा होती.

यापुढे वाचकांना केवळ 'माहिती होणे महत्त्वाचे' यापुरती बातमीची व्याख्या मर्यादित ठेवणे समीर जैन यांना पसंत नव्हते. तर वाचकांना 'उपयोगी ठरू शकणारी माहिती' किंवा त्यांना 'मजा वाटेल, आनंद देईल अशी माहिती' म्हणजे बातमी असा बदल त्यांना अपेक्षित होता. उदाहरणार्थ, स्थानिक बातम्यांना जास्त महत्त्व देण्याच्या आग्रहामागे त्यांची हीच भूमिका होती. दूरच्या एखाद्या देशातील घातअपघातापेक्षा किंवा गोळीबारापेक्षा आपल्या शहरातल्या किंवा परिसरातल्या समस्यांसंबंधीच्या बातम्या वाचकांच्या भावविश्वाला किमान स्पर्श तरी करू शकतात, असे त्यांचे म्हणणे होते.

वृत्तपत्र अधिक जिवंत करताना त्यातील आशय हलकाफुलका ठेवण्याचे जाणीवपूर्वक प्रयत्नही टाइम्स समूहाने केले. वृत्तपत्रांतून वाचकांमध्ये आनंदाची भावना पसरेल असे प्रयत्न करण्यात आले. विशेषत: जीवनशैलीविषयक पुरवण्यांमध्ये त्यावर भर देण्यात आला. त्यामागे अर्थातच विपणन व विक्री विभागाने केलेल्या सूचना होत्या. या विभागाच्या मते वृत्तपत्रातील सकारात्मक आणि उत्साहवर्धक बातम्या व लेखांमुळे वाचकांमध्येही आपले जगणे सुस्थितीत असल्याची भावना निर्माण होते. जगात इतक्या जर चांगल्या गोष्टी घडताहेत, तर आपणही आपल्या जगण्यावर नियंत्रण मिळवू शकू आणि आनंदाने जगू शकू, असा विश्वास वाचकांच्या मनात जागा होतो. या भावनेमुळे वाचकांच्या मनातील महत्त्वाकांक्षांनाही खतपाणी मिळते आणि ते खरेदीसाठी जास्त उत्सुक होतात, असेही विपणन विभागाला वाटत होते.

प्रदीप गुहा त्या मागचा विचार स्पष्ट करताना म्हणाले, 'आम्ही वृत्तपत्रांच्या रकान्यांमधून आणि पुरवण्यांमधून उत्साही आणि आनंदी व्यक्तींच्या प्रतिमा वाचकांपुढे उभ्या केल्या. त्यातून उत्साही आणि आशादायक वातावरणाची निर्मिती होण्यास चालना मिळाली. जाहिरातदारांना त्याचे महत्त्व निश्चितच माहिती होते. कारण निराश वातावरणाचा खरेदीदारांवर वाईट परिणाम होतो, हे त्यांना ठाऊक होते.'

'गोल्फ खेळाडू, फॅशन डिझायनर, समाजमान्य व्यक्ती, चित्रपटांमधील तारेतारका, मुंबई-दिल्लीतील फार प्रसिद्ध नसलेले परंतु प्रतिभावान कलाकार आदींना आमच्या वृत्तपत्रांमध्ये स्थान दिले. त्यांच्या सहभागातून समारंभ, सोहळ्यांचे आयोजन आम्ही केले. त्यातून बरेच काही चांगले घडते आहे, अशी भावना निर्माण करण्याचा आमचा प्रयत्न होता. *टाइम्स ऑफ इंडिया* या प्रयत्नांच्या मध्यभागी होता', असे गुहा यांनी पुढे सांगितले. ही निश्चितच विपणन विभागाची एक चतुर

खेळी होती. पण त्यातून आनंदाचे आणि उत्साहाचे वातावरण निश्चितच तयार झाले.

रोजचे वास्तव कोणतीही मोडतोड न करता वाचकांपुढे ठेवतानाही त्यांच्यामध्ये आशावाद रुजवण्याची जबाबदारीही वृत्तपत्रांवर आहे. मध्यमवर्गीय वाचकांसाठी क्रीडा, जीवनशैली, फुरसतीच्या वेळातील वाचन व उपक्रम या गोष्टींना महत्त्व असते. या गोष्टींना वृत्तपत्रांमधूनही योग्य महत्त्व मिळाले पाहिजे, अशीही त्यांची अपेक्षा असते. या दृष्टीने विचार करता शहरी भागातील वाचकांसाठी शेती आणि त्यासंबंधित विषय तितके महत्त्वाचे राहत नाहीत. देशाच्या विकासात आणि अर्थव्यवस्थेत शेतीचे, कृषीक्षेत्राचे स्थान निश्चितच महत्त्वाचे आहे. परंतु, नागरी भागातील वृत्तपत्रांचा बातम्यांचा अग्रक्रम ठरवताना ते खालच्या स्थानावर जाते, हेही वास्तव आहे.

टाइम्स समूहाने केलेल्या अशा बदलांमुळे खळबळही उडाली आणि काहीशी अस्वस्थताही निर्माण झाली. हा बदल केवळ बातम्यांच्या निवडीपुरता मर्यादित नव्हता. बातमीदारीकडे नव्या भूमिकेतून पाहणे आणि तसे लेखन करणे, हा बदलही त्यात अपेक्षित होता. त्याचबरोबर आपण जनमत घडवणारे आहोत आणि वाचकांना राष्ट्रीय महत्त्वाच्या विषयांवर प्रवचन झोडण्याचा आपल्याला हक्क आहे, अशा पत्रकारांच्या स्वतःविषयीच्या प्रतिमेलाही त्यामुळे धक्का बसला.

अशा बदलांबाबत गैरसमज निर्माण होणे किंवा त्याचे महत्त्वच लक्षात न येणे सहज शक्य होते. अनेकांनी या बदलांकडे जाहिरातदारांच्या हितसंबंधांची जपणूक करण्याचा प्रयत्न म्हणून पाहिले. 'लोकांचे खरे प्रश्न वृत्तपत्रांमधून तूर्त बाजूला ठेवा आणि त्या जागी नव्या चमकदार व भविष्योन्मुख प्रवाहांची पेरणी करा, वृत्तपत्रांची पाने सजवा आणि आकर्षक बनवा, तरुण आणि समृद्ध वर्गाला आपल्या वृत्तपत्राकडे आकर्षित करा, त्यामुळे जाहिरातदारांना या वर्गाशी संवाद साधणे शक्य होईल', असा त्यांच्या म्हणण्याचा सारांश होता. त्यात तथ्यांशही होता. *टाइम्स ऑफ इंडिया* हे जाहिरातदारांसाठी योग्य प्रकारचे वाचक व पर्यायाने ग्राहकगट एकत्रित करण्याचा प्रयत्न करत होते. त्यासाठी काही नवे विषय या वृत्तपत्रात आले. पण त्याच वेळी काही देशाच्या दृष्टीने महत्त्वाचे असलेले, परंतु कदाचित या नागरी उच्चभ्रू वर्गाला फारशी रुची नसलेले विषय वृत्तपत्रातून बाहेर फेकले गेले.

पण हेही एका मोठ्या समग्र चित्राचा केवळ एक भाग होते. देशात आणि जगभरात त्या वेळी घडत असलेल्या मोठ्या घटनांमुळे सरकार आणि प्रस्थापित यंत्रणांबद्दल अविश्वासाचे वातावरण निर्माण होत होते. हे एका अर्थाने या यंत्रणांबद्दलच्या

विश्वासार्हतेचे संकट होते. जागतिक पातळीवर अतिशय वेगाने घटना घडत होत्या. बर्लिनची भिंत कोसळण्याचा आणि दोन तुकड्यांमध्ये विभागलेला जर्मनी एकत्र येण्याचा हा काळ होता. सरकार आणि प्रस्थापित व्यवस्थांची गंभीर चिकित्सा तेव्हा सुरू झाली होती. पारंपरिक शासनव्यवस्थेवरचा नागरिकांचा विश्वास उडत चालला होता. त्यांना कारभारात पारदर्शकता हवी होती आणि नागरिकांकडेही काही अधिकार असले पाहिजेत, अशी मागणी ते करत होते.

या काळात भारतातील शहरांमध्येही नवे मंथन घडत होते. सरकारच्या गरीबी हटावच्या निव्वळ घोषणा आणि समाजवादी विचारांच्या आवाहनाला शहरी मध्यम वर्ग कंटाळला होता. राज्ययंत्रणेच्या नेतृत्वाखाली विकास या संकल्पनेपुढे प्रश्नचिन्ह उभे राहिले होते. सरकारविरोधात असंतोष वाढत होता. त्याच वेळी जातवाद आणि जमातवादाच्या मुद्यांनी भारतीय राजकारणाला वेठीस धरले होते. त्यामुळेही मध्यम वर्गाच्या निराशेत भर पडली होती. अशा काळात आर्थिक सुधारणांचे पर्व सुरू झाल्याने लोकांचा- विशेषत: महानगरांमधील नागरिकांचा जगाकडे पाहण्याचा दृष्टिकोन बदलत होता आणि त्याच्या जोडीने त्यांचे प्राधान्याचे विषयही बदलत होते.

वृत्तपत्रांच्या आशयांमध्ये घडणारे बदल या सामाजिक व आर्थिक बदलांच्या बरोबरीने घडत होते. काही वेळा त्याचा अतिरेकही घडला. बातम्यांच्या जुन्या पारंपरिक ढाच्यापासून दूर होताना हे वृत्तपत्र काहीसे उथळही झाले होते. त्यात गांभीर्याचा अभाव होता. वाचकांशी नाते जोडा, या मंत्राची री ओढली जात असताना अनेक महत्त्वाचे मुद्दे मागे ढकलण्यात आले आणि त्यांचा आवाजच क्षीण झाला.

सुरुवातीला या वृत्तपत्राने कदाचित बदलांचे दुसरे टोक गाठले. परंतु, कालांतराने दोन्हींमध्ये समतोल साधण्याचा प्रयत्न *टाइम्स ऑफ इंडिया*ने केला. इतर वृत्तपत्रांनीही सुरुवातीला या दिशेने चालण्यास खळखळ केली. परंतु नंतर त्यांनीही हाच मार्ग धरला. जीवनशैली, प्रसिद्ध व्यक्ती, आवडीनिवडी व छंद अशा गोष्टी वृत्तपत्रांच्या वार्तांकनाचा एक भाग बनल्या. त्याचबरोबर नेत्यांची आणि अधिकाऱ्यांची भाषणे, मुलाखती स्टेनोग्राफरसारखी शब्दश: देण्यापेक्षा विश्लेषणात्मक बातमीदारीला महत्त्व आले.

टाइम्स ऑफ इंडिया आणि *हिंदुस्थान टाइम्स* या दोन्ही वृत्तपत्रांमध्ये काम केलेले वरिष्ठ विपणन व्यवस्थापक म्हणाले, '*टाइम्स ऑफ इंडिया* ने बदलत्या काळाची नाडी अचूक ओळखली आणि त्यानुसार स्वत:मध्ये बदल घडवले. त्याआधी सरकारी धोरणांच्या वार्तांकनालाच अवाजवी महत्त्व होते. वृत्तपत्रांच्या

पानांवर सगळीकडे राजकारणच राजकारण होते. त्याचा ओव्हरडोस झाला होता. त्यामुळे लोक वैतागले होते.'

टाइम्स ऑफ इंडिया ने वृत्तपत्र व्यवसायातील बदलांची चाहूल वेळीच ओळखली आणि त्यानुसार संपादकीय आशयात बदल केले, हे त्यांच्या एका प्रतिस्पर्धी प्रकाशकांनीही मान्य केले. ते म्हणाले, 'दिल्ली टाइम्स आणि बाँबे टाइम्स या दोन्ही पुरवण्या नाविन्यपूर्ण होत्या. वाचकांच्या आवडीनिवडी बदलत असल्याची दखल त्यांनी आमच्याही आधी घेतली.'

वृत्तपत्रांमधील संपादकीय आशय आणि तो मांडण्याची पद्धत बदलत असल्याची टीका करणे हे चुकीचे असल्याचे मत व्यक्त करून संबंधित प्रकाशक म्हणाले, 'एके काळी क्रीडाविषयक बातम्याही दुय्यम समजल्या जात होत्या. वृत्तपत्रांच्या पहिल्या पानावर त्या छापणे हे दर्जाला न शोभणारे मानले जात होते. त्यामुळे खेळांच्या बातम्या आतल्या पानातच कुठेतरी असायच्या. आता हे चित्र बदलले आहे.'

टाइम्स ऑफ इंडिया ने बाजूला ठेवण्यात आलेले अनेक विषयही प्रमुख वृत्तपत्रांच्या कक्षेत आणले. आधी चित्रपट, प्रेमकथा असे विषय फक्त भाषिक, प्रादेशिक वृत्तपत्रांपुरते मर्यादित होते. परंतु, काळाच्या ओघात ते मुख्य प्रवाहातील इंग्रजी वृत्तपत्रांचाही भाग बनले. आरोग्य आणि शारीरिक तंदुरुस्तीविषयीची जागरूकता हे विषयही आता बातम्यांचे विषय बनले.

समीर जैन यांनी दिल्लीत *हिंदुस्थान टाइम्स*ला टक्कर देण्यासाठी *टाइम्स ऑफ इंडिया*च्या संपादकीय आशयाकडे पाहण्याचा दृष्टिकोनच बदलला. त्याची उपयुक्तता काही वर्षांनी बेंगळुरूतील वाचक मिळवण्यासाठी झालेल्या प्रयत्नांमधूनही दिसून आली. टाइम्सच्या बेंगळुरू आवृत्तीशी त्या वेळी संबंध असलेल्या बाची करकारिया म्हणाल्या, '*टाइम्स ऑफ इंडिया*च्या बेंगळुरू आवृत्तीत स्थानिक बातम्यांचे महत्त्व आणखी ठळकपणे लक्षात आले. वाचकांना आकर्षित करण्यासाठी जवळीक या बातमीमूल्याचे अनेक पैलू आम्ही विचारात घेतले. त्यामुळे बेंगळुरूमध्ये आम्ही पूर्णपणे आणि शब्दश: स्थानिक बनलो. स्थानिक पातळीवरील सांस्कृतिक बातम्या आम्ही दिल्या. आम्ही शाळा, महाविद्यालयांना भेटी दिल्या. किरकोळ विक्रीच्या सर्व दुकानांशी आम्ही संपर्क साधला. त्यामुळे आठ महिन्यांतच टाइम्सचा खप तिप्पट झाला.'[९]

बेंगळुरू शहरात तिथल्या मध्यमवर्गात होत असलेल्या स्थित्यंतराशीही टाइम्सने जुळवून घेतले. हे कसे साध्य केले, याविषयी माहिती देताना करकारिया म्हणाल्या, 'जुन्या परंपरा, संस्कृती मागे पडत होती आणि नव्या संस्कृतीचा उदय होत होता.

अशा संधिकाळात निर्माण झालेली पोकळी भरून काढण्याचा प्रयत्न आम्ही केला. त्याचबरोबर आम्ही आता बातम्या विक्रेत्यांच्या दृष्टिकोनातून देण्यापेक्षा खरेदीदारांच्या दृष्टिकोनातून देण्यास सुरुवात केली. विविध वस्तू व सेवांचा प्रत्यक्ष उपयोग करणाऱ्यांचा दृष्टिकोन त्यातून व्यक्त झाला.'

टाइम्स ऑफ इंडिया ने दिल्लीमध्ये केलेले अनेक प्रयोग बेंगळुरू शहरात यशस्वीरीत्या राबवण्यात आले.

बेनेट, कोलमन आणि कंपनीने दिल्लीत आपले स्थान बळकट करण्यासाठी संपादकीय आशयातील बदल, नव्या पुरवण्या आणि आक्रमक विपणन धोरण अशा साधनांचा उपयोग केला. त्या जोडीलाच प्रत्यक्ष वाचकांपर्यंत पोचण्याचा प्रयत्नही *टाइम्स ऑफ इंडिया* ने वेगवेगळ्या पद्धतीने केला. *हिंदुस्थान टाइम्स* चा दिल्लीतला वाचकवर्ग मोठा होता आणि तो बऱ्याच प्रमाणात या वृत्तपत्राशी निष्ठा राखून होता. हे ध्यानात घेऊन टाइम्सने पहिल्यांदा दिल्लीभोवतीच्या बाजारपेठांमध्ये जम बसवण्याचा प्रयत्न केला. या बाजारपेठांवर मुख्यत: स्थानिक आणि भाषिक वृत्तपत्रांचे वर्चस्व होते. परंतु, बदलत्या काळानुसार या बाजारपेठांमध्येही इंग्रजी वृत्तपत्रांसाठीचा वाचकवर्ग तयार होत गेला. त्याची संख्याही आता लक्षणीय बनली होती. मात्र, दिल्लीतील प्रमुख इंग्रजी वृत्तपत्रांनी या वाचकवर्गाकडे म्हणावे तितके लक्ष दिले नव्हते.

या वाचकांपर्यंत पोचण्यासाठी प्रमुख वृत्तपत्रांना त्यांचे वितरणाचे जाळे मजबूत करण्याची आवश्यकता होती. तसेच, या बाजारपेठांमध्ये अंक वेळेत पोचण्यासाठी संबंधित आवृत्त्यांच्या निर्मितीचे आणि छपाईचे वेळापत्रकही काटेकोरपणे आखण्याची गरज होती. या बाजारपेठांमध्ये इंग्रजी वृत्तपत्रांचा वाचक वाढला होता, तरी त्यांच्यापर्यंत पोचण्यासाठी उभाराव्या लागणाऱ्या यंत्रणांच्या प्रमाणात ती संख्या अजूनही पुरेशी नव्हती. त्याचबरोबर या बाजारपेठांमधून जाहिरातींचे मिळू शकणारे उत्पन्नही कमी होते. त्यामुळे प्रमुख इंग्रजी दैनिकांनी दिल्लीवरच लक्ष केंद्रित केले होते.

दिल्लीभोवतीच्या या बाजारपेठांमधली इंग्रजी वृत्तपत्रांच्या संभाव्य वाचकांची भूक प्रमुख प्रादेशिक वृत्तपत्रे भागवत होती. दुसरा पर्याय हा दिल्लीतील प्रमुख इंग्रजी वृत्तपत्रांनी टपाल आवृत्तीसारख्या आधीच्या आवृत्त्या सुरू करण्याचा होता. परंतु, अशा आवृत्त्या दिल्ली शहरासाठीच्या मुख्य आवृत्त्यांच्या सावत्र भावंडासारख्या

दुर्लक्षित होत्या. अशा बहुतांश आवृत्त्या आदल्या दिवशीच्याच बातम्या थोडीफार ताजी माहिती देऊन छापल्या जात होत्या. या बाजारपेठांमधील स्थानिक विषयांकडे अशा आवृत्त्यांचे फारसे लक्ष नव्हते किंवा त्यांना त्याचे फारसे महत्त्व वाटत नव्हते.

टाइम्स ऑफ इंडिया च्या दिल्ली आवृत्तीला शहरालगतच्या परिसरात व बाजारपेठांमध्ये चांगला प्रतिसाद होता. अशा बाजारपेठांमध्ये वृत्तपत्राच्या वाढीला चांगली संधी असण्याची शक्यता त्यातून व्यक्त होत होती. त्यामुळे बेनेट, कोलमन आणि कंपनीने या बाजारपेठांमध्ये वितरित होणाऱ्या आधीच्या आवृत्त्यांमधला आशय सुधारण्यावर, त्याची निर्मिती अधिक चांगली होण्यावर लक्ष केंद्रित केले. त्यासाठी बातम्या देण्याच्या व छपाईच्या कालमर्यादा (डेडलाइन) लांबवण्यात आल्या. बातमीदारांना त्यांच्या बातम्या थोड्या आधीच देण्याच्या सूचना करण्यात आल्या. त्यामुळे अशा बातम्यांचा आधीच्या आवृत्त्यांमध्ये जास्त प्रमाणात समावेश होऊ लागला. जास्तीत जास्त ताज्या बातम्या या आवृत्त्यांमध्ये जाऊ लागल्या. या बाजारपेठांमधील वितरणाचे जाळेही मजबूत करण्यात आले.

टाइम्स ऑफ इंडिया च्या अशा प्रयत्नांमुळे या बाजारपेठांमधील त्याचे स्थान उंचावले. त्याच्या वाढीला वाव मिळाला. दुसरीकडे या बाजारपेठांमधील प्रादेशिक इंग्रजी वृत्तपत्रांचा बाजारपेठेवरील प्रभाव तोवर कायम राहिला होता, तरी भविष्यातील तीव्र स्पर्धेची त्यांना चाहूल लागली नाही. आता त्यांनाही स्वत:मध्ये बदल घडवण्याची निकड वाटू लागली. काळाच्या ओघात *टाइम्स ऑफ इंडिया*ने हळूहळू आपले स्थान बळकट करत नेले आणि दिल्लीभोवतीच्या अनेक बाजारपेठांमध्ये स्थानिक आवृत्त्या सुरू केल्या.

टाइम्स ऑफ इंडिया च्या दिल्ली आवृत्तीचे काही काळ निवासी संपादक राहिलेले ए. एन. सेन यांनी त्या वेळच्या आठवणींना उजाळा दिला. ते म्हणाले, 'चंडीगड, डेहराडून अशा केंद्रांकडे आम्ही जास्त लक्ष द्यायला सुरुवात केली. त्याचा आम्हाला फायदा झाला. *हिंदुस्थान टाइम्स* भोवतीचा वेढा आवळण्यास त्याची आम्हाला मदत झाली. त्यानंतर जम्मू, भोपाळ अशा इतर प्रदेशांमध्येही आम्ही प्रवेश केला.'

हिंदुस्थान टाइम्स नेही याच काळात काही नव्या बाजारपेठांमध्ये प्रवेश केला. परंतु, त्या मागे कोणताही स्पष्ट ध्येय किंवा उद्दिष्ट नव्हते. तसेच त्यासाठी सुसंगत अशी भूमिकाही नव्हती. *हिंदुस्थान टाइम्स* चे १९८५ ते १९९८ इतका प्रदीर्घ काळ कार्यकारी अध्यक्ष राहिलेले नरेश मोहन यासंदर्भात म्हणाले, 'हा केवळ विस्तार करायचा म्हणून केलेला विस्ताराचा प्रयत्न होता.'[१०] उदाहरणार्थ, *हिंदुस्थान*

टाइम्स ने १९८५-८६ मध्ये बिहारमधील पाटणा येथे आवृत्ती सुरू केली. या ठिकाणी समूहातील *हिंदुस्थान* हे हिंदी वृत्तपत्र चांगली कामगिरी करत होते. त्यामुळेच केवळ समूहातील इंग्रजी वृत्तपत्र तेथे सुरू करण्यात आले. पंजाबमध्ये एके काळी असलेल्या दहशतवादाचे कारण देऊन चंडीगडची आवृत्ती बंद करण्यात आली. *हिंदुस्थान टाइम्स*ची लखनौ आवृत्ती १९९५ मध्ये सुरू करण्यात आली. याची कारणमीमांसा करताना नरेश मोहन म्हणाले, '*हिंदुस्थान टाइम्स*ने त्याच्या पारंपरिक प्रभाव क्षेत्रातच वाढण्याचा प्रयत्न केला, तर *टाइम्स ऑफ इंडिया*ने दिल्ली आणि त्याच्या भोवतालच्या बाजारपेठांमध्ये जम बसवण्याचा प्रयत्न केला.'

*टाइम्स ऑफ इंडिया*ने मार्च १९९४ मध्ये स्वागत मूल्याचा प्रयोग करून दिल्लीत आक्रमक पवित्रा स्वीकारला.

या घटनेच्या एक दशक आधी समीर जैन म्हणत होते की, वृत्तपत्राच्या निव्वळ खपाच्या आकड्यापेक्षा ते जाहिरातदारांना किती मूल्य देते, हे महत्त्वाचे आहे. खपाचा मोठा आकडा म्हणजे जाहिरातदारांसाठी वृत्तपत्राचे मूल्य जास्त हे समीकरण चुकीचे असल्याचे त्यांचे प्रतिपादन होते. त्यापेक्षाही योग्य प्रकारचा वाचकवर्ग वृत्तपत्राकडे असणे आणि त्यासाठी जाहिरातदारांनी जास्त पैसे मोजण्याचीही तयारी ठेवणे, या गोष्टी महत्त्वाच्या असल्याचा त्यांचा दावा होता. *टाइम्स ऑफ इंडिया*च्या अर्थउद्योगविषयक विभागाचे माजी संपादक डॉ. एन. चंद्रमोहन माझ्याशी गप्पांमध्ये एकदा म्हणाले होते की, 'समाजातील उच्चभ्रू आणि धोरण ठरवणाऱ्या, निर्णयप्रक्रियेत सहभागी व्यक्तींनी आपले वृत्तपत्र विकत घ्यावे, अशी समीर जैन यांची इच्छा होती. या वर्गाला ते इतरांपेक्षा अधिक किंमत असलेले लोक- नेटवर्थ पीपल म्हणत असत.'[११]

त्याबरोबरच वितरण किंवा खप वाढवण्याची स्पर्धा म्हणजे नुकसानीचाच खेळ आहे, असे मत टाइम्स समूहात प्रचलित होते. तुम्ही जेवढे जास्त अंक छापाल, तेवढे नुकसान जास्त, असे समजले जात होते. जास्त नफा मिळवण्याचा तो मार्ग नव्हता. मात्र, आता दहा वर्षांनंतर टाइम्स समूहाने वृत्तपत्राचा खप वाढवण्याचे मुख्य लक्ष्य समोर ठेवले होते आणि त्यासाठी अंकाची दर्शनी किंमत कमी करण्याची खेळी ते खेळत होते. या दोन्ही गोष्टींमध्ये ठळकपणे दिसणारा विरोधाभास निश्चितच होता. मात्र, नव्वदीच्या दशकाच्या मध्यावर बेनेट, कोलमन आणि कंपनीचे त्या आधीच्या दशकापेक्षा पूर्ण वेगळ्या संघटनेत रूपांतर झाले होते. त्याचबरोबर भारतातली अर्थव्यवस्था, माध्यमे, जाहिरातदार आणि ग्राहक यांच्या स्वरूपातही ऐंशीच्या दशकापेक्षा आमूलाग्र फरक झाला होता.

बेनेट, कोलमन आणि कंपनीने तिच्या वृत्तपत्रांची वैशिष्ट्यपूर्ण ब्रँड ओळख तयार केली होती आणि एक नफ्यातली कंपनी म्हणून ती उदयाला आली होती. कंपनीने सतत नवनवीन प्रयोग करणाऱ्या आणि ते यशस्वीरीत्या राबवणाऱ्या यंत्राचे रूप धारण केले होते. कंपनीने ठरवलेल्या समान उद्दिष्टांच्या पूर्ततेसाठी तिचे सर्व विभाग एकसंघपणे आणि समन्वयाने काम करत होते. त्यामुळे राजधानी दिल्लीत खप मोठ्या प्रमाणावर वाढवण्यासाठी आणि त्यातून जास्त दराने आणखी जाहिराती मिळवण्यासाठी स्वागत मूल्याचा प्रयोग करण्यास टाइम्स समूह तयार होता. मार्च १९९४ मध्ये *टाइम्स ऑफ इंडिया*च्या दिल्ली आवृत्तीच्या अंकाची किंमत २ रुपये ९० पैशांवरून एकदम १ रुपया ५० पैशांपर्यंत कमी करण्यात आली.

काही वर्षांपूर्वी खप वाढवण्यासाठी दर्शनी किंमत कमी करण्याचा प्रयोग *इकॉनॉमिक टाइम्स*च्या बाबतीत यशस्वीपणे राबवण्यात आला होता. या दोन्ही प्रयोगांमध्ये वरवर साम्य असले, तरी *टाइम्स ऑफ इंडिया*ची दर्शनी किंमत कमी करणे *इकॉनॉमिक टाइम्स*पेक्षा वेगळे होते. पहिली गोष्ट म्हणजे *इकॉनॉमिक टाइम्स*ची किंमत एकदम कमी करण्याआधी त्याची किंमत वाढवत नेण्यात आली होती. दिल्लीत ४.५० रुपये इतकी जास्त किंमत ठेवून या वृत्तपत्राला ग्राहक अभिलाषा धरेल अशा उच्च उत्पादनाचा दर्जा निर्माण करण्यात आला होता. त्याबरोबरच अर्थउद्योगविषयक वृत्तपत्रांच्या वर्गवारीत *इकॉनॉमिक टाइम्स*ला फारशी स्पर्धा नव्हती. या वृत्तपत्राच्या वाचकांचे प्रत्यक्ष ग्राहकांमध्ये रूपांतर करणे आणि त्याच्या सुप्त शक्तीचा व्यवसायवाढीसाठी उपयोग करणे, असा स्पष्ट हेतू त्यामागे होता. या अनेक गोष्टी *टाइम्स ऑफ इंडिया*च्या बाबतीत लागू होत नव्हत्या.

प्रथमदर्शनी पाहता खप वाढवण्यासाठी वृत्तपत्राची किंमत खाली आणणे ही काही फारशी चांगली कल्पना नव्हती. या निर्णयामुळे अनेक प्रश्नही उपस्थित होत होते. पहिला प्रश्न म्हणजे वृत्तपत्रांचे निष्ठावंत वाचक केवळ महिना ४५ रुपये बिलाच्या आमिषापोटी नेहमीचे वृत्तपत्र बदलतील का, हा होता. केवळ किंमत कमी केल्याने ग्राहकांच्या पसंतीत मोठा फरक पडेल, अशा वर्गवारीत कदाचित वृत्तपत्र हे उत्पादन बसत नाही. त्यामुळे किमतीत होणाऱ्या चढउताराचा वृत्तपत्राच्या मागणीवर फारसा फरक पडत नाही, असे चित्र सामान्यपणे उभे राहत होते.

इंग्रजी वृत्तपत्र विकत घेणाऱ्या एखाद्या कुटुंबाच्या महिन्याच्या खर्चात वृत्तपत्रासाठीचा दरमहा ९० रुपये खर्च अगदी किरकोळ आहे, असा टाइम्सच्या या निर्णयाला विरोध करणाऱ्यांचे म्हणणे होते. उलट, वृत्तपत्र ही लोकांच्या जीवनपद्धतीचे एक निदर्शक मानले जात होते. वृत्तपत्र ही एक सवयही होती. लोक

त्याबरोबरच मोठे होत होते. केवळ थोडेसे पैसे वाचवण्याच्या मोहापायी लोक या सवयीला तिलांजली देतील का, असा प्रश्न होता.

कोणत्याही किमतीत कपात करण्यात एक धोकाही असतो. वृत्तपत्राच्या बाबत तर तो निश्चितच होता. लोकांच्या वृत्तपत्राबाबतच्या सवयी आहे तशाच राहिल्या असत्या, तर *टाइम्स ऑफ इंडिया* हे वृत्तपत्र त्याच ग्राहकांना विकण्यात आले असते आणि त्यातून आधीच्या परताव्याच्या निम्माच परतावा कंपनीला मिळणार होता. अशा तऱ्हेने आपल्या व्यवसायाचे तारू संकटात टाकण्याला काही अर्थ नव्हता. त्याचबरोबर अशा दरकपातीमुळे या वृत्तपत्राबाबतच्या लोकांच्या मनातील प्रतिमेला— ब्रँडला धक्का पोचण्याचीही शक्यता होती. ग्राहक आणि जाहिरातदारांना हे वृत्तपत्र स्वस्त, सवलतीच्या दरात विकले जाणारे आणि त्यामुळे कमी दर्जाच्या लोकांसाठी असलेले उत्पादन आहे, असे वाटण्याची शक्यता होती. अशा परिस्थितीत स्वागत मूल्याचा प्रयोग करताना ती वाचकांविषयी जिव्हाळा असलेल्या आघाडीच्या वृत्तपत्राने केलेली कृती वाटायला हवी, असे आव्हान *टाइम्स ऑफ इंडिया*पुढे होते.

दुसऱ्या बाजूने विचार करता, महिन्याच्या निम्म्या बिलात एखादे वृत्तपत्र मिळू शकण्याची कल्पना काही कुटुंबांना आकर्षक वाटू शकत होती. माहितीची सारखीच गरज जर निम्म्या पैशात भागणार असेल, तर वृत्तपत्र बदलण्यास त्यांचा विरोध राहणार नव्हता. तिथे माहिती पुरवण्याचा दर्जा चांगला की वाईट, हा प्रश्नही येत नव्हता. त्याचबरोबर *हिंदुस्थान टाइम्स*च्या वाचकांना नमुना म्हणून का होईना *टाइम्स ऑफ इंडिया*चा अंक कमी किमतीत उपलब्ध होणार होता. त्यामुळे त्यांना दोन्ही वृत्तपत्रांची तुलना करता येणार होती आणि कदाचित त्यातून एकाची निवड करण्याचा पर्याय त्यांच्यापुढे खुला राहणार होता.

याच्या जोडीला एक मोजता न येणारा; पण महत्त्वाचा फायदाही होता. तो असा की, बाजारात त्यामुळे *टाइम्स ऑफ इंडिया*ची चर्चा होणार होती. तसेच, आधी केलेल्या अनेक नवीन प्रयोगांप्रमाणे याही वेळी आपल्या वृत्तपत्राबाबत लोकांमध्ये कुतूहल निर्माण होईल आणि त्याची ब्रँड ओळख आणखी वाढेल, असा बेनेट, कोलमन आणि कंपनीचा होरा होता. अगदी *हिंदुस्थान टाइम्स*च्या निष्ठावंत वाचकांचा विचार केला, तरी त्यांनी आधीचेच वृत्तपत्र सुरू ठेवले, तरी त्यांच्या मनावर *टाइम्स ऑफ इंडिया*चा अस्पष्ट का होईना ठसा राहणार होता. पुढेमागे त्यांच्या वृत्तपत्राच्या पसंतीवर त्याचा परिणाम संभवत होता. *हिंदुस्थान टाइम्स*च्या दर्जामध्ये किंवा सेवेत यदा कदाचित कमतरता आली, तर निवडीसाठी त्यांच्यापुढे

टाइम्सचा पर्याय राहू शकत होता. (*इकॉनॉमिक टाइम्स*च्या स्वागत मूल्याच्या प्रयोगाचे मूल्यमापन करताना बेनेट, कोलमन आणि कंपनीला एक मजेदार गोष्ट आढळली. ती म्हणजे वृत्तपत्राच्या ब्रँडसाठी जाहिरात न करताही लोकांच्या मनात हे वृत्तपत्र पोचले होते.)

तिसरीही एक शक्यता या प्रकरणात संभवत होती. ती म्हणजे *टाइम्स ऑफ इंडिया*ने स्वागत मूल्य म्हणून अंकाची किंमत कमी केल्यावर *हिंदुस्थान टाइम्स*ही किंमत कमी करण्याची शक्यता होती. अशा वेळी वाचक या दोन्ही वृत्तपत्रांच्या भांडणापासून दूर राहण्याचा पवित्रा घेऊ शकत होते आणि त्यामुळे दोघांचेही नुकसान संभवत होते. किंवा सकारात्मक पद्धतीने त्याचा विचार केला, तर वाचकांना आधीच्या मासिक खर्चात दोन वृत्तपत्रे विकत घेणे शक्य होणार होते.

मात्र, अंकाची किंमत कमी करताना टाइम्स समूहाला पुन्हा वृत्तपत्र विक्रेत्यांशी चर्चा करणे भाग होते. कारण, अंकाच्या दर्शनी किमतीशी त्यांची वाटणावळ किंवा कमिशन बांधलेले होते. त्याची भरपाई करताना, अंकाच्या वाढू शकणाऱ्या खपामुळे विक्रेत्यांना आणखी पैसे मिळू शकतील, असा युक्तिवाद बेनेट, कोलमन आणि कंपनीने केला. असा सारासार विचार करून दिल्लीत *टाइम्स ऑफ इंडिया*चे स्वागत मूल्य दीड रुपया जाहीर करण्यात आले, तेव्हा बाजारपेठेत आनंद आणि उत्साहाचे वातावरण निर्माण झाले. टाइम्सचे आधीचे वाचक, जाहिरातदार आणि संभाव्य वाचक यांचा त्याला उत्स्फूर्त प्रतिसाद मिळाला. महिन्याचे थोडे पैसे वाचण्यासाठी *टाइम्स ऑफ इंडिया* विकत घेणाऱ्यांची संख्या लक्षणीय भरली.

बेनेट, कोलमन आणि कंपनीने केवळ अंकाची किंमत कमी करण्यावर न थांबता आणखीही काही गोष्टी वाचकांना देऊ केल्या. रोजच्या वृत्तपत्राची चार पाने वाढवण्यात आली. देशात त्या वेळी खासगी उपग्रह वाहिन्यांचे प्रक्षेपण सुरू झाले होते. परंतु, या वाहिन्यांवरील कार्यक्रमांची संकलित माहिती फारशी उपलब्ध नव्हती. त्यासाठी टाइम्स समूहाने ई-टाइम्स नावाची स्वतंत्र पुरवणी सुरू केली. त्यात प्रमुख उपग्रह वाहिन्यांच्या आठवडाभराच्या कार्यक्रमांची माहिती तक्त्याच्या स्वरूपात देण्यात येत असे. *टाइम्स ऑफ इंडिया*च्या मुख्य अंकासोबत ती फुकट वाटली जात असे. याबरोबरच टाइम्सच्या दिल्ली आवृत्तीत जाहिरातदारांसाठी आठवड्याला एक कुपन प्रसिद्ध केले जात असे. हे कुपन सोबत घेऊन येणाऱ्यास *टाइम्स ऑफ इंडिया*मध्ये जाहिरात करण्यासाठी सवलत मिळत असे. टाइम्स समूह प्रतिस्पर्ध्यावर असा चौफेर हल्ला करत होता.

*हिंदुस्थान टाइम्स*ने स्वागत मूल्याच्या *टाइम्स ऑफ इंडिया*च्या प्रयोगाकडे

पहिले तीन महिने सपशेल दुर्लक्ष केले. अशी सवलत टाइम्स किती काळ देऊ
शकेल, याबाबत त्यांना शंका होती. परंतु, दरम्यानच्या काळात *हिंदुस्थान टाइम्स*चे
काही वाचक टाइम्सकडे वळल्याचे स्पष्ट झाले. त्याची दखल घेऊन *हिंदुस्थान*
*टाइम्स*नेही त्याची किंमत निम्म्याने खाली आणली. नरेश मोहन त्याबाबत म्हणाले,
'दोन वृत्तपत्रांमध्ये किमतीवरून युद्ध भडकल्याने खरे आव्हान उभे राहिले. मात्र,
आम्ही प्रत्युत्तर देण्यास उशीर केला.'

उत्तर भारतात या दोन बड्या वृत्तपत्रांमध्ये रंगलेल्या संघर्षाची नरेश मोहन
यांनी विस्ताराने माहिती दिली. ते म्हणाले, 'दोन्ही वृत्तपत्रांमधील खपाचे अंतर
दिल्लीत फारसे कमी झाले नाही, पण इतरत्र मात्र त्याचा मोठा परिणाम जाणवला.
ओरिसा, कोलकाता आणि ईशान्य भारतात *टाइम्स ऑफ इंडिया*च्या खपात मोठी
वाढ झाल्याचे वितरणाच्या आकड्यांवरून सिद्ध झाले. जानेवारी ते जून २००० या
कालावधीतले खपाचे आकडे विचारात घेतले, तर *टाइम्स ऑफ इंडिया*चा उत्तर
भारतातील एकूण खप ५ लाख ४९ हजार ९६० इतका नोंदवण्यात आला. त्यात
निव्वळ दिल्लीतला खप ३ लाख २२ हजार ७३८ इतका होता. *हिंदुस्थान टाइम्स*चा
खप ४ लाख ५८ हजार इतका होता. पण ओरिसाचे उदाहरण घ्या. तेथे टाइम्सचा
खप ३२ हजार होता, तर *हिंदुस्थान टाइम्स*चा खप त्याच्यापेक्षा फक्त ७ हजारांनी
जास्त होता. हे आकडे पाहिले, तर *टाइम्स ऑफ इंडिया*चा वाचकवर्ग वाढल्याचे
लक्षात येते.' १९९४ नंतर दोन्हींचा वाचकवर्ग जवळपास सारखाच झाल्याचे मतही
त्यांनी व्यक्त केले.

पुढील काही वर्षांत अंकाची किंमत कमी केल्याचा फायदा दोन्ही वृत्तपत्रांना
झाला. त्या वेळी भारतात लहान कुटुंबांची संख्या वाढत होती. त्यामुळे त्या
प्रमाणात वृत्तपत्रांची मागणीही वाढत होती. त्याचबरोबर अनेक कुटुंबांमध्ये आता
इंग्रजी वृत्तपत्र सवयीचे झाले होते. त्याचबरोबर वृत्तपत्रांच्या किमती कमी झाल्याने
त्याच मासिक खर्चात दोन वृत्तपत्रे घेणे अनेक कुटुंबांनी पसंत केले. तरीही *टाइम्स*
*ऑफ इंडिया*चा या स्पर्धेत जास्त फायदा झाला, असे मानण्यास वाव आहे. प्रस्थापित
वृत्तपत्राला आव्हान देणारे वृत्तपत्र म्हणून आणि स्वागत मूल्याचा प्रयोग पहिल्यांदा
सुरू करणारे वृत्तपत्र म्हणूनही हा टाइम्सचा नैतिक विजय समजण्यात आला.

टाइम्स ऑफ इंडिया ला मिळालेल्या फायद्याचे प्रतिबिंब आकडेवारीतही
उमटले. उदाहरणार्थ, *टाइम्स ऑफ इंडिया*चा दिल्लीतील खप १९९३ मध्ये १ लाख
६३ हजार इतका होता. १९९५ पर्यंत तो तीन लाख प्रतींच्यावर गेला. ऑगस्ट १९९६
मध्ये टाइम्सचा दिल्लीतला खप ४ लाख ३१ हजारांवर पोचला. म्हणजे तीन वर्षांत

१६४ टक्के वेगाने झालेली ही प्रचंड वाढ होती. त्याआधीच्या वर्षांत टाइम्सच्या वाढीचा वेग वर्षाला चार टक्के इतका होता. स्वागत मूल्याच्या प्रयोगानंतर हा वेग प्रथम १६ टक्क्यांवर आणि नंतर ४० टक्क्यांवर गेला. अर्थातच दिल्लीतील वृत्तपत्रांच्या वाचकसंख्येत झालेल्या लक्षणीय वाढीचा फायदा टाइम्सला झाला. त्यात युवा वर्गाचे प्रमाण लक्षणीय होते.

दिल्लीतील दोन प्रमुख वृत्तपत्रांनी किमतीत कपात केल्यामुळे वृत्तपत्रांच्या मागणीत मोठी वाढ झाली आणि त्यामुळे पुढील काही वर्षांमध्ये दिल्लीतली वाचकसंख्या वेगाने वाढली. राष्ट्रीय वाचक पाहणीच्या (नॅशनल रीडरशिप सर्व्हे-एनआरएस) ऑक्टोबर १९९५ च्या अहवालानुसार, दिल्लीत इंग्रजी वृत्तपत्रांचा वाचक ४९ टक्क्यांनी वाढला. त्यात *टाइम्स*च्या वाचकांमध्ये झालेली वाढ ८१.६ टक्के होती, तर *हिंदुस्थान टाइम्स*च्या वाचकांमध्ये झालेली वाढ ५०.६ टक्के होती. या वाढत्या वाचकवर्गात १५ ते २४ वयोगटातील विद्यार्थ्यांचा समावेश प्रामुख्याने होता.

नंतरच्या काही वर्षांमध्ये वाचकसंख्येतील वाढीचा वेग थोडा मंदावला, तरी त्यात लक्षणीय वाढ होत होती. राष्ट्रीय वाचक पाहणीच्या १९९७ च्या आकडेवारीनुसार *टाइम्स ऑफ इंडिया*ची एकत्रित वाचकसंख्या ३९.१ लाख इतकी होती. दोन वर्षांत म्हणजे १९९५ ते १९९७ या काळात टाइम्सची वाचकसंख्या ६.३० लाखांनी वाढली होती. टाइम्सच्या दिल्ली आवृत्तीची वाढही वेगाने होत होती. ही संख्या १९९७ मध्ये ५.९३ लाखांवर पोचली होती. आधीच्या वर्षाच्या तुलनेत ही वाढ २२ टक्के होती. दिल्लीत इंग्रजी वृत्तपत्रांच्या वाचकसंख्येत ११ टक्क्यांनी वाढ झाली होती. *हिंदुस्थान टाइम्स*ने राष्ट्रीय वाचक पाहणीच्या या अहवालांना हरकत घेतली, तरी वृत्तपत्रांच्या किमतीत झालेली कपात, वाढत्या लोकसंख्या व तिचे बदलते स्वरूप यामुळे इंग्रजी वृत्तपत्रांच्या वाचकांमध्ये भरीव वाढ झाली होती, हे नक्की.

*टाइम्स ऑफ इंडिया*ने १९८५ ते १९९५ या दशकात *हिंदुस्थान टाइम्स*पुढे मोठे आव्हान उभे केले. खपाच्या बाबतीत *हिंदुस्थान टाइम्स*ने आघाडी टिकवली, तरी त्यातील अंतर बरेच कमी झाले होते. मात्र, वाचकांच्या मनावर अधिराज्य कोणाचे या जाणिवेच्या लढाईत *टाइम्स ऑफ इंडिया*चा ब्रँड *हिंदुस्थान टाइम्स* पेक्षा वरचढ ठरला. टाइम्सने सुरू केलेल्या अनेक उपक्रमांची दखल घेणे *हिंदुस्थान टाइम्स*ला भाग पडले. तसेच या स्पर्धेत झालेले नुकसान भरून काढण्यासाठी निराळ्या योजनाही आखाव्या लागल्या.

दिल्लीमध्ये *हिंदुस्थान टाइम्स*च्या पाठीमागे सदिच्छांचे पाठबळ उभे होते आणि त्याचा जनाधार मोठा होता. *टाइम्स ऑफ इंडिया*ला मुंबईच्या बाजारपेठेत मुक्त वाव असल्याचा आधार होता. मुंबईच्या बाजारपेठेतील टाइम्सच्या वर्चस्वाला धक्का देण्याच्या इराद्याने नव्वदीच्या दशकात *हिंदुस्थान टाइम्स*च नव्हे, तर इतरही कोणी स्पर्धक पुढे आले नाही. त्यामुळे दिल्लीत *हिंदुस्थान टाइम्स*वर चढाई करण्यासाठीचे बळ आणि साधनसामग्री टाइम्स एकवटू शकले. आपल्याला पैसे देणारी दुभती गाय शाबूत आहे, असा विश्वास *टाइम्स ऑफ इंडिया* ला होता. त्याचबरोबर टाइम्सबरोबरच्या स्पर्धेची तीव्रता आणि गांभीर्य लक्षात यायला *हिंदुस्थान टाइम्स*ला बराच काळ लागला. भारतातील उद्योगक्षेत्रात अशा प्रकारची स्पर्धा तोवर अस्तित्वात नव्हती. त्यामुळे माध्यम ंच्या क्षेत्रात दोन दिग्गजांची अशी लढाई जुंपेल, असा विचार कोणी केला नव्हता.

'*टाइम्स ऑफ इंडिया* कडे निश्चित अशी व्यूहनीती होती. *हिंदुस्थान टाइम्स* कडे तिचा अभाव होता आणि दिल्लीच्या बाजारपेठेत हाच फरक निर्णायक ठरला', अशी स्पष्ट कबुली *हिंदुस्थान टाइम्स*च्या एका वरिष्ठ व्यवस्थापकाने दिली. या व्यवस्थापकाने *टाइम्स ऑफ इंडिया*तही काही काळ काम केले होते.

ही दोन्ही वृत्तपत्रे अनेक दशके एकाच बाजारपेठेत अस्तित्वात होती. परंतु, दोघांचे संघटनात्मक स्वरूप भिन्न होते. हे व्यवस्थापक म्हणाले, '*हिंदुस्थान टाइम्स* खर्चात कपात करण्याच्या बाबतीत मुरलेले होते. वृत्तपत्राच्या कागदावरील खर्च कमी करण्यात, कर्मचाऱ्यांना कमी वेतनावर राबवून घेण्यात ते वाकबगार होते. परंतु, त्यापलीकडे काही घडू शकते याची आम्हाला जाणीवच नव्हती.'

विजय जिंदाल यांनी यापेक्षाही परखडपणे सांगितले की, '*हिंदुस्थान टाइम्स* हे एखाद्या छापखान्यासारखे काम करत होते. ते एखाद्या वडिलोपार्जित मालमत्तेसारखे होते. त्याने कधी पुढाकार घेऊन काम केले नाही. ते काहीसे एककल्ली आणि सरकारची बाजू घेणारे वृत्तपत्र होते. बराच काळ ते एखाद्या सामाजिक संस्थेसारखे काम करत होते. जेव्हा *टाइम्स ऑफ इंडिया* हे स्वत:चे रूपांतर आधुनिक आणि पूर्ण व्यावसायिक उद्योगामध्ये करण्यासाठी झटत होते, तेव्हा *हिंदुस्थान टाइम्स* पारंपरिक साच्यातच जखडलेले होते.' याचे मजेदार उदाहरण देताना जिंदाल म्हणाले, '*टाइम्स ऑफ इंडिया*त कोणाचाही उल्लेख 'मिस्टर एक्सवायझेड' असा होतो, तर *हिंदुस्थान टाइम्स*मध्ये अजूनही '*एक्सवायझेडजी*' असेच त्यांना संबोधण्यात येते.'

परंतु, १९९५ च्या अखेरीस संपलेले दशक हे *टाइम्स ऑफ इंडिया* आणि *हिंदुस्थान टाइम्स* या बड्या वृत्तपत्रांमध्ये रंगलेल्या स्पर्धेची पहिली फेरी होते. 'केवळ आपल्या शिथिलतेमुळे *टाइम्स ऑफ इंडिया*ला पुढे जाण्यास वाव मिळतो

आहे, हे *हिंदुस्थान टाइम्स*च्या लक्षात येण्यास १९९७ साल उजाडावे लागले', असे *हिंदुस्थान टाइम्स*च्या व्यवस्थापकाने विषण्णपणे कबूल केले.

ते म्हणाले, 'ही जाग आल्यानंतर *हिंदुस्थान टाइम्स*ने खऱ्या अर्थाने स्पर्धेला प्रतिसाद देण्यास सुरुवात केली. त्याने संघटनेची फेरबांधणी सुरू केली. विपणन विभागात सुधारणेसाठी सल्लागार नेमण्यात आले. *टाइम्स ऑफ इंडिया* प्रमाणेच *हिंदुस्थान टाइम्स* ने त्याची नक्कल करत आपली स्थिती सुधारण्याचे अनेक पातळ्यांवर प्रयत्न केले. स्वत:ची मूल्यव्यवस्था रुजवण्याचा प्रयत्न केला आणि पुन्हा एकदा आपली आघाडी बळकट केली.'

*हिंदुस्थान टाइम्स*ने खूप उशिरा मुंबईत आवृत्ती सुरू केली आणि तिथल्या बाजारपेठेत *टाइम्स ऑफ इंडिया*समोर कडवे आव्हान उभे करण्याचा प्रयत्न केला. त्यानेही आपला संपादकीय आशय, मांडणी, सजावट आणि भूमिका बदलली. या दोन बड्या वृत्तपत्रांच्या संघर्षामुळे दोघांनीही अधिक आकर्षक आणि तरुण रूप धारण केले. त्यामुळे वाचक आणि जाहिरातदार वर्गाचा फायदाच झाला. त्यानंतरही या दोन वृत्तपत्रांमधली स्पर्धा तितक्याच हिरीरीने सुरू राहिली. राष्ट्रीय वाचक पाहणीतील विविध निकषांवर त्यांच्यात सुरू असलेली रस्सीखेच त्याचेच निदर्शक आहे.

या दोघांमधली स्पर्धा कशी आहे, याचे एक ताजे उदाहरण म्हणजे जानेवारी २०१३ मध्ये त्यांनी केलेले दावे. *टाइम्स ऑफ इंडिया*ने दिलेल्या शीर्षकात म्हटले आहे, '*टाइम्स ऑफ इंडिया*च्या वाचकसंख्येत भर, आघाडी मिळवण्यात यश'; तर *हिंदुस्थान टाइम्स*च्या शीर्षकात लिहिले आहे, 'दिल्ली आणि राष्ट्रीय राजधानी क्षेत्रात *हिंदुस्थान टाइम्स*लाच पहिली पसंती!'

टाइम्स ऑफ इंडिया या शीर्षकात त्याच्या देशपातळीवरील वर्चस्वाकडे लक्ष वेधते, तर दिल्लीचा ओझरता उल्लेख करते; तर *हिंदुस्थान टाइम्स* दिल्लीत आपणच नंबर एक असल्याचे आणि गेली अकरा वर्षे हे स्थान टिकवून असल्याचे अभिमानाने सांगते. ही वृत्तपत्रे अशी भांडतच राहणार. आपण त्यावर लक्ष ठेवूयात.

समारोप

बेनेट, कोलमन आणि कंपनी जवळपास एक दशकाच्या स्थित्यंतरानंतर देशातील सर्वांत मोठी माध्यम संस्था म्हणून पुढे आली. एकोणिसशे नव्वदच्या दशकाच्या उत्तरार्धात टाइम्स समूहाने फक्त खपाच्या बाबतीत आघाडी घेतली नव्हती किंवा त्याची निव्वळ नफा मिळवण्याची क्षमताच वाढली नव्हती; तर त्याचा देशातील माध्यम उद्योगावर खोल ठसा उमटला होता. टाइम्स समूहाची स्वत:बद्दलची प्रतिमा आणि व्यवसायाकडे पाहण्याचा त्याचा दृष्टिकोन यामुळे आकडेवारीच्या पलीकडे जाऊन त्याने आपले नेतृत्व सिद्ध केले.

टाइम्स ऑफ इंडिया ने ७ जुलै २००२ रोजी त्याच्या वृत्तपत्रांना माहिती दिली की, ते जगातील सर्वाधिक खपाचे ब्रॉडशीट आकारात छापले जाणारे इंग्रजी दैनिक बनले आहे.[१] टाइम्सचा खप आता २१ लाख ४४ हजार ८४२ प्रतींवर पोचला होता. अमेरिकेतील यूएसए टुडे या आधीच्या आघाडीच्या दैनिकापेक्षा टाइम्सचा खप २४ हजार ४८५ प्रतींनी जास्त होता. अशी आकडेवारी किंवा दाव्याप्रतिदाव्यांना वेळोवेळी आव्हान दिले जात असले, तरी बेनेट, कोलमन आणि कंपनीने माध्यमांच्या दुनियेत निर्विवादपणे स्वत:चे सामर्थ्य प्रस्थापित केले होते.

एकविसाव्या शतकाच्या उंबरठ्यावर भारतातील माध्यम विश्वातही मोठे स्थित्यंतर घडण्यास सुरुवात झाली. नव्या शतकाच्या पहिल्या दशकात दूरचित्रवाणीच्या उपग्रह वाहिन्यांची प्रचंड वेगाने वाढ झाली. चोवीस तास बातम्या देणाऱ्या दूरचित्रवाणी वाहिन्यांच्या प्रसारामुळे माहितीच्या संकलनाची, त्यावर प्रक्रिया करण्याची, बातम्यांची निवड करून प्राधान्यक्रम ठरवण्याची, त्यांच्या सादरीकरणाची आणि वितरणाची रीतच संपूर्ण बदलली.

दूरचित्रवाणी वाहिन्यांच्या जोडीलाच माहितीच्या महाजालाचा- इंटरनेटचाही

विस्तार प्रचंड वेगाने झाला. त्यामुळे दूरसंचार आणि संपर्क साधनांच्या क्षेत्रात विविध तंत्रज्ञानांचा संगम सुरू झाला. संवादसाधनांच्या अशा एकत्र येण्याने— कॉन्व्हर्जन्समुळेही बातम्यांच्या प्रसाराची व त्या ग्रहण करण्याची पद्धत आमूलाग्र बदलली. माध्यम विश्वातील या मोठ्या व क्रांतिकारक म्हणाव्या अशा बदलांचा परिणाम मुद्रित माध्यमांवरही झाला. या पार्श्वभूमीवर देशातील मुद्रित माध्यमांमध्ये आघाडीवर असलेल्या बेनेट, कोलमन आणि कंपनीचा या बदलांना प्रतिसाद कसा होता, हे अभ्यासणे रंजक ठरेल.

बेनेट, कोलमन आणि कंपनीने गेल्या दशकात तिचा विस्तार टाइम्स समूह या नावाने ओळखल्या जाणाऱ्या मोठ्या माध्यम समूहात केला आहे. त्यामध्ये वृत्तपत्रांबरोबरच रेडिओ, इंटरनेट आणि दूरचित्रवाणी वाहिन्यांचाही समावेश आहे. बेनेट, कोलमन आणि कंपनीच्या मुद्रित माध्यमांमधील व्यवसायाची वाढ पूर्वीच्याच गतीने सुरू राहिली. पण त्याचे क्षेत्र आता अफाट विस्तारले आहे. जाहिरातदारांना प्रतिसादाच्या रूपात मिळणारे मूल्य अधिकाधिक वाढवण्याचे आणि त्याद्वारे आपली नफाक्षमता वाढवण्याचे तत्त्व कंपनीने कायम राखले आहे. विविध वृत्तपत्रे व प्रकाशनांसाठी योग्य प्रकारचा वाचकवर्ग मिळवणे व तो टिकवून ठेवणे या मार्गावरची तिची वाटचाल सुरू आहे.

गेल्या काही वर्षांत भारतातील माध्यम विश्वात प्रचंड वेगाने घडामोडी होत आहेत आणि या सगळ्यांच्या परिणामी माध्यमांच्या क्षेत्रातला कलकलाट वाढला आहे. या सर्व गदारोळातही टाइम्स समूहाने त्याचा यशाचा मूलमंत्र— नवनवीन कल्पना राबवणारे यंत्र हे स्वरूप टिकवून ठेवले आहे. कोणत्या क्षेत्रामध्ये आपल्याला काम करायचे आहे आणि जाहिरातदारांना हवा असलेला योग्य वाचकवर्ग कोठे मिळेल, यावरचे लक्ष टाइम्स समूहाने थोडेही हटू दिलेले नाही.

मात्र, नव्वदीच्या दशकातील चमकदार यशानंतर टाइम्स समूहाने आपला व्यवसाय वाढवण्यासाठी, विस्तारण्यासाठी पुरेसे प्रयत्न केले नाहीत, असा आक्षेप काही समव्यावसायिक आणि समूहातीलच काही अधिकारी व्यक्तींनी नोंदवला आहे. एकविसाव्या शतकाचे पहिले दशक हे माध्यमांच्या विश्वातील सर्वाधिक घडामोडींचे आणि बदलांचे दशक होते. अनेक माध्यमांमध्ये पूर्वी कधीही नव्हत्या इतक्या अफाट संधी या काळात निर्माण झाल्या.

माध्यम समीक्षकांच्या मते टाइम्स समूह या दशकाच्या प्रारंभी भारताच्या माध्यम विश्वातील आघाडीचा खेळाडू होता. त्याच्याकडे मोठ्या प्रमाणावर खेळते

भांडवल होते आणि नफा मिळवण्याची त्याची क्षमताही प्रचंड होती. भारतीय माध्यमांमधील स्वत:ची वैशिष्ट्यपूर्ण ओळख असलेले प्रसिद्ध ब्रँड या समूहात आहेत. तसेच, या समूहाकडे असलेले मनुष्यबळही विलक्षण प्रतिभावान आणि उत्साही होते. नाविन्याचा ध्यास त्याच्या जनुकातच होता. त्यामुळे माध्यमांशी संबंधित अनेक क्षेत्रांत आघाडीचा टाइम्स समूहाला फायदा मिळू शकत होता. अशा सर्व गोष्टी अनुकूल असतानाही टाइम्स समूहाने गेल्या दशकातील उपलब्ध संधींचा योग्य फायदा घेतला का, असा प्रश्न आता उपस्थित केला जातो.

माध्यमांबरोबरच भारताची अर्थव्यवस्थाही विलक्षण गतीने वाढली. अर्थव्यवस्थेला आलेल्या या उर्जितावस्थेमुळे आणि वाढत्या मध्यम वर्गाच्या आधारामुळे देशातील उद्योगजगतात यशाच्या नवनव्या कथा समोर आल्या. या पार्श्वभूमीवर अनेक नवे उपक्रम सुरू करूनही टाइम्स समूहाने त्याच्या सर्व क्षमतांचा पुरेपूर उपयोग केला का, असाही सवाल विचारला जातो.

भारतीय उद्योगजगतातील काही जाणकारांच्या मते देशातील एकूण उद्योगक्षेत्रात पुढे आलेल्या नव्या नेतृत्वाच्या तुलनेत बेनेट, कोलमन आणि कंपनीचे यश खूप तोकडे आहे. उदाहरणार्थ, विप्रो, इन्फोसिस, हिंदुस्थान युनिलीव्हर लिमिटेड, रिलायन्स उद्योग, आदित्य बिर्ला समूह आणि टाटा समूह इत्यादींच्या तुलनेत टाइम्स समूहाचे यश फारच फिके आहे.

बेनेट, कोलमन आणि कंपनीचे एक माजी संचालक ही व्यथा मांडताना म्हणाले, 'फक्त मुद्रित माध्यमांचा विचार केल्यास टाइम्स समूहाचे यश निश्चितच स्पृहणीय आहे. मुद्रित माध्यमातील एक संघटना म्हणून कंपनी इतर स्पर्धकांच्या खूप पुढे आहे. परंतु, संपूर्ण माध्यम विश्वाचा विचार करता टाइम्स समूह पिछाडीवर आहे, हे लक्षात येते. या आघाडीवर टाइम्स समूह इतर स्पर्धकांच्या वेगाने प्रगती करत नसल्याचे चित्र आहे.'

असे कशामुळे घडले असावे, याची मीमांसा करताना हे संचालक म्हणाले, 'यातली एक विचित्र गोष्ट अशी की, टाइम्स समूहाचे संघटन कधीच व्यावसायिक पद्धतीने झाले नाही. भविष्याच्या दृष्टीने मोठी उद्दिष्टे आणि सुनियोजित योजनांची तिथे कमतरता होती. त्यामुळे समूहाच्या वाढीवर मर्यादा आल्या.'

टाइम्स समूहात प्रतिभावान, गुणवान कर्मचारी व अधिकाऱ्यांची मोठी संख्या होती. परंतु संघटना प्राधान्याने मालकाच्या भोवती गुंफली होती. तो एक प्रकारे एका कुटुंबाचाच व्यवसाय असल्याचे स्वरूप त्याला आले होते. कदाचित माध्यम विश्वाच्या दृष्टीने भविष्यातील महत्त्वाची उद्दिष्टे स्पष्टपणे मांडण्यात आली असती

आणि त्यानुसार आखलेल्या उपक्रमांची व्यावसायिकरीत्या अंमलबजावणी झाली असती, तर या समूहाने मुद्रित माध्यमांच्या पलीकडेही नव्या संधी शोधल्या असत्या.

त्याबाबत माजी संचालक म्हणाले, 'टाइम्स समूहाकडे दीर्घकालीन विकासाचा आराखडा नाही. ऐंशीच्या दशकातही ही स्थिती होती आणि आता एकविसाव्या शतकातही साधारण हीच स्थिती आहे. त्यामुळे क्षमतेच्या तुलनेत कंपनीचा नफा अगदी किरकोळ आहे, असे मला वाटते. इतके गुणवान मनुष्यबळ असताना टाइम्स समूहाने आणखी चांगली कामगिरी करायला हवी होती.'

उद्योगातील इतर क्षेत्रांप्रमाणे भारताबाहेर व्यवसाय विस्तारण्याचा फारसा प्रयत्न टाइम्स समूहाने केला नाही. खरे तर भारतातील सर्वच माध्यम संस्थांचा विकास अरुंद पायावर आणि चिंचोळ्या मार्गाने झाला. रिलायन्स उद्योगसमूहासारख्या इतर औद्योगिक कंपन्यांशी त्यांची तुलना करता येत नाही. इथल्या बहुतांश माध्यम संस्था व समूहांचा दृष्टिकोन अजूनही पारंपरिकच आहे.

समीर जैन यांनी टाइम्स समूहाच्या गाभ्याच्या क्षमतेवर म्हणजे मुद्रित माध्यमांच्या विकासावर लक्ष केंद्रित केले आणि नंतर दूरचित्रवाणी व इतर माध्यम क्षेत्रांमध्ये विकासाचा प्रयत्न केला. त्यामुळे स्वाभाविकच समूहाच्या विकासावर मर्यादा आली असावी. टाइम्स समूहाने आता दूरचित्रवाणीच्या बातम्या आणि मनोरंजनाच्या प्रकारात विशिष्ट स्थान मिळवले असले, तरी या क्षेत्रात उशिरा केलेल्या प्रवेशाचा त्यावर निश्चितच परिणाम झाला. 'समीर जैन यांचा नफा मिळवण्याच्या उद्दिष्टावर प्रामुख्याने भर होता व आहे. दूरचित्रवाणी क्षेत्रातली मोठी भांडवली गुंतवणूक त्याच्याशी विसंगत आहे. पण मुळातच या माध्यमाबद्दल काहीशी नावडच समीर यांच्या मनात असावी. सध्या अनेक दूरचित्रवाणी संस्था धोक्याच्या लाल पट्ट्यात आहेत, हे लक्षात घेतले, तर कदाचित समीर यांच्या मताला पुष्टी मिळू शकते', असे कंपनीचे माजी संचालक म्हणाले.

एका विरोधी वृत्तपत्रसमूहाचे मालक म्हणाले, 'काही वेळा मला असे वाटते की, टाइम्स समूहाकडे एक प्रकारची दूरदृष्टी– व्हिजनच नाही. माझ्या दृष्टीने दूरदृष्टी म्हणजे जागतिक होणे आणि भविष्याचे नियोजन करणे. वृत्तपत्रांच्या व्यवसायातली दूरदृष्टी लंडन आणि न्यूयॉर्कला जाण्यात असू शकत होती.'

'मी तसे केले असते', असे आढ्यतेने सांगून हे मालक म्हणाले, 'माझ्याकडे त्यांच्याइतके पैसे असते, तर मी चारी दिशांना गेलो असतो आणि जग काबीज केले असते. मी फक्त भारतापुरताच व्यवसाय मर्यादित ठेवला नसता. मी टाइम्स

ऑफ इंडिया असतो, तर मी आंतरराष्ट्रीय बनलो असतो. माझ्याकडे राष्ट्रीय आणि आंतरराष्ट्रीय अशा दोन आवृत्त्या असू शकल्या असत्या. मी नव्वदीच्या दशकातच दूरचित्रवाणी क्षेत्रात प्रवेश केला असता. बेनेट, कोलमन आणि कंपनीतील अतिरिक्त नफा मी उद्योगात गुंतवला असता. प्रत्येकाने सतत प्रयत्न केले पाहिजेत आणि उद्योजकता दाखवली पाहिजे.'

या वक्तव्यावर तुम्ही समीर जैन यांचे मूल्यमापन कसे करता, असा थेट सवाल मी त्यांना केला. तेव्हा विरोधी वृत्तपत्रसमूहाचे हे मालक म्हणाले, 'त्यांच्या कामगिरीवरच मी समीर यांचे मूल्यमापन करेन. थोडक्यात सांगायचे, तर समीर यांनी एक वस्तू म्हणून संपादकीय उत्पादन आणखी कमकुवत केले आहे. त्याचे त्यांनी सर्व बाजूंनी संरक्षण केले नाही आणि मिळालेल्या जादा नफ्याचा योग्य उपयोग केलेला नाही. तरीही *टाइम्स ऑफ इंडिया* आज आमच्यापेक्षा मोठा आहे, हे मी आमचे अपयश समजतो.'

हे मालक पुढे म्हणाले, 'सर्व प्रकारच्या संधी उपलब्ध असूनही समीर जैन हे माध्यम जगतातले सम्राट बनू शकले नाहीत. ते केवळ एक जहागिरदार आहेत. ते निश्चितच या क्षेत्रातले राजे नाहीत आणि आता त्यांच्या या स्थानालाही आव्हान मिळायला सुरुवात झाली आहे. समीर जैन व्यवसायाच्या आणखी वरच्या कक्षेत गेले नाहीत. ते आणि मी आम्ही माध्यम व्यवसायाच्या एकाच कक्षेत फिरत आहोत.'

टाइम्स ऑफ इंडिया ने ऐंशी आणि नव्वदच्या दशकात अतिशय चमकदार यश मिळवले, हे मी भेट घेतलेल्या सर्वांनीच मान्य केले. परंतु, त्यानंतर बदललेल्या परिस्थितीत टाइम्स समूह या प्रकारची कामगिरी पुन्हा करू शकेल का, असा प्रश्न उपस्थित होतो.

या संदर्भात *टाइम्स ऑफ इंडिया*चे मूल्यमापन करण्याचा प्रयत्न त्याच्या विरोधी माध्यमसमूहातील एका मालक-संपादकांनी केला. या समूहाला दूरचित्रवाणी क्षेत्रातही रस आहे. ते म्हणाले, 'ज्या मोठ्या बाजारपेठांमध्ये जाहिरातींमधून मिळणारा महसूल जास्त आहे, अशाच ठिकाणी *टाइम्स ऑफ इंडिया*ने लक्ष केंद्रित केले आणि आपला जम बसवला. तिथल्या अनुकूल परिस्थितीचा या समूहाने अचूक लाभ उठवला. हे यश मिळवण्यात उद्योजकीय दृष्टी होती. मीही अशा तऱ्हेने

ब्रँड प्रस्थापित करण्याचा प्रयत्न केला, तर मलाही जाहिरातींच्या माध्यमातून अशा प्रकारे बक्कळ पैसा मिळू शकेल. टाइम्सने तेच केले.'

ते पुढे म्हणाले, '*टाइम्स ऑफ इंडिया*चे देशातल्या श्रीमंत गणल्या गेलेल्या विशिष्ट प्रदेशावर वर्चस्व आहे आणि त्यामुळेच त्यांना यश मिळाले आहे. त्याचे पहिले मुंबईवर नियंत्रण होते आणि नंतर त्यांनी दिल्लीवरही पकड मिळवली. टाइम्स समूहाचे ९९ टक्क्यांहून अधिक यश या दोन ठिकाणच्या प्रभावातून मिळालेले आहे... आमचे या प्रदेशावर वर्चस्व असते, तर आम्हालाही असे यश मिळाले असते किंवा आम्हाला सर्वांनाच तसे यश मिळू शकले असते, असा मात्र त्याचा अर्थ नाही.'

टाइम्सच्या यशाचे विश्लेषण करताना ते म्हणाले, '*टाइम्स ऑफ इंडिया*कडे विपणन आणि विक्री विभागाची मजबूत टीम होती आणि मुंबईवरच्या आपल्या नियंत्रणाचा त्यांनी चांगला फायदा उठवला, याचे श्रेय अर्थातच टाइम्सला दिले पाहिजे. त्यांची मुंबईतील संघटना आणि पायाभूत रचना भक्कम होती. या मुद्यावर त्यांना शंभर पैकी शंभर गुण द्यायला हवेत. त्यामुळे समीर जैन यांची फक्त वृत्तपत्रांच्या संदर्भातली कामगिरी तपासली, तर ती उत्कृष्टच म्हणावी लागेल.'

परंतु, आता २०१३ मध्ये माध्यमांचा विचार करता त्यात घडून आलेले आमूलाग्र परिवर्तन लक्षात येते. ऐंशीचे दशक हा मुद्रित माध्यमांच्या वर्चस्वाचा काळ होता. त्यावेळी टाइम्स समूह हा मुंबईच्या मोठ्या बाजारपेठेतील सर्वांत मोठा खेळाडू होता. परंतु, सध्याच्या दूरचित्रवाणी आणि डिजिटल युगात तो अनेक खेळाडूंपैकी एक आहे. विशेषत: माध्यमांमधील सर्वाधिक वेगाने वाढणाऱ्या विभागांमध्ये टाइम्सची ताकद कमी आहे.

या पुस्तकासाठी अभ्यास करीत असताना कोलकात्यातील आनंद बझार पत्रिकेचे मुख्य संपादक अवीक सरकार यांची माझी दोनदा भेट झाली. आमची पहिली भेट कोलकात्यात ऑगस्ट २००२ मध्ये आणि दुसरी भेट दिल्लीत जानेवारी २०१३ मध्ये झाली. या दोन्ही भेटींदरम्यान आमचे जे बोलणे झाले, त्याचा सारांश पुढीलप्रमाणे :

'मुद्रित माध्यमांमध्ये *टाइम्स ऑफ इंडिया* हा नक्कीच एक अधिकार गाजवणारा खेळाडू आहे. मात्र, मुद्रित माध्यमांचे साम्राज्यच आता अस्ताला जात आहे. जे क्षेत्रच आता लयाला चालले आहे, त्या क्षेत्रावर लक्ष केंद्रित केल्याने टाइम्स समूहाचा प्रगतीचा अक्ष ढळला. त्यामुळे दूरचित्रवाणीसारखे क्षेत्र स्टार, झी किंवा सोनी अशा समूहांना आंदण मिळाल्यासारखे झाले.'

'रुपर्ट मर्डोक यांच्या माध्यम साम्राज्यावर तुम्ही नजर टाकलीत, तरी त्यांच्या व्यवसायात मुख्या वाटा मनोरंजन, दूरचित्रवाणी आणि चित्रपटांचा असल्याचे लक्षात येते. मर्डोक यांच्या व्यवसायात मुद्रित माध्यमांचा समावेश अद्याप समावेश असला, तरी तो जुन्या गोष्टी प्रदर्शनीय वस्तूंप्रमाणे टिकवून ठेवण्यासारखाच आहे. त्यातून त्यांना फार उत्पन्न मिळत नाही. न्यूज कॉर्पच्या एका संचालकाने तर मध्यंतरी जाहीरपणे म्हटले की, मुद्रित माध्यमे हा त्यांच्या व्यवसायाचा १० टक्के भाग आहेत आणि ९० टक्के डोकेदुखी आहेत.'

'मी कदाचित चुकीचा ठरेन. पण *टाइम्स ऑफ इंडिया* हे चुकीच्या लोकांशी चुकीची लढाई खेळत आहे, असे मला वाटते. आम्ही त्यांचे विरोधक नाही. आणि त्यांनी आमचा पराभव केला किंवा नाही, यापेक्षाही या लढाईत त्यांनी गुंतून पडावे का, हा खरा प्रश्न आहे. दारासिंग बालवाडीत गेला, तिथल्या मुलांशी कुस्ती खेळला आणि जिंकला, याला कितपत अर्थ आहे? त्यांची खरी स्पर्धा, मग ती जाहिरातींच्या पैशांसाठी का असेना, आमच्याशी नाही. ती स्टार, झी अशा समूहांशी आहे. सुभाष चंद्रा, उदय शंकर आणि मुकेश अंबानी हे त्यांचे खरे स्पर्धक आहेत. *हिंदुस्थान टाइम्स, द हिंदू* किंवा *आनंद बझार पत्रिका* नव्हे!'

माध्यमांचे आणखीही एक विश्लेषक म्हणाले, 'टाइम्स समूह या लढाईत कमजोर ठरण्याची शक्यता यामुळे आहे की, त्यांनी बरीच मोठी आघाडी उघडली असली, तरी त्यांची खरी ताकद मुद्रित माध्यमांमध्ये एकवटलेली आहे. मुद्रित माध्यमांमधून जाहिरातींचा खूपच कमी महसूल मिळतो. हे खरे स्थित्यंतर आहे. मुद्रित माध्यमे आक्रसत चालली आहेत. पुढील काळात ती कदाचित फक्त मम्मी-पपांची दुकाने राहतील. त्यांना नव्या पिढीच्या जगण्यात फारसे स्थान राहणार नाही.'

'आपल्याला माहिती असलेले जग कोसळत आहे आणि नवे जग उदयाला येत आहे, अशा काळात माध्यम समूहांच्या केंद्रस्थानी असलेले विषयही पूर्णपणे बदलू शकतात. पाश्चात्य देशांमध्ये *गार्डियन, फायनान्शियल टाइम्स* अशा वृत्तपत्रांसह अनेक वृत्तपत्रे कठीण काळातून जात आहेत. *द टाइम्स, द सन* अशा वृत्तपत्रांनाही माध्यम समूहांच्या एका विभागाचे स्वरूप आले आहे. अशा अस्थिर वातावरणात बहुतांश माध्यमसमूह भविष्यात टिकू शकतील अशाच गोष्टींवर पैसा खर्च करत आहेत आणि ज्यांचा पाया कमकुवत झाला आहे, अशा क्षेत्रांमधून बाहेर पडत आहेत', अशा शब्दांत त्यांनी माध्यमांच्या बदलत्या स्थितींचे वर्णन केले.

हे काही प्रमाणात खरे असले, तरी भारतात मात्र सर्वच गोष्टी त्याप्रमाणे

घडताना दिसत नाहीत. भारतातल्या माध्यमांमधील बदलांचे चित्र अद्याप स्पष्ट व्हायचे आहे. टाइम्स समूहापेक्षाही जास्त आर्थिक ताकद असलेले बडे उद्योग माध्यमांच्या क्षेत्रात पाय रोवण्याचा आणि त्यावर नियंत्रण ठेवण्याचा प्रयत्न करत आहेत, ही गोष्ट खरी आहे. मुकेश अंबानी आणि इंडिया टुडे-कुमार मंगलम् बिर्ला अशा माध्यमांमधील नव्या शक्तींपुढे टाइम्स समूह खुजा वाटतो, हेही खरे आहे. वृत्तपत्रांमधील जाहिरातींना गळती लागली आहे. त्यातील जाहिराती दूरचित्रवाणी, उपग्रह व केबल वाहिन्या, डिजिटल माध्यमांकडे वळत आहेत. मनोरंजन आणि क्रीडा क्षेत्राकडे जाहिरातींचा ओढा आहे.

अशा बदलत्या परिस्थितीचा सामना करण्यासाठी टाइम्स समूहाकडे मुद्रित माध्यमांव्यतिरिक्त इतर विविध प्रकारच्या माध्यमांची ताकद आहे का? किंवा विरोधक आरोप करतात त्याप्रमाणे भयंकर वादळाचा केव्हाही तडाखा बसू शकेल असे ते केवळ उंच वाढलेले झाड आहे?

तरीही भारतातील दूरचित्रवाणी आणि डिजिटल माध्यमांमध्ये अद्याप कोण आघाडीवर आहे, याचे चित्र स्पष्ट झालेले नाही. कदाचित टाइम्स समूहही त्यात बाजी मारू शकतो. या समूहाने इतर विभागांमध्ये तुलनेने उशिरा प्रवेश केला असला, तरी तो इतरांच्या बरोबरीला येण्याच्या प्रयत्नात आहे. वैशिष्ट्यपूर्ण ओळख असलेला आपला ब्रँड, राखीव मनुष्यबळ आणि साधनसंपत्ती, तसेच नाविन्याचा ध्यास या आधारे टाइम्स समूह उभरत्या माध्यमांमध्येही आपला दबदबा निर्माण करू शकतो.

समीर जैन यांनी ऐंशीच्या मध्यावर टाइम्स समूहाची सूत्रे हाती घेतल्यापासून या समूहाने शहरी भागातला इंग्रजीभाषक वर्ग नजरेसमोर ठेवला आहे. हा वाचकवर्ग समूहाच्या व्यवसायाचा मुख्य आधार आहे. त्यावरून टाइम्सने आपली नजर ढळू दिलेली नाही. इतर वाचकांच्या शोधात ग्रामीण भागात जाण्याचा किंवा वृत्तपत्रांच्या नव्या ब्रँडमध्ये गुंतवणूक करण्याचे समूहाने जाणीवपूर्वक टाळले आहे. नव्वदच्या दशकातही शहरी भागावरची टाइम्सची नजर विचलित झाली नाही. त्यामुळे मुंबई आणि दिल्ली या देशातील सर्वाधिक महत्त्वाच्या आणि समूहाचे बऱ्यापैकी अस्तित्व असलेल्या बाजारपेठांमध्ये आणखी साधनसंपत्ती पुरवण्यात आली.

गेल्या दशकातही टाइम्स समूहाच्या व्यवसायाचा हा गाभा कायम राहिला.

अर्थात नागरी भागाची व्याख्या या काळात आणखी व्यापक झाली. त्यात फक्त महानगरेच नव्हे, तर देशातील इतर महत्त्वाची शहरे आणि दुसऱ्या स्तरावरची छोटी शहरेही सामावली गेली. त्यामुळे चुकतमाकत का होईना पण *टाइम्स ऑफ इंडिया*ने *हिंदू*चा बालेकिल्ला असलेल्या दक्षिणेतील चेन्नई शहरात प्रवेश केला. केरळ आणि पश्चिम बंगालमध्येही त्याने पाय रोवण्याचे प्रयत्न केले. कोलकाता आणि हैदराबादमध्ये टाइम्सने आपला विस्तार केला.

पण टाइम्स समूहाच्या दृष्टीने या सर्वांतली सर्वांत महत्त्वाची यशकथा साकारली, ती बेंगळुरू शहरात. स्थानिक बातम्यांना प्राधान्य, जाहिरातदारांसाठी दरांचे आकर्षक पॅकेज याबरोबरच बाजारपेठेतील प्रस्थापितांना धक्का देण्यासाठी वृत्तपत्राची किंमत कमी ठेवणे अशा आधीच यशस्वी ठरलेल्या आयुधांचा टाइम्स समूहाने पुन्हा यशस्वी वापर केला. टाइम्स इथेही विजेता ठरला. चेन्नईतही टाइम्सने आपल्या अस्तित्वाची दखल घेणे सर्वांना भाग पाडले. *हिंदू*सारख्या पारंपरिक आणि विद्वान वाचकांचे म्हणून गणल्या गेलेल्या वृत्तपत्राच्या तुलनेत युवा वाचकवर्गाला त्याने मोहात पाडले.

मुंबईच्या घरच्या मैदानावरही टाइम्सला कडव्या आव्हानांचा सामना करावा लागला. *डीएनए (डेली न्यूज अँड ॲनॅलिसिस)*, *हिंदुस्थान टाइम्स*ने इथे आवृत्त्या सुरू करून टाइम्सला धक्का देण्याचा प्रयत्न केला. *हिंदुस्थान टाइम्स*ने चांगल्या संपादकीय आशयामुळे काही वाचकवर्ग आपल्याकडे वळवला. *डीएनए*च्या आक्रमक मांडणी व सजावटीने वाचकांचे लक्ष वेधून घेतले. आपला ब्रँड प्रस्थापित करण्याचे जोरदार प्रयत्न दैनिक भास्कर समूहातील या वृत्तपत्राने केले.

मुंबईतील या संघर्षात *टाइम्स ऑफ इंडिया*ने पहिले स्थान टिकवण्यात यश मिळवले खरे; पण त्याची किंमत त्याला मोजावी लागली. त्याचा नफा एकाच पातळीवर कायम राहिला. एक दशकापूर्वी जाहिरातदारांना आपण म्हणू त्या दरावर सहमत होण्यास टाइम्स भाग पाडत असे. अशी स्थिती आता राहिली नाही. नव्या वृत्तपत्रांच्या स्पर्धेबरोबरच इतरही काही बदलांमुळे मुंबईच्या बाजारपेठेत टाइम्सचा एकाधिकार राहिला नाही. नव्वदच्या दशकात मुंबईतील तरुण वाचकांपर्यंत हमखास पोचण्यासाठी *टाइम्स ऑफ इंडिया* हेच एकमेव साधन होते. बदललेल्या परिस्थितीत अनेक नवे पर्याय पुढे आले होते आणि त्यामुळे विस्तारलेल्या क्षेत्रात स्पर्धकांना लढा देणे टाइम्सला भाग होते.

इंटरनेट, रेडिओ, मोबाईल, उपक्रमांचे आयोजन, सार्वजनिक जाहिरातफलक असे अनेक पर्याय आता जाहिरातदारांना उपलब्ध होते. यातील अनेक क्षेत्रांमध्येही

टाइम्स समूहाने आपले काही प्रमाणात वर्चस्व प्रस्थापित केले, तरी आधीच्या दशकाप्रमाणे जाहिरात किंवा सेवामूल्याची एकतर्फी आकारणी करणे त्याला आता शक्य नव्हते.

पर्यायी माध्यमांचा वेगाने विकास होत असतानाही टाइम्स समूहाने आणि इतर वृत्तपत्र समूहांनीही माध्यम विश्वातले आपले स्थान ढळू दिले नाही, हे माध्यम समीक्षकही मान्य करतात. अनेक चर्चासत्रे, परिसंवादांमध्ये या पारंपरिक माध्यमांना मोडीत काढण्यात आले. परंतु, भारतात ती टिकून राहिली. पाश्चिमात्य देशांमध्ये चोवीस तास बातम्या देणाऱ्या दूरचित्रवाणी वाहिन्या आल्यानंतर वृत्तपत्रांपुढे दोनच पर्याय होते. एक म्हणजे विशिष्ट विषयावर लक्ष केंद्रित करून तेवढीच माहिती मर्यादित वाचकगटाला पोचवत राहायची आणि घटनाघडामोडींचे विश्लेषण करायचे. दुसरा पर्याय टॅब्लॉइड वृत्तपत्रांप्रमाणे सनसनाटी स्वरूपात बातम्या देण्याचा होता.

भारतात अजून तरी तसे काही घडलेले दिसत नाही. चोवीस तास बातम्या देणाऱ्या वृत्तवाहिन्यांच्या जोडीने माध्यमांच्या भाऊगर्दीतही वृत्तपत्रांनी आपले अस्तित्व टिकवले. त्यासाठी त्यांनी बदलत्या परिस्थितीशी जुळवून घेतले. केवळ घटनास्थळी जाऊन केलेल्या वस्तुनिष्ठ वार्तांकनावर अवलंबून राहणे आता वृत्तपत्रांना शक्य नव्हते. त्यांना एका विषयाशी संबंधित बातम्या विशिष्ट सूत्राभोवती गुंफण्याची आणि त्याच्या प्रभावी सादरीकरणाची आवश्यकता निर्माण झाली. एका अर्थाने दूरचित्रवाणी वाहिन्यांनी बातमी जिथे सोडली, तो धागा पकडून पुढची बातमी, सखोल बातमी देण्यास वृत्तपत्रांनी सुरुवात केली.

त्याच वेळी वृत्तपत्रांनी आपले बलस्थान ओळखून वेगळ्या मार्गांनी वाटचाल सुरू केली. दूरचित्रवाणीवरच्या 'ब्रेकिंग न्यूज'पेक्षा बातमीदारांच्या प्रयत्नांमधून वेगळ्या बातम्यांना वाचा फोडण्याचा प्रयत्न त्यांनी चालवला. त्याचबरोबर सखोल आणि वाचकांना अर्थ समजावून सांगणाऱ्या वार्तांकनावर भर देण्यात आला. वाचक आणि जाहिरातदार दोन्ही वर्गांच्या दृष्टिकोनातून आपले महत्त्व आणि वेगळेपण वृत्तपत्रांनी टिकवून ठेवले. भारतात इंटरनेटचा प्रसार आणि वापर मर्यादित असल्याचा फायदाही वृत्तपत्रांना झाला.

टाइम्स समूहाने या काळातही आशय आणि किमतीच्या बाबतीतले नाविन्य टिकवण्याचे प्रयत्न सुरू ठेवले. मास्टरमाइंड आणि स्वागतमूल्याच्या जुन्याच यशस्वी सूत्राचाही अनेकदा प्रभावी वापर करण्यात आला. आपल्या वाचकांना समूहातील वेगेवेगळ्या वृत्तपत्रांची सवलतीच्या दरातले पॅकेज देऊनही आपले आकर्षण टिकवून ठेवण्याचा यशस्वी प्रयत्न टाइम्सने केला.

टाइम्स समूहातली वृत्तपत्रे संपादकीय आशयाच्या गुणवत्तेबाबत तडजोड करत असल्याचा आरोप नव्वदच्या दशकात झाला. नवा वाचकवर्ग मिळवण्याच्या प्रयत्नात सर्वसामान्यांच्या दृष्टीने महत्त्वाच्या बातम्यांचा आवाज दडपण्याचा प्रयत्न (डंबिंग डाऊन द न्यूज) टाइम्सने केल्याचे म्हटले गेले. *टाइम्स ऑफ इंडिया* चे उदाहरण घ्यायचे, तर शहरातील मध्यम वर्गाच्या दृष्टीने तसे महत्त्वाचे नसलेले विषय त्यात दुर्लक्षिले जात. तसेच, गुंतागुंतीच्या आणि सखोल विश्लेषणाची गरज असलेल्या विषयांपासून हे वृत्तपत्र दूर राहत असल्याची टीकाही त्या वेळी झाली.

जुन्या पिढीतल्या पत्रकारांना हे पटणारे नव्हते. बेनेट, कोलमन आणि कंपनीतील अनेक संपादकांनाही नव्या वाचकांशी नाते जोडण्याची कल्पना फारच ताणली जात असल्याचे वाटत होते. वृत्तपत्रे स्वत:ला लोकशाहीची रक्षणकर्ती समजत होती, ही भूमिका मागे पडली, असे क्षणभर समजले, तरी *टाइम्स ऑफ इंडिया* केवळ आर्थिक नफ्याच्या– धंद्याच्या बाजूवर लक्ष केंद्रित करून दुसऱ्या टोकाला जात असल्याचा आरोप झाला. या दोन भूमिकांमध्ये समन्वय साधण्यात टाइम्स समूहाला अपयश आले.

टाइम्स समूहातील एक माजी संपादक म्हणाले, 'तुम्हाला कोणती बातमी हवी आहे आणि तुम्हाला कोणत्या बातम्या समजणे आवश्यक आहे, या दोन्हींमध्ये फरक आहे. पहिल्या प्रकारच्या बातम्यांकडे वाचक आणि समुदायांचा नेहमीच स्वाभाविक कल असतो. पण दुसऱ्या प्रकारच्या बातम्यांबाबतीत वृत्तपत्राने त्याचा विवेक वापरण्याची गरच असते. अशा महत्त्वाच्या बातम्या मागे पडणार नाहीत आणि आपल्या वृत्तपत्रातून त्याला योग्य प्रसिद्धी मिळेल, याची दक्षता बाळगणे आवश्यक असते.'

काही वर्षे तर टाइम्स समूहात अशी समजूत प्रचलित होती की, एखादी बातमी राष्ट्रीय महत्त्वाची आहे, परंतु स्थानिक वाचकांच्या रोजच्या जगण्याशी तिचा थेट संबंध नाही, तर ती वगळली तरी चालेल. 'तुम्ही उपयोग करू शकाल अशा बातम्या' (न्यूज यू कॅन यूज) या मंत्राने टाइम्स समूहात काही काळ उत्साहाचे वातावरण पसरले, पण त्या नादात वाचकांना समजायला हव्यात, अशा बातम्यांकडे दुर्लक्ष झाले आणि वृत्तपत्राचा समतोल ढळला, अशी खंत या संपादकांनी व्यक्त केली.

टाइम्स समूहातील काही विद्यमान अधिकाऱ्यांनी या टीकेत काही प्रमाणात

तथ्य होते, हे मान्य केले. आशय अधिक जिवंत, वाचकाशी नाते जोडणारा आणि समजायला सोपा करण्याच्या प्रयत्नांमध्ये बातम्यांचे फुटकळीकरण झाले. शहरी वाचकाच्या आवडीनिवडी आणि तात्कालिक हितसंबंधांचे लांगूलचालन करताना बातम्यांची निवड आणि वार्तांकनही सदोष झाले. या प्रक्रियेत राष्ट्रीय महत्त्वाच्या सामाजिक विषयांकडे टाइम्स समूहातील वृत्तपत्रांचे साफ दुर्लक्ष झाले.

उदाहरणार्थ, एका टप्प्यावर समूहाने असे ठरवले की, *टाइम्स ऑफ इंडिया*त उद्योगजगतातील घडामोडींचे तपशीलवार वार्तांकन प्रसिद्ध होईल. सरकारची विविध खाती, धोरण ठरवणारे विभाग, सार्वजनिक क्षेत्रातल्या कंपन्या यांच्या बातम्या यापुढे देण्याची गरज नाही. त्यामागचा उद्देश कदाचित नागरी भागातील ग्राहक आणि गुंतवणूकदार वाचकांच्या अपेक्षा पूर्ण करण्याचा असावा. परंतु, त्यामुळे राष्ट्रीय औष्णिक ऊर्जा महामंडळ (एनटीपीसी), भारत हेवी इलेक्ट्रिकल्स (भेल) अशा लोकांशी निगडित सार्वजनिक कंपन्यांसंबंधीचे वार्तांकनही एका रात्रीत बाद ठरले. रेल्वेसारख्या महत्त्वाच्या संस्थांचे काय असा प्रश्न उभा राहिला. शेतीसंबंधीच्या बातम्या निकालात निघाल्या.

अशा प्रकारच्या फतव्यांमधून बातम्यांचा पुन्हा समतोल साधण्यास वेळ लागला. काही सरकारी खाती आणि सार्वजनिक क्षेत्रातल्या कंपन्या वृत्तपत्रांच्या मोठ्या जाहिरातदार होत्या. त्यामुळे हा समतोल साधणे टाइम्स समूहाला भाग पडले. वाढत्या जाहिरातींसाठी संपादकीय जागेवर आलेल्या दडपणामुळे कदाचित अशा चुका झाल्या असाव्यात.

गेल्या काही वर्षांत वृत्तपत्रांतील हरवलेला समतोल पुन्हा साधण्याचा जाणीवपूर्वक प्रयत्न टाइम्स समूहात होताना दिसला. *टाइम्स ऑफ इंडिया*ने सुरू केलेली 'क्रेस्ट' ही अतिशय उच्च गुणवत्तेची पुरवणी हे त्याचे एक उदाहरण म्हणावे लागेल. संपादकीय आशयाशी आपण अजूनही बांधील आहोत, हे दाखवण्याचा प्रयत्न त्यानिमित्ताने झाला. समीर जैन यांची कन्या त्रिशला हिला वृत्तपत्र व्यवसायाची आवड निर्माण व्हावी, यासाठी हा घाट घालण्यात आल्याचे बोलले जाते. त्रिशला यांना कलेची आवड आहे. 'क्रेस्टमध्ये खूप जाहिराती घेतल्या, तर त्याच्या सजावटीला व सौंदर्याला बाधा येईल म्हणून त्यावर बंधने घालण्यात आली होती', असे या पुरवणीसाठी लेखन करणाऱ्या टाइम्स समूहातील एका पत्रकाराने सांगितले.

टाइम्सची क्रेस्ट पुरवणी यशस्वी ठरली. तिचा खप पाच लाखांवर पोचला. पुरवणीची दर्शनी किंमत पाच रुपये होती. पण तिच्या निर्मितीसाठी प्रत्यक्षात येणारा खर्च अंकामागे साधारण वीस रुपये इतका होता. त्यामुळे हा नुकसानीचाच सौदा

ठरत होता. तोटा कमी करण्यासाठी वितरण तीन लाखांपर्यंत कमी करण्यात आले. किंमत तीच ठेवण्यात आली. परंतु, जाहिरातींवर मर्यादा होत्या. या पुरवणीतील स्तंभलेखक पत्रकार म्हणाले, 'समीर जैन क्रेस्टची किंमत वाढवण्याच्या ठाम विरोधात होते. शक्य तितकी किंमत कमी ठेवा, अशी त्यांची सूचना होती.'

या पुरवणीमागची टाइम्स समूहाची भूमिका आणखी स्पष्ट करताना ते म्हणाले, 'जाहिरातींच्या आधाराशिवाय एखादी पुरवणी केवळ संपादकीय आशय आणि गुणवत्तेच्या जोरावर तग धरू शकते का, हे पाहण्यासाठी क्रेस्टचा प्रयोग होता. ते सोपे नव्हते. तरीही असा प्रयोग करण्याचे धाडस दाखवल्याबद्दल टाइम्स समूहाचे कौतुक करायला पाहिजे.' त्रिशला जैन काही काळ या पुरवणीशी संबंधित होत्या. परंतु, कालांतराने त्या पुन्हा त्यांच्या आवडीच्या कला क्षेत्राकडे वळल्या, अशी माहितीही त्यांनी दिली.

वृत्तपत्रामध्ये पुन्हा समतोल आणण्याचा आणखी एक प्रयत्न म्हणजे सामाजिक विषयांना नव्याने देण्यात आलेले महत्त्व. टाइम्स समूहातील वृत्तपत्रांमधील वार्तांकन आता आणखी विस्तृत पायावर उभारलेले आहे. त्यावर आधारित बातम्या व भूमिकेतील बदलांबरोबरच एका पाठोपाठ एक अतिशय महत्त्वाच्या आणि वेगळ्या सामाजिक मोहिमा टाइम्स समूहाने हातात घेतल्या.

टाइम्स समूहाने हे जाणीवपूर्वक उचललेले पाऊल होते. या माध्यम समूहाच्या मते, भारतातील आधुनिक विचारांचा तरुण सामाजिकदृष्ट्या सजग आहे; तसेच त्याला विधायक मार्गांनी व्यक्त व्हायचे आहे. परिसरातील समस्यांविषयी नुसते वाचण्यापेक्षा आणि त्यावर चर्चा करण्यापेक्षा त्यावर ठोस उपाय शोधण्याची व त्यानुसार कृती करण्याची या तरुणांची इच्छा आहे. त्यामुळे बातम्यांमधले सामाजिक विषयांचे निव्वळ प्रमाण वाढवण्यापेक्षा संबंधित विषयांवरील सामाजिक उपक्रम व मोहिमांमधून ही ऊर्जा प्रवाहित करण्याचे टाइम्स समूहाने ठरवले.

अशा ठोस भूमिकेतून टाइम्स समूहाने सामाजिक मोहिमांचा एक रूपबंध ठरवला. त्याआधारे अनेक सामाजिक विषय समूहाने यशस्वीरीत्या हाताळले. शहरातील मध्यमवर्गीय तरुणाला भावू शकेल अशा एखाद्या सामाजिक विषयाची निवड करायची, त्या संबंधी मतमतांतरे व विविध भूमिका मांडणारे लेख प्रसिद्ध करायचे, अशा सातत्यपूर्ण लिखाणाबरोबरच प्रत्यक्ष कृतीचा एखादा कार्यक्रम द्यायचा, असे त्याचे सर्वसाधारण स्वरूप समूहाने विकसित केले. अशा मोहिमांमध्ये प्रसिद्ध व्यक्ती, कलाकारांना सहभागी केले की, त्याचे आकर्षण आणखी वाढते. त्याला प्रत्यक्ष कार्यक्रमांच्या आखणीतून शहरातील मध्यमवर्गीय तरुणाला सामाजिक कार्यात

सहभागी होण्याची संधी द्यायची. तरुणांचा रोजचा दिनक्रम फारसा विस्कळीत न होता अशी संधी दिली, तर त्याला बऱ्यापैकी प्रतिसाद मिळतो. या सर्वाला स्थानिक बातम्यांची जोड द्यायची. या बातम्यांमधून उपक्रमात सहभागी तरुण आणि मोहिमेच्या लाभार्थींना प्रसिद्धी द्यायची. अशा मोहिमांची अनेक यशस्वी आवर्तने टाइम्स समूहाने घडवली.

परिसरातील साक्षरतेचे प्रमाण वाढविण्यासाठी 'टीच इंडिया' मोहीम, राजकारणात प्रामाणिक आणि कार्यक्षम तरुण यावेत यासाठीची नेतृत्वउभारणी मोहीम, भारत आणि पाकिस्तान दरम्यान सौहार्द निर्माण व्हावे, यासाठी 'अमन की आशा' मोहीम... या सर्वांमधून शहरी मध्यम वर्गाला समाजासाठी काही तरी केल्याचे समाधान देणारी व्यासपीठे निर्माण करण्यात आली. एरवीच्या व्यवसायात केवळ बाजारपेठेवर आणि नफा कमावण्यावर लक्ष केंद्रित झाले असल्याने अशा सामाजिक मोहिमांमधून थोडा समतोल साधण्याचे प्रयत्न टाइम्स समूहाने केले.

टाइम्स समूहाने सबलीकरणाच्या संदर्भात एक वेगळा व रंजक दृष्टिकोन विकसित करण्याचा प्रयत्न केला. नागरिक आणि ग्राहक अशा दोन्ही वर्गांचे समाधान करणारा मध्यम मार्ग त्याद्वारे पडताळून पाहण्यात आला. या भूमिकेतून पाहिले असता वृत्तपत्राने सरकार किंवा उद्योगपती अशा प्रस्थापितांचे हुजरे होणे अपेक्षित नाही. राजकारणी आणि धोरणकर्त्यांच्या केवळ घोषणांचे वार्तांकन वृत्तपत्रांकडून अपेक्षित नाही. तर सामान्य नागरिकाच्या नजरेतून विकासाचे चित्र वृत्तपत्रांनी मांडावे, असा दृष्टिकोन टाइम्स समूहाने ठेवला.

त्यामुळे टाइम्स समूहातील वृत्तपत्रे या भूमिकेतून नागरी समाजाशी– सिव्हिल सोसायटीशी संवाद साधू लागली आणि सर्व प्रकारच्या प्रस्थापित यंत्रणांच्या विरोधात उभी राहून नागरी समाजाच्या हितसंबंधांचे प्रतिनिधित्व व रक्षण करू लागली. वृत्तपत्र नागरी समाजाच्या वतीने काम करते. त्याच्याशी संबंध असलेली आणि त्याला महत्त्वाची ठरू शकणारी माहिती व बातम्या ते गोळा करते. प्रस्थापित व्यवस्थेच्या विरोधात लढा देण्याची वेळ आली, तर वृत्तपत्र नागरी समाजाच्या वतीने संघर्षाची मशाल हातात घेते, अशी ही भूमिका होती. त्याकडे नकारात्मक दृष्टीने पाहणाऱ्यास तो सवंग लोकप्रियतेचा प्रयत्न वाटू शकत होता. मात्र, अशी भूमिका घेताना सरकार, उद्योगपती किंवा कोणत्याही प्रकारच्या प्रस्थापित सत्तेपुढे न झुकण्याचा निर्धार टाइम्स समूहाने व्यक्त केला.

याचा एक अर्थ, बातमीची निवड ती वाचकाशी किती संबंधित किंवा नाते सांगणारी आहे, या निकषावर आधारित राहणार होती. तसेच, वाचकाला समजेल

अशाच तऱ्हेने तिचे वार्तांकन आणि लेखन अपेक्षित होते. वाचकाला समजून घेणारे, त्याच्याशी संवाद साधणारे, त्याला उत्साहित करणारे आणि त्याचे सबलीकरण करणारे असे वृत्तपत्र टाइम्स समूहाला अपेक्षित होते. सर्वात महत्त्वाचे म्हणजे बातमीत आता फक्त सरकार आणि अधिकाऱ्यांची मते व्यक्त होऊन चालणार नव्हती, तर त्यातून विविध दृष्टिकोन प्रतिबिंबित होणे अपेक्षित होते.

त्याच धर्तीवर एखाद्या धोरणाशी किंवा व्यवसायाशी संबंधित बातमी देताना वृत्तपत्राने त्याच्याकडे सुटी घटना म्हणून पाहणे अपेक्षित नाही. तर कोणत्याही घडामोडीचा वाचकाशी किंवा ग्राहकाशी कसा संबंध आहे, हे उलगडून दाखवणारे विश्लेषण बातमीत अपेक्षित होते. उदाहरणार्थ, बँकिंगशी संबंधित बातम्या देताना 'तरलतेवर निर्बंध' किंवा 'व्याजदर तेजीत' अशा न देता, एखाद्या मध्यमवर्गीय कुटुंबावर त्याचा काय परिणाम होईल, त्याच्या गृहकर्जाचे हप्ते कमी होतील की वाढतील, अशा तऱ्हेचे विश्लेषण आता अपेक्षित होते.

वाचकांच्या सबलीकरणाचा असा दृष्टिकोन पत्रकारितेत नव्याने प्रस्थापित केल्याचे श्रेय टाइम्स समूहाला देणे आवश्यक आहे. राजकारण, प्रशासन, बडे उद्योगपती यांच्याबद्दलची भारतीय माध्यमांची आसक्ती कमी करून वाचकाला पत्रकारितेच्या केंद्रस्थानी आणण्याचा हा प्रयत्न आहे. हा दृष्टिकोन वृत्तपत्रांच्या पारंपरिक भूमिकेपेक्षाही वेगळा आहे. वृत्तपत्रे त्याआधी वाचकाला एकतर प्रवचन झोडत होती किंवा त्याला समजेल- न समजेल याची फिकीर न करता त्याच्याशी एकतर्फी संवाद साधत होती.

टाइम्स समूहाने केलेले असे प्रयत्न इतर माध्यम संस्थांसाठीही अनुकरणीय ठरले. त्यामुळे या माध्यम संस्थाही वाचकांचा बदलता वर्ग, त्याच्या बदलत्या गरजांविषयी संवेदनशील आणि स्वीकारशील झाला. वाचकांबाबतचा त्यांचा दृष्टिकोन सर्वसमावेशक आणि खुला झाला. मात्र, या भूमिकेवर ठाम राहणे सोपे नाही. काही वेळा त्यातून गुंतागुंतीचे विषयही अतिसोपे करून सांगण्याचा प्रयत्न होतो किंवा गंभीर घटनांचे फुटकळीकरणही होण्याचा धोका त्यात संभवतो. मात्र, टाइम्स समूहाच्या व त्यायोगे इतर माध्यमांच्या अशा प्रयत्नांमधून वाचकांचा फायदाच झाला.

बेनेट, कोलमन आणि कंपनीने वृत्तपत्रांच्या संपादकीय आशयात नाविन्य आणण्याच्या प्रयत्नांबरोबरच जाहिरातदारांनाही त्यांच्या पैशाचे अधिक मूल्य देऊ शकणारी

काही साधने विकसित करण्याचा प्रयत्न केला. हे प्रयोगही आधीच्या प्रयोगांप्रमाणे वादाच्या भोवऱ्यात सापडले. त्यातील एक वादग्रस्त प्रयोग म्हणजे 'मीडियानेट'. या योजनेनुसार जाहिरातदारांना ठराविक शुल्क देऊन त्यांच्या उत्पादनांची व ब्रँडची माहिती ग्राहकांपर्यंत पोचवण्यासाठी संपादकीय जागा उपलब्ध होऊ शकते. त्यामुळे प्रसिद्ध झालेला मजकूर हा पैशाच्या मोबदल्यात छापण्यात आला आहे, हे ओळखणे वाचकाला अवघड बनले. त्यानुसार संबंधित लेख किंवा जाहिरातीचे स्वरूप एखाद्या तटस्थ पत्रकाराने लिहिल्यासारखे मांडता येऊ शकते.

कोणत्याही वृत्तपत्रांमध्ये छापल्या जाणाऱ्या बातम्या आणि संपादकीय लेखांबद्दल विश्वासार्हतेची भावना वाचकांच्या मनात असते. जाहिरात ही पैसे देऊन केलेली किंवा विकतची प्रसिद्धी असते. त्यामुळे ती एकतर्फी माहिती देणारी मानली जाते. याउलट संपादकीय लेखन हे स्वतंत्र आणि त्रयस्थ व्यक्तीने केलेले निष्पक्ष लेखन मानले जाते. पत्रकाराच्या लेखनात एकप्रकारचा समतोल आणि विवेक अपेक्षित असतो. संपादकीय लेखन आणि जाहिरात किंवा विकतचा मजकूर यात अंतर असणे हे पत्रकारितेतील एक नैतिक कर्तव्य मानले जाते.

परंतु, टाइम्स समूहाने मीडियानेटच्या माध्यमातून हे अंतर पुसण्याचा प्रयत्न केला. या योजनेद्वारे जाहिरातदाराने दिलेला मजकूर पत्रकाराने लिहिलेल्या बातमीसारखाच प्रसिद्ध होणार होता. दोन्हींतला फरक लक्षात येणे अवघड होते. टाइम्स समूहाने जाहिरातदारांना मदतीसाठी एक स्वतंत्र टीम उभी केली होती. तिच्या मदतीने जाहिरातदाराने सांगितलेल्या माहितीचे एखाद्या बातमीसारखे किंवा वृत्तलेखासारखे लेखन करण्यात येत होते. त्यामुळे अधिकृत व निष्पक्ष बातमीपेक्षा असे लेखन वेगळे ओळखता येणे आणि त्यातला सूक्ष्म फरक लक्षात येणे, सामान्य वाचकांसाठी अवघड होते. त्यामुळे अर्थातच जाहिरातदाराला अधिक फायदा होणार होता. परंतु, वृत्तपत्रातील बातम्यांवरचा वाचकाचा विश्वास खालावण्याचा धोका त्यात निश्चितच होता.

टाइम्स समूहाने कदाचित लक्ष्मणरेषा ओलांडली होती. ही योजना माध्यमांशी संबंधित कोणत्याही प्रश्नांवर इलाज शोधणारी नव्हती. मीडियानेटमुळे माध्यमांच्या जगात तर वादळ उठलेच; पण टाइम्स समूहातील वृत्तपत्रांमध्येही त्याची तीव्र प्रतिक्रिया उमटली. बातम्या आणि जाहिरातींची त्यातील फरक ओळखता येणार नाही, अशी सरमिसळ योग्य नसल्याचे मत समूहातून ठामपणे व्यक्त झाले. व्यावसायिक हितसंबंधांची जपणूक करताना बातमीच्या पावित्र्याला धक्का लागता कामा नये, अशी भूमिका मांडण्यात आली. त्याचबरोबर वाचकाचा विश्वासघात

करून विकतचा मजकूर बातमीसारखा देणे पत्रकारितेच्या नीतीमूल्यांना धरून नाही, अशी टीकाही त्यावर झाली. कंपनीचे एक वरिष्ठ अधिकारी प्रदीप गुहा या प्रश्नावरच विरोध व्यक्त करून बाहेर पडल्याचेही यासंदर्भात बोलले जाते.

मात्र, मीडियानेटविषयी कंपनीच्या व्यवस्थापनाची एक भूमिका होती. त्यांच्या म्हणण्यानुसार, जाहिरातदारांना देण्यात आलेली ही सवलत वृत्तपत्रातील काही पुरवण्या किंवा विभागांपुरतीच मर्यादित राहणार होती. उदाहरणार्थ, जीवनशैलीविषयक पुरवण्यांमध्ये असा मजकूर छापला जाणारा होता. बेनेट, कोलमन आणि कंपनीचे तत्कालीन कार्यकारी संचालक रवी धारिवाल यांचा यासंदर्भात भूमिका मांडणारा एक लेख *टाइम्स ऑफ इंडियात* प्रसिद्ध करण्यात आला. त्यानुसार वृत्तपत्रातल्या जीवनशैलीविषयक पुरवण्यांमधील आशयात येऊ शकणारा दुटप्पीपणा त्यामुळे दूर होणार होता. जाहिरातकीय किंवा प्रायोजित लेख हे वृत्तपत्रातील आशयाचे मान्यताप्राप्त भाग आहेत. ते जाहिरातीशी संबंधित मजकूर असल्याचे जाहीर करून छापण्यात काही प्रत्यवाय नव्हता. त्याचबरोबर असा मजकूर वृत्तपत्रातील पुरवण्यांमध्ये छापण्यापूर्वी त्याची काटेकोर व कठोरपणे तपासणी केली जाते आणि ही लिटमस चाचणी पार पडल्यानंतरच मजकूर पुढे पाठवला जातो, असा दावाही त्यात करण्यात आला होता. या निकषांवर न उतरणाऱ्या मजकुराला कात्री लावली जाते, असे धारिवाल यांचे म्हणणे होते.[२] दिल्ली टाइम्स आणि इतरही अशा पुरवण्यांच्या मास्टहेडखाली पहिल्या पानावर ती 'जाहिरातकीय, मनोरंजनपर आणि प्रायोजित लेखांची पुरवणी' आहे, असे छापले जाते.

रवी धारिवाल यांनी लेखात असेही लिहिले की, 'मीडियानेटच्या माध्यमातून दिल्या जाणाऱ्या प्रत्येक मजकुराची केवळ तपासणी केली जात नाही, तर त्याला संपादकीय निर्णयाची गाळणीही लावली जाते. टाइम्स समूह संपादकीय निर्णयाचा नेहमी आदर करतो. त्यामुळे जीवनशैलीविषयक किंवा स्थानिक पुरवण्यांच्या संपादकांनी एखाद्या मजकुराला आक्षेप घेतला व तो प्रसिद्ध करण्यासारखा नाही, असे सांगितले, तर तो बाजूला ठेवला जातो.'

त्याचबरोबर मीडियानेटमार्फत सर्वच कंपन्या किंवा ब्रँड्सना अशा तऱ्हेची प्रसिद्धी दिली जात नाही. कोणत्या ब्रँड्सना अशी प्रसिद्धी मिळू शकते, याचे काही निकष टाइम्स समूहाने ठरवले आहेत. टाइम्स समूहातील वृत्तपत्रांचे स्वरूप आणि त्याच्या मूल्यांशी विसंगत अशा ब्रँड किंवा उत्पादनांना त्यातून प्रसिद्धी दिली जात नाही. व्यवस्थापनाच्या मते असा ब्रँड जीवनशैलीशी निगडित किंवा बाजारपेठेत उच्च दर्जा असलेला असावा.

*इंडिया टुडे*चे संपादक अरुण पुरी यांनी त्यांच्या 'फ्रॉम द एडिटर-इन-चीफ' या स्तंभातून मीडियानेटवर थेट टीका केल्यानेही मोठे वादळ उठले.[३] 'तुम्ही पैसे मोजलेत, तर *टाइम्स ऑफ इंडिया*च्या संपादकीय स्तंभांमध्ये तुमचे नाव येऊ शकते', अशी टाका त्यांनी केली होती. *हिंदुस्थान टाइम्स*ने प्रसिद्ध केलेल्या 'द स्टेट ऑफ द मीडिया डिबेट' या फेब्रुवारी २००३ मध्ये प्रसिद्ध केलेल्या लेखांच्या मालिकेतही अनेक ज्येष्ठ पत्रकारांनी मीडियानेटवर टीकेची झोड उठवली होती.

तेव्हा बिझनेस स्टँडर्डचे संपादक असलेल्या टी. एन. निनान यांनी हिंदुस्थान टाइम्समधील लेखात लिहिले, 'बेनेट, कोलमन आणि कंपनी या देशातील सर्वांत मोठ्या प्रकाशकाने जास्तीत जास्त नफा मिळवण्यासाठी आक्रमक पवित्रा घेतला आहे.'[४] 'लोक प्रकाशनाच्या व्यवसायात येतात कारण त्यांना बातमीबद्दल आणि वाचकांबद्दल प्रेम असते व आदर असतो. तसा तो नसेल, तर ते साबणही विकू शकतात. आमच्या सध्याच्या वृत्तपत्रांपुढची समस्या ही आहे की, काही प्रकाशकांना यातील फरक समजत नाही', अशी टीकाही त्यांनी पुढे केली.[५]

*हिंदुस्थान टाइम्स*चे माजी संपादक वीर संघवी यांनी या प्रकरणी *टाइम्स ऑफ इंडिया*वर थेट शरसंधान करण्याचे टाळले. परंतु, माध्यमांमध्ये येऊ पाहणाऱ्या 'पेड न्यूज' किंवा 'विकतच्या बातम्या' या चिंताजनक प्रवाहावर त्यांनी भाष्य केले.

मीडियानेटसंबंधीचा वाद गाजत असताना *हिंदुस्थान टाइम्स*च्या रविवार पुरवणीतील स्तंभात संघवी यांनी काही प्रश्न उपस्थित केले. त्यांनी लिहिले की, 'भारतातील काही वृत्तपत्रे संपादकीय जागा का विकू पाहत आहेत? ज्या मजकुरासाठी पैसे मोजण्यात आले आहेत, त्याला बातमीची विश्वासार्हता देऊन ते वाचकांची फसवणूक करण्यास का तयार झाले?... जी वृत्तपत्रे आपली बातम्यांची पानेच विकत आहेत, ती आज देशातील सर्वाधिक फायद्यातील वृत्तपत्रे ठरत आहेत.'[६]

टाइम्स ऑफ इंडिया ने त्याच्या स्तंभांमधून मीडियानेटचे समर्थन केले. वृत्तपत्रांच्या क्षेत्रात आपण कसे नाविन्य आणत आहोत, त्यासाठी कसा पुढाकार घेत आहोत, हे मांडण्याचा प्रयत्न त्यात झाला. विरोधी वृत्तपत्रांना नाविन्यपूर्ण कल्पनांच्या दिवाळखोरीने ग्रासले आहे. त्यामुळेच त्यांनी आता आपल्यावर विखारी टीका सुरू केली आहे, असा प्रत्यारोप टाइम्सने केला.

मात्र, टाइम्स समूहाच्या प्रत्युत्तराचा मुख्य मुद्दा वेगळाच होता. त्यांच्या म्हणण्यानुसार अनेक संपादकीय लेख उद्योगजगताने प्रसिद्धीस दिलेल्या पत्रकांपासून प्रेरणा घेतलेले किंवा त्यावर आधारलेले असतात. बडे उद्योजक किंवा त्यांचे प्रतिनिधित्व करणाऱ्या संस्था संपादकीय विभागावर आपला प्रभाव पाडतात.

त्याचा परिणाम बातम्या आणि इतर लेखनावर होतो. त्यामुळे संपादकीय लेखन तसे तिसऱ्या पक्षाने स्वतंत्रपणे लिहिले जाणारे राहिलेले नाही. टाइम्स समूहाच्या मते ही अप्रत्यक्षपणे केली जाणारी जाहिरातच आहे. त्याचा खरा लाभ उद्योगसंस्था आणि माध्यमांमध्ये मध्यस्थी करणाऱ्या जनसंपर्क संस्थांना होतो. ते आपल्या ग्राहकांकडून अशा प्रसिद्धीच्या मोबदल्यात बरेच पैसे उकळतात. त्यामुळे उद्योगांनी असा तिसऱ्या कोणामार्फत संपर्क साधण्यापेक्षा थेट माध्यमांशीच संवाद साधणे औचित्याचे आहे. त्यामुळे या गोष्टी जास्त व्यावसायिक सफाईने होऊ शकतील आणि त्यासाठी माध्यमे काही शुल्कही आकारू शकतील.

कै. सबिना सेहगल सैकिया यांनी *टाइम्स ऑफ इंडिया* त यासंदर्भात एक संपादकीय लेख लिहिला होता. 'पुरवण्यांमध्ये विशिष्ट बाजू मांडणारे, एकीकडे झुकलेले लेख प्रसिद्ध करण्याचा प्रघात मीडियानेटने बंद केला नाही, तर माहितीची देवाणघेवाण करण्याची प्रक्रिया आणखी पारदर्शक बनवली', असे मत त्यांनी व्यक्त केले. त्यामुळे पत्रकारितेतल्या भाटगिरीला अटकाव बसला आणि भेटवस्तूंच्या आमिषाने किंवा आडमार्गाने होणारे व्यवहारही बंद झाले, असे मतही त्यांनी मांडले. वृत्तपत्रातली जागा ही व्यक्तिगत फायद्यासाठी किंवा किरकोळ लाभासाठी सौदा करण्याची गोष्ट नाही, असे प्रतिपादन करून त्यांनी लिहिले की, 'असे लेख आता संपादकीय निवडप्रक्रियेच्या चाळणीतून जाऊ लागले. तसेच, ते प्रायोजित लेख आहेत, हेही उघडपणे मान्य करण्यात आले.'[७]

टाइम्स समूहाने मीडियानेटचे कितीही समर्थन केले, तरी वृत्तपत्रातल्या काही स्तंभांमधली जागा विकली जाते, हे त्याने जगजाहीर झाले. ज्यांची पैसे मोजण्याची तयारी आहे, त्यांनी दिलेला मजकूर काही पथ्ये पाळून वृत्तपत्रामध्ये प्रसिद्ध होण्याची एक यंत्रणा टाइम्सने उभी केली. त्यामुळे विवाहसमारंभ, वाढदिवसांच्या पार्ट्या अशा छोटेखानी समारंभांनाही वृत्तपत्राच्या संपादकीय स्तंभांमधून विकतची प्रसिद्धी मिळू लागली. त्याचबरोबर काही उत्पादने आणि सेवांची प्रसिद्धी जाहिरातींऐवजी प्रायोजित वृत्तलेख किंवा बातम्यांच्या स्वरूपात होऊ लागली.

फेब्रुवारी २०११ मध्ये लंडनच्या *संडे टाइम्स*च्या पत्रकार निकोला स्मिथ यांनी मीडियानेटसंबंधी केलेल्या वक्तव्यामुळे भारतातील माध्यमांच्या विश्वात पुन्हा चर्चा रंगली.[८] त्यांनी 'मीडियानेटचे वर्णन दिल्लीतल्या एका शॉपिंग मॉलमध्ये रंगलेल्या पार्टीचेही वार्तांकन करू इच्छिणारी एका कंपनीची जनसंपर्क संस्था' असे केले. भारतातील माध्यमे एखाद्याला अनुकूल बातमी छापण्यासाठी पैशांची मागणी करतात, असा त्यांच्या बातमीचा एकंदर रोख होता. मीडियानेटच्या एका

प्रतिनिधीने दिलेल्या माहितीच्या आधारावर निकोला यांनी ही बातमी केली होती. त्यानुसार दिल्ली टाइम्स पुरवणीच्या पहिल्या पानावर बातमी छापण्यासाठी प्रति कॉलम सेंटिमीटर २७ पौंड (२३८५ रुपये) आणि आतल्या पानांसाठी प्रति कॉलम सेंटिमीटर १६ पौंड (१४१३ रुपये) असा दर त्या वेळी आकारला जात होता. अशा विकतच्या मजकुरात प्रसिद्ध व्यक्तीचा समावेश असल्यास त्याला खऱ्याखुऱ्या बातमीचे स्वरूप देण्यात येते, असे या प्रतिनिधीने सांगितले. त्याचबरोबर अशा कार्यक्रमांसाठी जादा पैसे मोजण्याची तयारी दाखवल्यास एखादी प्रसिद्ध व्यक्ती किंवा कलाकार मिळवून देण्याचे कामही संबंधित यंत्रणेमार्फत केले जाते, अशी माहिती निकोला यांना देण्यात आली.

नंतर ब्रिटनच्या प्रसिद्ध *गार्डियन* वृत्तपत्रानेही त्याच्या 'द ग्रीनस्लेड ब्लॉग'वर ही बातमी प्रसिद्ध केली. त्याचे शीर्षक 'इंडियाज् डॉजी पेड न्यूज फिनॉमेना' (भारतातील विकतच्या बातम्यांची लबाडी) असे होते.

यासंदर्भात मला १९७२ मध्ये प्रसिद्ध झालेल्या फ्रान्सिस फोर्ड कोपोला यांच्या *'द गॉडफादर'* चित्रपटाची आठवण झाली. या चित्रपटातील कुख्यात गुंड डॉन कॉर्लियो हे पात्र व्हर्जिल सोलोझाला म्हणते, 'त्याने कोणताही फरक पडत नाही; एखादी व्यक्ती जगण्यासाठी काय करते, याने मला कोणताही फरक नाही. समजले! पण तुमचा व्यवसाय थोडा धोकादायकच आहे.'

जाहिरातदारांना आकर्षित करण्यासाठी टाइम्स समूहाने अवलंबलेली दुसरी एक वादग्रस्त पद्धती म्हणजे, प्रायव्हेट ट्रीटीज्- खासगी करार. जाहिरातींच्या मोबदल्यात पैसे देण्याऐवजी संबंधित कंपन्यांनी त्यांचे काही समभाग टाइम्स समूहाला द्यायचे, अशी ही योजना आहे.

जाहिरात देण्यास एरवी फारशा राजी नसणाऱ्या कंपन्यांना आकर्षित करण्यासाठी टाइम्स समूहाने हा तोडगा काढला. त्याचबरोबर ज्या कंपन्या व उद्योग माध्यमांच्या व्यवहाराशी फारसे परिचित नाहीत, पण शेअर बाजारात उतरण्यापूर्वी उत्पादनांची किंवा ब्रँडची प्रसिद्धी करायची आहे, अशांपुढे ही योजना ठेवण्यात आली. किंवा निधी उभारणीच्या प्रयत्नात असलेल्या उद्योगांनासुद्धा या प्रकारचे सहाय्य टाइम्स समूहाने देऊ केले. त्या बदल्यात समूहाला सदर कंपनीतील फक्त काही समभाग हवे होते. अशा तऱ्हेने सुमारे दोनशेच्या वर कंपन्या व उद्योगांशी टाइम्सने 'खासगी करार' केले.

आम्ही जाहिरातदारांची बाजारपेठ विस्तारण्यासाठी हे पाऊल उचलले असल्याचे टाइम्स समूहाचे म्हणणे आहे. ज्या कंपन्यांना नियमित स्वरूपात

जाहिराती देण्याची आवश्यकता नाही किंवा ज्यांच्या अर्थसंकल्पात जाहिरातींसाठी स्वतंत्र तरतूद नाही, अशांना या योजनेतून प्रसिद्धीचा लाभ मिळू शकत होता. टाइम्समधील जाहिरातींसाठी आगाऊ पैसे देऊ न शकणाऱ्या कंपन्यांसाठीही समभागाच्या मोबदल्यात प्रसिद्धीचा मार्ग उपलब्ध होता. शिवाय ही सोय दीर्घ काळ राहणार होती. त्यामुळे जाहिरातदारांच्या नव्या वर्गाला आकर्षित करण्यासाठी खासगी करार हे नवे उपयुक्त साधन आहे, अशी टाइम्स समूहाची त्याकडे पाहण्याची दृष्टी होती. त्याशिवाय सुरुवातीला टाइम्सच्या प्रयोगांना विरोध करणारे स्पर्धक नंतर त्याची सोयीस्कर नक्कल करतात; पण तीही त्यांना नीट जमत नाही, हे स्पष्टीकरण टाइम्स समूहाकडे तयार होतेच.

असे अनेक अनुत्तरित प्रश्न आहेत. अर्थात, कोणत्याही गोष्टीची नंतर चिकित्सा करण्यावर आपला विश्वास नाही, असा टाइम्स समूहाचा दावा आहे. सध्या करायचे काम कोणते आहे, याचाच प्राधान्याने विचार करायचा, त्याला सुरुवात करायची आणि ते उत्तम पद्धतीने करण्याचा प्रयत्न करायचा, असा सर्वसाधारण दृष्टिकोन टाइम्स समूहात दिसतो. त्याचे प्रतिनिधित्व करताना समूहातील एक तरुण ब्रँड व्यवस्थापक म्हणाला, 'टाइम्सचे नाविन्यपूर्ण शोधांचे जनकयंत्र नवनव्या कल्पना प्रसवत राहते. त्यांचे प्रत्यक्ष प्रयोग केले जातात. त्यातले काही फोल ठरतात, तर काही अपयशी ठरतात. आम्ही पुढे जात राहतो.'[९]

टाइम्स समूहाचा असाही दावा आहे की, 'प्रतिस्पर्ध्यांवर कायम लक्ष ठेवा, हा उद्योगजगतातील शहाणपणाचा सल्ला धुडकावून समूह त्याकडे ढुंकूनही पाहत नाही. आपल्याला काय साध्य करायचे आहे, त्यावरच त्याचे सर्व लक्ष असते.' हा तरुण व्यवस्थापक म्हणाला, 'आमचे काही प्रतिस्पर्धी चांगली कामगिरी करू शकले नाहीत, कारण, त्यांच्या नजरा आमच्यावरच खिळलेल्या होत्या, असे आम्हाला वाटते. त्यांचे वाचक किंवा जाहिरातदारांवर त्यांचे लक्ष नव्हते. काही तरी नवी आणि मौल्यवान निर्मिती करण्यापेक्षा शत्रूला नष्ट करण्याचीच चिंता त्यांना लागून राहिली होती.'

टाइम्स समूहाच्या या दाव्यात काही तथ्य जरूर असू शकेल. मात्र, या समूहाने ज्या वेगाने नवनव्या कल्पना मांडल्या आणि त्या यशस्वीरीत्या राबवल्या, हे पाहताना थक्क व्हायला होते. समूहाच्या या यशामागचा गुरूमंत्र– 'सुसंगत रहा आणि नफा कमावणारे रहा', हाच होता. बाजारपेठेवर सतत नजर ठेवून त्याचे अंत:प्रवाह जाणून घेण्याचा प्रयत्न करणे, तिचा सतत अंदाज घेत राहणे, स्पर्धकांच्या हालचालींवरही जागती नजर ठेवणे, आणि नवनवे प्रयोग करताना सावधपणा बाळगला, तरी

धोका पत्करण्याचीही तयारी ठेवणे, हे सतत पुढे जाणाऱ्या या माध्यम समूहाच्या यशाचे रहस्य आहे. काही वेळा या समूहाच्या भूमिकेत, तत्त्वज्ञानात आणि भारतीय बाजारपेठेत त्याने रचलेल्या अनाकलनीय चालींमध्ये वरवर पाहता विरोधाभासही दिसतो. परंतु कोणत्याही क्षेत्रात या समूहाने पाऊल टाकले आणि त्याने बरे, वाईट किंवा प्रसंगी उद्धट वाटणारे असे काही केले, तरी त्याचा ठसा त्या क्षेत्रावर उमटल्याविना राहत नाही, हेच खरे!

टिपा

प्रस्तावना

१ इंग्रजीत मीडिया हा शब्द अनेकवचनी असला, तरी प्रचलित वापर लक्षात घेऊन तो इथे एकवचनी वापरला आहे.

२ केंद्रीय माहिती आणि प्रसारण मंत्रालयाने ८२५ पेक्षा जास्त खासगी उपग्रह वाहिन्यांना परवानगी दिली असल्याची नोंद भारतीय दूरसंचार नियामक आयोगाच्या (ट्राय) एप्रिल २०१२ मध्ये प्रसिद्ध झालेल्या तिमाही अहवालात आहे.

३ राजदीप सरदेसाई, 'इट्स नॉइज, नॉट न्यूज', *हिंदुस्थान टाइम्स*, ८ फेब्रुवारी २०१३, पृष्ठ १२.

४ भारतीय वृत्तपत्र निबंधकांचे कार्यालय, प्रेस इन इंडिया २०११-१२, २८ डिसेंबर २०१२. rni.nic.in/ या संकेतस्थळावर उपलब्ध ठळक आकडेवारी.

५ तत्रैव.

६ तत्रैव.

बोरीबंदरची सम्राज्ञी

१ जे. नटराजन, *हिस्टरी ऑफ इंडियन जर्नालिझम*, दिल्ली : प्रकाशन विभाग, केंद्रीय माहिती व प्रसारण मंत्रालय, भारत सरकार, ऑगस्ट १९५५, पृष्ठ ५.

२ तत्रैव.

३ तत्रैव.

४ रामकृष्ण डालमिया, *अ शॉर्ट स्केच ऑफ माय लाइफ*, दिल्ली : स्वयंप्रकाशन, १९७३, पृष्ठ १७३.

५ तत्रैव.

६ रामकृष्ण डालमिया यांचे पुत्र गुणनिधी यांनी दिल्लीत झालेल्या मुलाखतीच्या वेळी या तारखेचा उल्लेख केला. फेब्रुवारी २००३.

७ रामकृष्ण डालमिया, *अ शॉर्ट स्केच ऑफ माय लाइफ*, पृष्ठ १७३.

८ तत्रैव, पृष्ठ १७४.

९ रामकृष्ण डालमिया, *सम नोट्स अँड रेमिनिसन्सेस: अ गाइड टू ब्लिस*, दिल्ली : स्वयंप्रकाशन, १९४८, दुसरी आवृत्ती १९५९, पृष्ठ ७.

१० तत्रैव, पृष्ठ १८.

११ आलोक जैन यांची मुलाखत, भारतीय ज्ञानपीठ कार्यालय, दिल्ली, १५ जानेवारी २००२.

१२ तत्रैव.

१३ रामकृष्ण डालमिया, *अ शॉर्ट स्केच ऑफ माय लाइफ*. पृष्ठ १७५.

१४ रमेशचंद्र जैन यांची मुलाखत, स्थळ : भारतीय ज्ञानपीठ संस्थेचे कार्यालय, दिल्ली, ११ जुलै २००२. रमेशचंद्र यांचे सप्टेंबर २००४ मध्ये निधन झाले.

१५ आर. पी. जैन यांची मुलाखत, कोलकाता, ३० जुलै २००२.

१६ संजय डालमिया यांची मुलाखत, दिल्ली, २८ ऑगस्ट २००२. (संजय यांनी सन्डे मेल सुरू करून माध्यम क्षेत्रातही व्यवसायाचा प्रयत्न केला.)

१७ रामकृष्ण डालमिया, *अ शॉर्ट स्केच ऑफ माय लाइफ*, पृष्ठ २३८.

बेनेट, कोलमन आणि कंपनीची मालकी आपल्या जावयाकडे- शांतिप्रसाद जैन यांच्याकडे कशी गेली, याचा रामकृष्ण डालमिया यांनी थेट आणि स्पष्ट उल्लेख केला आहे. परंतु, डालमिया कुटुंबात या व्यवहारावरून सुप्त नाराजी असावी. ही कंपनी नंतर अतिशय प्रतिष्ठेची आणि मोठ्या प्रमाणात पैसा देणारी झाल्याने त्यात भर पडली असावी. रामकृष्ण डालमिया यांना त्यांच्या सहा बायकांपासून एकूण १८ अपत्ये झाली. त्यातील एक नीलिमा डालमिया-आधार यांनी *'फादर डियरेस्ट : द लाइफ अँड टाइम्स ऑफ आर. के. डालमिया'* हे पुस्तक लिहिले आहे. त्यात *टाइम्स ऑफ इंडिया* पासून आपल्या वडिलांना वेगळे करण्याचा प्रकार इतका निर्दयी होता की, या वृत्तपत्राच्या दीडशेव्या वर्धापनदिनाच्या समारंभात रामकृष्ण डालमिया यांचा साधा उल्लेखही करण्यात आला नाही, याची खंत व्यक्त करण्यात आली आहे. (नमिता गोखले आवृत्ती, रोली बुक्स, दिल्ली, २००३, पृष्ठ १४०.) मी नीलिमा डालमिया-आधार यांच्याशी दूरध्वनीवरून संवाद साधला. (१८ मार्च २००३). त्या म्हणाल्या, 'जैन यांनी जे काही केले, त्याबद्दल माझ्या वडिलांच्या मनात अतिशय राग आणि कटुता होती. या कंपनीचे हस्तांतरण तोंडी गहाणखतावर झाले. आपली कंपनी सुरक्षित हातात राहील, असा त्यांना विश्वास वाटत होता. परंतु, ती कधीच परत करण्यात आली नाही. एकदा तर ते असेही म्हणाले की, त्यांनी *टाइम्स ऑफ इंडिया* आणि सवाई माधोपूर सिमेंट कारखाना सोडून काहीही घ्यावे. यानंतरही वडिलांनी माझ्या मोठ्या बहिणीशी (रमा जैन) संबंध कायम ठेवले, परंतु त्याव्यतिरिक्त इतर कोणाशीही त्यांनी नाते ठेवले नाही.'

१८ तत्रैव.

१९ रामकृष्ण डालमिया, *सम नोट्स अँड रेमिनिसन्सेस*, पृष्ठ २४.

२० नीलिमा डालमिया-आधार, *फादर डियरेस्ट : द लाइफ अँड टाइम्स ऑफ आर. के. डालमिया*, पृष्ठ १३९. पंडित जवाहरलाल नेहरुंच्या या कथित वक्तव्याचा मूळ स्रोत शोधण्यासाठी मी नीलिमा डालमिया-आधार यांच्याशी १८ मार्च २०१३ रोजी दूरध्वनीवरून संपर्क साधला. या वक्तव्याची पार्श्वभूमी सांगण्याची विनंती मी त्यांना केली. त्या म्हणाल्या की, 'हे वक्तव्य माझ्या कुटुंबातील सर्वांना माहिती आहे. मात्र, ते कोठे छापून आले किंवा नाही, यासंबंधी मला माहिती नाही.' *सिलेक्टेड वर्क्स ऑफ जवाहरलाल नेहरू* या पुस्तकाच्या सहायक संपादक गीता कुदैस्या यांच्या मते 'पंडित नेहरूंच्या भाषणात कोठेही अशा प्रकारचा सूर आढळत नाही. ते या सर्वांच्या वर होते.' (नेहरू मेमोरियल फंड, नवी दिल्ली येथे २० मार्च २००३ रोजी झालेली बातचीत.)

२१ पंडित जवाहरलाल नेहरूंनी तत्कालीन केंद्रीय महसूल व विनिमय मंत्री महावीर त्यागी यांना ८ मार्च १९५३ रोजी लिहिलेले पत्र. 'भारत विमा कंपनीच्या पैशांचा गैरवापर होत आहे आणि डालमियांच्या इतर कंपन्यांसाठी हा पैसा वापरला जात आहे', असा संशय व्यक्त करून नेहरूंनी 'या प्रकरणाचा वेगाने छडा लावण्या'ची सूचना त्यागी यांना केली. त्यानंतरच 'कायदेशीर सल्ला घेणे शक्य होईल', असे पत्रात पुढे म्हटले आहे. *सिलेक्टेड वर्क्स ऑफ जवाहरलाल नेहरू*, द्वितीय मालिका, खंड २१ (१ जानेवारी १९५३ ते ३१ मार्च १९५३), जवाहरलाल नेहरू स्मारक निधीतर्फे प्रकाशित, पृष्ठ ३७२.

२२ चौकशी आयोग स्थापना कायदा १९५२ नुसार डालमिया-जैन समूहातील कंपन्यांमधील कथित गैरव्यवहारांची चौकशी करण्यासाठी भारत सरकारने ११ डिसेंबर १९५६ रोजी चौकशी आयोग स्थापण्याचा आदेश जारी केला. केंद्रीय वित्त मंत्रालयाच्या अखत्यारीत स्थापण्यात आलेल्या या आयोगाच्या अध्यक्षपदी मुंबई उच्च न्यायालयाचे न्या. एस. आर. तेंडोलकर यांची नियुक्ती करण्यात आली. त्यांच्या मृत्यूनंतर ऑगस्ट १९५८ मध्ये सर्वोच्च न्यायालयाचे माजी न्यायाधीश विव्हियन बोस यांची अध्यक्षपदी नेमणूक करण्यात आली. आयोगाचे कामकाज पाच वर्षे चालले. आयोगाने १८ जून १९६२ रोजी सरकारला चौकशी अहवाल सादर केला. न्या. विव्हियन बोस चौकशी अहवाल २३ जानेवारी १९६३ रोजी संसदेपुढे ठेवण्यात आला.

२३ द *स्टेट्समन*, २४ जानेवारी १९६३, पृष्ठ १.

२४ तत्रैव.

२५ तत्रैव.

२६ तत्रैव.

२७ तत्रैव.

२८ तत्रैव.

२९ तत्रैव.

३० तत्रैव.

३१ तत्रैव.

३२ संजय डालमिया यांची मुलाखत, नवी दिल्ली, २८ ऑगस्ट २००३.

३३ डॉ. राम तर्नेजा यांची मुलाखत, अशोक हॉटेल, नवी दिल्ली, जून २००१.

३४ आलोक जैन यांची मुलाखत भारतीय ज्ञानपीठ, नवी दिल्ली, १५ जानेवारी २००२.

३५ *इंडिया डाऊन द पेजेस: द टाइम्स ग्रुप सिन्स १८३८*, मुंबई : द टाइम्स ग्रुप, २००२, पृष्ठ १३७.

३६ इंदर मल्होत्रा यांची मुलाखत, प्रेस एन्क्लेव्ह येथील निवासस्थान, नवी दिल्ली, ऑक्टोबर २००१.

३७ बलजित कपूर यांची मुलाखत, ऑब्झर्व्हर फौंडेशन, नवी दिल्ली, डिसेंबर २००१.

३८ *दुसऱ्या वृत्तपत्र आयोगाचा अहवाल, खंड दुसरा*, परिशिष्ट १ ते १२, भारतीय पत्रपरिषद (प्रेस कौन्सिल), केंद्रीय माहिती आणि प्रसारण मंत्रालय, १९८२, पृष्ठ ३६९.

३९ रमेशचंद्र जैन यांची मुलाखत, नवी दिल्ली, ११ जुलै २००२.

४० फिक्की– फेडरेशन ऑफ इंडियन चेंबर्स ऑफ कॉमर्स अँड इंडस्ट्रीचे १९८६ मध्ये विभाजन झाले. त्या वेळी आसोचाम– द असोसिएटेड चेंबर्स ऑफ कॉमर्स अँड इंडस्ट्रीचे पुन्हा स्थापना करण्यात आली आणि सीआयआय– कॉन्फेडरेशन ऑफ इंडियन इंडस्ट्री ही नवी संघटनाही सुरू करण्यात आली.

४१ डॉ. संजय बारू यांची मुलाखत, नवी दिल्ली, जून २००१.

४२ प्रीतीश नंदी यांची मुलाखत, नवी दिल्ली, सप्टेंबर २००१.

४३ डॉ. राम तर्नेजा यांची मुलाखत, नवी दिल्ली, जून २००१.

४४ स्वर्गीय श्यामलाल यांची मुलाखत नवी दिल्लीतील त्यांच्या गुलमोहर पार्कमधील निवासस्थानी जुलै २००१ मध्ये घेतली. त्यांचे फेब्रुवारी २००७ मध्ये निधन झाले.

४५ सुशील पंडित यांची मुलाखत, नवी दिल्ली, जानेवारी २००३.

चौथ्या स्तंभावर क्रुद्ध उपाध्यक्ष

१ अखिलेश जैन यांची मुलाखत. नवी दिल्ली, २४ जुलै २००२ आणि १० फेब्रुवारी २००५.

२ कुकू हे समीर यांचे घरातले नाव. मात्र, त्याचे स्पेलिंग इंग्रजीत Kuku करतात की, Cuckò हे अभिषेक यांनी सांगितले नाही. गप्पांच्या ओघात मध्येच थांबवून त्यांना विचारावे, असेही मला वाटले नाही.

३ शशांक रायजादा यांची दूरध्वनीवरून घेतलेली मुलाखत, नवी दिल्ली, फेब्रुवारी २००५.

४ बलजित कपूर यांची मुलाखत, नवी दिल्ली, डिसेंबर २००१.

५ विजय जिंदाल यांची मुलाखत, मुंबई, डिसेंबर २००१.

६ *फायनान्शियल क्रॉनिकल*चे संपादक प्रियरंजन दास यांची मुलाखत, नवी दिल्ली, जानेवारी २०१३.

७ गौतम अधिकारी यांची 'द ओबेरॉय'मध्ये घेतलेली मुलाखत, नवी दिल्ली, फेब्रुवारी २००२.

८ प्रदीप गुहा यांच्या 'ल मेरिडियन'मध्ये दोन वेळा मुलाखती, नवी दिल्ली, ऑगस्ट २०११.

९ एन. पी. सिंह यांची मुलाखत, झंडेवाला, दिल्ली, जुलै २००१.

१० रमेशचंद्र जैन यांची मुलाखत, नवी दिल्ली, ११ जुलै २००२.

११ रमेश चंद्रन यांची मुलाखत, वसंत विहार, नवी दिल्ली, डिसेंबर २००१.

१२ सतीश मेहता यांच्याशी मी तीन वेळा संवाद साधला. नवी दिल्लीतील टाइम्स हाऊसमध्ये आमची एकदा भेट झाली आणि त्यांच्या नीतीबाग निवासस्थानी दोन भेटी झाल्या. सप्टेंबर २००१, ऑगस्ट २००२, नोव्हेंबर २००२.

१३ निकोलस कोलरिज, *पेपर टायगर्स : द लेटेस्ट, ग्रेटेस्ट न्यूजपेपर टायकून्स अँड हाऊ दे विन द वर्ल्ड*, न्यूयॉर्क : रँडम हाऊस, २०१२, पृष्ठ ४०८.

१४ जग सुरैया यांची मुलाखत, टाइम्स हाऊस, नवी दिल्ली, जुलै २००१.

नव्या साम्राज्याची पायाभरणी

१ पहा संकेतस्थळ planningcommission.nic.in/aboutus/speech/spemsa/msa/038.doc

२ टी. एन. निनान यांची मुलाखत, नवी दिल्ली, ७ फेब्रुवारी २००३.

३ भारतीय अर्थव्यवस्था प्रदीर्घ काळ म्हणजे १९५० ते १९८० पर्यंत अतिशय संथ गतीने वाढत होती. ही वार्षिक सरासरी गती साधारण साडेतीन टक्के इतकी होती. त्यामुळे अनेकदा या वाढीच्या वेगाचे वर्णन 'हिंदू रेट ऑफ ग्रोथ' असे केले जाते. भारतीय अर्थव्यवस्था या काळात सरकारच्या नियंत्रणात होती. भारतीय ग्राहकही फारसे खरेदीसाठी उत्सुक नव्हते. १९९१ च्या आर्थिक सुधारणांपूर्वी ही स्थिती कायम होती. हा वाक्प्रचार अर्थतज्ज्ञ राज कृष्णा यांनी पहिल्यांदा वापरल्याचे म्हटले जाते.

४ सुशील पंडित यांची मुलाखत, दिल्ली, जुलै २००२.

५ विनोद मेहता यांच्या *इंडियन पोस्ट*मुळे निर्माण झालेल्या स्पर्धेला तोंड देण्यासाठी टाइम्स समूहाने आक्रमक धोरण स्वीकारले. *इंडियन पोस्ट*ची लोकप्रियता वाढत होती. त्याला दुसऱ्या पद्धतीने उत्तर देण्यासाठी *टाइम्स*ने *द इंडिपेंडंट* सुरू केले. ग्राहकोपयोगी उत्पादनांच्या जाहिरातींच्या बाजारपेठेत टाइम्सची बगलेवरची आघाडी म्हणून हे नियतकालिक होते. सप्टेंबर १९८९ मध्ये ते आक्रमकपणे मुंबईच्या बाजारपेठेत उतरविण्यात आले. महिन्याभरातच त्याचा खप दहा हजार प्रतींवर गेला आणि आणखी दोन महिन्यांनी तो वीस हजारांवर पोचला. यामागे नियतकालिकाची फक्त विक्री वाढवणे हा हेतू नव्हता, तर प्रतिस्पर्ध्यावर दुसऱ्या स्पर्धकाचे दडपण आणणे हा होता. अधिक माहितीसाठी पहा– सतीश मेहता, *मार्केटिंग टू विन : डिझाइन्स अँड कँपेन्स टू अचीव्ह मार्केट डॉमिनन्स*, दिल्ली : पीअरसन, २०१२.

६   गौतम अधिकारी यांची मुलाखत, नवी दिल्ली, ६ फेब्रुवारी २००२.

७   दिलीप पाडगावकर यांची मुलाखत, डिफेन्स कॉलनी, नवी दिल्ली, २ फेब्रुवारी २००३.

८   बशाब सरकार यांची मुलाखत, 'ओ अँड एम'चे कार्यालय, ओखला, दिल्ली, डिसेंबर २००१.

९   बलजित कपूर यांची मुलाखत, ऑब्झर्व्हर फाउंडेशन, नवी दिल्ली, डिसेंबर २००१.

१० एन. पी. सिंह यांची मुलाखत, नवी दिल्ली, मे २००२.

थांबा! पुन्हा छापा!!

१   सर आर्थर कोनान डॉयल, द हाउंड ऑफ द बास्करव्हिल, लंडन : जॉर्ज न्यूनेस लिमिटेड, १९०१, पृष्ठ ७.

२   लोकमान्य बाळ गंगाधर टिळक यांनी केसरी आणि मराठा ही वृत्तपत्रे सुरू केली. बिपिनचंद्र पाल यांनी वंदे मातरम् वृत्तपत्राची स्थापना केली. महात्मा गांधींची यंग इंडिया आणि हरिजन ही वृत्तपत्रे होती, तर जवाहरलाल नेहरूंनी नॅशनल हेरल्ड हे वृत्तपत्र सुरू केले.

३   रुडयार्ड किपलिंग, द प्रेस, अ डायव्हर्सिटी ऑफ क्रेचर्स पुस्तकात समावेश, प्रथम आवृत्ती १९१७. १५ मार्च २०१३ रोजी पुढील संकेतस्थळावरून प्राप्त- http://ebooks. adelaide.edu.au/k/kipling/rudyard/diversity/chapter12.html

४   सुनिल जैन यांची मुलाखत, दिल्ली, मार्च २००२.

५   इंदर मल्होत्रा यांची मुलाखत, नवी दिल्ली, ११ फेब्रुवारी २००३.

६   संडे मॅगेझिन, ६–१२ एप्रिल १९८६, पृष्ठ १८.

७   नव्वदीच्या दशकात समीर जैन यांनी रुपर्ट मर्डोक यांच्या लंडनमध्ये अनेकदा भेटी घेतल्या.

८   बाची करकारिया यांची मुलाखत, मुंबई, डिसेंबर २००१.

९   दिवंगत के. एल. नंदन यांच्याशी चर्चा, दिल्ली, मार्च २००५.

१० अब्राहम मायकेल रोसेनथल हे न्यूयॉर्क टाइम्सचे १९७७ ते १९८८ या काळात कार्यकारी संपादक होते. त्यांना उत्कृष्ट आंतरराष्ट्रीय वार्तांकनाबद्दल १९६०मध्ये मानाचे पुलित्झर पारितोषिक मिळाले होते. ते न्यूयॉर्क टाइम्समध्ये १९४३ ते १९९९ अशी ५६ वर्षे कार्यरत होते.

११ एच. के. दुआ यांची मुलाखत, नवी दिल्ली, जून २००१. टाइम्स ऑफ इंडियाच्या सल्लागार संपादकपदावरून आपल्याला चुकीच्या पद्धतीने हटविण्यात आले, अशी तक्रार दुआ यांनी जुलै १९९८ मध्ये भारतीय पत्र परिषदेकडे (प्रेस कौन्सिल) केली. बेनेट, कोलमन आणि कंपनीचे तत्कालीन अध्यक्ष अशोक जैन यांच्या विरोधात परकीय चलन नियमन कायद्यांतर्गत (फेरा) कारवाई सुरू होती. या प्रकरणात आपल्या बाजूने राजकीय नेत्यांना वळवावे आणि सर्वसामान्य जनतेचे मतही आपल्या बाजूने व्हावे, असे लिखाण

करण्यासाठी अशोक जैन यांनी दबाव आणल्याची तक्रार दुआ यांनी केली होती.

प्रेस इन्स्टिट्यूट ऑफ इंडियाचे तत्कालीन संचालक दिवंगत अजित भट्टाचारजी यांनी दिलेल्या माहितीनुसार, प्रेस कौन्सिलने ५ ऑगस्ट १९९८ रोजी *टाइम्स ऑफ इंडियाला* या प्रकरणी समज दिली. अंमलबजावणी संचालनालयाला त्याचे कायदेशीर कर्तव्य करण्यापासून रोखण्यासाठी आणि त्याच्यावर दबाव आणण्यासाठी वृत्तपत्रातून मोहीम राबवण्यात आली, त्याबद्दल टाइम्सला ही समज देण्यात आली. अधिक माहितीसाठी पहा फ्रंटलाइन, २९ ऑगस्ट- ११ सप्टेंबर १९९८. (भट्टाचारजी १९७१ ते १९७५ या काळात टाइम्स ऑफ इंडियाच्या मुंबई आवृत्तीचे निवासी संपादक होते. *हिंदुस्तान टाइम्स* आणि *इंडियन एक्स्प्रेस*मध्येही त्यांनी संपादकपद भूषवले. एप्रिल २०११ मध्ये त्यांचे निधन झाले.)

१२ सुनिल जैन यांची मुलाखत, दिल्ली, मार्च २००२.

१३ इंदर मल्होत्रा यांनी सांगितल्याप्रमाणे.

१४ गौतम अधिकारी यांची मुलाखत, नवी दिल्ली, ६ फेब्रुवारी २००२.

१५ विनिता डावरा नांगिया यांची मुलाखत, दिल्ली, ऑगस्ट २००१. (विनिता सध्या *हिंदुस्थान टाइम्स*मध्ये आहेत.)

१६ चंदन मित्रा यांची मुलाखत, पायोनियरचे कार्यालय, नवी दिल्ली, नोव्हेंबर २००१.

१७ मॅकमॅनस, जॉन एच. *मार्केट-ड्रिव्हन जर्नालिझम: लेट द सिटिझन बीवेअर,* थाउजंड ओक्स, कॅलिफोर्निया: सेज प्रकाशन, १९९४, पृष्ठ ३.

१८ प्रदीप गुहा यांच्या दोन मुलाखती, ल मेरिडियन, दिल्ली, ऑगस्ट २०११.

१९ दिलीप पाडगावकर यांच्याशी चर्चा, डिफेन्स कॉलनी, नवी दिल्ली, जुलै २००२ आणि फेब्रुवारी २००३.

२० *संडेमॅगेझिन,* ६-१२ एप्रिल १९८६ (आनंद बझार पत्रिकेचे प्रकाशन, आता हे नियतकालिक अस्तित्वात नाही.)

२१ एन. पी. सिंह यांची मुलाखत, झंडेवाला येथील कार्यालय, दिल्ली, जुलै २००१.

२२ दिलीप पाडगावकर यांची मुलाखत, दिल्ली, जुलै २००२.

२३ डॉ. बी. पी. आगरवाल, एबीसी कन्सल्टंट्सचे कार्यकारी अध्यक्ष, कर्मचारीभरती करणाऱ्या या कंपनीचे मुख्यालय दिल्लीत आहे. स्थापना १९६९.

२४ सतीश मेहता यांची मुलाखत, नीतीबाग, नवी दिल्ली, ऑगस्ट २००२.

२५ खुशवंतसिंग यांनी *इंडिया डाऊन द पेजेस* शीर्षकाने बेनेट, कोलमन आणि कंपनीतील एका प्रकाशनासंबंधी आढावा घेणारा लेख लिहिला. तो पुढील संकेतस्थळावर पाहावा. http://www.outlookindia.com/article.aspx?220785. मी खुशवंतसिंग यांची नवी दिल्लीतील सुजनसिंग पार्कमधील निवासस्थानी जुलै २००१मध्ये भेट घेतली. तेव्हा ते म्हणाले, 'भारतातली वाचू नयेत अशी पहिली दोन वृत्तपत्रे म्हणजे *टाइम्स ऑफ इंडिया* आणि *हिंदुस्थान टाइम्स.*'

२६ *सडे मॅगेझिन*, मुखपृष्ठ कथा, द पेपर चेज, २७ मार्च–२ एप्रिल १९९४, पृष्ठ ३६.

२७ तत्रैव, पृष्ठ ३५.

२८ दिलीप पाडगावकर यांची मुलाखत, नवी दिल्ली, जुलै २००२.

२९ एकोणिसशे ऐंशीच्या दशकाच्या प्रारंभी जॅक वेल्श यांना 'न्युट्रॉन जॅक' असे संबोधले जाई. कारण व्यावसायिक संघटनांच्या इमारती शाबूत ठेवून कर्मचारी कमी करण्याचा मार्ग ते सांगत होते.

३० रजनीश रिखी यांची मुलाखत, टाइम्स हाऊस, नवी दिल्ली, २३ ऑक्टोबर २००२.

३१ विजय जिंदाल यांची मुलाखत, मुंबई, डिसेंबर २००१.

३२ व्ही. के. गंभीर यांची मुलाखत, दिल्ली, २ मार्च २००१.

३३ प्रीतीश नंदी यांची मुलाखत, नवी दिल्ली, सप्टेंबर २००१.

३४ विमला पाटील यांची मुलाखत, मुंबई, डिसेंबर २००१.

जाहिरातींचे 'मास्टरमाइंड'

१ विल्यम शॉक्रॉस, *मर्डोक*, न्यूयॉर्क: सायमन अँड शुस्टर, १९९२, पृष्ठ १९२.

२ बागडिकियान, बेन हेग, द *मीडिया मोनोपली*, बोस्टन: बेकन प्रेस, १९८३, संदर्भ जॉन एच. मॅक्मॅनुज, *मार्केट–ड्रिव्हन जर्नालिझम, लेट द सिटिझन बीवेअर, थाउजंड ओक्स*, कॅलिफोर्निया: सेज प्रकाशन, १९९४, पृष्ठ २०.

३ पुढील संकेतस्थळावरून प्राप्त– http://thinkexist.com/quotation/if-you-make-a-product-good-enough-even-though-you/397118.html ९ मार्च २०१३.

४ प्रदीप गुहा यांची मुलाखत. (बेनेट, कोलमन आणि कंपनीचे माजी कार्यकारी संचालक आणि प्रेसिडेंट) दिल्ली, ऑगस्ट २०११.

५ विजय जिंदाल यांची मुलाखत, मुंबई, डिसेंबर २००१.

६ विभा देसाई यांची मुलाखत, दिल्ली, जुलै २००१.

७ रजनीश रिखी यांची मुलाखत, नवी दिल्ली, जानेवारी २००२.

८ बशाब सरकार यांची मुलाखत, दिल्ली, ऑक्टोबर २००१.

९ नटरंजन बोहिदार यांची मुलाखत, दिल्ली, ऑगस्ट २००२.

१० सतीश मेहता यांची मुलाखत,

११ रजनीश रिखी यांची मुलाखत, नवी दिल्ली, जानेवारी २००२.

१२ तत्रैव.

१३ एन. पी. सिंह यांची मुलाखत (बेनेट, कोलमन आणि कंपनीचे माजी जाहिरात संचालक), नवी दिल्ली, जुलै २००१.

१४ विभा देसाई यांची मुलाखत, दिल्ली, जुलै २००१.

लाइट्स! कॅमेरा! अ‍ॅक्शन!

१ पुढील संकेतस्थळावरून ९ मार्च २०१३ रोजी प्राप्त– http://www.schipul.com/quotes/881

२ प्रदीप गुहा यांच्या दोन मुलाखती, नवी दिल्ली, ऑगस्ट २०११

३ बाची करकारिया, *बीहाइंड द टाइम्स*, दिल्ली: बीसीसीएल, २०१०, पृष्ठ २५९.

४ पुढील संकेतस्थळावरून ९ मार्च २०१३ रोजी प्राप्त– http://education.howmarketworks.com/quote-about-finance/your-premium-brand-had-better-be-delievering-something-special/

५ *द टाइम्स ऑफ आयडियाज्*, दिल्ली: बेनेट, कोलमन आणि कंपनी, २००७, पृष्ठ २५.

६ पुढील संकेतस्थळावरून ९ मार्च २०१३ रोजी प्राप्त– http://thinkexist.com/quotation/an_investment_in_knowledge_always_pays_the_best/161325.html

माध्यम विश्वातला 'पिंक पँथर'

१ अजित निनान यांच्या दोन मुलाखती, नवी दिल्ली, एप्रिल २००२ आणि फेब्रुवारी २००३.

२ प्रियरंजन दास यांची मुलाखत, दिल्ली, जानेवारी २०१३.

३ परन बालकृष्णन यांची मुलाखत, नवी दिल्ली, १५ जुलै २००२.

४ या वृत्तपत्राचे नाव पहिल्यांदा *'बिझनेस अँड पोलिटिकल ऑब्झर्व्हर'* असे ठरवण्यात आले होते. नंतर *'द ऑब्झर्व्हर ऑफ बिझनेस अँड पॉलिटिक्स'* असे ते करण्यात आले.

५ परन बालकृष्णन यांची मुलाखत, नवी दिल्ली, १५ जुलै २००२.

चलो दिल्ली!

१ अ‍ॅड वॉर्स काँट्री टू गुड टेस्ट, प्रेस कौन्सिल रिव्ह्यू, प्रेस कौन्सिल ऑफ इंडिया, खंड १०, जानेवारी १९८९, क्रमांक १, दिल्ली १९८९, पृष्ठ ७७.

२ विनिता डावरा नांगिया यांची मुलाखत, नवी दिल्ली, ऑगस्ट २००१.

३ मन्निका चोप्रा यांची मुलाखत, नवी दिल्ली, जानेवारी २००२.

४ मधु सुरी यांची मुलाखत, नवी दिल्ली, डिसेंबर २०१२.

५ उमेश आनंद यांची मुलाखत, नवी दिल्ली, ऑगस्ट २००१.

६ ए. एन. सेन यांची मुलाखत, नवी दिल्ली, जुलै २००१.

७ मॅथ्यू एंजेल, *टिकल द पब्लिक: वन हंड्रेड इयर्स ऑफ पॉप्युलर प्रेस*, लंडन: ओरायन, १९९६, एंजेल हे आधी द गार्डियन वृत्तपत्रात पत्रकार होते.

८ सुशील पंडित यांची मुलाखत, नवी दिल्ली, ऑक्टोबर २००१.

९ बाची करकारिया यांची मुलाखत, मुंबई, डिसेंबर २००१.

१० नरेश मोहन यांची मुलाखत, नवी दिल्ली, जुलै २००१. (मुलाखतीच्या वेळी नरेश मोहन हे युनायटेड न्यूज एजन्सी ऑफ इंडियाचे (यूएनआय) अध्यक्ष होते.

११ डॉ. एन. चंद्र मोहन यांची मुलाखत, दिल्ली, ऑगस्ट २००१.

समारोप

१ ब्रॉडशीट आकाराचे दैनिक म्हणजे सकाळी नेहमीच्या मोठ्या आकारात येणारे- ४० बाय ५५ सेंटिमीटर किंवा १६ बाय २२ इंच कागदावर छापले जाणारे दैनिक. ते टॅब्लॉइड वृत्तपत्राच्या साधारण दुप्पट आकाराचे असते.

२ रवी धारिवाल, 'मच डू अबाउट मीडियानेट', *द टाइम्स ऑफ इंडिया*, १५ फेब्रुवारी २००३, पृष्ठ १४.

३ अरुण पुरी यांनी इंडिया टुडेतील 'फ्रॉम द एडिटर-इन-चीफ' या स्तंभात २७ जानेवारी २००३ रोजी लिहिले की, 'संध्याकाळी होणाऱ्या सणसमारंभांमधली छायाचित्रे व त्यावरील लेख *टाइम्स ऑफ इंडिया*च्या 'पेज थ्री'वर प्रसिद्ध करण्यासाठी काही जनसंपर्क संस्था आता काम करत आहेत. त्यासाठी त्या शुल्कही आकारतात.'

४ टी. एन. निनान, हाऊ ॲडव्हर्टायझिंग बीकेम न्यूज. आयडेंटिटी क्रायसिस, *हिंदुस्थान टाइम्स*, १९ फेब्रुवारी २००३, पृष्ठ १६.

५ टी. एन. निनान, ऑल द न्यूज स्पेस दॅट इज फिट टू सेल, *हिंदुस्थान टाइम्स*, २० फेब्रुवारी २००३, पृष्ठ १८.

६ वीर संघवी, द स्टेट ऑफ द मीडिया डिबेट, *संडे हिंदुस्थान टाइम्स*, १६ फेब्रुवारी २००३, पृष्ठ ४.

७ सबिना सेहगल सैकिया, कॉम्पीट, डोन्ट कार्प... कॉपीकॅट्स शुड नॉट पॉइंट फिंगर्स, *टाइम्स ऑफ इंडिया*, २५ फेब्रुवारी २००३, पृष्ठ १६.

८ द *संडे टाइम्स*वरील लेखासंबंधी ही बातमी सौरव बर्मन यांनी द हूट या संकेतस्थळावर दिली आहे. पहा- http://www.thehoot.org/web/home/story.php?storyid=5135&pg=1&mod=1&sectionId=19. *संडे टाइम्स*च्या मूळ लेखासाठी पाहा -http://www.thesundaytimes.co.uk/sto/news/world_news/Asia/article555434.ece. *गार्डियन*मधील प्रतिक्रियांसाठी पाहा- http://www.guardian.co.uk/media/greenslade/2011/feb/20/press-freedom-india.

९ मी या पुस्तकाचे हस्तलिखित श्री. समीर जैन यांच्या वाचनासाठी २०१० च्या अखेरीस

टाइम्स हाऊसमध्ये पाठवले होते. त्या वेळी टाइम्स समूहातील उद्योग धोरण आणि ब्रँड उपक्रम विभागाचे वरिष्ठ व्यवस्थापक रोहित खन्ना यांनी मला चर्चेसाठी बोलावले. तेथे टाइम्सच्या ब्रँड विभागाचे कार्यकारी अध्यक्ष राहूल कन्सल यांचीही भेट झाली. खन्ना यांच्या विभागातील *टाइम्स ऑफ इंडिया* ब्रँडचे मुख्य व्यवस्थापक प्रियांक माथूर, व्यवस्थापक राकेश देवल हेही उपस्थित होते. हे सर्व अधिकारी अतिशय खुल्या विचारांचे आणि आतिथ्यशील होते. त्यांनी सर्व प्रश्नांची निर्भीडपणे उत्तरे दिली.

ऋणनिर्देश

तस्मादाक्त: सततं, कार्यं कर्म समाचर।
आसक्तो ह्याचरन्कर्म, परमाप्नोति पुरुषः।।

'नियुक्त कर्म कोणत्याही आसक्तीशिवाय सातत्याने करत रहा. असे कर्म करत राहिल्यानेच तुम्हाला परमसुखाचा लाभ होतो.'

(श्रीमद् भगवद्गीता, अध्याय तिसरा, श्लोक १९)

जे स्वप्न मी बारा वर्षांहून अधिक काळ उराशी जपले, ते पूर्ण होताना त्याबद्दल मी काय लिहिणार? या स्वप्नाच्या पूर्ततेसाठीची धडपड कधी तीव्र आणि उत्साही होती, तर कधी आहे तिथेच थिजलेली आणि दबलेली होती. ते पूर्ण होणार की नाही, अशी भीतीही कधी मनात दाटून यायची. माझा हा प्रवास कदाचित 'लाइफ ऑफ पाय'मधल्या रिचर्ड पार्करशी समांतर जाणारा असावा. या स्वप्नाने मला धडपडायला लावले, नव्या गोष्टी शिकायला लावल्या. त्याने मला भुकेले ठेवले आणि तत्परही. या सर्वासाठी आणि त्याने आणखीही जे काही दिले, त्या सर्वांसाठी मी त्या कल्पनेलाच अभिवादन करते.

सन २००० च्या शरद ऋतूत केव्हातरी हा विचार पहिल्यांदा माझ्या आयुष्यात आला आणि त्याने माझी पकड घेतली. मी त्याच्या मागे धावायचे ठरवले. भारतातल्या माध्यमांबद्दल लिहायचे, हे अतिशय कष्टाचे काम आहे. त्यासाठी आठवणी, गावगप्पा मिळत होत्या; पण खरी माहिती पुढे येत नव्हती. त्यातून नेमके तपशील शोधण्यासाठी खूप झगडावे लागले. टाइम्स समूह तसा आत्ममग्न आणि

स्वत:चे खासगीपण जपणारा आहे. तशातच मी *टाइम्स ऑफ इंडिया*तून बाहेर पडल्यानंतर त्याविषयी लिहिणार होते. त्यामुळे माझ्यापुढचे आव्हान आणखी बिकट झाले होते. पण थोडा धोका पत्करल्याशिवाय मजा ती कोणती!

अनेक स्त्रीपुरुषांनी त्यांचा मौल्यवान वेळ मला दिला. त्यांच्याकडून मिळालेल्या माहितीशिवाय मी ही कहाणी पूर्ण करू शकले नसते. त्यासाठी मी शंभराहून अधिक मुलाखती घेतल्या. त्यातल्या पुष्कळशा भेटी मी २००१ ते २००५ या काळात घेतल्या. उरलेल्या मुलाखती २०१० ते २०१३ या काळात शक्य झाल्या. टाइम्स समूहातील आणि बाहेरीलही, अनेक पत्रकार व संपादक, जाहिरात आणि विपणन विभागातले अधिकारी व प्रतिनिधी, माध्यमांचे अभ्यासक व नियोजक, समीक्षक आणि विस्तारित जैन कुटुंबातील काही सदस्यांनी या कहाणीशी संबंधित अनेक बाजूंवर साकल्याने प्रकाश टाकला. यातील काही व्यक्ती आता हयात नाहीत; तर काहींनी राहण्याची ठिकाणे बदलली आहेत.

तुमच्यापैकी काही जण तुम्ही माझ्याशी काय बोललात, हे कदाचित विसरलाही असाल. तर काही जणांना आता वेगळे काही सांगायचे असू शकेल. पण तुम्ही सर्वांनी तुमचे अनुभव मनमोकळेपणाने माझ्याशी वाटून घेतलेत, याबद्दल खूप खूप धन्यवाद.

माझे पती तेजिंदर यांच्यासाठी 'थ्री चिअर्स'! ते माझ्यासाठी बोधी वृक्षासारखे आहेत. त्याच्या सावलीत बसून बराच काळ चाललेला हा प्रकल्प मी पूर्ण करू शकले. आमच्या दोघांचीही मूल्ये समान आहेत. ते एक वरदानच आहे. आम्ही एकत्र गातो. ती माझ्या सर्व वेदनांवर मारलेली फुंकर असते. मी घरी परतत असे, तेव्हा माझा मुलगा अवी अनेकदा बीथोवन, मोझार्टच्या संगीतरचना वाजवत असायचा. माझ्या सर्व चिंता तिथेच गळून पडायच्या. त्याचे संगीत आणि त्याचे प्रेम हेच माझे विश्रांतीस्थान आहे. माझे सासूसासरे रामिंदर आणि एच. एस. वालिया यांनी माझ्यावर आशीर्वादाचे छत्र धरले आणि ते मला सतत प्रोत्साहन देत राहिले.

सरिता आणि निशांत या भावंडांनी माझी या पुस्तकातली गुंतवणूक समजून घेतली. प्रत्येक वेळी त्यांनी माझे बोलणे शांतपणे ऐकून घेतले. माझी नणंद मुदिता आणि मेव्हणे श्रीनिवास यांचाही सदैव पाठिंबा राहिला. माझा भाचा विहानसाठी गोड गोड पापा.

माझी सुंदर काळ्या रंगाची पोमेरेनियन कुत्री स्कॉच- जिने माझ्या अव्यक्त भावना जाणल्या, तिला छान, ऊबदार मिठी.

माझे वडील केनाथ पद्मनाभन मेनन यांच्या पाठिंब्याशिवाय हे पुस्तक पूर्ण
करण्याचा माझा निश्चय टिकू शकला नसता. त्यांनी मला धैर्य, चारित्र्य, चिकाटी
आणि अविरत परिश्रमाचे धडे दिले. त्यांनी मला स्वत:चे निर्णय घ्यायला शिकवले
आणि माझ्या चुकांमधूनच मला शिकण्याची संधी दिली. डिसेंबर २०११ मध्ये
त्यांचे दु:खद निधन झाले. परंतु, ते सतत माझ्याबरोबर आहेत. त्यांना हे पुस्तक
वाचायला नक्कीच आवडले असते आणि त्यावर आमच्या अनेक चर्चा झडल्या
असत्या. ते एक पत्रकार होते, संपादक होते आणि ते *'द टाइम्स'*च्या प्रेमात अडकले
नव्हते.

माझी आई रामिंदर धिमन हिच्याकडूनच धीटपणा, आनंदी वृत्ती आणि
साहसाची आवड माझ्यात उतरली असावी. त्याशिवाय हे पुस्तक पूर्ण करण्याच्या
ध्यासाने मी मोठी नोकरी सोडली नसती. माझ्या आईने आम्हा दोघा बहिणींना
कधीही साचेबंद होऊ दिले नाही. तिने आम्हाला आमच्यासारखेच राहू दिले. आणि
आमचे मोठे होणे तिने अविस्मरणीय बनवले.

राष्ट्रीय छात्र सेनेतील माझ्या सर्व मित्रांना *'मुचास ग्रासिया!'* विशेषत: श्रीकांत
मुक्कू, शोभा श्रीअय्यर यांनी माझ्या पुस्तकाबद्दल सतत विचारपूस केली, त्यांना
खूप खूप धन्यवाद. माझ्या मदतीला येण्यासाठी रोज पंचवीस किलोमीटर मोटार
चालवणाऱ्या सलीम हैदर खान यांना *'बेहद शुक्रिया'*. निहार परिदाला *'अनेक
धन्नोबाद'*. राजन चक्रवर्तीने एक प्रकरण वाचून मला काही सूचना केल्या. संजय
कॉ याने माझे शुभचिंतन केले. प्रभात शुंगलू आणि मी कविता, लघुकथांवर चर्चा
केली. त्यामुळे माझे डोके ठिकाणावर राहिले. माझे गिटारचे शिक्षक हेराल्ड लॉरेन्स
यांनी माझ्यासाठी खूप प्रार्थना केली. अनिरुद्ध बहल ज्याने खूप महत्त्वाची भूमिका
बजावली, त्याचे मनापासून *आभार.*

सुप्रिया आणि आशिष बाली, प्रवीण आणि अलिंद प्रामाणिक, सोनिया आणि
संदीप मेहरोत्रा, अंजू आणि जयंत वर्मा, सुमन आणि चेतन कुमार, अनुराधा आणि
मुकेश खन्ना अशा नेहमी माझ्यासोबत राहिलेल्या मित्रांच्या टोळीसाठी चार शब्द :

वो जो सुलगती है,

मेरे सीने में,

एक अर्सेसे ये आग;

उसी से तो मैं रोशन हूँ ।

(माझ्यात प्रज्वलित असलेली प्रेरणाच मला प्रकाशित करते आहे.)

माझे प्रकाशक हार्परकॉलिन्स, मुख्य संपादक आणि प्रकाशक व्ही. के. कार्तिक आणि संपादक अँटनी थॉमस तुम्हा सर्वांना मन:पूर्वक *अभिवादन*.

या पुस्तकाचे सर्वाधिक श्रेय आहे, ते माझा सर्वांत प्रिय मित्र, *सखा* आणि *सारथी* कंवलदीप सिंग याला. या पुस्तकासाठी त्याने मला सतत मार्गदर्शन केले, त्याला एक दृष्टिकोन आणि दिशा दिली. मी अर्जुन असेन, तर तो कृष्ण होता. मी प्लेटो, तर तो सॉक्रेटिस होता. आणि मी ल्युक स्कायवॉकर असेन, तर तो जेडी मास्टर योडा होता. माझे स्वप्न पूर्ण होण्यासाठी त्याने केलेल्या मदतीच्या ऋणातून मी मुक्त होऊच शकत नाही. त्याची उत्साही आई कुलजित कौर यांनी पहिल्या दिवसापासून माझ्या स्वप्नावर विश्वास ठेवला. त्या माझ्या सोबत आहेत, हे माझे भाग्यच आहे.

आणि सर्वांत महत्त्वाचे म्हणजे, या पुस्तकाच्या सफरीमुळे झेनपंथीय बौद्ध म्हणतात तसा मला *स्वत्वाच्या जागृतीचा मार्ग (सातोरी)* गवसला.

मी हे पुस्तक तुम्हा सर्वांना अर्पण करते आहे! ती वेळ आता आली आहे!

मी या सर्वांची आभारी आहे...

सर्वश्री श्यामलाल, अवीक सरकार, इंदर मल्होत्रा, टी. एन. निनान, सतीश मेहता, गौतम अधिकारी, नरेश मोहन, डॉ. दिलीप पाडगावकर, प्रदीप गुहा, रजनीश रिखी, डॉ. संजय बारू, एम. एम. श्रीवास्तव, ए. एन. सेन, पंकज व्होरा, जग सुरैया, खुशवंतसिंग, के. बालकृष्णन, श्रीमती विनिता डांगरा नांगिया, उमेश आनंद, डॉ. एन. चंद्र मोहन, एन. पी. सिंह, श्रीमती महाश्वेता घोष रॉय, प्रीतीश नंदी, डॉ. राम तर्नेजा, सुशील पंडित, श्रीमती विभा देसाई, अमितव गुहा, अजित भट्टाचार्य, विजय जिंदाल, बशाब सरकार, डॉ. चंदन मित्रा, रमेश चंद्रन, श्रीमती बाची करकारिया, श्रीमती विमला पाटील, बलजित कपूर, राजीव दुबे, आलोक जैन, श्रीमती मन्निका चोप्रा, सुनिल जैन, राम हिंगोराणी, परन बालकृष्णन, संजोय नारायण, अखिलेश जैन, आर. पी. जैन, संजय डालमिया, गुणनिधी डालमिया, रमेशचंद्र जैन, शशांक रायजादा, डॉ. के. एल. नंदन, टी. के. अरूण, अभीक बर्मन, श्रीमती मधु सुरी, अजित निनान, व्ही. के. गंभीर, बाल मुकुंद सिन्हा, एच. के. दुआ, नटरंजन बोहिदार, डॉ. जॉन दयाळ, यशवंत राज, संजय पुरी, आर. चंद्रशेखर, श्रीमती मोना जैन, डी. के. बोस, रामन पराशर, प्रवीण पुरी, बॉबी कुन्हू, राहूल कन्सल, प्रिय रंजन डाश, शुभ्रांग्शू रॉय, राम. सी. कपूर, प्रियांक माथूर, रोहित खन्ना, राकेश देवल, श्रीमती माया मेनन, प्रा. एम. आर. दुआ, टी. जे. एस. जॉर्ज.

(मी काही नावे चुकून विसरले असण्याची शक्यता आहे. त्या सर्वांचेही मनापासून आभार).

पुस्तकलेखनाच्या या खाचखळग्यांनी भरलेल्या प्रवासात मला अखंड साथ केली ती, थोर चित्रकारांच्या कलाकृती आणि सुंदर कवितांनी. पुस्तकाचा शेवटही मी कवितेनेच करू इच्छिते. जॉन कीट्स यांच्या 'टू... होप' या कवितेतल्या काही ओळी...

आशेचे पीस
आकाशातला एखादाच चमचमता तारा
झाकोळल्या घनशिखरांवर चढवतो झिलई,
तेव्हा दूरस्थ स्वर्गाच्या चेहऱ्यावरही पसरतो उजेड;
तशीच हे आशे, माझ्या मनावरची काळोखी
तुझ्या स्वर्गीय स्पर्शाने हलकेच होते दूर, आणि
भिरभिरू लागते डोक्यावर, तुझेच रुपेरी पीस!

(मूळ कविता पुढीलप्रमाणे :
अँड अॅज, इन स्पार्कलिंग मॅजेस्टी, अ स्टार
गिल्ड्स द ब्राइट समिट ऑफ सम ग्लुमी क्लाउड;
ब्राइटनिंग द हाफ वेल्ड फेस ऑफ हेवन अफार :
सो, व्हेन डार्क थॉट्स माय बोडिंग स्पिरीट श्राउड,
स्वीट होप, सेलेस्टियल इन्फ्लुअन्स राउंड मी शेड,
वेव्हिंग दाय सिल्व्हर पिनियन्स ओव्हर माय हेड!)

संगीता

नवी दिल्ली, २० फेब्रुवारी २०१३.